திருக்குறள்
நாமே படிக்கலாம்

பகுதி - 2 : பொருட்பால்

திருக்குறள்
நாமே படிக்கலாம்

பகுதி - 2 : பொருட்பால்

திருக்குறளை நாமே சொந்தமாகப் படித்துப்
புரிந்துகொள்வதற்கான எளிமையான, சிறப்பான
பயிற்சியை வழங்கும் உரை நூல்

தொகுப்பு & உரை: என். சொக்கன்

SPECIFICS

Title: Thirukkural Naame Padikkalaam (Part - II : Porutpal)
Author's Name: N. Chokkan

Published by ZDP Specifics

ZDP Specifics
(An imprint of Zero Degree Publishing)
No.75 & 76, I Floor, Kuppusamy Street,
Balaji Nagar, Padi,
Chennai - 600050

Website: www.zerodegreepublishing.com
E Mail id: zerodegreepublishing@gmail.com
Phone: 89250 61999

ZDP Specifics First Edition : October 2025

ISBN :978-93-48439-52-9

TITLE NO ZDPS :121

Rs. 880/-

Layout: G.Selvakumar
Cover Design: Vijayan, Creative Studio
Printed at Rathna Offset, Chennai, India

பொருளடக்கம்

இயல் - 5 : அரசு இயல்

இயல் - 6 : அங்க இயல்

இயல் - 7 : ஒழிபு இயல்

இந்தப் புத்தகத்தை எப்படிப் படிக்கவேண்டும்?

நாமே திருக்குறள் படிக்கலாம். அதுதான் இந்த நூலின் அடிப்படை.

திருக்குறள் தமிழில் எழுதப்பட்ட நூல்தான். ஆனால், ஓர் உரை ஆசிரியரின் உதவியுடன்தான் நாம் அதைப் படிக்கமுடியும் என்று பலரும் நினைக்கிறார்கள்.

இது உண்மைதான். ஆனால், முழு உண்மை இல்லை.

திருக்குறளை யார் வேண்டுமானாலும் உரையின் துணையின்றி நேரடியாகப் படிக்கலாம். அதற்குத் தேவை, பயிற்சிதான். அந்தப் பயிற்சியை இந்த நூல் வழங்கும்.

இன்றைக்கு நாம் பேசும் தமிழ் திருக்குறள் தமிழிலிருந்து மிகவும் வேறுபட்டது. சொற்கள் மாறியுள்ளன; சொற்றொடர் அமைப்பு மாறியுள்ளது; பழக்க வழக்கங்கள் மாறியுள்ளன. அதே நேரம், நாம் திருக்குறளிலிருந்து அவ்வளவாக விலகி வந்துவிடவில்லை. தொடர்பயிற்சியின்மூலம் திருக்குறளை நாமே நேரடியாகப் படித்துப் புரிந்துகொள்ளலாம்.

திருக்குறளை நாமே படிப்பதற்கு என்ன பயிற்சி தேவை?

முதலில், மரபுக் கவிதையாக, இன்னும் துல்லியமாகச் சொல்வதென்றால், வெண்பா என்னும் வடிவத்தில் எழுதப்பட்டுள்ள குறளின் சொற்றொடர் அமைப்பு நமக்குச் சட்டென்று புரியாது. இன்றைக்கு நமக்குப் பழகியுள்ள உரைநடைச் சொற்றொடர் வடிவத்துக்கு அதைச் சற்று மாற்றிப் படித்தால் சிறு வெளிச்சம் கிடைக்கும்.

எடுத்துக்காட்டாக, இந்தப் புகழ் பெற்ற திருக்குறளை எடுத்துக்கொள்வோம்:

கற்க கசடு அற கற்பவை. கற்றபின்

நிற்க அதற்குத் தக

இந்தக் குறளில் உள்ள சொற்களைச் சற்று மாற்றிப் போட்டு இப்படிப் படித்துப் பாருங்கள்:

கற்பவை கசடு அறக் கற்க. கற்றபின் அதற்குத் தக நிற்க

மேலுள்ளது நமக்குப் பழக்கமான சொற்றொடர் வடிவம். இது ஓரளவு தெளிவைத் தருகிறது. ஆனால், முழுத் தெளிவு கிடைக்கவில்லை. இப்போது நாம் இரண்டாவது படிநிலைக்குச் செல்லலாம்.

இந்த இரண்டாவது படிநிலையில், அந்தக் குறளில் உள்ள கடினமான சொற்களுக்கான பொருளைத் தெரிந்துகொள்ளவேண்டும். எடுத்துக்காட்டாக:

- கசடு என்றால் குற்றம்
- அற என்றால் நீங்கும்படியாக
- தக என்றால் தகுந்தபடி அல்லது ஏற்றபடி
- நிற்க என்றால் பழகுங்கள் அல்லது நடந்துகொள்ளுங்கள்

இந்தச் சொற்களுக்கான பொருள்களை மேலுள்ள 'கற்பவை கசடு அறக் கற்க. கற்றபின் அதற்குத் தக நிற்க' என்ற வரியில் பொருத்தினால் நமக்கு என்ன கிடைக்கிறது?

கற்க வேண்டியவற்றைக் குற்றம் இல்லாமல் கற்கவேண்டும். அப்படிக் கற்றபின் அதற்கு ஏற்றபடி நடந்துகொள்ளவேண்டும்.

அவ்வளவுதான். நாம் இரண்டே படிநிலைகளில் திருக்குறளிலிருந்து நேரடியாகப் பொருளுக்கு வந்துவிட்டோம்.

இந்தப் புத்தகத்தில் குறள், உரை என்கிற வழக்கமான வடிவத்தைப் பின்பற்றாமல், 1330 குறள்களுக்கும் சொற்களைத் தெளிவாகப் பிரித்துக் காண்பிக்கிற குறள் வடிவம், அதை மாற்றிப் படிக்கிற வடிவம், அரிய சொற்களுக்கான பொருள், குறளுக்கான உரை

ஆகியவை இதே வரிசையில் வழங்கப்பட்டுள்ளன. இவற்றைத் தொடர்ந்து படித்துவந்தால், சுமார் 200 குறள்களுக்குள் வள்ளுவர் தமிழ் நமக்குப் பழக்கமாகிவிடும். அதன்பிறகு வருகிற குறள்களை இன்னும் விரைவாகப் படிக்கத் தொடங்கிவிடுவோம்.

இதைக் கேட்டால் இப்போது மலைப்பாகத்தான் இருக்கும். ஆனால், செய்து பார்த்தால் கண்டிப்பாகத் தேர்ச்சி பெறுவீர்கள், நீங்களே திருக்குறளைப் புரிந்துகொள்ளத் தொடங்குவீர்கள். அதன்பிறகும் குழப்பம் இருந்தால், கீழே உள்ள உரையைப் படிக்கலாம், இன்னும் நல்ல தெளிவு பெறலாம்.

பகுதி - 2

பொருட்பால்

இயல் -5

அரசு இயல்

அதிகாரம் 39: இறைமாட்சி (அரசரின் சிறப்பு)

குறள் எண்: 381

குறள்:

படை, குடி, கூழ், அமைச்சு, நட்பு, அரண் ஆறும்
உடையான் அரசருள் ஏறு

இந்தக் குறளை எப்படி மாற்றிப் படிக்கவேண்டும்:

படை, குடி, கூழ், அமைச்சு, நட்பு, அரண் ஆறும் உடையான் அரசருள் ஏறு

இந்தக் குறளில் உள்ள கடினமான சொற்களும் அவற்றின் பொருளும்:

குடி => குடிமக்கள்

கூழ் => பொருள் / செல்வம்

அமைச்சு => அமைச்சர்கள்

அரண் => பாதுகாப்பு / கோட்டை

உடையான் => உடையவன்

அரசருள் => அரசர்களுக்குள்

ஏறு => சிங்கம்

எளிய உரை:

சிறந்த படை, சிறந்த குடிமக்கள், சிறந்த செல்வம், சிறந்த அமைச்சர்கள், சிறந்த நட்பு நாடுகள், சிறந்த பாதுகாப்பு (கோட்டை) ஆகியவற்றைக் கொண்ட அரசன் சிங்கத்தைப்போன்றவன்.

குறள் எண்: 382

குறள்:

அஞ்சாமை, ஈகை, அறிவு, ஊக்கம் இந்நான்கும்
எஞ்சாமை வேந்தற்கு இயல்பு

இந்தக் குறளை எப்படி மாற்றிப் படிக்கவேண்டும்:

அஞ்சாமை, ஈகை, அறிவு, ஊக்கம் இந்நான்கும் எஞ்சாமை வேந்தற்கு இயல்பு

இந்தக் குறளில் உள்ள கடினமான சொற்களும் அவற்றின் பொருளும்:

அஞ்சாமை => அச்சமின்மை

ஈகை => பிறருக்குக் கொடுத்து உதவுதல்

எஞ்சாமை => எப்போதும் நீங்காமல் இருப்பது

வேந்தற்கு => அரசருக்கு

இயல்பு => இயற்கைத் தன்மை

எளிய உரை:

அச்சமின்மை, பிறருக்குக் கொடுத்து உதவுதல், அறிவு, ஊக்கம் ஆகிய நான்கு பண்புகளும் அரசர்களிடம் எப்போதும் இயல்பாக நிறைந்திருக்கும்.

குறள் எண்: 383

குறள்:

> **தூங்காமை, கல்வி, துணிவு உடைமை இம்மூன்றும்**
> **நீங்கா நிலன் ஆள்பவர்க்கு**

இந்தக் குறளை எப்படி மாற்றிப் படிக்கவேண்டும்:

நிலன் ஆள்பவர்க்குத் தூங்காமை, கல்வி, துணிவு உடைமை இம்மூன்றும் நீங்கா

இந்தக் குறளில் உள்ள கடினமான சொற்களும் அவற்றின் பொருளும்:

தூங்காமை => சோம்பலின்மை

துணிவு உடைமை => துணிவுடன் இருத்தல்

நீங்கா => நீங்காது

நிலன் => நிலம்

ஆள்பவர்க்கு => ஆளுகின்ற அரசருக்கு

எளிய உரை:

அரசர்களிடம் சுறுசுறுப்பு, கல்வி, வீரம் ஆகிய மூன்று பண்புகளும் எப்போதும் இருக்கும்.

குறள் எண்: 384

குறள்:

அறன் இழுக்காது அல்லவை நீக்கி மறன் இழுக்கா
மானம் உடையது அரசு

இந்தக் குறளை எப்படி மாற்றிப் படிக்கவேண்டும்:

அறன் இழுக்காது அல்லவை நீக்கி மறன் இழுக்கா மானம் உடையது அரசு

இந்தக் குறளில் உள்ள கடினமான சொற்களும் அவற்றின் பொருளும்:

அறன் => அறம்

இழுக்காது => விலகாமல்

அல்லவை => அறம் அல்லாதவை / தீய செயல்கள்

மறன் => வீரம்

இழுக்கா => விலகாமல்

மானம் => உயர்வு

எளிய உரை:

அரசர்கள் எப்போதும் அறத்திலிருந்து விலகமாட்டார்கள், அறம் அல்லாதவற்றைச் செய்யமாட்டார்கள், வீரத்துடன் செயல்படுவார்கள். இவையெல்லாம்தான் அவர்களுக்குப் பெருமை.

குறள் எண்: 385

குறள்:

இயற்றலும் ஈட்டலும் காத்தலும் காத்த
வகுத்தலும் வல்லது அரசு

இந்தக் குறளை எப்படி மாற்றிப் படிக்கவேண்டும்:

இயற்றலும் ஈட்டலும் காத்தலும் காத்த வகுத்தலும் வல்லது அரசு

இந்தக் குறளில் உள்ள கடினமான சொற்களும் அவற்றின் பொருளும்:

இயற்றலும் => (பொருள் வரும் வழிகளை) உருவாக்குவதும்

ஈட்டலும் => (பொருளைச்) சேர்ப்பதும்

காத்தலும் => (பொருளைக்) காப்பாற்றுவதும்

காத்த => காப்பாற்றியவற்றை

வகுத்தலும் => வகைப்படுத்திச் செலவிடுவதும்

வல்லது => செய்யவல்லது

எளிய உரை:

நல்ல அரசாங்கம் பல வழிகளை உருவாக்கிப் பொருள் சேர்க்கும், அந்தப் பொருளைப் பாதுகாத்து வைத்து முறையாகச் செலவு செய்யும்.

குறள் எண்: 386

குறள்:

காட்சிக்கு எளியன், கடும் சொல்லன் அல்லனேல்
மீக்கூறும் மன்னன் நிலம்

இந்தக் குறளை எப்படி மாற்றிப் படிக்கவேண்டும்:

மன்னன் காட்சிக்கு எளியன், கடும் சொல்லன் அல்லனேல், நிலம் மீக்கூறும்

இந்தக் குறளில் உள்ள கடினமான சொற்களும் அவற்றின் பொருளும்:

காட்சிக்கு => பார்ப்பதற்கு

எளியன் => எளிதில் கிடைக்கக்கூடியவன்

கடும் சொல்லன் அல்லனேல் => கடுமையான சொற்களைப் பேசாதவனாக இருந்தால்

மீக்கூறும் => உயர்த்திப் பேசும்

நிலம் => உலகம்

எளிய உரை:

ஓர் அரசன் தன் நாட்டு மக்களை அடிக்கடி சந்திக்கவேண்டும், அவர்களிடம் கடுமையாகப் பேசாமல் அன்பாகப் பேசவேண்டும். அப்படிப்பட்ட அரசனை உலகம் மிகவும் பாராட்டும்.

குறள் எண்: 387

குறள்:

இன் சொலால் ஈத்து அளிக்க வல்லாற்குத் தன் சொலால்
தான் கண்டனைத்து இவ் உலகு

இந்தக் குறளை எப்படி மாற்றிப் படிக்கவேண்டும்:

இன் சொலால் ஈத்து அளிக்க வல்லாற்கு இவ் உலகு தன் சொலால் தான் கண்டனைத்து

இந்தக் குறளில் உள்ள கடினமான சொற்களும் அவற்றின் பொருளும்:

இன் சொலால் => இனிய சொற்களால்

ஈத்து => பிறருக்குக் கொடுத்து உதவி

அளிக்க => பாதுகாக்க

வல்லாற்கு => வல்லவருக்கு

தன் சொலால் => தன்னுடைய பேச்சால்

கண்டனைத்து => கண்டதுபோல / கருதியதுபோல

இவ் உலகு => இந்த உலகம்

எளிய உரை:

ஓர் அரசன் இனிமையாகப் பேசுகிறான், மக்களுக்கு உதவுகிறான், அவர்களைப் பாதுகாக்கிறான் என்றால், உலகம் அவன் ஆணைப்படி நடக்கும்.

குறள் எண்: 388

குறள்:

முறை செய்து காப்பாற்றும் மன்னவன் மக்கட்கு
இறை என்று வைக்கப்படும்

இந்தக் குறளை எப்படி மாற்றிப் படிக்கவேண்டும்:

முறை செய்து காப்பாற்றும் மன்னவன் மக்கட்கு இறை என்று வைக்கப்படும்

இந்தக் குறளில் உள்ள கடினமான சொற்களும் அவற்றின் பொருளும்:

முறை செய்து => முறைப்படி ஆட்சி செய்து

மக்கட்கு => மக்களுக்கு

இறை => இறைவன்

வைக்கப்படும் => கருதப்படுவான்

எளிய உரை:

ஓர் அரசன் முறையாக ஆட்சி செய்து மக்களைக் காப்பாற்றுகிறான் என்றால், மக்கள் அவனைக் கடவுளைப்போல் மதிப்பார்கள்.

குறள் எண்: 389

குறள்:

> **செவி கைப்பச் சொல் பொறுக்கும் பண்பு உடை வேந்தன்**
> **கவிகைக்கீழ் தங்கும் உலகு**

இந்தக் குறளை எப்படி மாற்றிப் படிக்கவேண்டும்:

> **செவி கைப்பச் சொல் பொறுக்கும் பண்பு உடை வேந்தன் கவிகைக்கீழ் உலகு தங்கும்**

இந்தக் குறளில் உள்ள கடினமான சொற்களும் அவற்றின் பொருளும்:

செவி => காது

கைப்ப => கசக்கும்படி

பொறுக்கும் => பொறுத்துக்கொள்கிற

பண்பு உடை => பண்புள்ள

வேந்தன் => அரசன்

கவிகைக்கீழ் => குடையின்கீழ் / ஆட்சியின்கீழ்

எளிய உரை:

என்னதான் பெரிய அரசன் என்றாலும், அவனையும் சிலர் குறை சொல்லக்கூடும். கசப்பான அந்தச் சொற்களைக் கேட்டுச் சினம் கொள்ளாமல் பொறுமையுடன் இருப்பதுதான் அரசனுக்கு அழகு. அப்படிப்பட்ட பண்புள்ள அரசன் உலகத்தை ஆள்வான்.

குறள் எண்: 390

குறள்:

கொடை, அளி, செங்கோல், குடி ஓம்பல் நான்கும்
உடையானாம் வேந்தர்க்கு ஒளி

இந்தக் குறளை எப்படி மாற்றிப் படிக்கவேண்டும்:

கொடை, அளி, செங்கோல், குடி ஓம்பல் நான்கும் உடையானாம் வேந்தர்க்கு ஒளி

இந்தக் குறளில் உள்ள கடினமான சொற்களும் அவற்றின் பொருளும்:

கொடை	=> கொடுத்து உதவுதல்
அளி	=> இரக்கம்
செங்கோல்	=> முறை தவறாத ஆட்சி
குடி	=> குடிமக்கள்
ஓம்பல்	=> பாதுகாத்தல்
உடையானாம்	=> உடையவன்தான்
வேந்தர்க்கு	=> அரசர்களுக்கு
ஒளி	=> விளக்கைப் போன்றவன்

எளிய உரை:

ஓர் அரசன் ஏழைகளுக்குக் கொடுத்து உதவவேண்டும், இரக்கத்துடன் நடந்துகொள்ளவேண்டும், முறை தவறாமல் ஆட்சி செய்யவேண்டும், மக்களைப் பாதுகாக்கவேண்டும். அப்படிப்பட்ட அரசன் மற்ற அரசர்களுக்கெல்லாம் விளக்காக இருந்து வழிகாட்டுவான்.

அதிகாரம் 40: கல்வி

குறள் எண்: 391

குறள்:

கற்க கசடு அறக் கற்பவை. கற்றபின்
நிற்க அதற்குத் தக

இந்தக் குறளை எப்படி மாற்றிப் படிக்கவேண்டும்:

கற்பவை கசடு அறக் கற்க. கற்றபின் அதற்குத் தக நிற்க

இந்தக் குறளில் உள்ள கடினமான சொற்களும் அவற்றின் பொருளும்:

கற்க => கற்றுக்கொள்ளுங்கள்

கசடு => குற்றம்

அற => நீங்கும்படி

கற்பவை => கற்க வேண்டியவை

கற்றபின் => கற்றுக்கொண்டபின்

நிற்க => நடந்துகொள்ளுங்கள்

தக => ஏற்றபடி

எளிய உரை:

கற்கவேண்டிய அனைத்தையும் குற்றமின்றிக் கற்றுக்கொள்ளுங்கள். அதன்பிறகு, கற்றதைப் பயன்படுத்தி நன்றாக வாழுங்கள்.

குறள் எண்: 392

குறள்:

எண் என்ப, ஏனை எழுத்து என்ப, இவ் இரண்டும்
கண் என்ப வாழும் உயிர்க்கு

இந்தக் குறளை எப்படி மாற்றிப் படிக்கவேண்டும்:

எண் என்ப, ஏனை எழுத்து என்ப, இவ் இரண்டும் வாழும் உயிர்க்குக் கண் என்ப

இந்தக் குறளில் உள்ள கடினமான சொற்களும் அவற்றின் பொருளும்:

எண் என்ப => எண்கள் எனப்படுகின்றவை

ஏனை => மற்ற

எழுத்து என்ப => எழுத்துகள் எனப்படுகின்றவை

இவ் இரண்டும் => இந்த இரண்டும்

கண் என்ப => கண் என்பார்கள்

எளிய உரை:

இந்த உலகத்தில் வாழும் அனைத்து உயிர்களுக்கும் எண்களும் எழுத்துகளும் கண்களைப்போன்றவை என்று பெரியோர்கள் சொல்வார்கள். (கல்வி கண் போன்றது.)

குறள் எண்: 393

குறள்:

கண் உடையர் என்பவர் கற்றோர். முகத்து இரண்டு
புண் உடையர் கல்லாதவர்

இந்தக் குறளை எப்படி மாற்றிப் படிக்கவேண்டும்:

கற்றோர் என்பவர் கண் உடையர். கல்லாதவர் முகத்து இரண்டு புண் உடையர்

இந்தக் குறளில் உள்ள கடினமான சொற்களும் அவற்றின் பொருளும்:

உடையர் => உள்ளவர்கள்

என்பவர் => என்று சொல்லப்படுகிறவர்கள்

கற்றோர் => படித்தவர்கள்

முகத்து => முகத்தில்

கல்லாதவர் => படிக்காதவர்கள்

எளிய உரை:

படிப்புதான் நமக்குக் கண்ணைப்போல் செயல்பட்டு வழிகாட்டுகிறது. அதனால், கல்வி அறிவில்லாதவர்களுடைய முகத்தில் உள்ளவை கண்கள் இல்லை, வெறும் புண்கள்.

(குறிப்பு: இந்த அதிகாரத்திலும் அடுத்த அதிகாரத்திலும் உள்ள பல குறட்பாக்களில் 'கல்வி அறிவற்றவர்கள்', 'படிப்பறிவற்றவர்கள்', 'படிக்காதவர்கள்' போன்ற பயன்பாடுகளைக் காணலாம். இந்தப் பயன்பாடுகள் எழுதப் படிக்கத் தெரியாத கிராமத்து மனிதர்கள் போன்றோரை இழிவுபடுத்தும் வகையில் / தாழ்த்தும் வகையில் சொல்லப்படவில்லை. எதையும் கற்றுத் தெரிந்துகொள்ளவேண்டும் என்ற ஆர்வம் இல்லாமல் இருப்பது இழிவு என்பதை வலியுறுத்துவதுதான் இந்தக் குறள்களின் நோக்கம். அந்தக் கோணத்தில் மட்டும் இந்தக் குறள்களையும் விளக்கங்களையும் படிப்பது நல்லது.)

குறள் எண்: 394

குறள்:

உவப்பத் தலைக்கூடி உள்ளப் பிரிதல்
அனைத்தே புலவர் தொழில்

இந்தக் குறளை எப்படி மாற்றிப் படிக்கவேண்டும்:

உவப்பத் தலைக்கூடி உள்ளப் பிரிதல் அனைத்தே புலவர் தொழில்

இந்தக் குறளில் உள்ள கடினமான சொற்களும் அவற்றின் பொருளும்:

உவப்ப => மகிழும்படி

தலைக்கூடி => கலந்து பழகி

உள்ள => நினைக்கும்படி

பிரிதல் => பிரிந்து செல்லுதல்

அனைத்தே => அதுதான் / அப்படிப்பட்டதுதான்

புலவர் => கற்றவர்கள்

தொழில் => இயல்பு

எளிய உரை:

கற்றவர்கள் நம்முடன் பழகும்போது நமக்கு மகிழ்ச்சியாக இருக்கும். அவர்கள் நம்மை விட்டுப் பிரிந்து செல்லும்போது நமக்கு மிகுந்த வருத்தம் உண்டாகும். அதுதான் கற்றவர்களுடைய இயல்பு.

குறள் எண்: 395

குறள்:

உடையார் முன் இல்லார்போல் ஏக்கற்றும் கற்றார்.
கடையரே கல்லாதவர்

இந்தக் குறளை எப்படி மாற்றிப் படிக்கவேண்டும்:

உடையார்முன் இல்லார்போல் ஏக்கற்றும் கற்றார். கல்லாதவர் கடையரே

இந்தக் குறளில் உள்ள கடினமான சொற்களும் அவற்றின் பொருளும்:

உடையார் முன் => செல்வம் உள்ளவர்களுக்கு முன்னால்

இல்லார்போல் => செல்வம் இல்லாதவர்களைப்போல்

ஏக்கற்றும் => ஆசையால் தாழ்ந்து நின்றும்

கற்றார் => கற்றவர்கள்

கடையர் => தாழ்ந்தவர்கள்

கல்லாதவர் => கல்வி அறிவற்றவர்கள்

எளிய உரை:

ஏழைகள் பணக்காரர்களிடம் சென்று உதவி கேட்கும்போது ஏக்கத்துடன் பணிந்து நிற்பார்கள். நாமும் அதுபோன்ற ஏக்கத்துடன் பல்வேறு நூல்களைத் தேடிச் சென்று படிக்கவேண்டும். அந்தக் கல்வி நமக்கு உயர்வைத் தரும்.

அவ்வாறு முயன்று படிக்காதவர்கள் இழிவானவர்கள்.

குறள் எண்: 396

குறள்:

தொட்ட அனைத்து ஊறும் மணல் கேணி. மாந்தர்க்குக்
கற்ற அனைத்து ஊறும் அறிவு

இந்தக் குறளை எப்படி மாற்றிப் படிக்கவேண்டும்:

தொட்ட அனைத்து மணல் கேணி ஊறும். மாந்தர்க்குக் கற்ற அனைத்து அறிவு ஊறும்

இந்தக் குறளில் உள்ள கடினமான சொற்களும் அவற்றின் பொருளும்:

தொட்ட => தோண்டிய

அனைத்து => அளவுக்கு

கேணி => கிணறு

மாந்தர்க்கு => மனிதர்களுக்கு

கற்ற => படித்த

எளிய உரை:

மணலில் கிணறு தோண்டும்போது, நாம் எந்த அளவுக்குத் தோண்டுகிறோமோ, அந்த அளவுக்குத் தண்ணீர் ஊறும். அதுபோல, மனிதர்கள் எந்த அளவுக்குப் படிக்கிறார்களோ, அந்த அளவுக்கு அவர்களுக்குள் அறிவு ஊறும்.

குறள் எண்: 397

குறள்:

யாதானும் நாடாமால் ஊராமால் என் ஒருவன்
சாந்துணையும் கல்லாத ஆறு

இந்தக் குறளை எப்படி மாற்றிப் படிக்கவேண்டும்:

யாதானும் நாடாமால், (யாதானும்) ஊராமால். ஒருவன் சாந்துணையும் கல்லாத ஆறு என்

இந்தக் குறளில் உள்ள கடினமான சொற்களும் அவற்றின் பொருளும்:

யாதானும் => எதுவும்

நாடாமால் => சொந்த நாடுதான்

ஊராமால் => சொந்த ஊர்தான்

என் => ஏன்?

சாந்துணையும் => உயிர் உள்ளவரை

கல்லாத => கற்காத

ஆறு => வழி

எளிய உரை:

கற்றவர்களுக்குச் சென்ற இடமெல்லாம் சிறப்புதான். எந்த நாடும் அவர்களை வரவேற்கும், எந்த ஊரும் அவர்களை ஏற்றுக்கொள்ளும். அதனால், நாம் எப்போதும் படிப்பதை நிறுத்தக்கூடாது, உயிர் உள்ளவரை தொடர்ந்து கற்கவேண்டும்.

குறள் எண்: 398

குறள்:

ஒருமைக்கண் தான் கற்ற கல்வி ஒருவற்கு
எழுமையும் ஏமாப்பு உடைத்து

இந்தக் குறளை எப்படி மாற்றிப் படிக்கவேண்டும்:

ஒருவற்கு ஒருமைக்கண் தான் கற்ற கல்வி எழுமையும் ஏமாப்பு உடைத்து

இந்தக் குறளில் உள்ள கடினமான சொற்களும் அவற்றின் பொருளும்:

ஒருமைக்கண் => ஒரு பிறப்பில் / இந்தப் பிறப்பில்

கற்ற => படித்த

ஒருவற்கு => ஒருவருக்கு

எழுமையும் => ஏழு பிறவிகளில் / பல பிறவிகளில்

ஏமாப்பு உடைத்து => பாதுகாப்பாக அமையும்

எளிய உரை:

நாம் இன்றைக்குப் படிக்கிற படிப்பு பின்னர் நெடுங்காலத்துக்கு நம்மைக் காப்பாற்றும்.

குறள் எண்: 399

குறள்:

தாம் இன்புறுவது உலகு இன்புறக் கண்டு
காமுறுவர் கற்று அறிந்தார்

இந்தக் குறளை எப்படி மாற்றிப் படிக்கவேண்டும்:

கற்று அறிந்தார், தாம் இன்புறுவது உலகு இன்புறக் கண்டு காமுறுவர்

இந்தக் குறளில் உள்ள கடினமான சொற்களும் அவற்றின் பொருளும்:

தாம்	=>	*தாங்கள்*
இன்புறுவது	=>	*இன்பத்தைப் பெறுவது*
இன்புற	=>	*இன்பத்தைப் பெற*
காமுறுவர்	=>	*விரும்புவார்கள்*
கற்று	=>	*படித்து*

எளிய உரை:

நாம் படிக்கிறோம். அதனால் இன்பம் பெறுகிறோம்.

நம்மைச் சுற்றியுள்ளவர்களும் படிக்கிறார்கள். அவர்களும் அதனால் இன்பம் பெறுகிறார்கள். அதைக் கண்டு நாம் மகிழ்கிறோம், இன்னும் நிறையப் படிக்கிறோம்.

குறள் எண்: 400

குறள்:

> **கேடு இல் விழுச்செல்வம் கல்வி ஒருவற்கு,**
> **மாடு அல்ல மற்றையவை**

இந்தக் குறளை எப்படி மாற்றிப் படிக்கவேண்டும்:

> **ஒருவற்குக் கல்வி கேடு இல் விழுச்செல்வம், மற்றையவை மாடு அல்ல**

இந்தக் குறளில் உள்ள கடினமான சொற்களும் அவற்றின் பொருளும்:

கேடு இல் => கெடாத

விழுச் செல்வம் => சிறந்த செல்வம்

ஒருவற்கு => ஒருவருக்கு

மாடு => செல்வம்

அல்ல => இல்லை

மற்றையவை => மற்றவை

எளிய உரை:

ஒருவரிடம் எப்போதும் இருக்கிற, எந்த நேரத்திலும் அவரை விட்டு நீங்காத, சிறந்த செல்வம் அவருடைய படிப்புதான். அதனுடன் ஒப்பிடும்போது மற்ற செல்வங்களெல்லாம் செல்வங்களே இல்லை.

அதிகாரம் 41: கல்லாமை (கற்காமல் இருப்பதன் இழிவு)

குறள் எண்: 401

குறள்:

அரங்கு இன்றி வட்டு ஆடி அற்றே, நிரம்பிய
நூல் இன்றிக் கோட்டி கொளல்

இந்தக் குறளை எப்படி மாற்றிப் படிக்கவேண்டும்:

நிரம்பிய நூல் இன்றிக் கோட்டி கொளல், அரங்கு இன்றி வட்டு ஆடி அற்றே

இந்தக் குறளில் உள்ள கடினமான சொற்களும் அவற்றின் பொருளும்:

அரங்கு => சூதாட்ட அரங்கம் / பலகை

இன்றி => இல்லாமல்

வட்டு => சூதாடும் உருண்டை

ஆடி அற்றே => ஆடுவதைப்போன்றது

நிரம்பிய => அறிவு நிறைந்த

கோட்டி => அவை

கொளல் => பெறுதல்

எளிய உரை:

விளையாட்டுப் பலகை இல்லாமல் வெறும் பகடையைமட்டும் உருட்டினால் ஏதாவது பயன் உண்டா? (இல்லை.)

அதுபோல, அறிவு நிறைந்த நூல்களைப் படிக்காமல் மேடையேறிப் பேசினால் ஏதாவது பயன் உண்டா? (இல்லை.)

குறள் எண்: 402

குறள்:

கல்லாதான் சொல் காமுறுதல், முலை இரண்டும்
இல்லாதாள் பெண் காமுற்று அற்று

இந்தக் குறளை எப்படி மாற்றிப் படிக்கவேண்டும்:

கல்லாதான் சொல் காமுறுதல், முலை இரண்டும் இல்லாதாள் பெண் காமுற்று அற்று

இந்தக் குறளில் உள்ள கடினமான சொற்களும் அவற்றின் பொருளும்:

கல்லாதான்	=> கற்காதவன்
சொல் காமுறுதல்	=> மேடையேறிப் பேச விரும்புதல்
முலை	=> மார்பகம்
இல்லாதாள்	=> இல்லாதவள்
பெண்	=> பெண் தன்மை / பெண்மை
காமுற்று அற்று	=> விரும்புவதுபோன்றது

எளிய உரை:

பெண்மைக்கான இலக்கணங்கள் இல்லாத ஒருவர் பெண்ணாகமுடியுமா? (முடியாது.)

கல்வி அறிவற்ற ஒருவர் மேடையேறிப் பேச விரும்புவதும் அப்படிதான். (கற்றவர்களுக்குத்தான் மேடையேறிப் பேசும் தகுதி உண்டு.)

குறள் எண்: 403

குறள்:

கல்லாதவரும் நனி நல்லர், கற்றார்முன்
சொல்லாது இருக்கப்பெறின்

இந்தக் குறளை எப்படி மாற்றிப் படிக்கவேண்டும்:

கற்றார்முன் சொல்லாது இருக்கப்பெறின் கல்லாதவரும் நனி நல்லர்

இந்தக் குறளில் உள்ள கடினமான சொற்களும் அவற்றின் பொருளும்:

கல்லாதவரும் => கல்வி அறிவில்லாத ஒருவரும்

நனி => மிகவும்

நல்லர் => நல்லவர்

கற்றார்முன் => படித்தவர்களுக்கு முன்னால்

சொல்லாது => பேசாமல்

இருக்கப்பெறின் => இருந்தால்

எளிய உரை:

படித்தவர்களுக்கு முன்னால் வாயைத் திறக்காமல் இருந்துவிடுவதுதான் படிக்காதவர்களுக்கு நல்லது.

குறள் எண்: 404

குறள்:

கல்லாதான் ஒட்பம் கழிய நன்று ஆயினும்
கொள்ளார் அறிவு உடையார்

இந்தக் குறளை எப்படி மாற்றிப் படிக்கவேண்டும்:

கல்லாதான் ஒட்பம் கழிய நன்று ஆயினும், அறிவு உடையார் (கல்லாதான் ஒட்பம்) கொள்ளார்

இந்தக் குறளில் உள்ள கடினமான சொற்களும் அவற்றின் பொருளும்:

கல்லாதான் => கற்காதவர்

ஒட்பம் => அறிவு

கழிய => மிகவும்

நன்று => நல்லது

ஆயினும் => ஆனாலும்

கொள்ளார் => ஏற்றுக்கொள்ளமாட்டார்கள்

எளிய உரை:

படிக்காதவர்கள்கூடச் சில நேரங்களில் மிகுந்த அறிவோடு செயல்படக்கூடும். ஆனால், அறிஞர்கள் அதைச் சிறந்த அறிவாக ஏற்றுக்கொள்ளமாட்டார்கள். (கல்வியின்மூலம் பெறுவதுதான் உண்மையான அறிவு.)

குறள் எண்: 405

குறள்:

கல்லா ஒருவன் தகைமை தலைப்பெய்து
சொல்லாடச் சோர்வு படும்

இந்தக் குறளை எப்படி மாற்றிப் படிக்கவேண்டும்:

கல்லா ஒருவன் தகைமை தலைப்பெய்து சொல்லாடச் சோர்வு படும்

இந்தக் குறளில் உள்ள கடினமான சொற்களும் அவற்றின் பொருளும்:

கல்லா => படிக்காத

தகைமை => மதிப்பு

தலைப்பெய்து => கண்டு

சொல்லாட => பேசியதும்

சோர்வு படும் => கெட்டுப்போகும்

எளிய உரை:

படிக்காத ஒருவன் தன்னைப் பெரிய ஆள் என்று எண்ணிக்கொள்ளலாம். ஆனால், நன்கு படித்த அறிஞர்களைச் சந்தித்துப் பேசினால் அந்த எண்ணம் மறைந்துவிடும்.

குறள் எண்: 406

குறள்:

> **உளர் என்னும் மாத்திரையர் அல்லால் பயவாக்**
> **களர் அனையர் கல்லாதவர்**

இந்தக் குறளை எப்படி மாற்றிப் படிக்கவேண்டும்:

> **கல்லாதவர் உளர் என்னும் மாத்திரையர் அல்லால், பயவாக் களர் அனையர்**

இந்தக் குறளில் உள்ள கடினமான சொற்களும் அவற்றின் பொருளும்:

உளர்	=> உள்ளார்கள்
என்னும்	=> என்கிற
மாத்திரையர்	=> அளவு கொண்டவர்கள்
அல்லால்	=> அல்லாமல்
பயவா	=> விளையாத
களர்	=> வீணான நிலம்
அனையர்	=> போன்றவர்கள்
கல்லாதவர்	=> கல்வி அறிவில்லாதவர்கள்

எளிய உரை:

ஊருக்குள் சில வீணான நிலங்கள் உள்ளன. அவற்றில் எதுவும் விளையாது. அவற்றால் யாருக்கும் எந்தப் பயனும் இல்லை.

கல்வி அறிவற்றவர்களும் அப்படிதான். அவர்களும் ஊருக்குள் இருக்கிறார்கள். ஆனால், அவர்களால் யாருக்கும் எந்தப் பயனும் இல்லை.

குறள் எண்: 407

குறள்:

நுண் மாண் நுழை புலம் இல்லான் எழில் நலம்
மண் மாண் புனை பாவை அற்று

இந்தக் குறளை எப்படி மாற்றிப் படிக்கவேண்டும்:

நுண் மாண் நுழை புலம் இல்லான் எழில் நலம், மண் மாண் புனை பாவை அற்று

இந்தக் குறளில் உள்ள கடினமான சொற்களும் அவற்றின் பொருளும்:

நுண் => நுட்பமான

மாண் => சிறந்த / மாட்சிமையான

நுழை புலம் => நூல்களில் நுழைந்து ஆராய்கிற அறிவு

இல்லான் => இல்லாதவன்

எழில் => அழகு

நலம் => நன்மை

புனை => புனையப்பட்ட

பாவை அற்று => பொம்மையைப்போன்றது

எளிய உரை:

நுட்பமான, சிறந்த நூல்களைப் படித்து, ஆராய்ந்து, அறியாத ஒருவன் அழகாக இருந்து என்ன பயன்? அழகாகச் செய்யப்பட்ட மண் பொம்மையும் அவனும் ஒன்றுதான்.

குறள் எண்: 408

குறள்:

நல்லார்கண் பட்ட வறுமையின் இன்னாதே
கல்லார்கண் பட்ட திரு

இந்தக் குறளை எப்படி மாற்றிப் படிக்கவேண்டும்:

நல்லார்கண் பட்ட வறுமையின், கல்லார்கண் பட்ட திரு இன்னாதே

இந்தக் குறளில் உள்ள கடினமான சொற்களும் அவற்றின் பொருளும்:

நல்லார்கண் => நல்லவர்களிடம்

பட்ட => கிடைத்த

வறுமையின் => வறுமையைவிட

இன்னாது => துன்பத்தைத் தருவது

கல்லார்கண் => கல்வி அறிவில்லாதவர்களிடம்

திரு => செல்வம்

எளிய உரை:

நல்லவர்கள் வறுமையில் வாடுவது துன்பம்தான். ஆனால், அதைவிடப் பெரிய துன்பம், கல்வி அறிவற்றவர்களிடம் செல்வம் குவிவது.

குறள் எண்: 409

குறள்:

மேல் பிறந்தார் ஆயினும் கல்லாதார் கீழ்ப்பிறந்தும்
கற்றார் அனைத்து இலர் பாடு

இந்தக் குறளை எப்படி மாற்றிப் படிக்கவேண்டும்:

கல்லாதார் மேல் பிறந்தார் ஆயினும், கீழ்ப்பிறந்தும் கற்றார் அனைத்துப் பாடு இலர்

இந்தக் குறளில் உள்ள கடினமான சொற்களும் அவற்றின் பொருளும்:

மேல் => மேலான / உயர்ந்த குடும்பம்

பிறந்தார் ஆயினும் => பிறந்திருந்தாலும்

கல்லாதார் => கல்வி அறிவில்லாதவர்கள்

கீழ்ப்பிறந்தும் => தாழ்ந்த குடும்பத்தில் பிறந்திருந்தாலும்

கற்றார் => படித்தவர்கள்

அனைத்து => அளவுக்கு

இலர் => இல்லாதவர்கள்

பாடு => சிறப்பு

எளிய உரை:

ஒருவர் உயர்ந்த குடும்பத்தில் பிறந்தாரா, தாழ்ந்த குடும்பத்தில் பிறந்தாரா என்பதையெல்லாம் விடுங்கள். படித்திருந்தால் அவர் உயர்ந்தவர், படிக்காவிட்டால் அவர் தாழ்ந்தவர், அவ்வளவுதான். (ஒருவருடைய சிறப்பு அவருடைய பிறப்பால் தீர்மானிக்கப்படுவதில்லை, அவருடைய கல்வியால்தான் தீர்மானிக்கப்படுகிறது.)

குறள் எண்: 410

குறள்:

விலங்கொடு மக்கள் அனையர், இலங்கு நூல்
கற்றாரோடு ஏனையவர்

இந்தக் குறளை எப்படி மாற்றிப் படிக்கவேண்டும்:

இலங்கு நூல் கற்றாரோடு ஏனையவர் விலங்கொடு மக்கள் அனையர்

இந்தக் குறளில் உள்ள கடினமான சொற்களும் அவற்றின் பொருளும்:

விலங்கொடு => விலங்குகளுடன்

மக்கள் => மனிதர்கள்

அனையர் => போன்றவர்கள்

இலங்கு => விளங்குகின்ற

கற்றோரோடு => கற்றவர்களுடன்

ஏனையவர் => மற்றவர்கள்

எளிய உரை:

சிறந்த நூல்களைப் படித்தவர்கள் மனிதர்களைப்போல, படிக்காதவர்கள் விலங்குகளைப்போல.

அதிகாரம் 42: கேள்வி (கேட்டு அறிதல்)

குறள் எண்: 411

குறள்:

செல்வத்துள் செல்வம் செவிச் செல்வம். அச் செல்வம்
செல்வத்துள் எல்லாம் தலை

இந்தக் குறளை எப்படி மாற்றிப் படிக்கவேண்டும்:

செவிச் செல்வம் செல்வத்துள் செல்வம். அச் செல்வம் செல்வத்துள் எல்லாம் தலை

இந்தக் குறளில் உள்ள கடினமான சொற்களும் அவற்றின் பொருளும்:

செல்வத்துள்	=> செல்வங்கள் அனைத்திலும்
செவிச் செல்வம்	=> அறிஞர்களிடமிருந்து கேட்டு அறியும் செல்வம்
அச் செல்வம்	=> அந்தச் செல்வம்
தலை	=> சிறப்பானது

எளிய உரை:

இவ்வுலகில் மிகச் சிறந்த, உண்மையான செல்வம், அறிஞர்கள் சொல்வதைக் கேட்டு அறிகிற செவிச் செல்வம்தான்.

குறள் எண்: 412

குறள்:

செவிக்கு உணவு இல்லாதபோழ்து சிறிது
வயிற்றுக்கும் ஈயப்படும்

இந்தக் குறளை எப்படி மாற்றிப் படிக்கவேண்டும்:

செவிக்கு உணவு இல்லாதபோழ்து வயிற்றுக்கும் சிறிது ஈயப்படும்

இந்தக் குறளில் உள்ள கடினமான சொற்களும் அவற்றின் பொருளும்:

செவிக்கு => காதுக்கு

இல்லாதபோழ்து => இல்லாதபோது

ஈயப்படும் => வழங்கப்படும்

எளிய உரை:

முதலில் காதுக்கு உணவு, அதன்பிறகுதான் வயிற்றுக்கு. (உடலை வளர்ப்பதைவிட அறிவை வளர்ப்பதை முதன்மையாகக் கருதுவோம்.)

குறள் எண்: 413

குறள்:

செவி உணவின் கேள்வி உடையார் அவி உணவின்
ஆன்றாரோடு ஒப்பர் நிலத்து

இந்தக் குறளை எப்படி மாற்றிப் படிக்கவேண்டும்:

செவி உணவின் கேள்வி உடையார் நிலத்து அவி உணவின் ஆன்றாரோடு ஒப்பர்

இந்தக் குறளில் உள்ள கடினமான சொற்களும் அவற்றின் பொருளும்:

செவி உணவின்	=> காதுக்கு உணவாகிய
கேள்வி	=> கேள்வி அறிவு
உடையார்	=> உடையவர்கள்
அவி உணவின்	=> வேள்வியில் இடப்படுகின்ற 'அவி' என்ற உணவை ஏற்கிற
ஆன்றாரோடு	=> சிறந்தவர்களோடு / தேவர்களோடு
ஒப்பர்	=> இணையாவார்கள்
நிலத்து	=> பூமியில்

எளிய உரை:

இந்த உலகத்தில் யாரெல்லாம் அறிஞர்கள் சொல்கிறவற்றைக் கேட்டு அறிகிற கேள்வி அறிவைப் பெற்றிருக்கிறார்களோ, அவர்களெல்லாம் வானுலகத் தேவர்களுக்கு இணையானவர்கள்.

குறள் எண்: 414

குறள்:

கற்றிலன் ஆயினும் கேட்க. அஃது ஒருவற்கு
ஒற்கத்தின் ஊற்று ஆம் துணை

இந்தக் குறளை எப்படி மாற்றிப் படிக்கவேண்டும்:

கற்றிலன் ஆயினும் கேட்க. அஃது ஒருவற்கு ஒற்கத்தின் ஊற்று ஆம் துணை

இந்தக் குறளில் உள்ள கடினமான சொற்களும் அவற்றின் பொருளும்:

கற்றிலன் => கல்வி அறிவில்லாதவன்

ஆயினும் => என்றாலும்

கேட்க => கேளுங்கள்

அஃது => அது

ஒருவற்கு => ஒருவருக்கு

ஒற்கத்தின் => மனத் தளர்ச்சி வரும்போது

ஊற்று ஆம் => பற்றுக்கோடாக இருக்கின்ற

எளிய உரை:

நீங்கள் படிக்காவிட்டாலும் பரவாயில்லை, நல்ல அறிஞர்கள் சொல்கிறவற்றைக் கேட்டுப் புரிந்துகொள்ளுங்கள். பின்னர், உங்கள் மனம் தளர்கிற நேரங்களில் இந்தக் கேள்வி அறிவு உங்களுக்குக் கை கொடுத்து உதவும்.

குறள் எண்: 415

குறள்:

**இழுக்கல் உடை உழி ஊற்றுக்கோல் அற்றே,
ஒழுக்கம் உடையார் வாய்ச் சொல்**

இந்தக் குறளை எப்படி மாற்றிப் படிக்கவேண்டும்:

ஒழுக்கம் உடையார் வாய்ச் சொல் இழுக்கல் உடை உழி ஊற்றுக்கோல் அற்றே

இந்தக் குறளில் உள்ள கடினமான சொற்களும் அவற்றின் பொருளும்:

இழுக்கல்	= வழுக்குதல்
உடை உழி	=> உண்டாகும்போது
ஊற்றுக்கோல் அற்றே	=> ஊன்றுகோலைப் போன்றது
உடையார்	=> உடையவர்
வாய்ச் சொல்	=> வாயிலிருந்து பிறக்கும் சொற்கள்

எளிய உரை:

வழுக்குகின்ற சேற்று நிலத்தில் நடப்பவருக்கு ஊன்றுகோல் தேவை. அதுபோல, கடினமான சூழ்நிலைகளைச் சமாளிப்பதற்கு, ஒழுக்கமுள்ள பெரியோர்களுடைய அறிவுரைகள் தேவை.

குறள் எண்: 416

குறள்:

எனைத்தானும் நல்லவை கேட்க, அனைத்தானும்
ஆன்ற பெருமை தரும்

இந்தக் குறளை எப்படி மாற்றிப் படிக்கவேண்டும்:

நல்லவை எனைத்தானும் கேட்க. (நல்லவை) அனைத்தானும் ஆன்ற பெருமை தரும்

இந்தக் குறளில் உள்ள கடினமான சொற்களும் அவற்றின் பொருளும்:

எனைத்தானும் => எந்த அளவானாலும்

நல்லவை => நல்ல விஷயங்கள்

கேட்க => கேளுங்கள்

அனைத்தானும் => அந்த அளவுக்கு

ஆன்ற => சிறந்த

எளிய உரை:

நல்ல விஷயங்களை எந்த அளவுக்குக் கேட்கிறோமோ, அந்த அளவுக்கு நல்லது. அதனால், எப்போதும் நல்ல விஷயங்களைக் கேட்டுக்கொண்டிருங்கள். அவை உங்களுக்குச் சிறந்த பெருமையைத் தரும்.

குறள் எண்: 417

குறள்:

பிழைத்து உணர்ந்தும் பேதைமை சொல்லார், இழைத்து உணர்ந்து ஈண்டிய கேள்வி யவர்

இந்தக் குறளை எப்படி மாற்றிப் படிக்கவேண்டும்:

இழைத்து உணர்ந்து ஈண்டிய கேள்வியவர் பிழைத்து உணர்ந்தும் பேதைமை சொல்லார்

இந்தக் குறளில் உள்ள கடினமான சொற்களும் அவற்றின் பொருளும்:

பிழைத்து => பிழையாக / தவறாக

உணர்ந்தும் => உணர்ந்தாலும்

பேதைமை => அறிவற்ற சொற்கள்

சொல்லார் => சொல்லமாட்டார்கள்

இழைத்து => நுட்பமாக ஆராய்ந்து

உணர்ந்து => புரிந்துகொண்டு

ஈண்டிய => நிறைந்த

கேள்வியவர் => கேள்வி அறிவைக் கொண்டவர்கள்

எளிய உரை:

பல கருத்துகளை நுட்பமாகச் சிந்தித்து, ஆராய்ந்தவர்கள், நிறைவான கேள்வி அறிவைக் கொண்டவர்கள்கூடச் சில நேரங்களில் சில விஷயங்களைத் தவறாகப் புரிந்துகொண்டுவிடக்கூடும். ஆனால் அப்போதும் அவர்கள் அறிவற்றமுறையில் எதையும் பேசமாட்டார்கள். (கேள்வி அறிவு நம்மைப் பக்குவமாக்கும், எதையும் பொறுமையாகச் சிந்தித்துப் பேசவைக்கும்.)

குறள் எண்: 418

குறள்:

கேட்பினும் கேளாத் தகையவே, கேள்வியால்
தோட்கப்படாத செவி

இந்தக் குறளை எப்படி மாற்றிப் படிக்கவேண்டும்:

கேள்வியால் தோட்கப்படாத செவி கேட்பினும் கேளாத் தகையவே

இந்தக் குறளில் உள்ள கடினமான சொற்களும் அவற்றின் பொருளும்:

கேட்பினும் => கேட்டாலும்

கேளாத் தகையவே => கேட்காத தன்மை கொண்டவைதான்

கேள்வியால் => அறிஞர்களுடைய சொற்களைக் கேட்பதால்

தோட்கப்படாத => துளைக்கப்படாத

செவி => காது

எளிய உரை:

அறிஞர்களுடைய சொற்களைக் கேட்காத காதுகள் காதுகளே இல்லை!

குறள் எண்: 419

குறள்:

நுணங்கிய கேள்வியர் அல்லார் வணங்கிய
வாயினர் ஆதல் அரிது

இந்தக் குறளை எப்படி மாற்றிப் படிக்கவேண்டும்:

நுணங்கிய கேள்வியர் அல்லார் வணங்கிய வாயினர் ஆதல் அரிது

இந்தக் குறளில் உள்ள கடினமான சொற்களும் அவற்றின் பொருளும்:

நுணங்கிய => நுட்பமான

கேள்வியர் அல்லார் => கேள்வி அறிவு இல்லாதவர்கள்

வணங்கிய => வணக்கத்தை உடைய / பணிவான

வாயினர் => வாயைக் கொண்டவர்கள்

ஆதல் => ஆவது

அரிது => கடினம்

எளிய உரை:

பல கருத்துகளை நுட்பமாகச் சிந்தித்து, ஆராய்ந்தவர்கள், கேள்வி அறிவைக் கொண்டவர்கள் எல்லாரிடமும் செருக்கின்றிப் பணிவாகப் பேசுவார்கள். மற்றவர்கள் அவ்வாறு பணிவாகப் பேசுவதில்லை. (கேள்வி அறிவு நம்மைப் பக்குவமாக்கும், பணிவைக் கற்றுத்தரும்.)

குறள் எண்: 420

குறள்:

> **செவியின் சுவை உணரா வாய் உணர்வின் மாக்கள்**
> **அவியினும் வாழினும் என்**

இந்தக் குறளை எப்படி மாற்றிப் படிக்கவேண்டும்:

> **செவியின் சுவை உணரா வாய் உணர்வின் மாக்கள் அவியினும் என், வாழினும் (என்)**

இந்தக் குறளில் உள்ள கடினமான சொற்களும் அவற்றின் பொருளும்:

செவியின் சுவை => நல்லவற்றைக் கேட்கிற செவிச் சுவை / கேள்விச் சுவை

உணரா => உணராத

வாய் உணர்வின் => சுவை உணர்வைக் கொண்ட

மாக்கள் => சிறப்பில்லாத மக்கள்

அவியினும் => இறந்தாலும்

வாழினும் => வாழ்ந்தாலும்

என் => என்ன பயன்

எளிய உரை:

அறிஞர்கள் சொல்கிறவற்றை கேட்டு அறிந்துகொள்ளாமல் எப்போதும் சாப்பாட்டைப்பற்றியே சிந்தித்துக்கொண்டிருக்கிறவர்களுடைய வாழ்க்கை வீணானது.

அதிகாரம் 43: அறிவுடைமை

குறள் எண்: 421

குறள்:

அறிவு அற்றம் காக்கும் கருவி, செறுவார்க்கும்
உள் அழிக்கல் ஆகா அரண்

இந்தக் குறளை எப்படி மாற்றிப் படிக்கவேண்டும்:

அறிவு, அற்றம் காக்கும் கருவி, செறுவார்க்கும் உள் அழிக்கல் ஆகா அரண்

இந்தக் குறளில் உள்ள கடினமான சொற்களும் அவற்றின் பொருளும்:

அற்றம் => *அழிவு*

செறுவார்க்கும் => *பகைவர்களுக்கும்*

அழிக்கல் => *அழித்தல்*

ஆகா => *ஆகாத / இயலாத*

அரண் => *காவல்*

எளிய உரை:

அறிவு என்பது, நமக்கு அழிவு வராமல் காக்கின்ற கருவி, பகைவர்களால் மோதி அழிக்க இயலாத உறுதியான கோட்டை.

குறள் எண்: 422

குறள்:

சென்ற இடத்தால் செல விடா, தீது ஒரீஇ,
நன்றின்பால் உய்ப்பது அறிவு

இந்தக் குறளை எப்படி மாற்றிப் படிக்கவேண்டும்:

சென்ற இடத்தால் செல விடா, தீது ஒரீஇ, நன்றின்பால் உய்ப்பது அறிவு

இந்தக் குறளில் உள்ள கடினமான சொற்களும் அவற்றின் பொருளும்:

சென்ற இடத்தால் => செல்லுகின்ற வழியில்

செல => செல்ல

விடா => விடாமல்

தீது => தீயவை

ஒரீஇ => நீக்கி

நன்றின்பால் => நல்லவற்றின்பக்கம்

உய்ப்பது => செலுத்துவது

எளிய உரை:

மனித மனம் எங்கெங்கோ திரியும். அறிவுதான் அதைக் கெட்ட வழியிலிருந்து விலக்கி நல்ல வழியில் செலுத்தும்.

குறள் எண்: 423

குறள்:

எப் பொருள் யார் யார் வாய்க் கேட்பினும் அப் பொருள்
மெய்ப்பொருள் காண்பது அறிவு

இந்தக் குறளை எப்படி மாற்றிப் படிக்கவேண்டும்:

எப் பொருள் யார் யார் வாய்க் கேட்பினும் அப் பொருள்
மெய்ப்பொருள் காண்பது அறிவு

இந்தக் குறளில் உள்ள கடினமான சொற்களும் அவற்றின் பொருளும்:

எப் பொருள்	=> எந்தப் பொருள்
வாய்க் கேட்பினும்	=> சொல்லக் கேட்டாலும்
அப் பொருள்	=> அந்தப் பொருள்
மெய்ப்பொருள்	=> உண்மை நிலை
காண்பது	=> அறிவது

எளிய உரை:

மற்றவர்கள் சொல்வதையெல்லாம் அப்படியே நம்பிவிடக் கூடாது. யார் எதைச் சொன்னாலும் அதை முறைப்படி ஆராய்ந்து உண்மையை அறியவேண்டும். அதுதான் அறிவு.

குறள் எண்: 424

குறள்:

எண் பொருள ஆகச் செலச் சொல்லித் தான் பிறர் வாய்
நுண்பொருள் காண்பது அறிவு

இந்தக் குறளை எப்படி மாற்றிப் படிக்கவேண்டும்:

எண் பொருள ஆகச் செலச் சொல்லி, தான் பிறர் வாய் நுண்பொருள் காண்பது அறிவு

இந்தக் குறளில் உள்ள கடினமான சொற்களும் அவற்றின் பொருளும்:

எண் பொருள ஆக	=>	எளிமையாக
செல	=>	செல்லும்படி / புரியும்படி
பிறர் வாய்	=>	பிறருடைய சொற்களில்
நுண்பொருள்	=>	நுட்பமான பொருள்
காண்பது	=>	அறிவது

எளிய உரை:

நாம் எதைச் சொன்னாலும் பிறருக்குப் புரியும்படி எளிமையாக விளக்கிச் சொல்லவேண்டும், அதை அவர்கள் மனத்தில் பதியவைக்கவேண்டும்.

மற்றவர்கள் எதைச் சொன்னாலும் நாம் அதைக் கூர்ந்து கவனிக்கவேண்டும், அதிலுள்ள நுட்பமான பொருளைப் புரிந்துகொள்ளவேண்டும்.

இந்த இரண்டும்தான் அறிவு!

குறள் எண்: 425

குறள்:

உலகம் தழீஇயது ஒட்பம். மலர்தலும்
கூம்பலும் இல்லது அறிவு

இந்தக் குறளை எப்படி மாற்றிப் படிக்கவேண்டும்:

உலகம் தழீஇயது ஒட்பம். மலர்தலும் கூம்பலும் இல்லது அறிவு

இந்தக் குறளில் உள்ள கடினமான சொற்களும் அவற்றின் பொருளும்:

தழீஇயது => பொருந்திப்போவது

ஒட்பம் => அறிவுடைமை

மலர்தல் => விரிதல் / மகிழ்தல்

கூம்பல் => வாடிச் சுருங்குதல் / வருந்துதல்

இல்லது => இல்லாதது

எளிய உரை:

உலகத்தில் உள்ள உயர்ந்தவர்களையெல்லாம் நம் நண்பர்களாக்கிக்கொள்ளவேண்டும். அந்த நட்பு தொடக்கத்தில் மகிழ்ச்சியாகவும் பின்னர் சோர்வாகவும் இல்லாமல் எப்போதும் ஒரேமாதிரியாக இருக்கும்படி பார்த்துக்கொள்ளவேண்டும். இவை இரண்டும் நல்ல அறிவின் அடையாளங்கள்.

குறள் எண்: 426

குறள்:

எவ்வது உறைவது உலகம், உலகத்தோடு
அவ்வது உறைவது அறிவு

இந்தக் குறளை எப்படி மாற்றிப் படிக்கவேண்டும்:

உலகம் எவ்வது உறைவது, உலகத்தோடு அவ்வது உறைவது அறிவு

இந்தக் குறளில் உள்ள கடினமான சொற்களும் அவற்றின் பொருளும்:

எவ்வது => எவ்வாறு

உறைவது => நடப்பது

அவ்வது => அவ்வாறு

எளிய உரை:

உலகம் எப்படி நடக்கிறது என்பதைக் கவனித்து, நாமும் அதேபோல் நடக்கக் கற்றுக்கொள்ளவேண்டும். அதுதான் அறிவு.

குறள் எண்: 427

குறள்:

அறிவு உடையார் ஆவது அறிவார். அறிவு இலார்
அஃது அறிகல்லாதவர்

இந்தக் குறளை எப்படி மாற்றிப் படிக்கவேண்டும்:

அறிவு உடையார் ஆவது அறிவார். அறிவு இலார் அஃது அறிகல்லாதவர்

இந்தக் குறளில் உள்ள கடினமான சொற்களும் அவற்றின் பொருளும்:

உடையார் => உடையவர்கள்

ஆவது => வரப்போவது

அறிவார் => அறிந்திருப்பார்கள்

இலார் => இல்லாதவர்கள்

அஃது => அதை

அறிகல்லாதவர் => அறியமாட்டார்கள்

எளிய உரை:

அறிவுள்ளவர்கள் பின்னர் நடக்கப்போவதை முன்கூட்டியே அறிவார்கள். அறிவற்றவர்களுக்கு அந்தத் திறமை கிடையாது. (எதிர்காலத்தைக் கணிப்பதற்கு அறிவு உதவும்.)

குறள் எண்: 428

குறள்:

> **அஞ்சுவது அஞ்சாமை பேதைமை. அஞ்சுவது**
> **அஞ்சல் அறிவார் தொழில்**

இந்தக் குறளை எப்படி மாற்றிப் படிக்கவேண்டும்:

> **அஞ்சுவது அஞ்சாமை பேதைமை. அஞ்சுவது அஞ்சல் அறிவார் தொழில்**

இந்தக் குறளில் உள்ள கடினமான சொற்களும் அவற்றின் பொருளும்:

அஞ்சுவது	=>	*இங்கு 'அச்சப்படவேண்டியவை' என்று பொருள்*
அஞ்சாமை	=>	*அஞ்சாமல் இருத்தல்*
பேதைமை	=>	*முட்டாள்தனம்*
அஞ்சுவது	=>	*இங்கு 'அச்சப்படுவது' என்று பொருள்*
அஞ்சல்	=>	*அஞ்சுதல்*
அறிவார்	=>	*அறிவுள்ளவர்கள்*

எளிய உரை:

நான் எதற்கும் அஞ்சமாட்டேன் என்று சொல்வது முட்டாள்தனம். அஞ்சவேண்டிய விஷயங்களுக்கு அஞ்சத்தான் வேண்டும். இது அறிவுள்ளவர்களுக்குத் தெரியும்.

குறள் எண்: 429

குறள்:

எதிரதாக் காக்கும் அறிவினார்க்கு இல்லை
அதிர வருவது ஓர் நோய்

இந்தக் குறளை எப்படி மாற்றிப் படிக்கவேண்டும்:

எதிரதாக் காக்கும் அறிவினார்க்கு அதிர வருவது ஓர் நோய் இல்லை

இந்தக் குறளில் உள்ள கடினமான சொற்களும் அவற்றின் பொருளும்:

எதிரதா => எதிர்வருகிறவை / இனிமேல் நடக்கப்போகிறவை

காக்கும் => காத்துக்கொள்கிற

அறிவினார்க்கு => அறிவு கொண்டோருக்கு

அதிர => நடுங்கும்படி

நோய் => துன்பம்

எளிய உரை:

அறிவுள்ளவர்கள் பின்னர் நடக்கப்போவதை முன்கூட்டியே அறிவார்கள், அதன்மூலம் தங்களுக்கு எந்தத் தொல்லையும் வராதபடி தங்களைக் காப்பாற்றிக்கொள்வார்கள். அதனால், அவர்களுக்குப் பெரிய துன்பம் எதுவும் வருவதில்லை.

குறள் எண்: 430

குறள்:

அறிவு உடையார் எல்லாம் உடையார். அறிவு இலார்
என் உடையரேனும் இலர்

இந்தக் குறளை எப்படி மாற்றிப் படிக்கவேண்டும்:

அறிவு உடையார் எல்லாம் உடையார். அறிவு இலார் என் உடையரேனும் இலர்

இந்தக் குறளில் உள்ள கடினமான சொற்களும் அவற்றின் பொருளும்:

உடையார்	=>	*உடையவர்கள்*
இலார்	=>	*இல்லாதவர்கள்*
என்	=>	*எதை*
உடையரேனும்	=>	*கொண்டிருந்தாலும்*
இலர்	=>	*இல்லாதவர்கள்*

எளிய உரை:

ஒருவரிடம் அறிவுமட்டும் இருந்துவிட்டால் போதும், அவரிடம் எல்லாச் செல்வங்களும் இருப்பதாகப் பொருள்.

அறிவற்றவர்களிடம் எத்தனை செல்வங்கள் இருந்தால் என்ன? அவர்கள் ஒன்றுமில்லாதவர்கள்தான்!

அதிகாரம் 44: குற்றம் கடிதல் (குற்றங்களைத் தடுத்தல்)

குறள் எண்: 431

குறள்:

செருக்கும் சினமும் சிறுமையும் இல்லார்
பெருக்கம் பெருமித நீர்த்து

இந்தக் குறளை எப்படி மாற்றிப் படிக்கவேண்டும்:

செருக்கும் சினமும் சிறுமையும் இல்லார் பெருக்கம் பெருமித நீர்த்து

இந்தக் குறளில் உள்ள கடினமான சொற்களும் அவற்றின் பொருளும்:

செருக்கு	=>	*இறுமாப்பு / கர்வம்*
சிறுமை	=>	*சிறியவர்களைப்போல் நடந்துகொள்ளுதல்*
இல்லார்	=>	*இல்லாதவர்*
பெருக்கம்	=>	*ஆக்கம் / வளர்ச்சி*
பெருமித நீர்த்து	=>	*உயர்வானது*

எளிய உரை:

செருக்கு, சினம், சிறுமைப் பண்பு ஆகிய மூன்றும் இல்லாதவர்கள் நன்கு முன்னேறுவார்கள்.

குறள் எண்: 432

குறள்:

இவறலும் மாண்பு இறந்த மானமும் மாணா
உவகையும் ஏதம் இறைக்கு

இந்தக் குறளை எப்படி மாற்றிப் படிக்கவேண்டும்:

இறைக்கு இவறலும் மாண்பு இறந்த மானமும் மாணா உவகையும் ஏதம்

இந்தக் குறளில் உள்ள கடினமான சொற்களும் அவற்றின் பொருளும்:

இவறல் => *செலவு செய்யவேண்டிய இடத்தில் செலவு செய்யாமல் இருப்பது*

மாண்பு => *சிறப்பு*

இறந்த => *இல்லாத*

மாணா => *பெருமை இல்லாத*

உவகை => *வீண் மகிழ்ச்சி*

ஏதம் => *குற்றம்*

இறைக்கு => *அரசருக்கு / ஆட்சியாளருக்கு*

எளிய உரை:

ஆட்சியாளர்கள் செய்யக்கூடாத மூன்று குற்றங்கள்:

1. நாட்டின் நன்மைக்கெனச் செலவு செய்யவேண்டிய இடத்தில் செலவு செய்யாமல் இருப்பது, அதில் கஞ்சத்தனம் காட்டுவது

2. வீண் பெருமைக்கெனச் சில செயல்களில் ஈடுபடுவது

3. பெருமை இல்லாத மகிழ்ச்சி ஆட்டங்களில் ஈடுபடுவது

குறள் எண்: 433

குறள்:

தினைத் துணை ஆம் குற்றம் வரினும் பனைத் துணையாக் கொள்வர் பழி நாணுவார்

இந்தக் குறளை எப்படி மாற்றிப் படிக்கவேண்டும்:

பழி நாணுவார் தினைத் துணை ஆம் குற்றம் வரினும் பனைத் துணையாக் கொள்வர்

இந்தக் குறளில் உள்ள கடினமான சொற்களும் அவற்றின் பொருளும்:

தினைத் துணை ஆம் => தினையளவு சிறிய

வரினும் => வந்தாலும்

பனைத் துணையா => பனையளவு பெரியதாக

கொள்வர் => கொள்வார்கள்

பழி => பிறர் பழித்துப் பேசுகிற தீய செயல்கள்

நாணுவார் => நாணம் கொள்கிறவர்கள்

எளிய உரை:

யாராவது தன்னைப் பழித்துப் பேசிவிடுவார்களோ என்று கவலை கொள்கிறவன் எந்தக் குற்றமும் செய்யமாட்டான், தினையளவு சிறிய குற்றத்தைக்கூடப் பனையளவு பெரிய குற்றமாகத்தான் நினைப்பான். ('இது ஒரு சிறிய குற்றம்தானே' என்று எதையும் அலட்சியமாக எண்ணிவிடக்கூடாது.)

குறள் எண்: 434

குறள்:

குற்றமே காக்க பொருள் ஆக. குற்றமே
அற்றம் தரூஉம் பகை

இந்தக் குறளை எப்படி மாற்றிப் படிக்கவேண்டும்:

குற்றமே பொருள் ஆகக் காக்க. குற்றமே அற்றம் தரூஉம் பகை

இந்தக் குறளில் உள்ள கடினமான சொற்களும் அவற்றின் பொருளும்:

பொருள் ஆக => வாழ்க்கையின் பொருளாக நினைத்து

காக்க => காப்பாற்றிக்கொள்ளுங்கள் / தடுத்துக்கொள்ளுங்கள்

அற்றம் => அழிவு

தரூஉம் => தருகின்ற

எளிய உரை:

எந்தக் குற்றமும் செய்யாதீர்கள், குற்றம் செய்யாமல் வாழ்வதுதான் நம் நோக்கம் என்று எண்ணி வாழுங்கள். ஏனெனில், குற்றம்தான் ஒருவனுக்கு அழிவைக் கொண்டுவருகிற பெரிய பகை. (குற்றம் செய்கிறவனுக்கு வெளிப் பகை தேவையில்லை. அவன் தன்னைத் தானே அழித்துக்கொண்டுவிடுவான்.)

குறள் எண்: 435

குறள்:

வரும் முன்னர்க் காவாதான் வாழ்க்கை எரி முன்னர்
வைத்தூறு போலக் கெடும்

இந்தக் குறளை எப்படி மாற்றிப் படிக்கவேண்டும்:

வரும் முன்னர் காவாதான் வாழ்க்கை எரி முன்னர் வைத்தூறு போலக் கெடும்

இந்தக் குறளில் உள்ள கடினமான சொற்களும் அவற்றின் பொருளும்:

வரும் முன்னர் => வருவதற்கு முன்னால்

காவாதான் => காத்துக்கொள்ளாதவன்

எரி முன்னர் => நெருப்புக்கு முன்னால்

வைத்தூறு => வைக்கோல் குவியல்

கெடும் => அழியும்

எளிய உரை:

ஒரு குற்றம் நடப்பதற்குமுன்பாகவே நாம் அதை அறிந்துகொள்ள வேண்டும், அதிலிருந்து நம்மைக் காப்பாற்றிக்கொள்ளவேண்டும். அப்படிச் செய்யாதவனுடைய வாழ்க்கை, நெருப்புக்கு முன்னால் வைத்த வைக்கோல் குவியலைப்போல் அழிந்துபோகும்.

குறள் எண்: 436

குறள்:

**தன் குற்றம் நீக்கிப் பிறர் குற்றம் காண்கிற்பின்
என் குற்றம் ஆகும் இறைக்கு**

இந்தக் குறளை எப்படி மாற்றிப் படிக்கவேண்டும்:

இறை தன் குற்றம் நீக்கிப் பிறர் குற்றம் காண்கிற்பின், (இறைக்கு) என் குற்றம் ஆகும்?

இந்தக் குறளில் உள்ள கடினமான சொற்களும் அவற்றின் பொருளும்:

காண்கிற்பின் => கண்டால்

என் => என்ன

இறைக்கு => அரசருக்கு / ஆட்சியாளருக்கு

எளிய உரை:

ஒரு நல்ல தலைவன் முதலில் தன்னிடம் உள்ள குற்றங்களைத் தெரிந்துகொள்வான், தன்னைத் திருத்திக்கொள்வான், அதன்பிறகுதான் மற்றவர்களிடம் உள்ள குற்றங்களைப்பற்றிச் சிந்திப்பான்.

குறள் எண்: 437

குறள்:

செயல் பால செய்யாது இவறியான் செல்வம்
உயல் பாலது அன்றிக் கெடும்

இந்தக் குறளை எப்படி மாற்றிப் படிக்கவேண்டும்:

செயல் பால செய்யாது இவறியான் செல்வம் உயல் பாலது அன்றிக் கெடும்

இந்தக் குறளில் உள்ள கடினமான சொற்களும் அவற்றின் பொருளும்:

செயல் பால => செய்யவேண்டியவை

செய்யாது => செய்யாமல்

இவறியான் => செலவு செய்வதில் கஞ்சத்தனம் காண்பிப்பவன்

உயல் பாலது => தப்பக்கூடியவை / பிழைக்கக்கூடியவை

அன்றி => இல்லாமல்

கெடும் => அழியும்

எளிய உரை:

செய்யவேண்டிய செலவுகளைச் செய்யத்தான் வேண்டும். அவ்வாறு செய்யாமல் பணத்தைப் பொத்திப் பொத்தி வைப்பவனுடைய செல்வம் விரைவில் அழிந்துவிடும்.

குறள் எண்: 438

குறள்:

> **பற்று உள்ளம் என்னும் இவறன்மை எற்று உள்ளும்**
> **எண்ணப்படுவது ஒன்று அன்று**

இந்தக் குறளை எப்படி மாற்றிப் படிக்கவேண்டும்:

பற்று உள்ளம் என்னும் இவறன்மை எற்று உள்ளும் எண்ணப்படுவது ஒன்று அன்று

இந்தக் குறளில் உள்ள கடினமான சொற்களும் அவற்றின் பொருளும்:

பற்று => (பணத்தின்மீது) பிடிப்பு

இவறன்மை => கஞ்சத்தனம் /
தேவையானவற்றுக்குச்
செலவு செய்யத் தயங்குதல்

எற்று உள்ளும் => எதனுள்ளும்

அன்று => இல்லை

எளிய உரை:

செய்யவேண்டிய செலவுகளைச் செய்யத்தான் வேண்டும். அவ்வாறு செய்யாமல் பணத்தைப் பொத்திப் பொத்தி வைப்பது பெரிய தவறு.

குறள் எண்: 439

குறள்:

வியவற்க எஞ்ஞான்றும் தன்னை, நயவற்க
நன்றி பயவா வினை

இந்தக் குறளை எப்படி மாற்றிப் படிக்கவேண்டும்:

எஞ்ஞான்றும் தன்னை வியவற்க, நன்றி பயவா வினை நயவற்க

இந்தக் குறளில் உள்ள கடினமான சொற்களும் அவற்றின் பொருளும்:

வியவற்க => வியந்துகொள்ளவேண்டாம்

எஞ்ஞான்றும் => எப்போதும்

நயவற்க => விரும்பவேண்டாம்

நன்றி => நன்மை

பயவா => அளிக்காத

வினை => செயல்

எளிய உரை:

நீங்கள் எவ்வளவு உயரத்துக்குச் சென்றாலும் சரி, உங்களை நீங்களே புகழ்ந்துகொள்ளாதீர்கள், நன்மை தராத செயல்களை விரும்பாதீர்கள்.

குறள் எண்: 440

குறள்:

காதல காதல் அறியாமை உய்க்கிற்பின்
ஏதில ஏதிலார் நூல்

இந்தக் குறளை எப்படி மாற்றிப் படிக்கவேண்டும்:

காதல காதல் அறியாமை உய்க்கிற்பின் ஏதிலார் நூல் ஏதில

இந்தக் குறளில் உள்ள கடினமான சொற்களும் அவற்றின் பொருளும்:

காதல => விரும்புகிறவை

காதல் => விருப்பம்

அறியாமை => (பிறருக்குத்) தெரியாத நிலை

உய்க்கிற்பின் => செலுத்தினால்

ஏதில => பழுதாகிவிடும்

ஏதிலார் => பகைவர்

நூல் => எண்ணம் / வஞ்சக எண்ணம்

எளிய உரை:

தலைவர்கள் தங்களுக்கு மிகவும் பிடித்த பொருட்கள் எவை எவை என்று பிறருக்குத் தெரியாதபடி பார்த்துக்கொள்ளவேண்டும். அப்படிச் செய்தால், பகைவர்களால் வஞ்சகத்தின்மூலம் அவர்களை வெல்லமுடியாது. (நம்முடைய விருப்பங்கள் பகைவர்களுக்குத் தெரிந்துவிட்டால், அதைப் பயன்படுத்தி நம்மை அழிக்க முயல்வார்கள்.)

அதிகாரம் 45: பெரியோரைத் துணைக்கோடல் (பெரியோரைத் துணையாகக் கொள்ளுதல்)

குறள் எண்: 441

குறள்:

அறன் அறிந்து, மூத்த அறிவு உடையார் கேண்மை,
திறன் அறிந்து, தேர்ந்து கொளல்

இந்தக் குறளை எப்படி மாற்றிப் படிக்கவேண்டும்:

அறன் அறிந்து, மூத்த அறிவு உடையார் கேண்மை, திறன் அறிந்து, தேர்ந்து கொளல்

இந்தக் குறளில் உள்ள கடினமான சொற்களும் அவற்றின் பொருளும்:

அறன் => அறம்

மூத்த => முதிர்ந்த / பெரிய

கேண்மை => நட்பு

திறன் => திறமை

தேர்ந்து => தெளிவாக அறிந்து

கொளல் => துணையாகக் கொள்ளவேண்டும்

எளிய உரை:

நாம் அறத்தை அறிந்தவர்கள், பெரியவர்கள், அறிவாளிகளை நம் நண்பர்களாக்கிக்கொள்ளவேண்டும், அவர்களுடன் எப்படிப் பழகுவது என்பதை அறிந்து, முறையாகப் பழகவேண்டும்.

குறள் எண்: 442

குறள்:

உற்ற நோய் நீக்கி, உறாஅமை முன் காக்கும்
பெற்றியார்ப் பேணிக் கொளல்

இந்தக் குறளை எப்படி மாற்றிப் படிக்கவேண்டும்:

உற்ற நோய் நீக்கி, உறாஅமை முன் காக்கும் பெற்றியார்ப் பேணிக் கொளல்

இந்தக் குறளில் உள்ள கடினமான சொற்களும் அவற்றின் பொருளும்:

உற்ற => வந்த

நோய் => துன்பம்

உறாஅமை => வராமல் இருத்தல்

முன் காக்கும் => முன்கூட்டியே செயல்பட்டுக் காக்கக்கூடிய

பெற்றியார் => தன்மை கொண்டவர்கள்

பேணி => விரும்பி

கொளல் => துணையாகக் கொள்ளுங்கள்

எளிய உரை:

பெரியோர்கள் தங்களுக்கு வருகிற துன்பங்களை முனைந்து நீக்குவார்கள், வருங்காலத்தில் வேறு எந்தத் துன்பமும் வராதபடி தங்களைக் காப்பாற்றிக்கொள்வார்கள். அப்படிப்பட்ட பெரியோர்களை நாம் விரும்பி நண்பர்களாக்கிக் கொள்ளவேண்டும்.

குறள் எண்: 443

குறள்:

அரியவற்றுள் எல்லாம் அரிதே, பெரியாரைப்
பேணித் தமராக் கொளல்

இந்தக் குறளை எப்படி மாற்றிப் படிக்கவேண்டும்:

பெரியாரைப் பேணித் தமராக் கொளல் அரியவற்றுள் எல்லாம் அரிதே

இந்தக் குறளில் உள்ள கடினமான சொற்களும் அவற்றின் பொருளும்:

அரியவற்றுள் => அரிய செயல்கள் அனைத்திலும்

அரிது => அரிதானது / கடினமானது

பேணி => விரும்பி

தமரா => தம்முடையவர்களாக

கொளல் => கொள்ளுதல்

எளிய உரை:

அரிய செயல்களிலெல்லாம் அரிய செயல், பெரியவர்களை விரும்பி நம் நண்பர்களாக ஆக்கிக்கொள்வதுதான்.

குறள் எண்: 444

குறள்:

தம்மின் பெரியார் தமரா ஒழுகுதல்
வன்மையுள் எல்லாம் தலை

இந்தக் குறளை எப்படி மாற்றிப் படிக்கவேண்டும்:

தம்மின் பெரியார் தமரா ஒழுகுதல் வன்மையுள் எல்லாம் தலை

இந்தக் குறளில் உள்ள கடினமான சொற்களும் அவற்றின் பொருளும்:

தம்மின் => தன்னைவிட

பெரியார் => பெரியவர்கள்

தமரா => தம்முடையவர்களாக

ஒழுகுதல் => பழகுதல்

வன்மையுள் எல்லாம் => வலிமைகள் அனைத்திலும்

தலை => சிறந்தது

எளிய உரை:

வலிமைகள் அனைத்தையும்விட மிகச் சிறந்த வலிமை, நம்மைவிடப் பெரியவர்களுடன் பழகி அவர்களை நம் நண்பர்களாக ஆக்கிக்கொள்வதுதான்.

குறள் எண்: 445

குறள்:

சூழ்வார் கண்ணாக ஒழுகலான் மன்னவன்
சூழ்வாரைச் சூழ்ந்து கொளல்

இந்தக் குறளை எப்படி மாற்றிப் படிக்கவேண்டும்:

சூழ்வார் கண்ணாக ஒழுகலான் மன்னவன் சூழ்வாரைச் சூழ்ந்து கொளல்

இந்தக் குறளில் உள்ள கடினமான சொற்களும் அவற்றின் பொருளும்:

சூழ்வார் => சூழ்ந்துள்ள பெரியோர்கள்

கண்ணாக => கண்ணாகக் கொண்டு

ஒழுகலான் => நடப்பதால் / ஆட்சி நடத்துவதால்

மன்னவன் => அரசன்

சூழ்வாரை => சூழ்ந்துள்ள பெரியோர்களை

சூழ்ந்து => ஆராய்ந்து

கொளல் => துணையாகக் கொள்ளவேண்டும்

எளிய உரை:

ஒரு தலைவனுடைய கண்கள், அவனைச் சூழ்ந்திருக்கிற பெரியவர்கள்தான். அவர்கள்தான் என்ன நடக்கிறது என்பதை அவனுக்கு உணர்த்துவார்கள்.

அதனால், நாம் பெரியவர்களை ஆராய்ந்து நம்முடைய நண்பர்களாக்கிக்கொள்ளவேண்டும்.

குறள் எண்: 446

குறள்:

**தக்கார் இனத்தனாய்த் தான் ஒழுக வல்லானைச்
செற்றார் செயக் கிடந்தது இல்**

இந்தக் குறளை எப்படி மாற்றிப் படிக்கவேண்டும்:

தான் தக்கார் இனத்தனாய் ஒழுக வல்லானைச் செற்றார் செயக் கிடந்தது இல்

இந்தக் குறளில் உள்ள கடினமான சொற்களும் அவற்றின் பொருளும்:

தக்கார் => தகுதியுள்ள பெரியோர்

இனத்தனாய் => அவர்களுடைய இனத்தைச் சேர்ந்தவனாக / நண்பனாக

ஒழுக => நடந்துகொள்ள

வல்லானை => வல்லவனை

செற்றார் => பகைவர்

செயக் கிடந்தது => செய்யக்கூடியது

இல் => ஏதுமில்லை

எளிய உரை:

ஒருவன் தகுதியுள்ள பெரியவர்களை மதித்து, அவர்களைத் தன்னுடைய நண்பர்களாக ஆக்கிக்கொள்கிறான் என்றால், அவனுடைய பகைவர்களால் அவனை எதுவும் செய்யமுடியாது.

குறள் எண்: 447

குறள்:

இடிக்கும் துணையாரை ஆள்வாரை யாரே
கெடுக்கும் தகைமையவர்

இந்தக் குறளை எப்படி மாற்றிப் படிக்கவேண்டும்:

இடிக்கும் துணையாரை ஆள்வாரைக் கெடுக்கும் தகைமையவர் யாரே

இந்தக் குறளில் உள்ள கடினமான சொற்களும் அவற்றின் பொருளும்:

இடிக்கும் => தவறுகளைச் சுட்டிக்காண்பித்துக் கண்டிக்கிற

துணையாரை => நண்பர்களை

ஆள்வாரை => ஆட்சி செய்பவரை

யாரே => யார்

தகைமையவர் => தன்மை கொண்டவர்

எளிய உரை:

நம்முடைய தவறுகளைச் சுட்டிக்காட்டிக் கண்டிக்கக்கூடிய பெரியவர்களை நமக்கு நண்பர்களாக்கிக்கொள்ளவேண்டும். அதன்பிறகு, நம்மை யாராலும் வெல்லமுடியாது.

குறள் எண்: 448

குறள்:

இடிப்பாரை இல்லாத ஏமரா மன்னன்
கெடுப்பார் இலானும் கெடும்

இந்தக் குறளை எப்படி மாற்றிப் படிக்கவேண்டும்:

இடிப்பாரை இல்லாத ஏமரா மன்னன் கெடுப்பார் இலானும் கெடும்

இந்தக் குறளில் உள்ள கடினமான சொற்களும் அவற்றின் பொருளும்:

இடிப்பார் => தவறுகளைச் சுட்டிக்காண்பித்துக் கண்டிக்கிற பெரியவர்கள்

ஏமரா => காவலற்ற / பாதுகாப்பற்ற

இலானும் => இல்லாவிட்டாலும்

கெடும் => அழிவான்

எளிய உரை:

ஒரு தலைவன் ஏதாவது தவறு செய்தால், அருகில் இருக்கும் பெரியவர்கள் அதைச் சுட்டிக்காட்டிக் கண்டிக்கவேண்டும். அப்படிப்பட்ட பெரியவர்களை நண்பர்களாக்கிக்கொள்ளாத ஒரு தலைவனுக்கு எதிரிகளே தேவையில்லை. அவன் தானே அழிந்துபோவான்.

குறள் எண்: 449

குறள்:

முதல் இலார்க்கு ஊதியம் இல்லை. மதலை ஆம்
சார்பு இலார்க்கு இல்லை நிலை

இந்தக் குறளை எப்படி மாற்றிப் படிக்கவேண்டும்:

முதல் இலார்க்கு ஊதியம் இல்லை. மதலை ஆம் சார்பு இலார்க்கு நிலை இல்லை

இந்தக் குறளில் உள்ள கடினமான சொற்களும் அவற்றின் பொருளும்:

முதல் இலார்க்கு	=>	*முதலீடு செய்யாதவர்களுக்கு*
ஊதியம்	=>	*பலன் / லாபம்*
மதலை ஆம்	=>	*தாங்குகின்ற தூணாக*
சார்பு	=>	*பெரியவர்களுடைய துணை*
இலார்க்கு	=>	*இல்லாதவர்களுக்கு*
நிலை	=>	*உறுதியான நிலை*

எளிய உரை:

முதலீடு செய்யாதவர்களுக்கு இலாபம் இல்லை. அதுபோல, தங்களைத் தாங்கிப் பிடித்துக் காப்பாற்றக்கூடிய பெரியவர்களை நண்பர்களாக்கிக்கொள்ளாதவர்களுக்கு உறுதியான நிலை இல்லை. (பெரியவர்களை நண்பர்களாக்கிக்கொள்ளாதவர்கள் நிலையின்றித் தடுமாறுவார்கள்.)

குறள் எண்: 450

குறள்:

பல்லார் பகை கொளலின் பத்து அடுத்த தீமைத்தே,
நல்லார் தொடர் கை விடல்

இந்தக் குறளை எப்படி மாற்றிப் படிக்கவேண்டும்:

நல்லார் தொடர் கை விடல் பல்லார் பகை கொளலின் பத்து அடுத்த தீமைத்தே

இந்தக் குறளில் உள்ள கடினமான சொற்களும் அவற்றின் பொருளும்:

பல்லார்	=> பலர்
பகை கொளலின்	=> பகையைப் பெறுவதைவிட
அடுத்த	=> மடங்கு
தீமைத்தே	=> தீமையானது
நல்லார்	=> நல்லவர்
தொடர்	=> தொடர்பு / நட்பு
கை விடல்	=> கை விடுதல்

எளிய உரை:

பல எதிரிகளைக் கொண்டவன்கூட எப்படியோ தப்பிப் பிழைத்துவிடுவான். ஆனால், நல்லவர்கள், பெரியவர்களுடைய நட்பை முறித்துக்கொள்கிறவன் கண்டிப்பாகத் தோல்வியடைவான்.

அதிகாரம் 46: சிற்றினம் சேராமை
(சிறியோருடன் சேராமல் இருத்தல்)

குறள் எண்: 451

குறள்:

சிற்றினம் அஞ்சும் பெருமை, சிறுமைதான்
சுற்றமாச் சூழ்ந்துவிடும்

இந்தக் குறளை எப்படி மாற்றிப் படிக்கவேண்டும்:

பெருமை சிற்றினம் அஞ்சும். சிறுமைதான் (சிற்றினம்) சுற்றமாச் சூழ்ந்துவிடும்

இந்தக் குறளில் உள்ள கடினமான சொற்களும் அவற்றின் பொருளும்:

சிற்றினம் => *சிறியவர்களின் கூட்டம்*

அஞ்சும் => *அஞ்சுவார்கள்*

பெருமை => *பெரியவர்கள்*

சிறுமை => *சிறியவர்கள்*

சுற்றமா => *சுற்றமாக*

சூழ்ந்துவிடும் => *சேர்ந்துகொள்ளும்*

எளிய உரை:

பெரியவர்கள் சிறியவர்களைக் கண்டால் அஞ்சுவார்கள், விலகி நிற்பார்கள்.

சிறியவர்கள் மற்ற சிறியவர்களைக் கண்டால் மகிழ்ச்சியோடு கலந்து பழகுவார்கள்.

(குறிப்பு: இந்தக் குறள்களில் வரும் 'பெரியவர்கள்' என்ற சொல்லைச் சிறந்த பண்பு கொண்டவர்கள் என்று புரிந்துகொள்ளவேண்டும். அதேபோல், 'சிறியவர்கள்' என்ற சொல்லை மோசமான / சிறுமையான பண்பு கொண்டவர்கள் என்று புரிந்துகொள்ளவேண்டும்.)

குறள் எண்: 452

குறள்:

நிலத்து இயல்பால் நீர் திரிந்து அற்று ஆகும். மாந்தர்க்கு
இனத்து இயல்பு அது ஆகும் அறிவு

இந்தக் குறளை எப்படி மாற்றிப் படிக்கவேண்டும்:

நிலத்து இயல்பால் நீர் திரிந்து அற்று ஆகும். மாந்தர்க்கு அறிவு
இனத்து இயல்பு அது ஆகும்

இந்தக் குறளில் உள்ள கடினமான சொற்களும் அவற்றின் பொருளும்:

நிலத்து => நிலத்தின்

இயல்பால் => தன்மையால்

திரிந்து => மாறி

அற்று ஆகும் => அவ்வாறு ஆகும்

மாந்தர்க்கு => மனிதர்களுக்கு

இனத்து => இன்பத்தின்

இயல்பு => தன்மை

எளிய உரை:

நீர் எந்த மண்ணில் விழுகிறதோ, அந்த மண்ணின் தன்மையைப் பெறும். அதுபோல, மனிதர்கள் எந்தக் கூட்டத்தோடு சேர்கிறார்களோ அந்தக் கூட்டத்தின் தன்மையைப் பெறுவார்கள். (பெரியவர்களுடன் சேர்ந்தால் பெரியவர்களாகலாம், சிறியவர்களுடன் சேர்ந்தால் சிறியவர்களாகலாம்.)

குறள் எண்: 453

குறள்:

மனத்தான் ஆம் மாந்தர்க்கு உணர்ச்சி, இனத்தான் ஆம்
இன்னான் எனப்படும் சொல்

இந்தக் குறளை எப்படி மாற்றிப் படிக்கவேண்டும்:

மாந்தர்க்கு, உணர்ச்சி மனத்தான் ஆம், இன்னான் எனப்படும் சொல் இனத்தான் ஆம்

இந்தக் குறளில் உள்ள கடினமான சொற்களும் அவற்றின் பொருளும்:

மனத்தான் => மனத்தால்

ஆம் => ஆகும்

மாந்தர்க்கு => மனிதர்களுக்கு

இனத்தான் => இனத்தால்

இன்னான் => இப்படிப்பட்டவன்

எளிய உரை:

மனிதர்களுடைய மனத்தைப் பொறுத்து அவர்களுடைய உணர்ச்சி உண்டாகிறது. அதுபோல, அவர்கள் யாரோடு சேர்கிறார்கள் என்பதைப் பொறுத்து அவர்களுக்கு நல்ல பெயரோ கெட்ட பெயரோ உண்டாகிறது. (சிறியவர்களோடு நேர்ந்தால் நல்ல பெயர் கிடைக்காது.)

குறள் எண்: 454

குறள்:

மனத்து உளது போலக் காட்டி ஒருவற்கு
இனத்து உளது ஆகும் அறிவு

இந்தக் குறளை எப்படி மாற்றிப் படிக்கவேண்டும்:

ஒருவற்கு அறிவு மனத்து உளது போலக் காட்டி, இனத்து உளது ஆகும்

இந்தக் குறளில் உள்ள கடினமான சொற்களும் அவற்றின் பொருளும்:

மனத்து => மனத்தில்

உளது => உள்ளது

ஒருவற்கு => ஒருவருக்கு

இனத்து => இனத்தில்

எளிய உரை:

ஒருவனுடைய மனத்தைப் பொறுத்து அவனுடைய அறிவு அமையும் என்று நமக்குத் தோன்றலாம். ஆனால், அது உண்மை இல்லை. அவன் யாருடன் சேர்கிறான் என்பதைப் பொறுத்துதான் அவனுடைய அறிவு அமையும்.

குறள் எண்: 455

குறள்:

மனம் தூய்மை, செய் வினை தூய்மை இரண்டும்
இனம் தூய்மை தூவா வரும்

இந்தக் குறளை எப்படி மாற்றிப் படிக்கவேண்டும்:

மனம் தூய்மை, செய் வினை தூய்மை இரண்டும் இனம் தூய்மை தூவா வரும்

இந்தக் குறளில் உள்ள கடினமான சொற்களும் அவற்றின் பொருளும்:

செய் வினை => செய்கிற வேலை

தூவா => பற்றுக்கோடாகக் கொண்டு

வரும் => உண்டாகும்

எளிய உரை:

நம்முடைய மனம் எவ்வளவு தூய்மையாக இருக்கிறது, நாம் செய்யும் வேலைகள் எவ்வளவு தூய்மையாக அமைகின்றன என்பதெல்லாம் நாம் யாருடன் சேர்கிறோம் என்பதைப் பொறுத்துதான் அமையும்.

குறள் எண்: 456

குறள்:

மனம் தூயார்க்கு எச்சம் நன்று ஆகும். இனம் தூயார்க்கு இல்லை நன்று ஆகா வினை

இந்தக் குறளை எப்படி மாற்றிப் படிக்கவேண்டும்:

மனம் தூயார்க்கு எச்சம் நன்று ஆகும். இனம் தூயார்க்கு நன்று ஆகா வினை இல்லை

இந்தக் குறளில் உள்ள கடினமான சொற்களும் அவற்றின் பொருளும்:

தூயார்க்கு => தூய்மையாக உள்ளவர்களுக்கு

எச்சம் => எஞ்சியிருப்பது / வாழ்க்கையின் பொருள்

நன்று => நன்மை

இனம் தூயார்க்கு => தூயவர்களுடன் சேர்கிறவர்களுக்கு

நன்று ஆகா => நன்மை ஆகாத

வினை => செயல்

எளிய உரை:

தூய மனம் கொண்டவர்கள் நன்றாக வாழ்வார்கள். தூயவர்களுடன் சேர்கிறவர்களுக்கு எல்லாச் செயல்களும் நன்மையாக அமையும்.

குறள் எண்: 457

குறள்:

மன நலம் மன் உயிர்க்கு ஆக்கம். இன நலம்
எல்லாப் புகழும் தரும்

இந்தக் குறளை எப்படி மாற்றிப் படிக்கவேண்டும்:

மன் உயிர்க்கு மன நலம் ஆக்கம். இன நலம் எல்லாப் புகழும் தரும்

இந்தக் குறளில் உள்ள கடினமான சொற்களும் அவற்றின் பொருளும்:

மன நலம் => மனத்தின் தூய்மை / நன்மை

மன் உயிர்க்கு => நிலைத்திருக்கும் உயிர்களுக்கு

ஆக்கம் => நன்மை / செல்வம்

இன நலம் => நல்லவர்களுடன் சேர்வது

எளிய உரை:

மனத்தைத் தூய்மையாக வைத்துக்கொண்டால், எல்லா நன்மைகளும் கிடைக்கும். நல்லவர்களுடன் சேர்ந்து பழகினால், எல்லாப் புகழும் கிடைக்கும்.

குறள் எண்: 458

குறள்:

மன நலம் நன்கு உடையர் ஆயினும் சான்றோர்க்கு
இன நலம் ஏமாப்பு உடைத்து

இந்தக் குறளை எப்படி மாற்றிப் படிக்கவேண்டும்:

சான்றோர் மன நலம் நன்கு உடையர் ஆயினும், (சான்றோர்க்கு)
இன நலம் ஏமாப்பு உடைத்து

இந்தக் குறளில் உள்ள கடினமான சொற்களும் அவற்றின் பொருளும்:

மன நலம்	=> *மனத்தின் தூய்மை / நன்மை*
நன்கு	=> *நன்றாக*
உடையர்	=> *உடையவர்கள்*
ஆயினும்	=> *ஆனாலும்*
சான்றோர்க்கு	=> *சிறந்த மனிதர்களுக்கு*
இன நலம்	=> *நல்லவர்களுடன் சேர்வது*
ஏமாப்பு உடைத்து	=> *பாதுகாப்பாக அமையும்*

எளிய உரை:

சிறந்த மனிதர்கள் தங்களுடைய மனத்தைத் தூய்மையாக வைத்துக்கொள்ளவேண்டும். ஆனால், அதுமட்டும் போதாது. அவர்கள் கெட்டவர்களை ஒதுக்கிவிட்டு, நல்லவர்களுடன் சேர்ந்து பழகவேண்டும். அதுதான் அவர்களுக்குப் பாதுகாப்பு.

குறள் எண்: 459

குறள்:

மன நலத்தின் ஆகும் மறுமை. மற்று அஃதும்
இன நலத்தின் ஏமாப்பு உடைத்து

இந்தக் குறளை எப்படி மாற்றிப் படிக்கவேண்டும்:

மன நலத்தின் மறுமை ஆகும். மற்று அஃதும் இன நலத்தின் ஏமாப்பு உடைத்து

இந்தக் குறளில் உள்ள கடினமான சொற்களும் அவற்றின் பொருளும்:

மன நலத்தின் => மனம் தூய்மையாக / நன்மையாக இருந்தால்

மறுமை => மறுபிறப்பு

மற்று => பின்னர்

அஃதும் => அதுவும்

இன நலத்தின் => நல்லவர்களுடன் சேருவதால்

ஏமாப்பு உடைத்து => பாதுகாப்பாக அமையும்

எளிய உரை:

மனத்தைத் தூய்மையாக வைத்துக்கொள்ளுங்கள். அது உங்களுடைய இந்தப் பிறப்பைமட்டுமில்லை, அடுத்த பிறப்பையும் நன்றாக ஆக்கும்.

அத்துடன், நல்லவர்களுடன் கலந்து பழகுங்கள். அது உங்களுக்கு இன்னும் பாதுகாப்பாக அமையும்.

குறள் எண்: 460

குறள்:

**நல் இனத்தின் ஊங்கும் துணை இல்லை. தீ இனத்தின்
அல்லல் படுப்பதூஉம் இல்**

இந்தக் குறளை எப்படி மாற்றிப் படிக்கவேண்டும்:

நல் இனத்தின் ஊங்கும் துணை இல்லை. தீ இனத்தின் அல்லல் படுப்பதூஉம் இல்

இந்தக் குறளில் உள்ள கடினமான சொற்களும் அவற்றின் பொருளும்:

நல் இனத்தின் => நல்லவர்களோடு சேர்வதைவிட

ஊங்கும் => மேலான

தீ இனத்தின் => தீயவர்களோடு சேர்வதைவிட

அல்லல் => துன்பம்

படுப்பதூஉம் => உண்டாக்குவதும்

இல் => இல்லை

எளிய உரை:

நல்லவர்களோடு சேர்வதைவிடச் சிறந்த துணை ஏதுமில்லை. கெட்டவர்களோடு சேர்வதைவிடப் பெரிய தொல்லை ஏதுமில்லை.

அதிகாரம் 47: தெரிந்து செயல்வகை
(ஆராய்ந்து செயல்படுதல்)

குறள் எண்: 461

குறள்:

அழிவதூஉம் ஆவதூஉம் ஆகி, வழி பயக்கும்
ஊதியமும் சூழ்ந்து செயல்

இந்தக் குறளை எப்படி மாற்றிப் படிக்கவேண்டும்:

அழிவதூஉம் ஆவதூஉம் ஆகி, வழி பயக்கும் ஊதியமும் சூழ்ந்து செயல்

இந்தக் குறளில் உள்ள கடினமான சொற்களும் அவற்றின் பொருளும்:

அழிவதூஉம் => வரக்கூடிய அழிவுகளையும் / இழப்புகளையும்
ஆவதூஉம் => வரக்கூடிய ஆக்கங்களையும் / வரவுகளையும்
ஆகி => உண்டாகி
வழி பயக்கும் => அதன்மூலம் உண்டாகிற
ஊதியமும் => பலனையும்
சூழ்ந்து => ஆராய்ந்து
செயல் => செய்யவேண்டும்

எளிய உரை:

ஒரு செயலைச் செய்வதற்குமுன்னால், இதைச் செய்தால் நமக்கு என்னென்ன நன்மைகள் வரும், என்னென்ன தீமைகள் வரும், இதன்மூலம் நமக்கு என்ன பலன் கிடைக்கும் என்றெல்லாம் ஆராய்ந்து செயல்படவேண்டும்.

குறள் எண்: 462

குறள்:

தெரிந்த இனத்தொடு தேர்ந்து எண்ணிச் செய்வார்க்கு
அரும் பொருள் யாது ஒன்றும் இல்லை

இந்தக் குறளை எப்படி மாற்றிப் படிக்கவேண்டும்:

தெரிந்த இனத்தொடு தேர்ந்து எண்ணிச் செய்வார்க்கு அரும் பொருள் யாது ஒன்றும் இல்லை

இந்தக் குறளில் உள்ள கடினமான சொற்களும் அவற்றின் பொருளும்:

தெரிந்த => ஆராய்ந்து தெளிந்த

இனத்தொடு => கூட்டத்துடன்

தேர்ந்து => ஆராய்ந்து

எண்ணி => சிந்தித்து

செய்வார்க்கு => செய்கிறவர்களுக்கு

அரும் பொருள் => கிடைப்பதற்கு அரிதான பொருள்

யாது ஒன்றும் => எந்த ஒன்றும்

எளிய உரை:

மக்களை ஆராய்ந்து பார்த்துச் சரியான நபர்களுடன் சேரவேண்டும். அதன்பிறகு, செயல்களை ஆராய்ந்து பார்த்துச் சரியான செயல்களைச் செய்யவேண்டும். இந்த இரண்டையும் செய்கிறவர்கள் எதிலும் வெற்றி பெறுவார்கள்.

குறள் எண்: 463

குறள்:

ஆக்கம் கருதி முதல் இழக்கும் செய் வினை
ஊக்கார் அறிவு உடையார்

இந்தக் குறளை எப்படி மாற்றிப் படிக்கவேண்டும்:

அறிவு உடையார் ஆக்கம் கருதி முதல் இழக்கும் செய் வினை ஊக்கார்

இந்தக் குறளில் உள்ள கடினமான சொற்களும் அவற்றின் பொருளும்:

ஆக்கம் => நன்மை / வருவாய்

கருதி => கருத்தில் கொண்டு

முதல் => முதலீடு

செய் வினை => செய்யக்கூடிய செயல்

ஊக்கார் => செய்யமாட்டார்கள்

எளிய உரை:

அறிவுள்ளவர்கள் பின்னால் வரக்கூடிய பலனுக்கு ஆசைப்பட்டு இப்போது கையில் உள்ள செல்வத்தை இழக்கமாட்டார்கள்.

குறள் எண்: 464

குறள்:

தெளிவு இல் அதனைத் தொடங்கார், இளிவு என்னும்
ஏதப்பாடு அஞ்சுபவர்

இந்தக் குறளை எப்படி மாற்றிப் படிக்கவேண்டும்:

இளிவு என்னும் ஏதப்பாடு அஞ்சுபவர் தெளிவு இல் அதனைத் தொடங்கார்

இந்தக் குறளில் உள்ள கடினமான சொற்களும் அவற்றின் பொருளும்:

தெளிவு இல் => தெளிவு இல்லாத

அதனை => ஒரு செயலை

தொடங்கார் => தொடங்கமாட்டார்கள்

இளிவு => இகழ்ச்சி

ஏதப்பாடு => குற்றம்

எளிய உரை:

மற்றவர்கள் இழிவாகப் பேசும்படி ஏதாவது குற்றம் செய்துவிடுவோமோ என்று அஞ்சுகிறவர்கள் தங்களுக்குத் தெளிவாகப் புரியாத வேலைகளில் ஈடுபடமாட்டார்கள்.

குறள் எண்: 465

குறள்:

வகை அறச் சூழாது எழுதல் பகைவரைப்
பாத்திப் படுப்பது ஓர் ஆறு

இந்தக் குறளை எப்படி மாற்றிப் படிக்கவேண்டும்:

வகை அறச் சூழாது எழுதல், பகைவரைப் பாத்திப் படுப்பது ஓர் ஆறு

இந்தக் குறளில் உள்ள கடினமான சொற்களும் அவற்றின் பொருளும்:

வகை => செயலின் வகைகள்

அற => முழுமையாக

சூழாது => ஆராயாமல்

எழுதல் => செயல்படுதல்

பாத்தி => வளரும் நிலம்

படுப்பது => நிலைத்து நிற்கச்செய்வது

ஆறு => வழி

எளிய உரை:

நன்கு சிந்திக்காமல் செயல்படுகிறவன் தன்னுடைய எதிரிகளை நீரூற்றி வளர்க்கிறான்.

குறள் எண்: 466

குறள்:

செய்தக்க அல்ல செயக் கெடும். செய்தக்க
செய்யாமையானும் கெடும்

இந்தக் குறளை எப்படி மாற்றிப் படிக்கவேண்டும்:

செய்தக்க அல்ல செயக் கெடும். செய்தக்க செய்யாமையானும் கெடும்

இந்தக் குறளில் உள்ள கடினமான சொற்களும் அவற்றின் பொருளும்:

செய்தக்க => செய்யத் தகுதியுள்ள செயல்கள்

அல்ல => அவ்வாறு அல்லாதவை

செய => செய்தால்

கெடும் => அழிவு வரும்

செய்யாமையானும் => செய்யாவிட்டாலும்

எளிய உரை:

செய்யக்கூடாதவற்றைச் செய்வதும் தவறு, செய்ய வேண்டியவற்றைச் செய்யாமல் இருப்பதும் தவறு.

குறள் எண்: 467

குறள்:

எண்ணித் துணிக கருமம். துணிந்தபின்
எண்ணுவம் என்பது இழுக்கு

இந்தக் குறளை எப்படி மாற்றிப் படிக்கவேண்டும்:

கருமம் எண்ணித் துணிக. துணிந்தபின் எண்ணுவம் என்பது இழுக்கு

இந்தக் குறளில் உள்ள கடினமான சொற்களும் அவற்றின் பொருளும்:

எண்ணி => சிந்தித்து

துணிக => துணியுங்கள் / தொடங்குங்கள்

கருமம் => செயல்

துணிந்தபின் => தொடங்கியபின்

எண்ணுவம் => எண்ணுவோம்

இழுக்கு => இழிவு / குற்றம்

எளிய உரை:

எப்போதும் நன்றாகச் சிந்தித்துச் செயல்படுங்கள். ஒரு வேலையைத் தொடங்கிவிட்டுப் பின்னர் சிந்தித்துக்கொள்ளலாம் என்று நினைப்பது தவறு.

குறள் எண்: 468

குறள்:

ஆற்றின் வருந்தா வருத்தம் பலர் நின்று
போற்றினும் பொத்துப்படும்

இந்தக் குறளை எப்படி மாற்றிப் படிக்கவேண்டும்:

ஆற்றின் வருந்தா வருத்தம் பலர் நின்று போற்றினும் பொத்துப்படும்

இந்தக் குறளில் உள்ள கடினமான சொற்களும் அவற்றின் பொருளும்:

ஆற்றின் => (சரியான) வழியில்

வருந்தா => முயலாத

வருத்தம் => முயற்சி

போற்றினும் => காப்பாற்றினாலும்

பொத்துப்படும் => குற்றம் உடையதாகும்

எளிய உரை:

ஒரு செயலைச் சரியான முறையில் செய்தால்தான் வெற்றி கிடைக்கும். இல்லாவிட்டால், ஆயிரம் பேர் நமக்கு உதவினாலும் சரி, அந்தச் செயல் தோற்றுப்போகும். (தவறான வழியில் நடந்தால் எப்போதும் வெற்றி கிடைக்காது.)

குறள் எண்: 469

குறள்:

> **நன்று ஆற்றல் உள்ளும் தவறு உண்டு, அவர் அவர்**
> **பண்பு அறிந்து ஆற்றாக்கடை**

இந்தக் குறளை எப்படி மாற்றிப் படிக்கவேண்டும்:

> **அவர் அவர் பண்பு அறிந்து ஆற்றாக்கடை, நன்று ஆற்றல் உள்ளும் தவறு உண்டு**

இந்தக் குறளில் உள்ள கடினமான சொற்களும் அவற்றின் பொருளும்:

நன்று	=>	நன்மை / நல்ல செயல்கள்
ஆற்றல் உள்ளும்	=>	செய்வதிலும்
ஆற்றாக்கடை	=>	செய்யாவிட்டால்

எளிய உரை:

எந்தச் செயலையும் செய்வதற்குமுன்னால், மக்களின் தன்மையை அறிந்து அதற்கேற்பச் செயல்படவேண்டும். இல்லாவிட்டால், நல்லதைச் செய்தாலும் தவறாகிவிடும்.

குறள் எண்: 470

குறள்:

எள்ளாத எண்ணிச் செயல் வேண்டும், தம்மொடு
கொள்ளாத கொள்ளாது உலகு

இந்தக் குறளை எப்படி மாற்றிப் படிக்கவேண்டும்:

உலகு தம்மொடு கொள்ளாத கொள்ளாது. (உலகு) எள்ளாத எண்ணிச் செயல் வேண்டும்

இந்தக் குறளில் உள்ள கடினமான சொற்களும் அவற்றின் பொருளும்:

எள்ளாத => உலகம் இகழ்ந்து பேசாத / நல்ல செயல்கள்

எண்ணி => ஆராய்ந்து

செயல் => செய்தல்

தம்மொடு => தன்னுடன்

கொள்ளாத => பொருந்தாத செயல்கள்

கொள்ளாது => ஏற்காது

எளிய உரை:

உலகம் தனக்குப் பொருந்தாத செயல்களை ஏற்றுக்கொள்ளாது. அதனால், உலகம் நம்மைக் கேலி செய்யாதபடியான செயல்களைத்தான் செய்யவேண்டும், அவற்றையும் நன்கு ஆராய்ந்து செய்யவேண்டும்.

அதிகாரம் 48: வலி அறிதல் (வலிமையை அறிதல்)

குறள் எண்: 471

குறள்:

வினை வலியும் தன் வலியும் மாற்றான் வலியும்
துணை வலியும் தூக்கிச் செயல்

இந்தக் குறளை எப்படி மாற்றிப் படிக்கவேண்டும்:

வினை வலியும் தன் வலியும் மாற்றான் வலியும் துணை வலியும் தூக்கிச் செயல்

இந்தக் குறளில் உள்ள கடினமான சொற்களும் அவற்றின் பொருளும்:

வினை வலி => நாம் செய்யவேண்டிய செயலின் வலிமை
தன் வலி => நம் வலிமை
மாற்றான் வலி => நம் எதிரியின் வலிமை
துணை வலியும் => நம் நண்பர்களுடைய வலிமை
தூக்கி => ஆராய்ந்து
செயல் => செயல்படவேண்டும்

எளிய உரை:

ஒரு செயலைச் செய்வதற்குமுன்னால், அந்தச் செயலின் தன்மையைப் புரிந்துகொள்ளவேண்டும், அதைச் செய்கிற திறமை நமக்கு உண்டா என்று சிந்திக்கவேண்டும், நம்மை எதிர்த்து நிற்கிறவனுடைய திறமை என்ன என்று சிந்திக்கவேண்டும், நமக்குத் துணையாக நிற்கிற நண்பர்களுடைய வலிமை என்ன என்று சிந்திக்கவேண்டும். இவை அனைத்தையும் நன்றாக ஆராய்ந்தபிறகுதான் அந்தச் செயலைச் செய்யவேண்டும்.

குறள் எண்: 472

குறள்:

ஒல்வது, அறிவது அறிந்து, அதன்கண் தங்கிச்
செல்வார்க்குச் செல்லாதது இல்

இந்தக் குறளை எப்படி மாற்றிப் படிக்கவேண்டும்:

ஒல்வது, அறிவது அறிந்து, அதன்கண் தங்கிச் செல்வார்க்குச் செல்லாதது இல்

இந்தக் குறளில் உள்ள கடினமான சொற்களும் அவற்றின் பொருளும்:

ஒல்வது => நாம் செய்யக்கூடிய செயல்

அறிவது => அந்தச் செயலைச் செய்யத் தேவையான திறமை

அதன்கண் => அந்தச் செயலில்

தங்கி => நிலைத்து நின்று

செல்வார்க்கு => செயல்படுகிறவர்களுக்கு

செல்லாதது => செய்ய இயலாதது

இல் => இல்லை

எளிய உரை:

நாம் செய்யக்கூடிய செயல்கள் எவை எவை என்று நமக்குத் தெரிந்திருக்கவேண்டும், அந்தச் செயல்களைச் செய்வதற்கு நாம் எதையெல்லாம் கற்றுக்கொள்ளவேண்டும் என்று நமக்குப் புரியவேண்டும், அதன்பிறகு, அந்தச் செயலில் முழு மூச்சுடன் ஈடுபடவேண்டும். இவ்வாறு ஆராய்ந்து செயல்படுகிறவர்கள் எதையும் சாதிப்பார்கள்.

குறள் எண்: 473

குறள்:

உடைத் தம் வலி அறியார் ஊக்கத்தின் ஊக்கி
இடைக்கண் முரிந்தார் பலர்

இந்தக் குறளை எப்படி மாற்றிப் படிக்கவேண்டும்:

தம் உடை வலி அறியார், ஊக்கத்தின் ஊக்கி இடைக்கண் முரிந்தார் பலர்

இந்தக் குறளில் உள்ள கடினமான சொற்களும் அவற்றின் பொருளும்:

உடைத் தம்	=>	*தம்முடைய*
வலி	=>	*வலிமை*
அறியார்	=>	*அறியாதவர்*
ஊக்கத்தின்	=>	*மன ஊக்கத்தால்*
ஊக்கி	=>	*முயன்று*
இடைக்கண்	=>	*நடுவில் / பாதியில்*
முரிந்தார்	=>	*கெட்டவர்*

எளிய உரை:

பலருக்குத் தங்களுடைய வலிமை என்ன, தங்களால் செய்யக்கூடிய செயல்கள் எவை என்றெல்லாம் தெளிவாகத் தெரிவதில்லை, ஏதோ ஊக்கத்தில் ஒரு செயலைத் தொடங்கிவிடுகிறார்கள், அதன்பிறகு, பாதியில் திகைத்து நிற்கிறார்கள்.

குறள் எண்: 474

குறள்:

**அமைந்து ஆங்கு ஒழுகான், அளவு அறியான், தன்னை
வியந்தான் விரைந்து கெடும்**

இந்தக் குறளை எப்படி மாற்றிப் படிக்கவேண்டும்:

ஆங்கு அமைந்து ஒழுகான், அளவு அறியான், தன்னை வியந்தான் விரைந்து கெடும்

இந்தக் குறளில் உள்ள கடினமான சொற்களும் அவற்றின் பொருளும்:

அமைந்து => பொருந்தி

ஆங்கு => அங்கு

ஒழுகான் => நடந்துகொள்ளாதவன்

அறியான் => அறியாதவன்

தன்னை வியந்தான் => தன்னைத் தானே வியந்துகொள்பவன் / புகழ்ந்துகொள்பவன்

கெடும் => கெடுவான்

எளிய உரை:

உலகத்தின் இயல்பை அறிந்து அதற்கேற்ப நடந்து கொள்ளாதவனும், தன்னுடைய வலிமை என்ன என்பதை அறியாதவனும், தன்னைத் தானே புகழ்ந்துகொண்டு திரிகிறவனும் விரைவில் கெட்டுப்போவார்கள்.

குறள் எண்: 475

குறள்:

பீலி பெய் சாகாடும் அச்சு இறும், அப் பண்டம்
சால மிகுத்துப் பெயின்

இந்தக் குறளை எப்படி மாற்றிப் படிக்கவேண்டும்:

பீலி பெய் சாகாடும், அப் பண்டம் சால மிகுத்துப் பெயின் அச்சு இறும்

இந்தக் குறளில் உள்ள கடினமான சொற்களும் அவற்றின் பொருளும்:

பீலி => மயில் இறகு

பெய் => ஏற்றப்பட்ட

சாகாடும் => வண்டியும்

இறும் => முறியும்

அப் பண்டம் => அந்தப் பொருள் (அந்த மயில் இறகு)

சால => நன்கு

மிகுத்து => கூடுதலாக

பெயின் => ஏற்றினால்

எளிய உரை:

மயில் இறகு மென்மையானதுதான். ஆனால் அதற்காக நம் வண்டியில் மேலும் மேலும் மயில் இறகை ஏற்றிக்கொண்டே போகலாமா? ஒரு கட்டத்தில் அந்த வண்டி முறிந்து விழுந்துவிடாதா? (வலிமை குறைந்த எதிரிகளை இழிவாக நினைக்கவேண்டாம். அவர்கள் ஒன்றாகச் சேர்ந்தால் உங்களுக்கு நெருக்கடியாகிவிடும்.)

குறள் எண்: 476

குறள்:

நுனிக் கொம்பர் ஏறினார் அஃது இறந்து ஊக்கின்
உயிர்க்கு இறுதி ஆகிவிடும்

இந்தக் குறளை எப்படி மாற்றிப் படிக்கவேண்டும்:

நுனிக் கொம்பர் ஏறினார் அஃது இறந்து ஊக்கின் உயிர்க்கு இறுதி ஆகிவிடும்

இந்தக் குறளில் உள்ள கடினமான சொற்களும் அவற்றின் பொருளும்:

நுனி => முனை

கொம்பர் => சிறு கிளை

அஃது => அது

இறந்து => கடந்து

ஊக்கின் => முயன்றால்

எளிய உரை:

ஒருவர் மரத்தின் நுனிவரை ஏறலாம். அதற்குமேலும் ஏற முயன்றால் அவருக்கு ஆபத்துதான். (நம்முடைய வலிமையைப் புரிந்துகொண்டு அதற்குள் செயல்படவேண்டும், அதைத் தாண்டிச் செல்லக்கூடாது.)

குறள் எண்: 477

குறள்:

ஆற்றின் அளவு அறிந்து ஈக. அது, பொருள்
போற்றி வழங்கும் நெறி

இந்தக் குறளை எப்படி மாற்றிப் படிக்கவேண்டும்:

ஆற்றின் அளவு அறிந்து ஈக. அது, பொருள் போற்றி வழங்கும் நெறி

இந்தக் குறளில் உள்ள கடினமான சொற்களும் அவற்றின் பொருளும்:

ஆற்றின் => (நல்ல) வழியில்

ஈக => வழங்குங்கள்

பொருள் => செல்வம்

போற்றி => காப்பாற்றி

வழங்கும் => நடந்துகொள்கிற / வாழ்கிற

நெறி => வழி

எளிய உரை:

பிறருக்குக் கொடுத்து உதவுவது நல்லதுதான். ஆனால், அதைச் சரியான வழியில், சரியான அளவில் செய்யவேண்டும். அப்போதுதான் நம் செல்வம் பாதுகாக்கப்படும். அதைக் கொண்டு நாம் இன்னும் பலருக்கு உதவலாம்.

குறள் எண்: 478

குறள்:

ஆகு ஆறு அளவு இட்டிது ஆயினும் கேடு இல்லை,
போகு ஆறு அகலாக்கடை

இந்தக் குறளை எப்படி மாற்றிப் படிக்கவேண்டும்:

போகு ஆறு அகலாக்கடை ஆகு ஆறு அளவு இட்டிது ஆயினும் கேடு இல்லை

இந்தக் குறளில் உள்ள கடினமான சொற்களும் அவற்றின் பொருளும்:

ஆகு ஆறு => ஆக்கத்தின் வழி / பொருள் வருகிற வழி

இட்டிது => சிறியது

ஆயினும் => என்றாலும்

கேடு இல்லை => கெடுதல் வராது

போகு ஆறு => போகும் வழி / பொருள் செலவாகிற வழி

அகலாக்கடை => அகலமாக / பெரிதாக இல்லாவிட்டால்

எளிய உரை:

வரவு குறைவாக இருந்தாலும் பரவாயில்லை, செலவைக் கட்டுப்படுத்தினால் மகிழ்ச்சியாக வாழலாம்.

குறள் எண்: 479

குறள்:

அளவு அறிந்து வாழாதான் வாழ்க்கை உள போல
இல் ஆகித் தோன்றாக் கெடும்

இந்தக் குறளை எப்படி மாற்றிப் படிக்கவேண்டும்:

அளவு அறிந்து வாழாதான் வாழ்க்கை உள போல இல் ஆகித் தோன்றாக் கெடும்

இந்தக் குறளில் உள்ள கடினமான சொற்களும் அவற்றின் பொருளும்:

வாழாதான் => வாழாதவன்

உள போல => உள்ளதுபோல

இல் ஆகி => இல்லாமல் ஆகி

தோன்றா => தோன்றாமல்

எளிய உரை:

ஒருவன் தன்னுடைய வருமானத்தின் அளவை அறிந்து, அதற்குள் செலவு செய்து வாழவேண்டும். இல்லாவிட்டால், அவனுடைய வாழ்க்கை வெறும் மாயத்தோற்றம்தான்; அது விரைவில் அழிந்துவிடும்.

குறள் எண்: 480

குறள்:

உள வரை தூக்காத ஒப்புரவு ஆண்மை
வள வரை வல்லைக் கெடும்

இந்தக் குறளை எப்படி மாற்றிப் படிக்கவேண்டும்:

உள வரை தூக்காத ஒப்புரவு ஆண்மை வள வரை வல்லைக் கெடும்

இந்தக் குறளில் உள்ள கடினமான சொற்களும் அவற்றின் பொருளும்:

உள வரை => இருக்கிற (செல்வத்தின்) அளவு

தூக்காத => ஆராயாத

ஒப்புரவு ஆண்மை => உதவும் தன்மை

வள வரை => செல்வத்தின் அளவு

வல்லை => விரைவில்

கெடும் => அழியும்

எளிய உரை:

ஒருவன் தன்னுடைய செல்வத்தின் அளவை ஆராய்ந்து பார்த்து, அதன் அடிப்படையில் பிறருக்கு உதவவேண்டும். அப்படியில்லாமல் விருப்பப்படி எல்லாருக்கும் வாரி வழங்கினால், அவனிடம் உள்ள செல்வம் விரைவில் தேய்ந்துவிடும்.

அதிகாரம் 49: காலம் அறிதல் (நேரத்தின் சிறப்பை அறிதல்)

குறள் எண்: 481

குறள்:

பகல் வெல்லும் கூகையைக் காக்கை. இகல் வெல்லும்
வேந்தர்க்கு வேண்டும் பொழுது

இந்தக் குறளை எப்படி மாற்றிப் படிக்கவேண்டும்:

கூகையைக் காக்கை பகல் வெல்லும். இகல் வெல்லும் வேந்தர்க்குப் பொழுது வேண்டும்

இந்தக் குறளில் உள்ள கடினமான சொற்களும் அவற்றின் பொருளும்:

பகல் வெல்லும்	=>	*பகல் நேரத்தில் வெல்லும்*
கூகையை	=>	*கோட்டானை*
இகல் வெல்லும்	=>	*பகைவர்களை வெல்லுகின்ற*
வேந்தர்க்கு	=>	*மன்னருக்கு*
பொழுது	=>	*நேரம்*

எளிய உரை:

கோட்டான் என்பது காக்கையைவிட வலிமையான பறவை. ஆனால், பகல் நேரத்தில் இவை இரண்டும் மோதினால், காக்கை கோட்டானை வென்றுவிடும்.

அதுபோல, பகைவர்களை வெல்ல விரும்பும் அரசர்கள் ஏதோ ஒரு நேரத்தில் சென்று மோதக்கூடாது, தங்களுடைய வலிமை நன்கு வெளிப்படுகிற சரியான நேரத்தில்தான் போரைத் தொடங்கவேண்டும். அப்போது, அவர்கள் வெல்வது உறுதி.

குறள் எண்: 482

குறள்:

**பருவத்தோடு ஒட்ட ஒழுகல், திருவினைத்
தீராமை ஆர்க்கும் கயிறு**

இந்தக் குறளை எப்படி மாற்றிப் படிக்கவேண்டும்:

பருவத்தோடு ஒட்ட ஒழுகல், திருவினைத் தீராமை ஆர்க்கும் கயிறு

இந்தக் குறளில் உள்ள கடினமான சொற்களும் அவற்றின் பொருளும்:

பருவத்தோடு => நேரத்தோடு

ஒட்ட => பொருந்த

ஒழுகல் => நடந்துகொள்ளுதல்

திருவினை => செல்வத்தை

தீராமை => தீராதபடி

ஆர்க்கும் => கட்டுகின்ற

எளிய உரை:

சரியான நேரத்தை அறிந்து அதற்கேற்பச் செயல்படவேண்டும். நம்முடைய செல்வம் நம்மை விட்டுச் செல்லாதபடி இறுகக் கட்டிப் பாதுகாக்கும் கயிறு அதுதான்.

குறள் எண்: 483

குறள்:

> **அரு வினை என்ப உளவோ, கருவியான்**
> **காலம் அறிந்து செயின்**

இந்தக் குறளை எப்படி மாற்றிப் படிக்கவேண்டும்:

> **கருவியான் காலம் அறிந்து செயின் அரு வினை என்ப உளவோ!**

இந்தக் குறளில் உள்ள கடினமான சொற்களும் அவற்றின் பொருளும்:

அரு வினை => அரிய செயல்

என்ப => என்று சொல்லப்படுகிறவை

உளவோ => உள்ளனவோ

கருவியான் => கருவியால்

செயின் => செய்தால்

எளிய உரை:

சரியான நேரத்தில், சரியான கருவிகளைப் பயன்படுத்திச் செய்கிற வேலை கெட்டுப்போகுமா? (கெடாது.)

குறள் எண்: 484

குறள்:

ஞாலம் கருதினும் கைகூடும், காலம்
கருதி இடத்தால் செயின்

இந்தக் குறளை எப்படி மாற்றிப் படிக்கவேண்டும்:

காலம் கருதி இடத்தால் செயின் ஞாலம் கருதினும் கைகூடும்

இந்தக் குறளில் உள்ள கடினமான சொற்களும் அவற்றின் பொருளும்:

ஞாலம் => உலகம்

கருதினும் => விரும்பினாலும்

கைகூடும் => கிடைக்கும்

கருதி => கருத்தில் கொண்டு

இடத்தால் => சரியான இடத்தில்

செயின் => செய்தால்

எளிய உரை:

சரியான நேரத்தில், சரியான இடத்தில் வேலை செய்கிறவன் நினைத்தால் இந்த உலகத்தையேகூட வென்றுவிடுவான்.

குறள் எண்: 485

குறள்:

> காலம் கருதி இருப்பர் கலங்காது
> ஞாலம் கருதுபவர்

இந்தக் குறளை எப்படி மாற்றிப் படிக்கவேண்டும்:

> ஞாலம் கருதுபவர் கலங்காது காலம் கருதி இருப்பர்

இந்தக் குறளில் உள்ள கடினமான சொற்களும் அவற்றின் பொருளும்:

கருதி => கருத்தில் கொண்டு

இருப்பர் => இருப்பார்கள்

கலங்காது => கலங்காமல்

ஞாலம் => உலகம்

கருதுபவர் => விரும்புகிறவர்கள்

எளிய உரை:

உலகத்தையே வெல்ல நினைக்கிறவர்கள் சிறு சறுக்கல்களை எண்ணிக் கலங்கமாட்டார்கள், சரியான நேரம் வரும் என்று பொறுமையாகக் காத்திருப்பார்கள்.

குறள் எண்: 486

குறள்:

> **ஊக்கம் உடையான் ஒடுக்கம் பொரு தகர்**
> **தாக்கற்குப் பேரும் தகைத்து**

இந்தக் குறளை எப்படி மாற்றிப் படிக்கவேண்டும்:

> **ஊக்கம் உடையான் ஒடுக்கம் பொரு தகர் தாக்கற்குப் பேரும் தகைத்து**

இந்தக் குறளில் உள்ள கடினமான சொற்களும் அவற்றின் பொருளும்:

உடையான்	=> உடையவன்
ஒடுக்கம்	=> ஒடுங்கியிருத்தல் / பதுங்கியிருத்தல்
பொரு	=> போர் செய்கிற
தகர்	=> ஆட்டுக் கடா
தாக்கற்கு	=> தாக்குவதற்கு
பேரும்	=> பின்வாங்கும்
தகைத்து	=> தன்மை உடையது

எளிய உரை:

சண்டைக்கு வருகிற ஆட்டுக் கடா பின்வாங்கினால், அங்கிருந்து விரைவாகப் பாய்ந்து எதிரி ஆட்டைத் தாக்கப்போகிறது என்று பொருள்.

அதுபோல, ஊக்கமுள்ள ஒருவன் பதுங்கினால், அவன் பாய்வதற்கு நேரம் பார்த்துக் காத்திருக்கிறான் என்று பொருள்.

குறள் எண்: 487

குறள்:

> பொள் என ஆங்கே புறம் வேரார், காலம் பார்த்து
> உள் வேர்ப்பர் ஒள்ளியவர்

இந்தக் குறளை எப்படி மாற்றிப் படிக்கவேண்டும்:

> ஒள்ளியவர் ஆங்கே பொள் எனப் புறம் வேரார், காலம் பார்த்து
> உள் வேர்ப்பர்

இந்தக் குறளில் உள்ள கடினமான சொற்களும் அவற்றின் பொருளும்:

பொள் என => விரைவாக / சட்டென

ஆங்கே => அங்கு

புறம் => வெளியில்

வேரார் => வேர்க்கமாட்டார்கள் / சினம் கொள்ளமாட்டார்கள்

உள் => உள்ளுக்குள்

வேர்ப்பர் => வேர்ப்பார்கள் / சினம் கொள்வார்கள்

ஒள்ளியவர் => அறிவுள்ளவர்கள்

எளிய உரை:

அறிவு மிக்க ஒருவரை யாராவது இழிவுபடுத்தினால், அவர் சட்டென்று சினம் கொண்டு பொங்கமாட்டார், தன்னுடைய சினத்தைப் பொறுமையாக உள்ளுக்குள் மறைத்துவைத்துக்கொள்வார், பின்னர் சரியான நேரம் வரும்போது அந்தச் சினத்தை வெளிப்படுத்தித் தன்னுடைய எதிரியை வெல்வார்.

குறள் எண்: 488

குறள்:

செறுநரைக் காணின் சுமக்க. இறு வரை
காணின் கிழக்காம் தலை

இந்தக் குறளை எப்படி மாற்றிப் படிக்கவேண்டும்:

செறுநரைக் காணின் சுமக்க. இறு வரை காணின் கிழக்காம் தலை

இந்தக் குறளில் உள்ள கடினமான சொற்களும் அவற்றின் பொருளும்:

செறுநரை => எதிரியை

காணின் => கண்டால்

சுமக்க => பொறுமையாக இருங்கள்

இறு வரை => அழியும் நேரம்

கிழக்காம் தலை => நிலைமை தலைகீழாகும்

எளிய உரை:

உங்களைவிட உங்கள் எதிரி வலிமையானவனாக இருக்கிறானா? பரவாயில்லை, சினம் கொள்ளாதீர்கள், பொறுமையாகக் காத்திருங்கள். அவனுடைய நேரம் முடிந்து உங்களுடைய நேரம் தொடங்கும். அப்போது, நிலைமை தலைகீழாகிவிடும், நீங்கள் வெல்வீர்கள்.

குறள் எண்: 489

குறள்:

எய்தற்கு அரியது இயைந்தக்கால், அந்நிலையே
செய்தற்கு அரிய செயல்

இந்தக் குறளை எப்படி மாற்றிப் படிக்கவேண்டும்:

எய்தற்கு அரியது இயைந்தக்கால், அந்நிலையே செய்தற்கு அரிய செயல்

இந்தக் குறளில் உள்ள கடினமான சொற்களும் அவற்றின் பொருளும்:

எய்தற்கு => கிடைப்பதற்கு

அரியது => அரிய நேரம்

இயைந்தக்கால் => கிடைக்கும்போது

அந்நிலையே => அப்போதே

செய்தற்கு => செய்வதற்கு

அரிய => அரிய செயல்கள்

செயல் => செய்யவேண்டும்

எளிய உரை:

எளிதில் கிடைக்காத நேரம் கிடைக்கும்போது, எளிதில் செய்யமுடியாத வேலைகளைச் சட்டென்று செய்துவிடுங்கள். (நேரம் சரியாக அமைந்தபிறகு யோசித்துக்கொண்டு உட்கார்ந்திருக்கக்கூடாது, உடனடியாகச் செயல்படவேண்டும்.)

குறள் எண்: 490

குறள்:

**கொக்கு ஒக்க கூம்பும் பருவத்து. மற்று அதன்
குத்து ஒக்க சீர்த்த இடத்து**

இந்தக் குறளை எப்படி மாற்றிப் படிக்கவேண்டும்:

கூம்பும் பருவத்து, கொக்கு ஒக்க. மற்று, சீர்த்த இடத்து, அதன் குத்து ஒக்க

இந்தக் குறளில் உள்ள கடினமான சொற்களும் அவற்றின் பொருளும்:

ஒக்க => போல இருங்கள்

கூம்பும் => கூம்புகின்ற / ஒடுங்குகின்ற

பருவத்து => நேரத்தில்

மற்று => பின்னர்

குத்து => கொத்துதல்

சீர்த்த => சரியான / சிறப்பான / வாய்ப்பான

இடத்து => நேரத்தில்

எளிய உரை:

கொக்கு ஆற்றங்கரையில் பொறுமையாகக் காத்திருக்கும், மீனைப் பார்த்ததும் சட்டென்று அதைக் கொத்திக்கொள்ளும்.

அதுபோல, நேரம் சரியாக இல்லாதபோது நாம் பொறுமையாகக் காத்திருக்கவேண்டும், பின்னர் நேரம் சரியாக அமைந்ததும் உடனடியாகச் செயல்படவேண்டும்.

அதிகாரம் 50: இடன் அறிதல் (இடத்தின் சிறப்பை அறிதல்)

குறள் எண்: 491

குறள்:

தொடங்கற்க எவ் வினையும், எள்ளற்க, முற்றும்
இடம் கண்டபின் அல்லது

இந்தக் குறளை எப்படி மாற்றிப் படிக்கவேண்டும்:

முற்றும் இடம் கண்டபின் அல்லது எவ் வினையும் தொடங்கற்க, எள்ளற்க

இந்தக் குறளில் உள்ள கடினமான சொற்களும் அவற்றின் பொருளும்:

தொடங்கற்க => தொடங்க வேண்டாம்

எவ் வினையும் => எந்தச் செயலையும்

எள்ளற்க => இகழ்ந்து பேசவேண்டாம்

முற்றும் => முழுமையாக வெற்றி பெறுவதற்கு ஏற்ற

கண்டபின் அல்லது => காணாதவரையில்

எளிய உரை:

ஒரு செயலைத் தொடங்குவதற்குமுன்னால், அதில் முழுமையான வெற்றியைப் பெறுவதற்கு ஏற்ற இடத்தை ஆராய்ந்து கண்டுபிடியுங்கள், 'அதெல்லாம் எனக்குத் தேவையில்லை. நான் எந்த இடத்தில் நின்று செயல்பட்டாலும் வெற்றி பெறுவேன்' என்று திமிராகப் பேசாதீர்கள்.

குறள் எண்: 492

குறள்:

முரண் சேர்ந்த மொய்ம்பினவர்க்கும் அரண் சேர்ந்து ஆம் ஆக்கம் பலவும் தரும்

இந்தக் குறளை எப்படி மாற்றிப் படிக்கவேண்டும்:

முரண் சேர்ந்த மொய்ம்பினவர்க்கும் அரண் சேர்ந்து ஆம் ஆக்கம் பலவும் தரும்

இந்தக் குறளில் உள்ள கடினமான சொற்களும் அவற்றின் பொருளும்:

முரண் => மாறுபாடு / பகை

மொய்ம்பினவர்க்கும் => வலிமை கொண்டவர்களுக்கும்

அரண் => கோட்டை / பாதுகாப்பான இடம்

ஆம் => ஆகின்ற

ஆக்கம் => நன்மை

எளிய உரை:

ஒருவரிடம் பகைவர்களை எதிர்க்கிற வலிமைமட்டும் இருந்தால் போதாது, அவர் தங்கிச் செயல்படுவதற்கு ஏற்ற பாதுகாப்பான இடமும் வேண்டும். அப்போதுதான் அவருக்குப் பல நன்மைகள் கிடைக்கும்.

குறள் எண்: 493

குறள்:

ஆற்றாரும் ஆற்றி அடுப இடன் அறிந்து
போற்றார்கண் போற்றிச் செயின்

இந்தக் குறளை எப்படி மாற்றிப் படிக்கவேண்டும்:

ஆற்றாரும், இடன் அறிந்து, போற்றி, போற்றார்கண் செயின், ஆற்றி அடுப

இந்தக் குறளில் உள்ள கடினமான சொற்களும் அவற்றின் பொருளும்:

ஆற்றாரும் => வலிமை இல்லாதவர்களும்

ஆற்றி => வலிமை பெற்று

அடுப => வெல்வார்கள்

இடன் => இடம்

போற்றார்கண் => எதிரிகளிடம்

போற்றி => பாதுகாத்துக்கொண்டு

செயின் => செயல்பட்டால்

எளிய உரை:

பெரிய வலிமை இல்லாதவர்கள் அதை எண்ணி வருந்தவேண்டியதில்லை. அவர்கள் தங்களுக்கு ஏற்ற சரியான இடத்தை அறிந்துகொண்டு, தங்களைப் பாதுகாத்துக்கொண்டு, அங்கிருந்தபடி தங்களுடைய எதிரிகளுடன் போரிடவேண்டும். அதுவே அவர்களுக்குப் பெரிய வலிமையாகிவிடும்.

குறள் எண்: 494

குறள்:

எண்ணியார் எண்ணம் இழப்பர், இடன் அறிந்து
துன்னியார் துன்னிச் செயின்

இந்தக் குறளை எப்படி மாற்றிப் படிக்கவேண்டும்:

துன்னியார் இடன் அறிந்து, துன்னிச் செயின் எண்ணியார் எண்ணம் இழப்பர்

இந்தக் குறளில் உள்ள கடினமான சொற்களும் அவற்றின் பொருளும்:

எண்ணியார் => எண்ணியவர்கள்

இழப்பர் => இழப்பார்கள்

இடன் => இடம்

துன்னியார் => பொருந்தியவர்கள்

துன்னி => பொருந்தி

செயின் => செயல்பட்டால்

எளிய உரை:

ஒருவர் தனக்கு ஏற்ற இடத்தை அறிந்து, அதில் பொருந்திச் செயல்பட்டால், அவருடைய எதிரிகளின் கணக்கெல்லாம் தவறாகிவிடும். (சரியான இடத்திலிருந்து செயல்படுகிறவர்களை யாராலும் வெல்ல இயலாது.)

குறள் எண்: 495

குறள்:

> நெடும் புனலுள் வெல்லும் முதலை. அடும் புனலின்
> நீங்கின் அதனைப் பிற

இந்தக் குறளை எப்படி மாற்றிப் படிக்கவேண்டும்:

> முதலை நெடும் புனலுள் வெல்லும். புனலின் நீங்கின் அதனைப் பிற அடும்

இந்தக் குறளில் உள்ள கடினமான சொற்களும் அவற்றின் பொருளும்:

நெடும் புனலுள் => ஆழமான நீர்நிலையில்

அடும் => வெல்லும்

புனலின் => நீரிலிருந்து

நீங்கின் => நீங்கினால்

பிற => மற்ற உயிரினங்கள்

எளிய உரை:

தண்ணீரில் இருக்கும்போது, முதலை மிகுந்த வலிமையுடன் செயல்படும், யாரையும் எளிதில் வென்றுவிடும்.

ஆனால், அதே முதலை தண்ணீரிலிருந்து வெளியில் வந்தால், மற்ற உயிரினங்கள் அந்த முதலையை எளிதில் வென்றுவிடும். (நாம் எப்போதும் நமக்கு வலிமையான இடத்திலிருந்துதான் செயல்படவேண்டும்.)

குறள் எண்: 496

குறள்:

கடல் ஓடா கால் வல் நெடும் தேர். கடல் ஓடும்
நாவாயும் ஓடா நிலத்து

இந்தக் குறளை எப்படி மாற்றிப் படிக்கவேண்டும்:

கால் வல் நெடும் தேர் கடல் ஓடா. கடல் ஓடும் நாவாயும் நிலத்து ஓடா

இந்தக் குறளில் உள்ள கடினமான சொற்களும் அவற்றின் பொருளும்:

ஓடா => ஓடுவதில்லை

கால் => சக்கரம்

வல் => வலிமை

நெடும் => நீண்ட / பெரிய

நாவாயும் => மரக்கலங்களும்

நிலத்து => நிலத்தில்

எளிய உரை:

வலிமையான சக்கரங்களை உடைய தேர் நிலத்தில் ஓடும், ஆனால், நீரில் ஓடாது.

மரக்கலம் நீரில் ஓடும், ஆனால், நிலத்தில் ஓடாது. (நாம் எப்போதும் நமக்கு வலிமையான இடத்திலிருந்துதான் செயல்படவேண்டும்.)

குறள் எண்: 497

குறள்:

அஞ்சாமை அல்லால் துணை வேண்டா, எஞ்சாமை
எண்ணி இடத்தால் செயின்

இந்தக் குறளை எப்படி மாற்றிப் படிக்கவேண்டும்:

எஞ்சாமை எண்ணி இடத்தால் செயின் அஞ்சாமை அல்லால் துணை வேண்டா

இந்தக் குறளில் உள்ள கடினமான சொற்களும் அவற்றின் பொருளும்:

அஞ்சாமை => அச்சமின்மை / மன உறுதி

அல்லால் => அல்லாமல்

வேண்டா => தேவையில்லை

எஞ்சாமை => குறையில்லாமல் / எதையும் விடாமல்

இடத்தால் => சரியான இடத்திலிருந்து

செயின் => செய்தால்

எளிய உரை:

ஒவ்வொரு செயலையும் நன்றாக ஆராய்ந்து, சரியான இடத்திலிருந்து செயல்படுகிறவருக்கு யாருடைய துணையும் தேவையில்லை, அவர் தன்னுடைய மன உறுதியைமட்டும் நம்பி வெற்றி பெறுவார்.

குறள் எண்: 498

குறள்:

சிறு படையான் செல் இடம் சேரின் உறு படையான்
ஊக்கம் அழிந்துவிடும்

இந்தக் குறளை எப்படி மாற்றிப் படிக்கவேண்டும்:

சிறு படையான் செல் இடம் சேரின் உறு படையான் ஊக்கம் அழிந்துவிடும்

இந்தக் குறளில் உள்ள கடினமான சொற்களும் அவற்றின் பொருளும்:

சிறு படையான் => சிறிய படையை உடைய அரசன்

செல் இடம் => செல்லக்கூடிய இடம் / பொருத்தமான இடம்

சேரின் => சேர்ந்தால்

உறு படையான் => பெரிய படையை உடைய அரசன்

ஊக்கம் => சிறப்பு / பெருமை

அழிந்துவிடும் => கெட்டுப்போகும்

எளிய உரை:

நம்முடைய படை சிறியதாக இருந்தால் என்ன? போரிடுகிற இடம் நமக்கு ஏற்றதாக அமைந்துவிட்டால் போதும். பெரிய படைகள்கூட நம்மைப் பார்த்து நடுங்கும்.

குறள் எண்: 499

குறள்:

சிறை நலனும் சீரும் இலர் எனினும் மாந்தர்
உறை நிலத்தோடு ஒட்டல் அரிது

இந்தக் குறளை எப்படி மாற்றிப் படிக்கவேண்டும்:

சிறை நலனும் சீரும் இலர் எனினும் மாந்தர் உறை நிலத்தோடு ஒட்டல் அரிது

இந்தக் குறளில் உள்ள கடினமான சொற்களும் அவற்றின் பொருளும்:

சிறை	=>	*கோட்டை*
நலன்	=>	*நலம் / வலிமை*
சீர்	=>	*சிறப்பும்*
இலர்	=>	*இல்லாதவர்கள்*
எனினும்	=>	*என்றாலும்*
மாந்தர்	=>	*மக்கள்*
உறை	=>	*வசிக்கிற*
நிலத்தோடு	=>	*நிலத்துக்குச் சென்று*
ஒட்டல்	=>	*தாக்குதல்*
அரிது	=>	*கடினமானது*

எளிய உரை:

அந்த ஊரில் வலுவான கோட்டை இல்லை, அங்குள்ள போர் வீரர்கள் சிறப்பான ஆற்றலுடன் இல்லை. ஆனால், அந்த இடம் அவர்களுக்குப் பொருத்தமானது. அதனால், இன்னோர் அரசன் அங்கு வந்து அவர்களைத் தாக்கி, வெல்வது கடினம்தான். (நம் இடம் நமக்கு வலிமை.)

குறள் எண்: 500

குறள்:

கால் ஆழ் களரின் நரி அடும், கண் அஞ்சா,
வேல் ஆழ் முகத்த களிறு

இந்தக் குறளை எப்படி மாற்றிப் படிக்கவேண்டும்:

கண் அஞ்சா, வேல் ஆழ் முகத்த களிறு, கால் ஆழ் களரின் நரி அடும்

இந்தக் குறளில் உள்ள கடினமான சொற்களும் அவற்றின் பொருளும்:

கால் ஆழ்	=>	கால் புதைகின்ற
களரின்	=>	சேற்று நிலத்தில்
அடும்	=>	வெல்லும்
கண் அஞ்சா	=>	அஞ்சாத
வேல் ஆழ்	=>	வேல் குத்திய
முகத்த	=>	முகத்தை உடைய
களிறு	=>	ஆண் யானை

எளிய உரை:

பல போர்க்களங்களைக் கண்ட அந்தப் போர் யானையின் முகத்தில் வேல்கள் குத்திய தழும்புகள் தெரிகின்றன. அது யாரைக் கண்டும் அஞ்சுவதில்லை, எவரையும் துணிவுடன் தாக்கி வெல்கிறது.

ஆனால், அப்படிப்பட்ட யானையின் கால் சேற்று நிலத்தில் மாட்டிக்கொண்டால், சிறு நரிகூட அந்த யானையை வென்றுவிடும். (நாம் எப்போதும் நமக்கு வலிமையான இடத்திலிருந்துதான் செயல்படவேண்டும்.)

அதிகாரம் 51: தெரிந்து தெளிதல் (ஆராய்ந்து தெளிவாகத் தேர்ந்தெடுத்தல்)

குறள் எண்: 501

குறள்:

அறம், பொருள், இன்பம், உயிர் அச்சம் நான்கின்
திறம் தெரிந்து தேறப்படும்

இந்தக் குறளை எப்படி மாற்றிப் படிக்கவேண்டும்:

அறம், பொருள், இன்பம், உயிர் அச்சம் நான்கின் திறம் தெரிந்து தேறப்படும்

இந்தக் குறளில் உள்ள கடினமான சொற்களும் அவற்றின் பொருளும்:

திறம் => திறமை

தெரிந்து => ஆராய்ந்து

தேறப்படும் => தேர்ந்தெடுக்கப்படும்

எளிய உரை:

ஒருவரைப் பெரிய பொறுப்புக்குத் தேர்ந்தெடுப்பதற்குமுன்னால் அவரைப்பற்றி நான்கு கேள்விகளைக் கேட்டு ஆராயவேண்டும்: அவர் அறத்துடன் செயல்படுகிறவரா? பண விஷயத்தில் நாணயமானவரா? இன்பத்தைத் தேடி மயங்காதவரா? உயிருக்கு அஞ்சாத வீரம் கொண்டவரா?

குறள் எண்: 502

குறள்:

குடிப் பிறந்து, குற்றத்தின் நீங்கி, வடுப் பரியும்
நாண் உடையான் கட்டே தெளிவு

இந்தக் குறளை எப்படி மாற்றிப் படிக்கவேண்டும்:

குடிப் பிறந்து, குற்றத்தின் நீங்கி, வடுப் பரியும் நாண் உடையான் கட்டே தெளிவு

இந்தக் குறளில் உள்ள கடினமான சொற்களும் அவற்றின் பொருளும்:

குடி	=>	நல்ல குடும்பம்
குற்றத்தின்	=>	குற்றத்திலிருந்து
வடு	=>	குற்றம் / பழி
பரியும்	=>	அஞ்சுகின்ற
நாண்	=>	நாணம்
உடையான்	=>	உடையவன்
கட்டே	=>	இடத்தில்
தெளிவு	=>	தெளியுங்கள்

எளிய உரை:

ஒருவரைப் பெரிய பொறுப்புக்குத் தேர்ந்தெடுப்பதற்குமுன்னால் அவரைப்பற்றி இவ்வாறு ஆராய்ந்து தெளிவு பெறவேண்டும்: அவர் நல்ல குடும்பத்தில் பிறந்தவரா? குற்றமற்றவரா? தவறு செய்தால் தனக்குப் பழி வரும் என்று எண்ணி நாணப்படுகிறவரா?

குறள் எண்: 503

குறள்:

அரிய கற்று, ஆசு அற்றார் கண்ணும் தெரியுங்கால்
இன்மை அரிதே வெளிறு

இந்தக் குறளை எப்படி மாற்றிப் படிக்கவேண்டும்:

தெரியுங்கால், அரிய கற்று, ஆசு அற்றார் கண்ணும் வெளிறு இன்மை அரிதே

இந்தக் குறளில் உள்ள கடினமான சொற்களும் அவற்றின் பொருளும்:

அரிய	=>	*அரிய நூல்கள்*
ஆசு	=>	*குற்றம்*
அற்றார்	=>	*இல்லாதவர்கள்*
கண்ணும்	=>	*அவர்களிடத்திலும்*
தெரியுங்கால்	=>	*ஆராயும்போது*
இன்மை	=>	*இல்லாமல் இருப்பது*
அரிதே	=>	*அரிய விஷயம்தான்*
வெளிறு	=>	*அறியாமை*

எளிய உரை:

சிலர் அரிய நூல்களைப் படித்துள்ளார்கள், குற்றமின்றி வாழ்கிறார்கள். ஆனால், ஆராய்ந்து பார்த்தால் அவர்களிடமும் அறியாமை இருக்கத்தான் செய்கிறது.

குறள் எண்: 504

குறள்:

குணம் நாடி, குற்றமும் நாடி, அவற்றுள்
மிகை நாடி மிக்க கொளல்

இந்தக் குறளை எப்படி மாற்றிப் படிக்கவேண்டும்:

குணம் நாடி, குற்றமும் நாடி, அவற்றுள் மிகை நாடி மிக்க கொளல்

இந்தக் குறளில் உள்ள கடினமான சொற்களும் அவற்றின் பொருளும்:

குணம் => பண்புகள்

நாடி => தேடி / ஆராய்ந்து

அவற்றுள் => அவற்றினுள்

மிகை => கூடுதல் / மிகுதி

மிக்க => மிகுந்திருப்பவை

கொளல் => ஏற்றுக்கொள்ளவேண்டும்

எளிய உரை:

ஒருவரைப் பெரிய பொறுப்புக்குத் தேர்ந்தெடுப்பதற்குமுன்னால், அவருடைய நல்ல குணங்களை ஆராயவேண்டும், அவருடைய குறைகளையும் ஆராயவேண்டும், அதன்பிறகு, இந்த இரண்டில் எது மிகுதியாக உள்ளது என்று பார்த்துத் தேர்ந்தெடுக்கவேண்டும்.

குறள் எண்: 505

குறள்:

பெருமைக்கும் ஏனைச் சிறுமைக்கும் தத்தம்
கருமமே கட்டளைக் கல்

இந்தக் குறளை எப்படி மாற்றிப் படிக்கவேண்டும்:

பெருமைக்கும் ஏனைச் சிறுமைக்கும் தத்தம் கருமமே கட்டளைக் கல்

இந்தக் குறளில் உள்ள கடினமான சொற்களும் அவற்றின் பொருளும்:

ஏனை => மற்ற

தத்தம் => அவரவர்

கருமமே => செயல்களே

கட்டளைக் கல் => உரைகல் / மதிப்பிடும் கல்

எளிய உரை:

ஒருவர் பெரியவரா, அல்லது சிறியவரா என்பதை அவருடைய செயல்களே சொல்லிவிடும்.

குறள் எண்: 506

குறள்:

அற்றாரைத் தேறுதல் ஓம்புக. மற்று அவர்
பற்று இலர், நாணார் பழி

இந்தக் குறளை எப்படி மாற்றிப் படிக்கவேண்டும்:

அற்றாரைத் தேறுதல் ஓம்புக. மற்று அவர் பற்று இலர், பழி நாணார்

இந்தக் குறளில் உள்ள கடினமான சொற்களும் அவற்றின் பொருளும்:

அற்றாரை => இல்லாதவர்களை

தேறுதல் => தெளிவாகுதல் / தேர்ந்தெடுத்தல்

ஓம்புக => நீக்குங்கள்

மற்று => அசைச்சொல் (பொருள் உணர்த்தாத சொல்)

இலர் => இல்லாதவர்

நாணார் => நாணம் கொள்ளமாட்டார்

எளிய உரை:

ஒழுக்கமில்லாதவர்களை எந்தப் பொறுப்புக்கும் தேர்ந்தெடுக்க வேண்டாம். ஏனென்றால், அவர்கள் உலகத்தோடு தொடர்பற்றவர்களாக இருப்பார்கள், இதைச் செய்தால் பழி வருமோ என்றெல்லாம் நாணப்படாமல் பல தவறுகளைச் செய்வார்கள்.

குறள் எண்: 507

குறள்:

காதன்மை கந்தா அறிவு அறியார்த் தேறுதல்
பேதைமை எல்லாம் தரும்

இந்தக் குறளை எப்படி மாற்றிப் படிக்கவேண்டும்:

காதன்மை கந்தா அறிவு அறியார்த் தேறுதல் பேதைமை எல்லாம் தரும்

இந்தக் குறளில் உள்ள கடினமான சொற்களும் அவற்றின் பொருளும்:

காதன்மை => அன்பு

கந்தா => காரணமாகக் கொண்டு

அறியார் => அறியாதவர்

தேறுதல் => தெளிவாகுதல் / தேர்ந்தெடுத்தல்

பேதைமை => அறிவற்ற தன்மை

எளிய உரை:

ஒவ்வொரு வேலைக்கும் தகுதியான நபர்களைத்தான் தேர்ந்தெடுக்கவேண்டும். எல்லா வேலைகளையும் நமக்குப் பிடித்த ஆட்களிடம் ஒப்படைத்துவிடக்கூடாது. அப்படிச் செய்தால் நாம் முட்டாளாகிவிடுவோம்.

குறள் எண்: 508

குறள்:

தேரான் பிறனைத் தெளிந்தான் வழிமுறை
தீரா இடும்பை தரும்

இந்தக் குறளை எப்படி மாற்றிப் படிக்கவேண்டும்:

பிறனைத் தேரான் தெளிந்தான் வழிமுறை தீரா இடும்பை தரும்

இந்தக் குறளில் உள்ள கடினமான சொற்களும் அவற்றின் பொருளும்:

தேரான் => ஆராயாமல்

பிறனை => மற்ற ஒருவனை

தெளிந்தான் => தெளிவானான் / தேர்ந்தெடுத்தான்

வழிமுறை => அவனுடைய வழியில் வரும் மக்கள்

தீரா => தீராத

இடும்பை => துன்பம்

எளிய உரை:

ஒருவரை ஆராய்ந்து பார்க்காமல் அவரிடம் பெரிய பொறுப்புகளை ஒப்படைத்தால் பெரிய துன்பம் வரும், அது நம்முடைய அடுத்தடுத்த தலைமுறைகளையும் பாதிக்கும்.

குறள் எண்: 509

குறள்:

தேறற்க யாரையும் தேராது. தேர்ந்தபின்,
தேறுக தேறும் பொருள்

இந்தக் குறளை எப்படி மாற்றிப் படிக்கவேண்டும்:

யாரையும் தேராது தேறற்க. தேர்ந்தபின், தேறும் பொருள் தேறுக

இந்தக் குறளில் உள்ள கடினமான சொற்களும் அவற்றின் பொருளும்:

தேறற்க => *தேர்ந்தெடுக்கவேண்டாம்*

தேராது => *ஆராயாமல்*

தேர்ந்தபின் => *ஆராய்ந்தபின்*

தேறுக => *தெளிவடையுங்கள்*

தேறும் => *தெளியப்படுகிற*

எளிய உரை:

ஒருவரை ஒரு பொறுப்புக்குத் தேர்ந்தெடுப்பதற்குமுன்னால், அவரை நன்றாக ஆராயுங்கள், அவர் எதிலெல்லாம் சிறந்து விளங்குகிறார் என்று தெளிவாகக் கண்டறியுங்கள். அப்படி ஆராய்ந்து பார்க்காமல் யாரையும் நம்பவேண்டாம்.

குறள் எண்: 510

குறள்:

தேரான் தெளிவும் தெளிந்தான்கண் ஐயுறவும்
தீரா இடும்பை தரும்

இந்தக் குறளை எப்படி மாற்றிப் படிக்கவேண்டும்:

தேரான் தெளிவும் தெளிந்தான்கண் ஐயுறவும் தீரா இடும்பை தரும்

இந்தக் குறளில் உள்ள கடினமான சொற்களும் அவற்றின் பொருளும்:

தேரான்	=> ஆராயாமல்
தெளிவும்	=> தெளிவதும் / தேர்ந்தெடுப்பதும்
தெளிந்தான்கண்	=> நம்பியவர்மீது / தேர்ந்தெடுத்தவர்மீது
ஐயுறவும்	=> ஐயம் கொள்ளுதலும்
தீரா	=> தீராத
இடும்பை	=> துன்பம்

எளிய உரை:

யாரையும் ஆராய்ந்து பார்க்காமல் நம்பாதீர்கள். அப்படி ஆராய்ந்து பார்த்து நம்பியவர்கள்மீது ஐயப்படாதீர்கள். இந்த இரண்டு தவறுகளும் தீராத துன்பத்தைக் கொடுக்கும்.

அதிகாரம் 52: தெரிந்து வினையாடல்
(தேர்ந்தெடுக்கப்பட்டவர்களிடம் வேலை வாங்கும் திறமை)

குறள் எண்: 511

குறள்:

நன்மையும் தீமையும் நாடி, நலம் புரிந்த
தன்மையான் ஆளப்படும்

இந்தக் குறளை எப்படி மாற்றிப் படிக்கவேண்டும்:

நன்மையும் தீமையும் நாடி, நலம் புரிந்த தன்மையான் ஆளப்படும்

இந்தக் குறளில் உள்ள கடினமான சொற்களும் அவற்றின் பொருளும்:

நாடி	=>	*தேடி / ஆராய்ந்து*
நலம்	=>	*நன்மை*
புரிந்த	=>	*தருகிற*
தன்மையான்	=>	*இயல்பால்*
ஆளப்படும்	=>	*ஆளப்படுவான்*

எளிய உரை:

நல்ல பணியாளர் ஒவ்வொரு வேலையையும் நன்கு ஆராய்வார், அதில் இருக்கும் நன்மைகள், தீமைகளைப் புரிந்துகொள்வார், பின்னர், எது நல்லதோ அதைச் செய்வார்.

குறள் எண்: 512

குறள்:

வாரி பெருக்கி, வளம் படுத்து, உற்றவை
ஆராய்வான் செய்க வினை

இந்தக் குறளை எப்படி மாற்றிப் படிக்கவேண்டும்:

வாரி பெருக்கி, வளம் படுத்து, உற்றவை ஆராய்வான் வினை செய்க

இந்தக் குறளில் உள்ள கடினமான சொற்களும் அவற்றின் பொருளும்:

வாரி => செல்வம் வருகிற வழி

படுத்து => வளர்த்து

உற்றவை => நடந்தவை / தீயவை / தடைகள்

ஆராய்வான் => ஆராய்ந்து நீக்குவான்

செய்க => செய்யுங்கள் / செய்யவேண்டும்

வினை => வேலை / செயல் / பணி

எளிய உரை:

ஒரு நல்ல பணியாளர் தன்னுடைய நிறுவனத்துக்குச் செல்வம் வரக்கூடிய வழிகளைப் பெருக்குவார், நிறுவனத்தின் வளத்தை வளர்ப்பார், நிறுவனத்துக்கு வரக்கூடிய துன்பங்களை ஆராய்ந்து நீக்குவார். நாம் அப்படிப்பட்டவர்களைத்தான் வேலைக்கு அமர்த்தவேண்டும்.

(குறிப்பு: இதுபோன்ற குறள்களின் பழைய உரைகளில் பெரும்பாலும் நாடு/அரசன் என்ற சொற்கள்தான் இடம்பெற்றுள்ளன. நானும் அந்தச் சொற்களை ஆங்காங்கு பயன்படுத்தியுள்ளேன், ஆனால், சில இடங்களில் அவற்றை நிறுவனம்/தலைவன் என்று மாற்றியுள்ளேன். இன்றைக்கு மன்னராட்சி இல்லை என்றாலும், நாம் இந்தக் குறள்களை இவ்வாறு மாற்றிப் புரிந்துகொள்ளலாம், பயன்படுத்திக்கொள்ளலாம்.)

குறள் எண்: 513

குறள்:

அன்பு, அறிவு, தேற்றம், அவா இன்மை இந் நான்கும்
நன்கு உடையான் கட்டே தெளிவு

இந்தக் குறளை எப்படி மாற்றிப் படிக்கவேண்டும்:

அன்பு, அறிவு, தேற்றம், அவா இன்மை இந் நான்கும் நன்கு உடையான் கட்டே தெளிவு

இந்தக் குறளில் உள்ள கடினமான சொற்களும் அவற்றின் பொருளும்:

தேற்றம்	=>	தெளிவு
அவா இன்மை	=>	ஆசை இல்லாத நிலை
இந் நான்கும்	=>	இந்த நான்கும்
உடையான்	=>	உடையவன்
கட்டே	=>	இடத்தில்
தெளிவு	=>	தெளிவு பெற்றுத் தேர்ந்தெடுக்கவேண்டும்

எளிய உரை:

ஒருவரிடம் அன்பு, அறிவு, தெளிவு, மற்றவர்களுடைய பொருளின்மீது ஆசைப்படாத தன்மை ஆகிய நான்கு பண்புகளும் இருந்தால், நாம் அவரை நம்பலாம், அவரிடம் பெரிய பொறுப்புகளை ஒப்படைக்கலாம்.

குறள் எண்: 514

குறள்:

எனை வகையான் தேறியக்கண்ணும் வினை வகையான்
வேறு ஆகும் மாந்தர் பலர்

இந்தக் குறளை எப்படி மாற்றிப் படிக்கவேண்டும்:

எனை வகையான் தேறியக்கண்ணும் வினை வகையான் வேறு ஆகும் மாந்தர் பலர்

இந்தக் குறளில் உள்ள கடினமான சொற்களும் அவற்றின் பொருளும்:

எனை வகையான் => எல்லா வகைகளிலும்

தேறியக்கண்ணும் => ஆராய்ந்து தெளிந்தபிறகும்

வினை வகையான் => தொழிலின் தன்மையால்

வேறு ஆகும் => மாறிவிடுகிற

மாந்தர் => மனிதர்கள்

எளிய உரை:

நாம் ஒருவரைப் பலவிதங்களில் ஆராய்ந்து பார்த்துத் தேர்ந்தெடுக்கலாம். ஆனால், அப்படித் தேர்ந்தெடுத்தபிறகு, அந்த வேலையின் தன்மை அவரை மாற்றிவிடக்கூடும். பல மனிதர்கள் அப்படித்தான் மாறிவிடுகிறார்கள்.

குறள் எண்: 515

குறள்:

அறிந்து, ஆற்றிச் செய்கிற்பாற்கு அல்லால் வினைதான்
சிறந்தான் என்று ஏவல் பாற்று அன்று

இந்தக் குறளை எப்படி மாற்றிப் படிக்கவேண்டும்:

வினைதான், அறிந்து, ஆற்றிச் செய்கிற்பாற்கு அல்லால், சிறந்தான் என்று ஏவல் பாற்று அன்று

இந்தக் குறளில் உள்ள கடினமான சொற்களும் அவற்றின் பொருளும்:

ஆற்றி => பொறுத்துக்கொண்டு

செய்கிற்பாற்கு => செய்கிறவருக்கு

அல்லால் => இல்லாமல்

வினை => செயல்

சிறந்தான் => சிறந்தவன் / பெயர் பெற்றவன்

ஏவல் => கட்டளையிடுதல்

பாற்று => இயல்பைக் கொண்டது

அன்று => இல்லை

எளிய உரை:

வெறும் புகழை வைத்து யாரையும் நம்பிவிடக்கூடாது. ஒரு வேலையை நன்றாக ஆராய்ந்து பார்த்துப் பொறுமையுடன் நன்கு செயல்படுகிறவர்களிடம்தான் அந்த வேலையை ஒப்படைக்கவேண்டும்.

குறள் எண்: 516

குறள்:

> **செய்வானை நாடி, வினை நாடி, காலத்தோடு**
> **எய்த உணர்ந்து செயல்**

இந்தக் குறளை எப்படி மாற்றிப் படிக்கவேண்டும்:

> **செய்வானை நாடி, வினை நாடி, காலத்தோடு எய்த உணர்ந்து செயல்**

இந்தக் குறளில் உள்ள கடினமான சொற்களும் அவற்றின் பொருளும்:

செய்வானை => செய்யக்கூடியவனை

நாடி => ஆராய்ந்து

வினை => பணி / செயல்

எய்த => பொருந்த

செயல் => செய்யவைக்கவேண்டும்

எளிய உரை:

ஒரு வேலையை ஒருவரிடம் ஒப்படைப்பதற்குமுன், அவரையும் அந்த வேலையையும் நன்கு ஆராயவேண்டும், அதைச் செய்ய அவர் தகுதியானவர்தானா என்று உறுதிப்படுத்தவேண்டும், அந்த வேலையைச் செய்வதற்கு இது சரியான நேரம்தானா என்பதைச் சிந்திக்கவேண்டும், அதன்பிறகுதான் அந்த வேலையை அவரிடம் ஒப்படைக்கவேண்டும்.

குறள் எண்: 517

குறள்:

இதனை இதனால் இவன் முடிக்கும் என்று ஆய்ந்து
அதனை அவன்கண் விடல்

இந்தக் குறளை எப்படி மாற்றிப் படிக்கவேண்டும்:

இதனை இதனால் இவன் முடிக்கும் என்று ஆய்ந்து அதனை அவன்கண் விடல்

இந்தக் குறளில் உள்ள கடினமான சொற்களும் அவற்றின் பொருளும்:

இதனை => இந்த வேலையை

இதனால் => இந்தக் கருவியால் / இந்த முறையால்

முடிக்கும் => முடிப்பான்

ஆய்ந்து => ஆராய்ந்து

அதனை => அந்த வேலையை

அவன்கண் => அவனிடம்

விடல் => விடவேண்டும்

எளிய உரை:

ஒவ்வொரு வேலையையும் நன்கு செய்யக்கூடியவர் யார், அவர் அந்த வேலையை எவ்வாறு செய்வார் என்று நன்றாக ஆராயவேண்டும், அதன்பிறகு, அந்த வேலையை அவரிடம் ஒப்படைக்கவேண்டும்.

குறள் எண்: 518

குறள்:

வினைக்கு உரிமை நாடிய பின்றை அவனை
அதற்கு உரியனாகச் செயல்

இந்தக் குறளை எப்படி மாற்றிப் படிக்கவேண்டும்:

வினைக்கு உரிமை நாடிய பின்றை அவனை அதற்கு உரியனாகச் செயல்

இந்தக் குறளில் உள்ள கடினமான சொற்களும் அவற்றின் பொருளும்:

வினைக்கு	=>	செயலுக்கு
உரிமை	=>	உரியவனாக இருக்கும் தன்மை
நாடிய பின்றை	=>	ஆராய்ந்தபிறகு
உரியனாக	=>	உரியவனாக
செயல்	=>	செய்யவேண்டும்

எளிய உரை:

ஒரு செயலைச் செய்ய ஏற்றவர் யார் என்று நன்றாகச் சிந்தித்துச் சரியான நபரைத் தேர்ந்தெடுக்கவேண்டும், அதன்பிறகு, அவரிடம் அந்தப் பொறுப்பை முழுமையாக ஒப்படைத்துவிடவேண்டும்.

குறள் எண்: 519

குறள்:

வினைக்கண் வினை உடையான் கேண்மை வேறாக
நினைப்பானை நீங்கும் திரு

இந்தக் குறளை எப்படி மாற்றிப் படிக்கவேண்டும்:

வினைக்கண் வினை உடையான் கேண்மை வேறாக நினைப்பானைத் திரு நீங்கும்

இந்தக் குறளில் உள்ள கடினமான சொற்களும் அவற்றின் பொருளும்:

வினைக்கண்	=> பணியின்மீது
வினை உடையான்	=> பணியைச் செய்பவன்
கேண்மை	=> நட்பு / உறவு
வேறாக	=> வேறுவிதமாக
நினைப்பானை	=> நினைப்பவனை
திரு	=> செல்வம்

எளிய உரை:

ஒரு வேலையைச் செய்கிறவர் அந்த வேலையின்மீது மிகுந்த அன்பு கொண்டு உரிமையுடன் செயல்படுவது இயல்புதான். அதைக் கண்டு பலர் பலவிதமாகப் பேசலாம். ஆனால், அந்தப் பணியை அவரிடம் ஒப்படைத்த தலைவர் அவர்மீது ஐயம் கொள்ளக்கூடாது. அப்படி ஐயம் கொண்டால், அந்தத் தலைவரிடம் செல்வம் தங்காது. (சரியான நபரிடம் ஒரு வேலையை ஒப்படைத்தபிறகு, அவர்மீது ஐயம் கொள்ளக்கூடாது.)

குறள் எண்: 520

குறள்:

நாள்தோறும் நாடுக மன்னன், வினை செய்வான்
கோடாமை கோடாது உலகு

இந்தக் குறளை எப்படி மாற்றிப் படிக்கவேண்டும்:

நாள்தோறும் மன்னன் வினை செய்வான் நாடுக. (வினை செய்வான்)
கோடாமை உலகு கோடாது

இந்தக் குறளில் உள்ள கடினமான சொற்களும் அவற்றின் பொருளும்:

நாடுக => நாடவேண்டும்

வினை => பணி

கோடாமை => மனம் கோணாமல் இருத்தல்

கோடாது => திரிந்துபோகாது / தடுமாறாது

உலகு => உலகம்

எளிய உரை:

ஒரு நல்ல தலைவன் தனக்குக் கீழே வேலை செய்கிறவர்களோடு நாள்தோறும் பேசுவான், அவர்களை மகிழ்ச்சியுடன் வைத்திருப்பான். ஏனெனில், பணியாளர்கள் மகிழ்ச்சியாக இருந்தால் வேலை நன்றாக நடக்கும், அந்த நிறுவனம் நன்கு வளரும்.

அதிகாரம் 53: சுற்றம் தழால் (சுற்றத்துடன் வாழ்தல்)

குறள் எண்: 521

குறள்:

பற்று அற்றகண்ணும் பழைமை பாராட்டுதல்
சுற்றத்தார்கண்ணே உள

இந்தக் குறளை எப்படி மாற்றிப் படிக்கவேண்டும்:

பற்று அற்றகண்ணும் பழைமை பாராட்டுதல் சுற்றத்தார்கண்ணே உள

இந்தக் குறளில் உள்ள கடினமான சொற்களும் அவற்றின் பொருளும்:

பற்று	=>	*செல்வம்*
அற்றகண்ணும்	=>	*நீங்கியபோதும்*
பாராட்டுதல்	=>	*நினைத்துக் கொண்டாடுதல்*
சுற்றத்தார்கண்ணே	=>	*சுற்றத்தாரிடம்மட்டும்தான்*
உள	=>	*உண்டு*

எளிய உரை:

ஒருவரிடம் பணம் இருந்தால்தான் உலகம் அவரை மதிக்கும், இல்லாவிட்டால் ஒதுக்கித் தள்ளும்.

ஆனால், சுற்றத்தார் அப்படி இல்லை. நம்மிடம் பணம் இருந்தாலும் சரி, இல்லாவிட்டாலும் சரி, அவர்கள் நம்முடன் பழையபடி அன்பாகப் பழகுவார்கள்.

குறள் எண்: 522

குறள்:

விருப்பு அறாச் சுற்றம் இயையின் அருப்பு அறா
ஆக்கம் பலவும் தரும்

இந்தக் குறளை எப்படி மாற்றிப் படிக்கவேண்டும்:

விருப்பு அறாச் சுற்றம் இயையின் அருப்பு அறா ஆக்கம் பலவும் தரும்

இந்தக் குறளில் உள்ள கடினமான சொற்களும் அவற்றின் பொருளும்:

விருப்பு => விருப்பம் / அன்பு

அறா => நீங்காத

சுற்றம் => சுற்றத்தார்

இயையின் => அமைந்தால்

அருப்பு => அரும்பு விடுதல் / வளர்ச்சி

ஆக்கம் => நன்மை

எளிய உரை:

ஒருவருக்கு அன்பான சுற்றம் அமைந்துவிட்டால் போதும், அவர் தொடர்ந்து வளர்வார், மேலும் மேலும் வெற்றி பெறுவார்.

குறள் எண்: 523

குறள்:

அளவு அளாவு இல்லாதான் வாழ்க்கை குள வளாக்
கோடு இன்றி நீர் நிறைந்து அற்று

இந்தக் குறளை எப்படி மாற்றிப் படிக்கவேண்டும்:

அளவு அளாவு இல்லாதான் வாழ்க்கை குள வளாக் கோடு இன்றி நீர் நிறைந்து அற்று

இந்தக் குறளில் உள்ள கடினமான சொற்களும் அவற்றின் பொருளும்:

அளவு அளாவு => நெஞ்சு கலந்து பழகுதல்

இல்லாதான் => இல்லாதவன்

குள வளா => குளத்தின் பரப்பு

கோடு => கரை

இன்றி => இல்லாமல்

நிறைந்து அற்று => நிறைந்ததுபோல

எளிய உரை:

கரையில்லாத குளத்தில் நீர் நிறையாது. அதுபோல, சுற்றத்தாரோடு மனம் கலந்து பழகாத வாழ்க்கையில் இனிமை இருக்காது.

குறள் எண்: 524

குறள்:

சுற்றத்தால் சுற்றப்பட ஒழுகல் செல்வம் தான்
பெற்றத்தால் பெற்ற பயன்

இந்தக் குறளை எப்படி மாற்றிப் படிக்கவேண்டும்:

செல்வம் பெற்றத்தால் பெற்ற பயன், தான் சுற்றத்தால் சுற்றப்பட ஒழுகல்

இந்தக் குறளில் உள்ள கடினமான சொற்களும் அவற்றின் பொருளும்:

சுற்றத்தால் => சுற்றத்தாரால்

சுற்றப்பட => சூழ்ந்து இருக்கும்படி

ஒழுகல் => பழகுதல் / நடந்துகொள்ளுதல்

பெற்றத்தால் => பெற்றதால்

எளிய உரை:

சுற்றத்தார் சூழ அன்பாக வாழ்வதுதான் செல்வத்தின் பயன்.

குறள் எண்: 525

குறள்:

> **கொடுத்தலும் இன் சொலும் ஆற்றின், அடுக்கிய**
> **சுற்றத்தால் சுற்றப்படும்**

இந்தக் குறளை எப்படி மாற்றிப் படிக்கவேண்டும்:

கொடுத்தலும் இன் சொலும் ஆற்றின், அடுக்கிய சுற்றத்தால் சுற்றப்படும்

இந்தக் குறளில் உள்ள கடினமான சொற்களும் அவற்றின் பொருளும்:

- *கொடுத்தல் => கொடுத்து உதவுதல்*
- *இன் சொல் => இனிய சொற்களைச் சொல்லுதல்*
- *ஆற்றின் => செய்தால்*
- *அடுக்கிய => தொடர்ந்து வருகிற*
- *சுற்றத்தால் => சுற்றத்தாரால்*
- *சுற்றப்படும் => சூழப்பட்டு இருப்பான்*

எளிய உரை:

ஒருவன் எல்லாருக்கும் உதவுகிறான், அவர்களிடம் இனிமையாகப் பேசுகிறான் என்றால், அவனைச் சுற்றி அவனுடைய சுற்றத்தார் நிறைந்திருப்பார்கள்.

குறள் எண்: 526

குறள்:

பெரும் கொடையான், பேணான் வெகுளி, அவனின்
மருங்கு உடையார் மா நிலத்து இல்

இந்தக் குறளை எப்படி மாற்றிப் படிக்கவேண்டும்:

பெரும் கொடையான், வெகுளி பேணான், மா நிலத்து அவனின்
மருங்கு உடையார் இல்

இந்தக் குறளில் உள்ள கடினமான சொற்களும் அவற்றின் பொருளும்:

கொடையான்	=> கொடுத்து உதவும் வள்ளல்
பேணான்	=> விரும்பாதவன் / செய்யாதவன்
வெகுளி	=> சினம்
அவனின்	=> அவனைவிட
மருங்கு உடையார்	=> சுற்றத்தாரைக் கொண்டவர்கள்
மா நிலத்து	=> பெரிய உலகில்
இல்	=> இல்லை

எளிய உரை:

எல்லாருக்கும் கொடுத்து உதவுகிறவர்கள், யார்மீதும் சினம் கொள்ளாமல் இனிமையாகப் பழகுகிறவர்களைத்தான் இந்த உலகம் விரும்பும். அவர்களைச் சுற்றி ஏராளமான சுற்றத்தார் இருப்பார்கள்.

குறள் எண்: 527

குறள்:

காக்கை கரவா கரைந்து உண்ணும். ஆக்கமும்
அன்ன நீரார்க்கே உள

இந்தக் குறளை எப்படி மாற்றிப் படிக்கவேண்டும்:

காக்கை கரவா கரைந்து உண்ணும். அன்ன நீரார்க்கே ஆக்கமும் உள

இந்தக் குறளில் உள்ள கடினமான சொற்களும் அவற்றின் பொருளும்:

கரவா => மறைக்காமல்

கரைந்து => குரல் கொடுத்து

ஆக்கமும் => செல்வமும்

அன்ன => அப்படிப்பட்ட

நீரார்க்கே => தன்மை கொண்டவர்களுக்குத்தான்

உள => இருக்கும்

எளிய உரை:

எந்தக் காக்கையும் தனியாக உண்பதில்லை, உணவைப் பார்த்ததும் சத்தம் போட்டுக் கரைந்து மற்ற காக்கைகளை அழைக்கிறது, அவற்றுடன் சேர்ந்துதான் உண்கிறது.

சில மனிதர்களும் அப்படித்தான், காக்கையைப்போல் தங்களிடம் இருப்பதை எல்லாருடனும் பகிர்ந்துகொள்வார்கள். அப்படிப்பட்டவர்களிடம்தான் செல்வம் நிறையச் சேரும்.

குறள் எண்: 528

குறள்:

பொது நோக்கான் வேந்தன் வரிசையா நோக்கின்,
அது நோக்கி வாழ்வார் பலர்

இந்தக் குறளை எப்படி மாற்றிப் படிக்கவேண்டும்:

வேந்தன் பொது நோக்கான் வரிசையா நோக்கின், அது நோக்கிப் பலர் வாழ்வார்

இந்தக் குறளில் உள்ள கடினமான சொற்களும் அவற்றின் பொருளும்:

பொது நோக்கான் => பொதுவாகப் பார்க்காமல்

வேந்தன் => அரசன்

வரிசையா => வரிசைப்படி / அவரவர் தகுதிப்படி

நோக்கின் => பார்த்தால்

அது நோக்கி => அதைப் பார்த்து

எளிய உரை:

ஒரு தலைவன் எல்லாரையும் ஒரேமாதிரியாக நடத்தக்கூடாது, ஒவ்வொருவருடைய தகுதியைத் தெரிந்துகொண்டு அதன்படிதான் நடத்தவேண்டும். அப்படிப்பட்ட தலைவனைச் சுற்றி ஏராளமான சுற்றத்தார் இருப்பார்கள்.

குறள் எண்: 529

குறள்:

**தமர் ஆகித் தன் துறந்தார் சுற்றம் அமராமைக்
காரணம் இன்றி வரும்**

இந்தக் குறளை எப்படி மாற்றிப் படிக்கவேண்டும்:

தமர் ஆகித் தன் துறந்தார் சுற்றம் அமராமைக் காரணம் இன்றி வரும்

இந்தக் குறளில் உள்ள கடினமான சொற்களும் அவற்றின் பொருளும்:

தமர் ஆகி => ஒருவருக்கு உரிய சுற்றத்தாராக இருந்து

தன் துறந்தார் => அவரைப் பிரிந்து சென்றவர்கள்

சுற்றம் => சுற்றத்தார்

அமராமை => பொருந்தாமல் இருத்தல்

இன்றி => இல்லாமல்

வரும் => நடக்கும்

எளிய உரை:

சில நேரங்களில், நம் சுற்றத்தார் நம்மை விட்டு விலகிச் செல்லக்கூடும். இது காரணமே இல்லாமலும் நடக்கலாம்.

குறள் எண்: 530

குறள்:

> **உழைப் பிரிந்து காரணத்தின் வந்தானை வேந்தன்**
> **இழைத்து இருந்து எண்ணிக் கொளல்**

இந்தக் குறளை எப்படி மாற்றிப் படிக்கவேண்டும்:

> **வேந்தன், உழைப் பிரிந்து காரணத்தின் வந்தானை, இழைத்து இருந்து எண்ணிக் கொளல்**

இந்தக் குறளில் உள்ள கடினமான சொற்களும் அவற்றின் பொருளும்:

உழைப் பிரிந்து => நம் இடத்திலிருந்து பிரிந்து சென்று

காரணத்தின் => ஒரு காரணத்தால்

வந்தானை => வருகிறவனை

வேந்தன் => அரசன்

இழைத்து இருந்து => ஆராய்ந்து

எண்ணி => சிந்தித்து

கொளல் => ஏற்றுக்கொள்ளவேண்டும்

எளிய உரை:

ஓர் அரசனுடைய சுற்றத்தாரில் ஒருவன் திடீரென்று அந்த அரசனை விட்டு விலகிச் செல்கிறான், பின்னர் ஏதோ ஒரு காரணத்தால் திரும்பி வருகிறான். அப்போது, அந்த அரசன் அவனை உடனடியாக ஏற்றுக்கொண்டுவிடக்கூடாது, அவன் ஏன் பிரிந்தான், ஏன் திரும்பி வந்தான் என்பதையெல்லாம் ஆராய்ந்து சிந்திக்கவேண்டும், அதன்பிறகுதான் அவனை ஏற்றுக்கொள்வதைப்பற்றித் தீர்மானிக்கவேண்டும்.

அதிகாரம் 54: பொச்சாமை (மிகுந்த மகிழ்ச்சியால் நம் கடமைகளை மறந்துவிடாமல் இருத்தல்)

குறள் எண்: 531

குறள்:

இறந்த வெகுளியின் தீதே, சிறந்த
உவகை மகிழ்ச்சியின் சோர்வு

இந்தக் குறளை எப்படி மாற்றிப் படிக்கவேண்டும்:

சிறந்த உவகை மகிழ்ச்சியின் சோர்வு இறந்த வெகுளியின் தீதே

இந்தக் குறளில் உள்ள கடினமான சொற்களும் அவற்றின் பொருளும்:

இறந்த => அளவுக்கு மீறிய

வெகுளியின் => சினத்தைவிட

தீதே => தீயதாகும்

உவகை மகிழ்ச்சியின் => மிகுந்த மகிழ்ச்சியால் வருகிற

எளிய உரை:

அளவுக்கு மீறிச் சினம் கொள்வது தவறுதான். ஆனால், அதைவிடப் பெரிய தவறு, அளவுக்கு மீறி மகிழ்வது, அதன்மூலம் நம் கடமையை மறந்து கிடப்பது.

குறள் எண்: 532

குறள்:

பொச்சாப்பு கொல்லும் புகழை, அறிவினை
நிச்ச நிரப்பு கொன்ற ஆங்கு

இந்தக் குறளை எப்படி மாற்றிப் படிக்கவேண்டும்:

நிச்ச நிரப்பு அறிவினைக் கொன்ற ஆங்கு புகழைப் பொச்சாப்பு கொல்லும்

இந்தக் குறளில் உள்ள கடினமான சொற்களும் அவற்றின் பொருளும்:

பொச்சாப்பு	=> மிகுந்த மகிழ்ச்சியால் நம் கடமைகளை மறந்துவிடுதல்
கொல்லும்	=> அழிக்கும்
அறிவினை	=> அறிவை
நிச்ச	=> நாள்தோறும்
நிரப்பு	=> வறுமை
கொன்ற ஆங்கு	=> அழிப்பதைப்போல

எளிய உரை:

தொடர்ந்து வறுமையில் சிக்கித் தவிப்பவன் அறிவை இழப்பான். அதுபோல, மிகுந்த மகிழ்ச்சியில் மயங்கித் தன்னுடைய கடமைகளை மறப்பவன் புகழை இழப்பான்.

குறள் எண்: 533

குறள்:

பொச்சாப்பார்க்கு இல்லை புகழ்மை. அது, உலகத்து
எப்பால் நூலோர்க்கும் துணிவு

இந்தக் குறளை எப்படி மாற்றிப் படிக்கவேண்டும்:

பொச்சாப்பார்க்குப் புகழ்மை இல்லை. அது, உலகத்து எப்பால் நூலோர்க்கும் துணிவு

இந்தக் குறளில் உள்ள கடினமான சொற்களும் அவற்றின் பொருளும்:

பொச்சாப்பார்க்கு => மிகுந்த மகிழ்ச்சியால் தங்கள் கடமைகளை மறந்துவிடுகிறவர்களுக்கு

புகழ்மை => புகழைக் கொண்டிருத்தல்

உலகத்து => உலகத்தில்

எப்பால் => எந்த வகை

நூலோர்க்கும் => துறையைச் சேர்ந்தவர்களுக்கும்

துணிவு => முடிவான உண்மை

எளிய உரை:

ஒருவன் மிகுந்த மகிழ்ச்சியில் மயங்கித் தன்னுடைய கடமைகளை மறந்துவிட்டான் என்றால், அவனுக்கு வெற்றியோ, புகழோ கிடைக்காது. உலகத்தில் எல்லாத் துறைகளில் உள்ளவர்களுக்கும் இது பொருந்தும்.

குறள் எண்: 534

குறள்:

அச்சம் உடையார்க்கு அரண் இல்லை. ஆங்கு இல்லை
பொச்சாப்பு உடையார்க்கு நன்கு

இந்தக் குறளை எப்படி மாற்றிப் படிக்கவேண்டும்:

அச்சம் உடையார்க்கு அரண் இல்லை. ஆங்கு, பொச்சாப்பு உடையார்க்கு நன்கு இல்லை

இந்தக் குறளில் உள்ள கடினமான சொற்களும் அவற்றின் பொருளும்:

உடையார்க்கு => உடையவர்களுக்கு

அரண் => பாதுகாப்பு

ஆங்கு => அதுபோல

பொச்சாப்பு => மிகுந்த மகிழ்ச்சியால் கடமைகளை மறந்துவிடுதல்

நன்கு => நன்மை

எளிய உரை:

உள்ளத்தில் அச்சம் கொண்ட ஒருவனை எப்பேர்ப்பட்ட கோட்டையில் உட்காரவைத்தாலும் சரி, அவன் தொடர்ந்து அஞ்சிக்கொண்டுதான் இருப்பான்.

அதுபோல, மிகுந்த மகிழ்ச்சியில் மயங்கித் தன்னுடைய கடமைகளை மறக்கிறவனுக்கு எந்த நன்மையும் கிடைக்காது.

குறள் எண்: 535

குறள்:

முன் உறக் காவாது இழுக்கியான் தன் பிழை
பின் ஊறு இரங்கிவிடும்

இந்தக் குறளை எப்படி மாற்றிப் படிக்கவேண்டும்:

முன் உறக் காவாது இழுக்கியான், பின், ஊறு, தன் பிழை இரங்கிவிடும்

இந்தக் குறளில் உள்ள கடினமான சொற்களும் அவற்றின் பொருளும்:

முன்	=> *முன்பு*
உற	=> *பொருந்த*
காவாது	=> *காக்காமல்*
இழுக்கியான்	=> *மறந்தவன்*
பின்	=> *பின்பு*
ஊறு	=> *துன்பம் வரும்போது*
இரங்கிவிடும்	=> *இரக்கப்பட்டுக் கவலை கொள்வான்*

எளிய உரை:

துன்பம் வருவதற்குமுன்பாகவே அதை உணரவேண்டும், அதிலிருந்து நம்மைக் காத்துக்கொள்ளவேண்டும். இதைச் செய்ய மறந்தவன் பின்னர் துன்பம் வந்தபிறகு தன்னுடைய பிழையை உணர்ந்து வருந்துவான்.

குறள் எண்: 536

குறள்:

இழுக்காமை யார் மாட்டும் என்றும் வழுக்காமை

வாயின், அது ஒப்பது இல்

இந்தக் குறளை எப்படி மாற்றிப் படிக்கவேண்டும்:

யார் மாட்டும் என்றும் இழுக்காமை வழுக்காமை வாயின், அது ஒப்பது இல்

இந்தக் குறளில் உள்ள கடினமான சொற்களும் அவற்றின் பொருளும்:

இழுக்காமை => மறக்காமல் இருத்தல்

யார் மாட்டும் => எவரிடத்திலும்

என்றும் => எப்போதும்

வழுக்காமை => விடாமல் இருத்தல் / தொடர்தல்

வாயின் => வாய்த்தால் / அமைந்தால்

ஒப்பது => இணையானது

இல் => இல்லை

எளிய உரை:

நம் கடமையை எப்போதும் மறந்துவிடக்கூடாது. இந்த உலகில் மிகச் சிறந்த, எல்லாரிடமும் இருக்கவேண்டிய பண்பு அதுதான்!

குறள் எண்: 537

குறள்:

அரிய என்று ஆகாத இல்லை, பொச்சாவாக்
கருவியான் போற்றிச் செயின்

இந்தக் குறளை எப்படி மாற்றிப் படிக்கவேண்டும்:

பொச்சாவாக் கருவியான் போற்றிச் செயின் அரிய என்று ஆகாத இல்லை

இந்தக் குறளில் உள்ள கடினமான சொற்களும் அவற்றின் பொருளும்:

அரிய => செய்வதற்கு அரியவை

ஆகாத => செய்ய இயலாதவை

பொச்சாவா => மிகுந்த மகிழ்ச்சியால் கடமைகளை மறக்காத

கருவியான் => கருவியால்

போற்றி => சிந்தித்து

செயின் => செய்தால்

எளிய உரை:

ஒருவன் மிகுந்த மகிழ்ச்சியால் தன்னுடைய கடமைகளை மறப்பதில்லை, ஒவ்வொரு வேலையையும் சிந்தித்துச் செயல்படுகிறான் என்றால், அவன் எதையும் சாதித்துவிடுவான்!

குறள் எண்: 538

குறள்:

புகழ்ந்தவை போற்றிச் செயல் வேண்டும். செய்யாது
இகழ்ந்தார்க்கு எழுமையும் இல்

இந்தக் குறளை எப்படி மாற்றிப் படிக்கவேண்டும்:

புகழ்ந்தவை போற்றிச் செயல் வேண்டும். (புகழ்ந்தவை) செய்யாது
இகழ்ந்தார்க்கு எழுமையும் இல்

இந்தக் குறளில் உள்ள கடினமான சொற்களும் அவற்றின் பொருளும்:

புகழ்ந்தவை	=> பெரியோர்கள் உயர்வாகச் சொன்ன நல்ல செயல்கள்
போற்றி	=> சிந்தித்து
செயல்	=> செய்தல்
இகழ்ந்தார்க்கு	=> இகழ்ந்தவர்களுக்கு
எழுமையும்	=> ஏழு பிறவிகளிலும் / எந்தப் பிறவியிலும்
இல்	=> இல்லை

எளிய உரை:

நம்முடைய முன்னோர்கள் சொன்ன நன்னெறிகளைச் சிந்தித்துச் செயல்படவேண்டும், அப்படிச் செய்யாமல் அந்த நன்னெறிகளை இழிவாகப் பேசினால் இந்தப் பிறவியில்மட்டுமில்லை, எந்தப் பிறவியிலும் நன்மை கிடைக்காது.

குறள் எண்: 539

குறள்:

இகழ்ச்சியின் கெட்டாரை உள்ளுக, தாம் தம்
மகிழ்ச்சியின் மைந்து உறும்போழ்து

இந்தக் குறளை எப்படி மாற்றிப் படிக்கவேண்டும்:

தம் மகிழ்ச்சியின் தாம் மைந்து உறும்போழ்து, இகழ்ச்சியின் கெட்டாரை உள்ளுக

இந்தக் குறளில் உள்ள கடினமான சொற்களும் அவற்றின் பொருளும்:

இகழ்ச்சியின் => சோர்வினால்

கெட்டாரை => கெட்டவர்களை

உள்ளுக => எண்ணுங்கள்

தாம் => தாங்கள்

தம் => தங்களுடைய

மகிழ்ச்சியின் => மகிழ்ச்சியால்

மைந்து => வலிமை / செருக்கு / கருவம்

உறும்போழ்து => அடையும்போது

எளிய உரை:

நிறையச் சாதித்துவிட்டீர்களா? அதை எண்ணும்போது மகிழ்ச்சியால் செருக்கு வருகிறதா? 'என்னைப்போல் யாரும் இல்லை' என்று பெருமிதம் கொள்கிறீர்களா? அப்படிப்பட்ட நேரங்களில், இப்படிச் செருக்கு கொண்டு, அதனால் கெட்டுப்போனவர்களைச் சற்று எண்ணிப்பாருங்கள், செருக்கு நீங்கும், பணிவு வரும்.

குறள் எண்: 540

குறள்:

உள்ளியது எய்தல் எளிதுமன், மற்றும், தான்
உள்ளியது உள்ளப் பெறின்

இந்தக் குறளை எப்படி மாற்றிப் படிக்கவேண்டும்:

தான் உள்ளியது உள்ளப் பெறின், மற்றும், உள்ளியது எய்தல் எளிதுமன்

இந்தக் குறளில் உள்ள கடினமான சொற்களும் அவற்றின் பொருளும்:

உள்ளியது => கருதியது / விரும்பியது

எய்தல் => பெறுதல் / அடைதல்

எளிதுமன் => எளிதுதான்

மற்றும் => பின்னும்

உள்ளப் பெறின் => எண்ணிக்கொண்டிருந்தால்

எளிய உரை:

நீங்கள் விரும்புவது எதுவோ அதைப்பற்றியே தொடர்ந்து நினைத்துக்கொண்டிருங்கள். விரைவில் அது உங்களுக்குக் கிடைத்துவிடும். (எண்ணத்தைக் கூர்மையாக்கி உழைத்தால், நாம் நினைத்தது கிடைக்கும்.)

அதிகாரம் 55: செங்கோன்மை (சிறந்த ஆட்சி)

குறள் எண்: 541

குறள்:

ஓர்ந்து, கண்ணோடாது, இறை புரிந்து யார் மாட்டும்
தேர்ந்து செய்வஃதே முறை

இந்தக் குறளை எப்படி மாற்றிப் படிக்கவேண்டும்:

ஓர்ந்து, யார் மாட்டும் கண்ணோடாது, இறை புரிந்து, தேர்ந்து செய்வஃதே முறை

இந்தக் குறளில் உள்ள கடினமான சொற்களும் அவற்றின் பொருளும்:

ஓர்ந்து => சிந்தித்து அறிந்து

கண்ணோடாது => இரக்கம் காண்பிக்காமல்

இறை புரிந்து => இறையாண்மையுடன் / நடுநிலைமையுடன் செயல்பட்டு

யார் மாட்டும் => யார்மீதும்

தேர்ந்து => ஆராய்ந்து தெளிந்து

செய்வஃதே => செய்வதுதான்

முறை => முறையான ஆட்சி

எளிய உரை:

ஒரு நல்ல அரசன் தன்னுடைய நாட்டில் நடக்கும் குற்றங்களை முறையாக ஆராய்வான், அதில் ஈடுபட்டவர்கள் யாராக இருந்தாலும் அவர்கள்மீது இரக்கம் காண்பிக்கமாட்டான், நடுநிலையுடன் தெளிவாகச் செயல்படுவான்.

குறள் எண்: 542

குறள்:

வான் நோக்கி வாழும் உலகு எல்லாம். மன்னவன்
கோல் நோக்கி வாழும் குடி

இந்தக் குறளை எப்படி மாற்றிப் படிக்கவேண்டும்:

உலகு எல்லாம் வான் நோக்கி வாழும். குடி, மன்னவன் கோல் நோக்கி வாழும்

இந்தக் குறளில் உள்ள கடினமான சொற்களும் அவற்றின் பொருளும்:

வான் => வானம் / மழை

நோக்கி => பார்த்து / எதிர்பார்த்து / நம்பி

கோல் => செங்கோல் / சிறந்த ஆட்சி

குடி => குடிமக்கள்

எளிய உரை:

இந்த உலகம் மழையை நம்பி வாழ்கிறது. இங்குள்ள மக்கள் தங்களுடைய அரசன் முறையாக ஆட்சி செய்வான் என்று நம்பி வாழ்கிறார்கள்.

குறள் எண்: 543

குறள்:

அந்தணர் நூற்கும் அறத்திற்கும் ஆதியாய்
நின்றது மன்னவன் கோல்

இந்தக் குறளை எப்படி மாற்றிப் படிக்கவேண்டும்:

அந்தணர் நூற்கும் அறத்திற்கும் ஆதியாய் நின்றது மன்னவன் கோல்

இந்தக் குறளில் உள்ள கடினமான சொற்களும் அவற்றின் பொருளும்:

அந்தணர்	=>	*அறத்தைப் பின்பற்றுவோர்*
நூற்கும்	=>	*நூலுக்கும்*
அறத்திற்கும்	=>	*அறத்துக்கும்*
ஆதியாய்	=>	*முதற்பொருளாக / அடிப்படையாக*
நின்றது	=>	*நிலைத்திருப்பது*
கோல்	=>	*செங்கோல் / சிறந்த ஆட்சி*

எளிய உரை:

அரசன் நல்லாட்சி நடத்தினால்தான் அந்த நாட்டில் நன்னூல்களும் அறமும் நிலைத்திருக்கும்.

குறள் எண்: 544

குறள்:

குடி தழீஇக் கோல் ஓச்சும் மா நில மன்னன்
அடி தழீஇ நிற்கும் உலகு

இந்தக் குறளை எப்படி மாற்றிப் படிக்கவேண்டும்:

குடி தழீஇக் கோல் ஓச்சும் மா நில மன்னன் அடி தழீஇ உலகு நிற்கும்

இந்தக் குறளில் உள்ள கடினமான சொற்களும் அவற்றின் பொருளும்:

குடி => குடிமக்களை

தழீஇ => அணைத்துச்சென்று

கோல் => செங்கோல் / நல்ல ஆட்சி

ஓச்சும் => செலுத்துகிற / நடத்துகிற

மா நில => பெரிய நிலத்தின்

அடி => காலடி

தழீஇ => பொருந்தி

எளிய உரை:

ஓர் அரசன் தன்னுடைய குடிமக்கள்மீது அன்பு செலுத்தி நல்லாட்சி நடத்துகிறான் என்றால், இந்த உலகம் அவன் காலைத் தொட்டு வணங்கும்.

குறள் எண்: 545

குறள்:

இயல்புளிக் கோல் ஓச்சும் மன்னவன் நாட்ட
பெயலும் விளையுளும் தொக்கு

இந்தக் குறளை எப்படி மாற்றிப் படிக்கவேண்டும்:

பெயலும் விளையுளும் தொக்கு இயல்புளிக் கோல் ஓச்சும் மன்னவன் நாட்ட

இந்தக் குறளில் உள்ள கடினமான சொற்களும் அவற்றின் பொருளும்:

இயல்புளி => சரியான இயல்பின்படி

கோல் => செங்கோல் / நல்ல ஆட்சி

ஓச்சும் => செலுத்துகிற / நடத்துகிற

நாட்ட => நாட்டில் இருப்பவை

பெயல் => மழை பெய்தல்

விளையுள் => விளைச்சல்

தொக்கு => சேர்ந்து

எளிய உரை:

ஓர் அரசன் தன்னுடைய நாட்டை முறையாக ஆள்கிறான் என்றால், அந்த நாட்டில் நன்றாக மழை பெய்யும், விளைச்சல் பெருகும்.

குறள் எண்: 546

குறள்:

வேல் அன்று வென்றி தருவது, மன்னவன்
கோல், அதூஉம் கோடாது எனின்

இந்தக் குறளை எப்படி மாற்றிப் படிக்கவேண்டும்:

வென்றி தருவது மன்னவன் வேல் அன்று, (மன்னவன்) கோல், அதூஉம் கோடாது எனின்

இந்தக் குறளில் உள்ள கடினமான சொற்களும் அவற்றின் பொருளும்:

வேல் => வேல், வில், வாள் போன்ற படைக்கருவிகளைக் குறிக்கிறது

அன்று => இல்லை

வென்றி => வெற்றி

கோல் => செங்கோல் / சிறந்த ஆட்சி

அதூஉம் => அதுவும்

கோடாது => வளையாதது

எனின் => என்றால்

எளிய உரை:

ஒரு மன்னனுக்கு வெற்றியைத் தருவது எது? அவனுடைய வேலா? வில்லா? வாளா?

இவையெல்லாம் இல்லை, அவனுடைய வளையாத செங்கோல்தான்.

குறள் எண்: 547

குறள்:

இறை காக்கும் வையகம் எல்லாம். அவனை
முறை காக்கும், முட்டாச் செயின்

இந்தக் குறளை எப்படி மாற்றிப் படிக்கவேண்டும்:

வையகம் எல்லாம் இறை காக்கும். (அவன்) முறை முட்டாச் செயின் அவனை (முறை) காக்கும்

இந்தக் குறளில் உள்ள கடினமான சொற்களும் அவற்றின் பொருளும்:

இறை => அரசர்

காக்கும் => காப்பார்

வையகம் => உலகம் / நாடு

முறை => முறையான செங்கோல் ஆட்சி / சிறந்த ஆட்சி

முட்டா => முறை தவறாமல்

செயின் => செய்தால்

எளிய உரை:

ஒரு நாட்டை அரசன் காக்கிறான். அந்த அரசனைக் காப்பது எது?

அவனுடைய முறையான செங்கோல் ஆட்சிதான். (முறையாக ஆட்சி செய்கிற மன்னனுக்கு அதுதான் பெரிய பாதுகாப்பு.)

குறள் எண்: 548

குறள்:

எண் பதத்தான் ஓரா முறை செய்யா மன்னவன்
தண் பதத்தான் தானே கெடும்

இந்தக் குறளை எப்படி மாற்றிப் படிக்கவேண்டும்:

எண் பதத்தான் ஓரா, முறை செய்யா மன்னவன் தண் பதத்தான் தானே கெடும்

இந்தக் குறளில் உள்ள கடினமான சொற்களும் அவற்றின் பொருளும்:

எண் பதத்தான் => எல்லாரும் எளிதில் காணக்கூடியவன்

ஓரா => ஆராய்ந்து

முறை செய்யா => முறைப்படி செயல்படாத

தண் பதத்தான் => தாழ்ந்த நிலைக்குச் சென்று

கெடும் => கெடுவான்

எளிய உரை:

ஒரு நாட்டின் அரசன், மக்கள் தன்னை எளிதில் அணுகும்படி வாழவேண்டும், அவர்கள் சொல்லும் குறைகளை ஆராய்ந்து உரிய நடவடிக்கைகளை எடுக்கவேண்டும். இவ்வாறு செயல்படாத அரசன் தானே தாழ்ந்துபோய் அழிவான்.

குறள் எண்: 549

குறள்:

குடி புறம் காத்து ஓம்பிக் குற்றம் கடிதல்
வடு அன்று, வேந்தன் தொழில்

இந்தக் குறளை எப்படி மாற்றிப் படிக்கவேண்டும்:

குடி புறம் காத்து, ஓம்பி, குற்றம் கடிதல் வடு அன்று, வேந்தன் தொழில்

இந்தக் குறளில் உள்ள கடினமான சொற்களும் அவற்றின் பொருளும்:

குடி => குடிமக்கள்

புறம் => வெளி ஆட்கள் / எதிரிகள்

காத்து => காப்பாற்றி

ஓம்பி => பேணிப் பாதுகாத்து

கடிதல் => தண்டித்தல்

வடு => பழி

அன்று => இல்லை

வேந்தன் => அரசன்

எளிய உரை:

ஓர் அரசன் தன்னுடைய குடிமக்களை வெளி ஆட்கள் யாரும் துன்புறுத்தாதபடி பாதுகாப்பான், குற்றம் செய்கிறவர்களுக்கு உரிய தண்டனையைக் கொடுப்பான். இதனால் அந்த அரசனுக்குப் பழி எதுவும் வராது. ஏனெனில், இவைதான் அரசனின் கடமைகள்.

குறள் எண்: 550

குறள்:

கொலையின் கொடியாரை வேந்து ஒறுத்தல், பைங்கூழ்
களை கட்டதனொடு நேர்

இந்தக் குறளை எப்படி மாற்றிப் படிக்கவேண்டும்:

வேந்து கொடியாரைக் கொலையின் ஒறுத்தல், பைங்கூழ் களை கட்டதனொடு நேர்

இந்தக் குறளில் உள்ள கடினமான சொற்களும் அவற்றின் பொருளும்:

கொலையின்	=>	*கொலையால்*
கொடியாரை	=>	*கொடியவர்களை*
வேந்து	=>	*அரசன்*
ஒறுத்தல்	=>	*தண்டித்தல்*
பைங்கூழ்	=>	*பசுமையான பயிர்*
கட்டதனொடு	=>	*நீக்குவதற்கு*
நேர்	=>	*இணையானது*

எளிய உரை:

விவசாயிகள் பசுமையான பயிரைக் காப்பாற்றுவதற்காகக் களைகளை நீக்குகிறார்கள். ஓர் அரசன் கொடியவர்களைக் கொல்வதும் அப்படித்தான்.

அதிகாரம் 56: கொடுங்கோன்மை (கொடுமையான ஆட்சி)

குறள் எண்: 551

குறள்:

கொலை மேற்கொண்டாரின் கொடிதே, அலை மேற்கொண்டு
அல்லவை செய்து ஒழுகும் வேந்து

இந்தக் குறளை எப்படி மாற்றிப் படிக்கவேண்டும்:

அலை மேற்கொண்டு, அல்லவை செய்து ஒழுகும் வேந்து கொலை மேற்கொண்டாரின் கொடிதே

இந்தக் குறளில் உள்ள கடினமான சொற்களும் அவற்றின் பொருளும்:

மேற்கொண்டாரின்	=>	செய்கிறவர்களைவிட
கொடிதே	=>	கொடுமையானவன்
அலை மேற்கொண்டு	=>	அலைக்கழித்து
அல்லவை	=>	தீயவை
ஒழுகும்	=>	நடந்துகொள்ளும்
வேந்து	=>	அரசர்

எளிய உரை:

மக்களை அலைக்கழித்துத் தீமை செய்கிற அரசன் கொலைகாரர்களைவிடக் கொடுமையானவன்.

குறள் எண்: 552

குறள்:

> **வேலொடு நின்றான் இடு என்றதுபோலும்**
> **கோலொடு நின்றான் இரவு**

இந்தக் குறளை எப்படி மாற்றிப் படிக்கவேண்டும்:

> **கோலொடு நின்றான் இரவு, வேலொடு நின்றான் இடு என்றதுபோலும்**

இந்தக் குறளில் உள்ள கடினமான சொற்களும் அவற்றின் பொருளும்:

வேலொடு => வேலுடன்

நின்றான் => *நின்றவன்*

இடு => கையில் கொடு

என்றதுபோலும் => என்று சொல்வதைப்போன்றது

கோலொடு => செங்கோலுடன்

இரவு => இரத்தல் / பொருளைக் கேட்டல்

எளிய உரை:

மக்களிடமிருந்து முறையற்ற வழியில் பணத்தைப் பிடுங்குகிற அரசன் அரசனே இல்லை, வழிப்பறிக் கொள்ளைக்காரன்!

குறள் எண்: 553

குறள்:

நாள்தொறும் நாடி முறை செய்யா மன்னவன்
நாள்தொறும் நாடு கெடும்

இந்தக் குறளை எப்படி மாற்றிப் படிக்கவேண்டும்:

நாள்தொறும் நாடி முறை செய்யா மன்னவன் நாடு நாள்தொறும் கெடும்

இந்தக் குறளில் உள்ள கடினமான சொற்களும் அவற்றின் பொருளும்:

நாள்தொறும் => ஒவ்வொரு நாளும்

நாடி => ஆராய்ந்து

முறை செய்யா => முறைப்படி ஆட்சி செய்யாத

கெடும் => அழியும்

எளிய உரை:

ஒரு நாட்டின் அரசன் எப்போதும் அந்த நாட்டின் நன்மையைப்பற்றித்தான் சிந்திக்கவேண்டும், முறைப்படி ஆட்சி செய்யவேண்டும்.

அப்படிச் செய்யாத அரசனுடைய நாடு படிப்படியாக அழிந்துபோகும்.

குறள் எண்: 554

குறள்:

கூழும் குடியும் ஒருங்கு இழக்கும் கோல் கோடிச்
சூழாது செய்யும் அரசு

இந்தக் குறளை எப்படி மாற்றிப் படிக்கவேண்டும்:

சூழாது கோல் கோடிச் செய்யும் அரசு, கூழும் குடியும் ஒருங்கு இழக்கும்

இந்தக் குறளில் உள்ள கடினமான சொற்களும் அவற்றின் பொருளும்:

கூழ் => பொருள் / செல்வம்

குடி => குடிமக்கள்

ஒருங்கு => ஒன்றாக

கோல் => செங்கோல் / நல்ல ஆட்சி

கோடி => வளைந்து

சூழாது => ஆராயாமல்

செய்யும் => செயல்படுகிற

அரசு => அரசன்

எளிய உரை:

முறையாகச் சிந்தித்து ஆட்சி செய்யாத கொடுங்கோல் அரசனுடைய செல்வம் அவனை விட்டு நீங்கிவிடும், மக்களும் அவனை விட்டுச் சென்றுவிடுவார்கள்.

குறள் எண்: 555

குறள்:

அல்லல்பட்டு ஆற்றாது அழுத கண்ணீர் அன்றே,
செல்வத்தைத் தேய்க்கும் படை

இந்தக் குறளை எப்படி மாற்றிப் படிக்கவேண்டும்:

செல்வத்தைத் தேய்க்கும் படை, அல்லல்பட்டு ஆற்றாது அழுத கண்ணீர் அன்றே

இந்தக் குறளில் உள்ள கடினமான சொற்களும் அவற்றின் பொருளும்:

அல்லல்பட்டு => துன்பப்பட்டு

ஆற்றாது => பொறுக்கமுடியாமல்

அன்றே => அல்லவா

தேய்க்கும் => அழிக்கும்

படை => படைக் கருவி / ஆயுதம்

எளிய உரை:

ஒரு நாட்டில் வாழும் மக்கள் துன்பப்பட்டு, மனம் பொறுக்காமல் அழுகிறார்கள் என்றால், அந்தக் கண்ணீர் அந்தக் கொடுங்கோல் அரசனுடைய செல்வத்தை அழித்துவிடும்.

குறள் எண்: 556

குறள்:

மன்னர்க்கு மன்னுதல் செங்கோன்மை. அஃது இன்றேல்,

மன்னாவாம் மன்னர்க்கு ஒளி

இந்தக் குறளை எப்படி மாற்றிப் படிக்கவேண்டும்:

மன்னர்க்கு மன்னுதல் செங்கோன்மை. அஃது இன்றேல், மன்னர்க்கு ஒளி மன்னாவாம்

இந்தக் குறளில் உள்ள கடினமான சொற்களும் அவற்றின் பொருளும்:

மன்னர்க்கு => ஓர் அரசனுக்கு

மன்னுதல் => நிலைத்திருத்தல்

செங்கோன்மை => நல்ல செங்கோல் ஆட்சி

அஃது => அது

இன்றேல் => இல்லாவிட்டால்

மன்னாவாம் => நிலைக்காதாம்

ஒளி => புகழ்

எளிய உரை:

செங்கோல் ஆட்சி நடத்துகிற அரசர்களுடைய புகழ் நிலைத்து நிற்கும். கொடுங்கோல் ஆட்சி நடத்துகிற அரசர்களுடைய புகழ் அழிந்துபோகும்.

குறள் எண்: 557

குறள்:

துளி இன்மை ஞாலத்திற்கு எற்று, அற்றே வேந்தன்
அளி இன்மை வாழும் உயிர்க்கு

இந்தக் குறளை எப்படி மாற்றிப் படிக்கவேண்டும்:

ஞாலத்திற்குத் துளி இன்மை எற்று, வாழும் உயிர்க்கு வேந்தன் அளி இன்மை அற்றே

இந்தக் குறளில் உள்ள கடினமான சொற்களும் அவற்றின் பொருளும்:

துளி => நீர்த்துளி / மழைத்துளி

இன்மை => இல்லாமல் போவது

ஞாலத்திற்கு => உலகத்திற்கு

எற்று => எவ்வளவு (துன்பம் தருமோ)

அற்று => அவ்வளவு (துன்பம் தரும்)

வேந்தன் => அரசன்

அளி => அருள் / அன்பு

எளிய உரை:

மழை இல்லாவிட்டால் உலகம் வாடும். அதுபோல, அரசனுடைய அன்பு இல்லாவிட்டால் எல்லா உயிர்களும் வாடும்.

குறள் எண்: 558

குறள்:

இன்மையின் இன்னாது உடைமை, முறை செய்யா
மன்னவன் கோல் கீழ்ப் படின்

இந்தக் குறளை எப்படி மாற்றிப் படிக்கவேண்டும்:

முறை செய்யா மன்னவன் கோல் கீழ்ப் படின், உடைமை இன்மையின் இன்னாது

இந்தக் குறளில் உள்ள கடினமான சொற்களும் அவற்றின் பொருளும்:

இன்மையின் => இல்லாமல் இருத்தலைவிட / வறுமையைவிட

இன்னாது => கெட்டது / துன்பமானது

உடைமை => கொண்டிருத்தல் / செல்வத்துடன் வாழ்தல்

முறை செய்யா => முறைப்படி ஆட்சி செய்யாத

கோல் கீழ் => ஆட்சியின்கீழ்

படின் => வாழ்ந்தால்

எளிய உரை:

முறையாக ஆட்சி செய்யாத மன்னனுடைய ஆட்சிக்குக் கீழே வாழ்கிறவர்களிடம் எவ்வளவு செல்வம் இருந்தால்தான் என்ன? அது வறுமையைவிடக் கொடுமையாகத்தான் இருக்கும்! (கொடுங்கோல் அரசனின் ஆட்சியில் யாரும் நிம்மதியாக வாழமுடியாது.)

குறள் எண்: 559

குறள்:

முறை கோடி மன்னவன் செய்யின், உறை கோடி
ஒல்லாது வானம் பெயல்

இந்தக் குறளை எப்படி மாற்றிப் படிக்கவேண்டும்:

மன்னவன் முறை கோடிச் செய்யின், வானம் உறை கோடிப் பெயல் ஒல்லாது

இந்தக் குறளில் உள்ள கடினமான சொற்களும் அவற்றின் பொருளும்:

முறை கோடி => முறை தவறி

செய்யின் => செய்தால்

உறை => பருவ மழை

கோடி => மாறுபட்டு

ஒல்லாது => இயலாது

பெயல் => மழை பொழிதல்

எளிய உரை:

ஒரு நாட்டின் அரசன் முறை தவறிச் செயல்பட்டால், அந்த நாட்டில் மழை பெய்யாது, வளம் பெருகாது.

குறள் எண்: 560

குறள்:

ஆ பயன் குன்றும், அறுதொழிலோர் நூல் மறப்பர்,
காவலன் காவான் எனின்

இந்தக் குறளை எப்படி மாற்றிப் படிக்கவேண்டும்:

காவலன் காவான் எனின் ஆ பயன் குன்றும், அறுதொழிலோர் நூல் மறப்பர்

இந்தக் குறளில் உள்ள கடினமான சொற்களும் அவற்றின் பொருளும்:

ஆ	=>	பசு
குன்றும்	=>	குறையும்
அறுதொழிலோர்	=>	ஆறு வகைத் தொழில்களைச் செய்கிறவர்கள்
நூல்	=>	புத்தகம் / தொழில் திறமை
மறப்பர்	=>	மறப்பார்கள்
காவலன்	=>	காப்பவன் / அரசன்
காவான்	=>	காப்பாற்றாதவன்
எனின்	=>	என்றால்

எளிய உரை:

ஒரு நாட்டின் அரசன் தன்னுடைய மக்களை முறைப்படி காப்பாற்றாவிட்டால், அந்த நாட்டில் பசுக்கள் தருகிற பால் வளம் குறைந்துவிடும், உழவு, வணிகம், நெசவு போன்ற முதன்மையான ஆறு வகைத் தொழில்களைச் செய்கிறவர்கள் தங்கள் திறமையையெல்லாம் மறந்துவிடுவார்கள்.

அதிகாரம் 57: வெருவந்த செய்யாமை (மக்கள் அஞ்சி நடுங்கும்படியான செயல்களைச் செய்யாமல் இருத்தல்)

குறள் எண்: 561

குறள்:

தக்கு ஆங்கு நாடித் தலைச்செல்லா வண்ணத்தால்
ஒத்து ஆங்கு ஒறுப்பது வேந்து

இந்தக் குறளை எப்படி மாற்றிப் படிக்கவேண்டும்:

தக்கு ஆங்கு நாடித் தலைச்செல்லா வண்ணத்தால் ஒத்து ஆங்கு ஒறுப்பது வேந்து

இந்தக் குறளில் உள்ள கடினமான சொற்களும் அவற்றின் பொருளும்:

தக்கு ஆங்கு => தக்கபடி

நாடி => ஆராய்ந்து

தலைச்செல்லா => மீண்டும் செய்யாத

வண்ணத்தால் => வகையாக

ஒத்து ஆங்கு => ஏற்றபடி

ஒறுப்பது => தண்டிப்பது

வேந்து => அரசர்

எளிய உரை:

நல்ல அரசர் ஒவ்வொரு குற்றத்தையும் முறைப்படி ஆராய்வார், அதற்கு ஏற்ற தண்டனையைக் கொடுப்பார், அதன்மூலம் அந்தக் குற்றம் மீண்டும் நடக்காதபடி தடுப்பார்.

குறள் எண்: 562

குறள்:

கடிது ஓச்சி மெல்ல எறிக, நெடிது ஆக்கம்
நீங்காமை வேண்டுபவர்

இந்தக் குறளை எப்படி மாற்றிப் படிக்கவேண்டும்:

ஆக்கம் நெடிது நீங்காமை வேண்டுபவர் கடிது ஓச்சி மெல்ல எறிக

இந்தக் குறளில் உள்ள கடினமான சொற்களும் அவற்றின் பொருளும்:

கடிது	=> *கடுமையாக*
ஓச்சி	=> *ஓங்கி*
எறிக	=> *அடியுங்கள் / தண்டியுங்கள்*
நெடிது	=> *நீண்ட நாள்*
ஆக்கம்	=> *செல்வம்*
வேண்டுபவர்	=> *விரும்புபவர்*

எளிய உரை:

உங்கள் ஆட்சி நெடுநாளைக்குத் தொடரவேண்டும் என்று விரும்புகிறீர்களா? அப்படியானால், குற்றம் செய்கிறவர்களைக் கடுமையாகக் கண்டியுங்கள், ஆனால், மென்மையாகத் தண்டியுங்கள். (இதன்மூலம், அவர்கள் அச்சப்பட்டுத் திருந்துவதற்கான வாய்ப்பு உண்டாகும்.)

குறள் எண்: 563

குறள்:

வெருவந்த செய்து ஒழுகும் வெம் கோலன் ஆயின்
ஒருவந்தம் ஒல்லைக் கெடும்

இந்தக் குறளை எப்படி மாற்றிப் படிக்கவேண்டும்:

வெருவந்த செய்து ஒழுகும் வெம் கோலன் ஆயின் ஒருவந்தம் ஒல்லைக் கெடும்

இந்தக் குறளில் உள்ள கடினமான சொற்களும் அவற்றின் பொருளும்:

வெருவந்த	=> மக்கள் அஞ்சும்படியான செயல்கள்
ஒழுகும்	=> நடக்கும்
வெம் கோலன்	=> கொடுமையான அரசன்
ஆயின்	=> ஆனால்
ஒருவந்தம்	=> உறுதியாக
ஒல்லை	=> விரைவில்
கெடும்	=> அழிவான்

எளிய உரை:

மக்கள் அஞ்சி நடுங்கும்படியான செயல்களைச் செய்கிற கொடுங்கோல் அரசன் விரைவில் அழிவான். இது உறுதி.

குறள் எண்: 564

குறள்:

இறை கடியன் என்று உரைக்கும் இன்னாச் சொல் வேந்தன்
உறை கடுகி ஒல்லைக் கெடும்

இந்தக் குறளை எப்படி மாற்றிப் படிக்கவேண்டும்:

இறை கடியன் என்று உரைக்கும் இன்னாச் சொல் வேந்தன் உறை கடுகி ஒல்லைக் கெடும்

இந்தக் குறளில் உள்ள கடினமான சொற்களும் அவற்றின் பொருளும்:

இறை	=> அரசன்
கடியன்	=> கடுமையானவன் / கொடியவன்
இன்னாச் சொல்	=> துன்பத்தைத் தரும் சொல்
வேந்தன்	=> அரசன்
உறை	=> உறைவிடம் / இருப்பிடம்
கடுகி	=> குறைந்து
ஒல்லை	=> விரைவில்
கெடும்	=> அழிவான்

எளிய உரை:

ஒரு நாட்டில் வாழ்கிற மக்கள் 'எங்கள் அரசன் கொடுமையானவன்' என்று மனம் வருந்திச் சொல்கிறார்கள் என்றால், அந்த அரசன் விரைவில் தன்னுடைய நாட்டை இழந்து அழிவான்.

குறள் எண்: 565

குறள்:

அரும் செவ்வி, இன்னா முகத்தான் பெரும் செல்வம்
பேஎய் கண்டன்னது உடைத்து

இந்தக் குறளை எப்படி மாற்றிப் படிக்கவேண்டும்:

அரும் செவ்வி, இன்னா முகத்தான் பெரும் செல்வம் பேஎய் கண்டன்னது உடைத்து

இந்தக் குறளில் உள்ள கடினமான சொற்களும் அவற்றின் பொருளும்:

அரும் செவ்வி => பிறர் எளிதில் காண இயலாதபடி இருப்பது

இன்னா => இனிமையில்லாத

முகத்தான் => முகத்தைக் கொண்டவன்

பேஎய் => பேய்

கண்டன்னது உடைத்து => கண்டதைப்போன்றது

எளிய உரை:

ஓர் அரசனை மக்கள் எளிதில் சந்திக்கமுடியாது, அப்படியே சந்தித்தாலும் அவன் அவர்களிடம் சிடுசிடுத்த முகத்துடன்தான் பேசுவான். அப்படிப்பட்ட அரசனிடம் எவ்வளவு செல்வம் இருந்தால் என்ன? அவனைப் பார்த்தாலே மக்கள் பேயைக் கண்டதுபோல் அஞ்சுவார்கள்.

குறள் எண்: 566

குறள்:

கடும் சொல்லன், கண் இலன் ஆயின் நெடும் செல்வம்
நீடு இன்றி ஆங்கே கெடும்

இந்தக் குறளை எப்படி மாற்றிப் படிக்கவேண்டும்:

கடும் சொல்லன், கண் இலன் ஆயின் நெடும் செல்வம் நீடு இன்றி ஆங்கே கெடும்

இந்தக் குறளில் உள்ள கடினமான சொற்களும் அவற்றின் பொருளும்:

கடும் சொல்லன் => கடுமையான சொற்களைப் பேசுகிறவன்

கண் இலன் => கண்ணோட்டம் / இரக்கம் இல்லாதவன்

ஆயின் => ஆனால்

நெடும் செல்வம் => நீண்ட / பெருகிய செல்வம்

நீடு => நீடுதல் / நீடித்து இருத்தல்

இன்றி => இல்லாமல்

ஆங்கே => அப்போதே

கெடும் => அழியும்

எளிய உரை:

ஓர் அரசன் மக்களிடம் கடுமையான சொற்களைப் பேசுகிறான், அவர்கள்மீது இரக்கம் காட்டாமல் நடந்துகொள்கிறான் என்றால், அவனுடைய செல்வமெல்லாம் உடனடியாக அழிந்துவிடும்.

குறள் எண்: 567

குறள்:

கடு மொழியும் கை இகந்த தண்டமும் வேந்தன்
அடு முரண் தேய்க்கும் அரம்

இந்தக் குறளை எப்படி மாற்றிப் படிக்கவேண்டும்:

கடு மொழியும் கை இகந்த தண்டமும் வேந்தன் அடு முரண் தேய்க்கும் அரம்

இந்தக் குறளில் உள்ள கடினமான சொற்களும் அவற்றின் பொருளும்:

கடு மொழி => கடுமையான பேச்சு

கை இகந்த => அளவுக்கு மேற்பட்ட / மிகுதியான

தண்டம் => தண்டனை

அடு முரண் => பகையை வெல்லுகின்ற வலிமை

அரம் => அராவுகின்ற கருவி

எளிய உரை:

ஓர் அரசன் மக்களிடம் கடுமையாகப் பேசக்கூடாது, குற்றம் செய்தவர்களுக்கு மிகுதியான தண்டனைகளை வழங்கக்கூடாது. ஏனெனில், இந்த இரண்டும் பகைவர்களை வெல்லுகின்ற வலிமையைத் தேய்த்து அழிக்கக்கூடிய அரங்கள்.

குறள் எண்: 568

குறள்:

இனத்து ஆற்றி எண்ணாத வேந்தன் சினத்து ஆற்றிச்
சீறின் சிறுகும் திரு

இந்தக் குறளை எப்படி மாற்றிப் படிக்கவேண்டும்:

இனத்து ஆற்றி எண்ணாத வேந்தன் சினத்து ஆற்றிச் சீறின் திரு சிறுகும்

இந்தக் குறளில் உள்ள கடினமான சொற்களும் அவற்றின் பொருளும்:

இனத்து ஆற்றி => தன்னுடைய இனமாகிய அமைச்சர்கள் போன்றோருடன் கலந்து பேசி

எண்ணாத => ஆராயாத

வேந்தன் => அரசன்

சினத்து ஆற்றி => சினம் கொண்டு

சீறின் => சீறினால் / சினம் கொண்டால்

சிறுகும் => குறையும்

திரு => செல்வம்

எளிய உரை:

ஓர் அரசன் எப்போதும் தன்னிச்சையாகத் தீர்மானங்களை எடுக்கக்கூடாது, எதையும் தன்னுடைய அமைச்சர்கள், மற்ற வல்லுனர்களுடன் கலந்து பேசி ஆராயவேண்டும், அதன் அடிப்படையில்தான் செயல்படவேண்டும்.

ஆனால், சில அரசர்கள் அப்படிச் செய்வதில்லை, எதற்கெடுத்தாலும் சினம் கொண்டு சீறுகிறார்கள். அப்படிப்பட்ட அரசர்களிடம் செல்வம் நிலைக்காது.

குறள் எண்: 569

குறள்:

செரு வந்த போழ்தில், சிறை செய்யா வேந்தன்
வெருவந்து வெய்து கெடும்

இந்தக் குறளை எப்படி மாற்றிப் படிக்கவேண்டும்:

சிறை செய்யா வேந்தன் செருவந்த போழ்தில் வெருவந்து வெய்து கெடும்

இந்தக் குறளில் உள்ள கடினமான சொற்களும் அவற்றின் பொருளும்:

செரு	=>	*போர்*
வந்த போழ்தில்	=>	*வரும்போது*
சிறை	=>	*பாதுகாப்பு / அரண்*
செய்யா	=>	*செய்யாத*
வேந்தன்	=>	*அரசன்*
வெருவந்து	=>	*அஞ்சி*
வெய்து	=>	*விரைவில்*
கெடும்	=>	*அழிவான்*

எளிய உரை:

ஓர் அரசன் தன்னையும் தன்னுடைய நாட்டையும் பாதுகாப்பதற்கு வேண்டிய அரண்களை முறைப்படி அமைக்கவேண்டும். அப்படி அமைக்காத அரசன் போர் வரும்போது அஞ்சி நடுங்குவான், விரைவில் அழிந்துபோவான்.

குறள் எண்: 570

குறள்:

கல்லார்ப் பிணிக்கும் கடும் கோல். அது அல்லது
இல்லை நிலக்குப் பொறை

இந்தக் குறளை எப்படி மாற்றிப் படிக்கவேண்டும்:

கடும் கோல் கல்லார்ப் பிணிக்கும். அது அல்லது நிலக்குப் பொறை இல்லை

இந்தக் குறளில் உள்ள கடினமான சொற்களும் அவற்றின் பொருளும்:

கல்லார் => நல்ல நூல்களைக் கற்காதவர்கள்

பிணிக்கும் => தன்னோடு சேர்த்துக்கொள்வான்

கடும் கோல் => கடுமையாக ஆட்சி செய்யும் அரசன்

அது அல்லது => அது இல்லாமல்

நிலக்கு => நிலத்துக்கு / பூமிக்கு

பொறை => சுமை

எளிய உரை:

கடுமையாக ஆட்சி செய்கிற அரசனைச் சுற்றி அறிவில்லாத முட்டாள்கள்தான் நிறைந்திருப்பார்கள். இவர்கள் எல்லாரும் பூமிக்கு வெறும் சுமைகள்.

அதிகாரம் 58: கண்ணோட்டம் (இரக்கம்)

குறள் எண்: 571

குறள்:

கண்ணோட்டம் என்னும் கழி பெரும் காரிகை
உண்மையான் உண்டு இவ் உலகு

இந்தக் குறளை எப்படி மாற்றிப் படிக்கவேண்டும்:

கண்ணோட்டம் என்னும் கழி பெரும் காரிகை உண்மையான் இவ் உலகு உண்டு

இந்தக் குறளில் உள்ள கடினமான சொற்களும் அவற்றின் பொருளும்:

கண்ணோட்டம்	=>	அன்பு, இரக்கம்
கழி பெரும்	=>	மிகப் பெரிய
காரிகை	=>	அழகு
உண்மையான்	=>	உள்ளதால்
இவ் உலகு	=>	இந்த உலகம்

எளிய உரை:

இரக்கம் என்கின்ற மிகப் பெரிய, அழகான பண்பால்தான் இந்த உலகம் தொடர்ந்து இயங்கிக்கொண்டிருக்கிறது.

குறள் எண்: 572

குறள்:

> **கண்ணோட்டத்து உள்ளது உலகு இயல். அஃது இலார்**
> **உண்மை நிலக்குப் பொறை**

இந்தக் குறளை எப்படி மாற்றிப் படிக்கவேண்டும்:

> **உலகு இயல் கண்ணோட்டத்து உள்ளது. அஃது இலார் உண்மை நிலக்குப் பொறை**

இந்தக் குறளில் உள்ள கடினமான சொற்களும் அவற்றின் பொருளும்:

கண்ணோட்டத்து	=> இரக்கத்தால்
உலகு இயல்	=> உலக நடைமுறை
அஃது	=> அது
இலார்	=> இல்லாதவர்
உண்மை	=> உள்ளது / இருப்பது
நிலக்கு	=> நிலத்துக்கு / பூமிக்கு
பொறை	=> சுமை

எளிய உரை:

இந்த உலகம் இரக்கத்தால்தான் இயங்கிக்கொண்டிருக்கிறது. இரக்கம் இல்லாதவர்கள் பூமிக்கு வெறும் சுமை.

குறள் எண்: 573

குறள்:

பண் என் ஆம் பாடற்கு இயைபு இன்றேல். கண் என் ஆம் கண்ணோட்டம் இல்லாத கண்

இந்தக் குறளை எப்படி மாற்றிப் படிக்கவேண்டும்:

பாடற்கு இயைபு இன்றேல் பண் என் ஆம்? கண்ணோட்டம் இல்லாத கண் கண் என் ஆம்?

இந்தக் குறளில் உள்ள கடினமான சொற்களும் அவற்றின் பொருளும்:

பண் => இசை

என் ஆம் => என்ன பயனைத் தரும்

பாடற்கு => பாடலுக்கு

இயைபு => பொருத்தம்

இன்றேல் => இல்லாவிட்டால்

கண்ணோட்டம் => இரக்கம்

இல்லாத கண் => இல்லாதபோது

எளிய உரை:

பாடலோடு பொருந்தாத இசையால் என்ன பயன்? (ஏதுமில்லை.) அதுபோல, பிறர்மீது இரக்கத்தைப் பொழியாத கண்களால் என்ன பயன்? (ஏதுமில்லை.)

குறள் எண்: 574

குறள்:

> **உளபோல் முகத்து எவன் செய்யும், அளவினால்**
> **கண்ணோட்டம் இல்லாத கண்**

இந்தக் குறளை எப்படி மாற்றிப் படிக்கவேண்டும்:

> **அளவினால் கண்ணோட்டம் இல்லாத கண் முகத்து உளபோல, எவன் செய்யும்?**

இந்தக் குறளில் உள்ள கடினமான சொற்களும் அவற்றின் பொருளும்:

உளபோல்	=>	இருப்பதுபோல்
முகத்து	=>	முகத்தில்
எவன் செய்யும்	=>	வேறு என்ன செய்யும்?
அளவினால்	=>	பொருத்தமான அளவில்
கண்ணோட்டம்	=>	இரக்கம்

எளிய உரை:

> *நம் முகத்தில் உள்ள கண்கள் பிறருடைய துன்பத்தைப் பார்த்து, அதற்கு ஏற்றபடி இரக்கத்தைப் பொழியவேண்டும். இல்லாவிட்டால், அவற்றால் என்ன பயன்? (ஏதுமில்லை.)*

குறள் எண்: 575

குறள்:

**கண்ணிற்கு அணி கலம் கண்ணோட்டம். அஃது இன்றேல்
புண் என்று உணரப்படும்**

இந்தக் குறளை எப்படி மாற்றிப் படிக்கவேண்டும்:

**கண்ணிற்கு அணி கலம் கண்ணோட்டம். அஃது இன்றேல், (கண்)
புண் என்று உணரப்படும்**

இந்தக் குறளில் உள்ள கடினமான சொற்களும் அவற்றின் பொருளும்:

கண்ணிற்கு => கண்ணுக்கு

அணி கலம் => அணியப்படும் நகை

கண்ணோட்டம் => இரக்கம்

அஃது => அது

இன்றேல் => இல்லாவிட்டால்

எளிய உரை:

கண்ணுக்கு அழகு, அதில் தோன்றும் இரக்கம்தான். அவ்வாறு இரக்கத்தைப் பொழியாத கண்கள் வெறும் புண்கள்.

குறள் எண்: 576

குறள்:

மண்ணோடு இயைந்த மரத்து அனையர், கண்ணோடு
இயைந்து கண்ணோடாதவர்

இந்தக் குறளை எப்படி மாற்றிப் படிக்கவேண்டும்:

கண்ணோடு இயைந்து கண்ணோடாதவர் மண்ணோடு இயைந்த மரத்து அனையர்

இந்தக் குறளில் உள்ள கடினமான சொற்களும் அவற்றின் பொருளும்:

இயைந்த => பொருந்திய

மரத்து அனையர் => மரத்தைப் போன்றவர்கள்

கண்ணோடாதவர் => இரக்கம் இல்லாதவர்கள்

எளிய உரை:

கண்ணில் இரக்கத்தைப் பொழியாத மனிதர்கள் மனிதர்களே இல்லை, மண்ணில் விளையும் மரங்கள்.

குறள் எண்: 577

குறள்:

கண்ணோட்டம் இல்லவர் கண் இலர். கண் உடையார்
கண்ணோட்டம் இன்மையும் இல்

இந்தக் குறளை எப்படி மாற்றிப் படிக்கவேண்டும்:

கண்ணோட்டம் இல்லவர் கண் இலர். கண் உடையார் கண்ணோட்டம் இன்மையும் இல்

இந்தக் குறளில் உள்ள கடினமான சொற்களும் அவற்றின் பொருளும்:

கண்ணோட்டம்	=>	இரக்கம்
இல்லவர்	=>	இல்லாதவர்
இலர்	=>	இல்லாதவர்
உடையார்	=>	உள்ளவர்
இன்மையும்	=>	இல்லாமல் இருப்பதும்
இல்	=>	இல்லை

எளிய உரை:

கண் என்றால், பிறருடைய துன்பத்தைப் பார்த்து வருந்தவேண்டும், இரக்கத்தைப் பொழியவேண்டும். அப்படி இரக்கத்தைப் பொழியாத கண்ணை உடையவர்கள் உண்மையில் கண் இல்லாதவர்கள்தான்.

குறள் எண்: 578

குறள்:

கருமம் சிதையாமல் கண்ணோட வல்லார்க்கு
உரிமை உடைத்து இவ் உலகு

இந்தக் குறளை எப்படி மாற்றிப் படிக்கவேண்டும்:

இவ் உலகு கருமம் சிதையாமல் கண்ணோட வல்லார்க்கு உரிமை உடைத்து

இந்தக் குறளில் உள்ள கடினமான சொற்களும் அவற்றின் பொருளும்:

கருமம் => செயல்

கண்ணோட வல்லார் => இரக்கத்தைக் காட்ட வல்லவர்கள்

உரிமை உடைத்து => உரிமையானது

இவ் உலகு => இந்த உலகம்

எளிய உரை:

தங்களுடைய கடமைகளை முறையாகச் செய்தபடி பிறர்மீது இரக்கம் காட்டுகிறவர்களுக்குதான் இந்த உலகம் சொந்தம்.

குறள் எண்: 579

குறள்:

ஒறுத்து ஆற்றும் பண்பினார்கண்ணும் கண்ணோடிப்
பொறுத்து ஆற்றும் பண்பே தலை

இந்தக் குறளை எப்படி மாற்றிப் படிக்கவேண்டும்:

ஒறுத்து ஆற்றும் பண்பினார்கண்ணும் கண்ணோடிப் பொறுத்து ஆற்றும் பண்பே தலை

இந்தக் குறளில் உள்ள கடினமான சொற்களும் அவற்றின் பொருளும்:

ஒறுத்து => தண்டித்து

ஆற்றும் => செயல்படுகிற

பண்பினார்கண்ணும் => பண்பைக் கொண்டவர்களிடமும்

கண்ணோடி => இரக்கத்தைக் காண்பித்து

பொறுத்து => பொறுமையுடன்

தலை => சிறந்தது

எளிய உரை:

நம்மைத் துன்பப்படுத்தியவர்கள்மீதும் இரக்கம் காட்ட வேண்டும், பொறுமையாகச் செயல்பட்டு அவர்களைத் திருத்தவேண்டும். அதுதான் உயர்ந்த பண்பு.

குறள் எண்: 580

குறள்:

பெயக் கண்டும் நஞ்சு உண்டு அமைவர், நயத்தக்க
நாகரிகம் வேண்டுபவர்

இந்தக் குறளை எப்படி மாற்றிப் படிக்கவேண்டும்:

நயத்தக்க நாகரிகம் வேண்டுபவர், நஞ்சு பெயக் கண்டும் உண்டு அமைவர்

இந்தக் குறளில் உள்ள கடினமான சொற்களும் அவற்றின் பொருளும்:

பெய => ஊற்ற

கண்டும் => பார்த்தாலும்

நஞ்சு => இங்கு நஞ்சைப் போன்ற பெரிய துன்பத்தைக் குறிப்பதாக எடுத்துக்கொள்ளலாம்

அமைவர் => பழகியிருப்பார்கள்

நயத்தக்க => விரும்பப்படுகின்ற

நாகரிகம் => உயர்ந்த பண்பு

வேண்டுபவர் => விரும்புபவர்

எளிய உரை:

உயர்ந்த பண்புகளை விரும்புகிறவர்கள் தங்களுக்குப் பெரிய துன்பம் வந்தாலும் பதறமாட்டார்கள், அந்தத் துன்பத்தைப் பொறுத்துக்கொண்டு நிலைமையைச் சீராக்க முனைவார்கள்.

அதிகாரம் 59: ஒற்றாடல் (ஒற்று நடவடிக்கைகள்)

குறள் எண்: 581

குறள்:

ஒற்றும் உரை சான்ற நூலும் இவை இரண்டும்
தெற்று என்க மன்னவன் கண்

இந்தக் குறளை எப்படி மாற்றிப் படிக்கவேண்டும்:

ஒற்றும் உரை சான்ற நூலும் இவை இரண்டும் மன்னவன் கண் தெற்று என்க

இந்தக் குறளில் உள்ள கடினமான சொற்களும் அவற்றின் பொருளும்:

ஒற்று => ஒற்றர்கள்

உரை சான்ற => புகழ் நிறைந்த

தெற்று என்க => தெளிவு பெறுக

எளிய உரை:

ஒற்றர்களும் புகழ் நிறைந்த நல்ல நூல்களும் ஒரு நாட்டை ஆளும் மன்னனுடைய இரண்டு கண்களைப் போன்றவை. இதைத் தெளிவாகத் தெரிந்துகொள்ளுங்கள்.

குறள் எண்: 582

குறள்:

எல்லார்க்கும் எல்லாம் நிகழ்பவை எஞ்ஞான்றும்
வல் அறிதல் வேந்தன் தொழில்

இந்தக் குறளை எப்படி மாற்றிப் படிக்கவேண்டும்:

எல்லார்க்கும் நிகழ்பவை எல்லாம் எஞ்ஞான்றும் வல் அறிதல் வேந்தன் தொழில்

இந்தக் குறளில் உள்ள கடினமான சொற்களும் அவற்றின் பொருளும்:

எஞ்ஞான்றும் => *எப்போதும்*

வல் அறிதல் => *விரைவாக அறிந்துகொள்ளுதல்*

வேந்தன் => *அரசன்*

எளிய உரை:

ஒரு நாட்டை ஆளும் அரசன் அந்த நாட்டில் யார் யாருக்கு என்னென்ன நடக்கிறது என்று விரைவாகத் தெரிந்துகொள்ளவேண்டும். இது அவனுடைய கடமை.

குறள் எண்: 583

குறள்:

ஒற்றினால் ஒற்றிப் பொருள் தெரியா மன்னவன்
கொற்றம் கொளக் கிடந்தது இல்

இந்தக் குறளை எப்படி மாற்றிப் படிக்கவேண்டும்:

ஒற்றினால் ஒற்றிப் பொருள் தெரியா மன்னவன் கொற்றம் கொளக் கிடந்தது இல்

இந்தக் குறளில் உள்ள கடினமான சொற்களும் அவற்றின் பொருளும்:

ஒற்றினால் => ஒற்றர்களின்மூலம்

ஒற்றி => நடப்பதை அறிந்துகொண்டு

தெரியா => தெளிவாக அறியாத

கொற்றம் => வெற்றி

கொளக்கிடந்தது => அடையக்கூடியது

இல் => இல்லை

எளிய உரை:

ஒரு நாட்டை ஆளும் அரசன் அங்கு நடக்கின்ற எல்லாவற்றையும் ஒற்றர்களைக் கொண்டு தெளிவாகத் தெரிந்துகொள்ளவேண்டும். இல்லாவிட்டால், அவனால் எதையும் வெல்லமுடியாது.

குறள் எண்: 584

குறள்:

வினை செய்வார், தம் சுற்றம், வேண்டாதார் என்று ஆங்கு
அனைவரையும் ஆராய்வது ஒற்று

இந்தக் குறளை எப்படி மாற்றிப் படிக்கவேண்டும்:

வினை செய்வார், தம் சுற்றம், வேண்டாதார் என்று ஆங்கு
அனைவரையும் ஆராய்வது ஒற்று

இந்தக் குறளில் உள்ள கடினமான சொற்களும் அவற்றின் பொருளும்:

வினை => தொழில்

சுற்றம் => சுற்றத்தார்

என்று ஆங்கு => என்று சொல்லப்படுகிற

ஒற்று => ஒற்றர்

எளிய உரை:

ஒற்றர்கள் யாரையும் முழுமையாக நம்பிவிடக்கூடாது, தங்களுடன் வேலை செய்கிறவர்கள், தங்களுடைய உறவினர்கள், எதிரிகள் என்று எல்லாரையும் அலசி ஆராயவேண்டும்.

குறள் எண்: 585

குறள்:

கடாஅ உருவொடு, கண் அஞ்சாது, யாண்டும்
உகாஅமை வல்லதே ஒற்று

இந்தக் குறளை எப்படி மாற்றிப் படிக்கவேண்டும்:

கடாஅ உருவொடு, கண் அஞ்சாது, யாண்டும் உகாஅமை வல்லதே ஒற்று

இந்தக் குறளில் உள்ள கடினமான சொற்களும் அவற்றின் பொருளும்:

கடாஅ => யாருக்கும் ஐயத்தை உண்டாக்காத

உருவொடு => உருவத்துடன்

கண் அஞ்சாது => பார்வைக்கு அச்சப்படாமல்

யாண்டும் => எப்போதும்

உகாஅமை => வெளிப்படுத்தாமல் இருத்தல்

வல்லது => செய்ய இயலுவது

ஒற்று => ஒற்றர்

எளிய உரை:

ஒரு நல்ல ஒற்றர் இயல்பான தோற்றத்துடன் நடமாடுவார். அவரைப் பார்த்தால் யாருக்கும் எந்த ஐயமும் வராது. ஒருவேளை, யாராவது அவர்மீது ஐயம் கொண்டு உற்றுப் பார்த்தாலும் அவர் அஞ்சமாட்டார், எப்போதும் தன்னைப்பற்றிய உண்மைகளை வெளிப்படுத்தமாட்டார்.

குறள் எண்: 586

குறள்:

> **துறந்தார் படிவத்தர் ஆகி, இறந்து ஆராய்ந்து,**
> **என் செயினும் சோர்வு இலது ஒற்று**

இந்தக் குறளை எப்படி மாற்றிப் படிக்கவேண்டும்:

> **துறந்தார் படிவத்தர் ஆகி, இறந்து ஆராய்ந்து, என் செயினும் சோர்வு இலது ஒற்று**

இந்தக் குறளில் உள்ள கடினமான சொற்களும் அவற்றின் பொருளும்:

துறந்தார் => முற்றும் துறந்த துறவிகள்

படிவத்தர் => வடிவத்தைக் கொள்கிறவர்கள் / அவர்களைப்போல் வேடம் பூண்டு நடிக்கிறவர்கள்

இறந்து => கடந்து சென்று

என் => என்ன

செயினும் => செய்தாலும்

சோர்வு இலது => மனம் சோர்ந்துபோகாமல் இருப்பவர்கள்

ஒற்று => ஒற்றர்

எளிய உரை:

ஒரு நல்ல ஒற்றர் முற்றும் துறந்த துறவியைப்போல் வேடம் பூண்டு பல இடங்களுக்குச் சென்று ஆராயக்கூடும். அப்போது, எதிரிகள் அவர்மீது ஐயம் கொண்டு அவரைப் பிடித்துத் துன்புறுத்தி விசாரிக்கக்கூடும். ஆனால் அப்போதும், அவர் மனம் சோர்ந்துவிடமாட்டார், தன்னைப்பற்றிய உண்மைகளை வெளிப்படுத்தமாட்டார்.

குறள் எண்: 587

குறள்:

மறைந்தவை கேட்க வற்று ஆகி, அறிந்தவை
ஐயப்பாடு இல்லதே ஒற்று

இந்தக் குறளை எப்படி மாற்றிப் படிக்கவேண்டும்:

மறைந்தவை கேட்க வற்று ஆகி, அறிந்தவை ஐயப்பாடு இல்லதே ஒற்று

இந்தக் குறளில் உள்ள கடினமான சொற்களும் அவற்றின் பொருளும்:

மறைந்தவை => மறைவாகச் செய்த இரகசியச் செயல்கள்

வற்று ஆகி => வல்லவர்களாக ஆகி

ஐயப்பாடு => ஐயம்

இல்லதே => இல்லாததுதான்

ஒற்று => ஒற்றர்

எளிய உரை:

ஒரு நல்ல ஒற்றர் தனக்குத் தெரியாமல் நடந்த எல்லாவற்றையும் விசாரித்துத் தெரிந்துகொண்டுவிடுவார். இவ்வாறு தான் அறிந்துகொண்ட அனைத்தையும் சிறிதும் ஐயமின்றித் தெளிவுபடுத்திக்கொள்வார் அவர்.

குறள் எண்: 588

குறள்:

ஒற்று ஒற்றித் தந்த பொருளையும் மற்றும் ஓர்
ஒற்றினால் ஒற்றிக் கொளல்

இந்தக் குறளை எப்படி மாற்றிப் படிக்கவேண்டும்:

ஒற்று ஒற்றித் தந்த பொருளையும் மற்றும் ஓர் ஒற்றினால் ஒற்றிக் கொளல்

இந்தக் குறளில் உள்ள கடினமான சொற்களும் அவற்றின் பொருளும்:

ஒற்று => ஒற்றர்

ஒற்றி => ஒற்றாடி

ஒற்றினால் => ஒற்றரால்

கொளல் => ஏற்றுக்கொள்ளவேண்டும்

எளிய உரை:

ஒரு நல்ல அரசர் தன்னுடைய ஒற்றர் சொல்வதை அப்படியே நம்பிவிடமாட்டார், இன்னோர் ஒற்றரைக் கொண்டு விசாரித்து அதை உறுதிப்படுத்திக்கொள்வார்.

குறள் எண்: 589

குறள்:

ஒற்று ஒற்று உணராமை ஆள்க. உடன் மூவர்
சொல் தொக்க தேறப்படும்

இந்தக் குறளை எப்படி மாற்றிப் படிக்கவேண்டும்:

ஒற்று ஒற்று உணராமை ஆள்க. மூவர் சொல் உடன் தொக்க தேறப்படும்

இந்தக் குறளில் உள்ள கடினமான சொற்களும் அவற்றின் பொருளும்:

ஒற்று	=> ஒற்றர்
உணராமை	=> உணராமல் இருத்தல்
ஆள்க	=> செலுத்துங்கள்
உடன்	=> ஒன்றாக
மூவர்	=> மூன்று ஒற்றர்கள்
தொக்க	=> தொகுக்க
தேறப்படும்	=> தெளிவாகும்

எளிய உரை:

ஒரு நல்ல அரசர் ஒரு விஷயத்தை ஆராய்வதற்கு ஒரே ஓர் ஒற்றரை அனுப்பமாட்டார், தனித்தனியாக மூன்று ஒற்றர்களை அனுப்புவார், அவர்கள் ஒவ்வொருவருக்கும் மற்ற இருவரைப்பற்றியும் தெரியாதபடி பார்த்துக்கொள்வார்.

அதன்பிறகு, அந்த அரசர் அந்த மூன்று ஒற்றர்களும் சொல்கிற செய்திகளைத் தொகுத்துப் பார்ப்பார், அதன்மூலம் உண்மையைத் தெளிவாகப் புரிந்துகொள்வார்.

குறள் எண்: 590

குறள்:

சிறப்பு அறிய ஒற்றின்கண் செய்யற்க. செய்யின்,
புறப்படுத்தான் ஆகும் மறை

இந்தக் குறளை எப்படி மாற்றிப் படிக்கவேண்டும்:

ஒற்றின்கண் சிறப்பு அறியச் செய்யற்க. (அறியச்) செய்யின், மறை புறப்படுத்தான் ஆகும்

இந்தக் குறளில் உள்ள கடினமான சொற்களும் அவற்றின் பொருளும்:

அறிய	=> *எல்லாரும் அறியும்படி*
ஒற்றின்கண்	=> *ஒற்றரிடத்தில் / ஒற்றருக்கு*
செய்யற்க	=> *செய்யவேண்டாம்*
செய்யின்	=> *செய்தால்*
புறப்படுத்தான்	=> *வெளிப்படுத்தியவன்*
மறை	=> *மறைவானது / ரகசியமானது*

எளிய உரை:

நன்றாகச் செயல்பட்ட ஒற்றரைப் பாராட்டிச் சிறப்பிக்க விரும்புகிறீர்களா? அதைத் தனியாக, இரகசியமாகச் செய்யுங்கள், பொதுவாக, எல்லாருக்கும் தெரியும்படி செய்யவேண்டாம்.

ஏனெனில், ஒற்றரைப் பொதுவில் பாராட்டினால் அவர் ஒற்றர் என்பது எல்லாருக்கும் தெரிந்துவிடும்.

அதிகாரம் 60: ஊக்கம் உடைமை

குறள் எண்: 591

குறள்:

உடையர் எனப்படுவது ஊக்கம். அஃது இல்லார்
உடையது உடையரோ மற்று

இந்தக் குறளை எப்படி மாற்றிப் படிக்கவேண்டும்:

உடையர் எனப்படுவது ஊக்கம். அஃது இல்லார் மற்று உடையது உடையரோ?

இந்தக் குறளில் உள்ள கடினமான சொற்களும் அவற்றின் பொருளும்:

உடையர் => கொண்டுள்ளவர்

அஃது => அது

இல்லார் => இல்லாதவர்

உடையது => கொண்டுள்ளது

உடையரோ => கொண்டுள்ளவரோ

மற்று => வேறு

எளிய உரை:

ஊக்கம்தான் ஒருவருடைய மிகப் பெரிய செல்வம்.

ஊக்கம் இல்லாதவர்களிடம் வேறு எந்தச் செல்வம் இருந்தால்தான் என்ன? அது போதாது!

குறள் எண்: 592

குறள்:

> **உள்ளம் உடைமை உடைமை. பொருள் உடைமை**
> **நில்லாது நீங்கிவிடும்**

இந்தக் குறளை எப்படி மாற்றிப் படிக்கவேண்டும்:

> **உள்ளம் உடைமை உடைமை. பொருள் உடைமை நில்லாது நீங்கிவிடும்**

இந்தக் குறளில் உள்ள கடினமான சொற்களும் அவற்றின் பொருளும்:

உள்ளம் => இங்கு உள்ளத்தில் உள்ள ஊக்கத்தைக் குறிக்கிறது

உடைமை => கொண்டிருத்தல்

நில்லாது => நிலைக்காமல்

எளிய உரை:

பணம் இன்றைக்கு வரும், நாளைக்குப் போகும். ஊக்கம்தான் ஒருவருக்கு நிலையான செல்வம்.

குறள் எண்: 593

குறள்:

ஆக்கம் இழந்தேம் என்று அல்லாவார், ஊக்கம்
ஒருவந்தம் கைத்து உடையார்

இந்தக் குறளை எப்படி மாற்றிப் படிக்கவேண்டும்:

ஒருவந்தம் ஊக்கம் கைத்து உடையார் ஆக்கம் இழந்தேம் என்று அல்லாவார்

இந்தக் குறளில் உள்ள கடினமான சொற்களும் அவற்றின் பொருளும்:

ஆக்கம்	=> *செல்வம்*
இழந்தேம்	=> *இழந்துவிட்டோம்*
அல்லாவார்	=> *துன்பப்படமாட்டார்கள்*
ஒருவந்தம்	=> *உறுதியாக*
கைத்து உடையார்	=> *கைப்பொருளாக உடையவர்கள்*

எளிய உரை:

உறுதியான ஊக்கத்தைக் கொண்டவர்கள் எதை இழந்தாலும் வருந்தமாட்டார்கள். (ஊக்கம் இருந்தால் எதையும் திரும்பப் பெற்றுவிடலாம்.)

குறள் எண்: 594

குறள்:

ஆக்கம் அதர் வினாய்ச் செல்லும், அசைவு இலா
ஊக்கம் உடையான் உழை

இந்தக் குறளை எப்படி மாற்றிப் படிக்கவேண்டும்:

அசைவு இலா ஊக்கம் உடையான் உழை ஆக்கம் அதர் வினாய்ச் செல்லும்

இந்தக் குறளில் உள்ள கடினமான சொற்களும் அவற்றின் பொருளும்:

ஆக்கம் => செல்வம்

அதர் => வழி

வினாய் => வினாவிக்கொண்டு / கேட்டுக்கொண்டு

அசைவு இலா => தளராத

உடையான் => உடையவன்

உழை => இடம்

எளிய உரை:

ஒருவனிடம் தளராத ஊக்கம் இருந்தால் போதும், செல்வங்கள் எல்லாம் அவனைத் தேடி வந்து வீட்டுக் கதவைத் தட்டும்.

குறள் எண்: 595

குறள்:

வெள்ளத்து அனைய மலர் நீட்டம். மாந்தர் தம்
உள்ளத்து அனையது உயர்வு

இந்தக் குறளை எப்படி மாற்றிப் படிக்கவேண்டும்:

மலர் நீட்டம் வெள்ளத்து அனைய. மாந்தர் உயர்வு தம் உள்ளத்து அனையது

இந்தக் குறளில் உள்ள கடினமான சொற்களும் அவற்றின் பொருளும்:

வெள்ளத்து => வெள்ளத்தின்

அனைய => அளவானது

நீட்டம் => நீளம் / உயரம்

மாந்தர் => மனிதர்கள்

தம் => தங்களுடைய

உள்ளத்து => உள்ளத்தின்

அனையது => அளவானது

எளிய உரை:

வெள்ளம் பெருகினால், நீர் மட்டம் உயரும், நீர்ப்பூவின் உயரமும் கூடும். வெள்ளம் குறைந்தால், நீர் மட்டம் குறையும், நீர்ப்பூவின் உயரமும் குறையும். ஆக, வெள்ளத்தின் அளவுதான் நீர்ப்பூவின் உயரத்தைத் தீர்மானிக்கிறது.

அதுபோல, நம் உள்ளத்தின் அளவுதான் நம் உயர்வைத் தீர்மானிக்கிறது. (உயர்வாகச் சிந்திக்கிறவர்கள் உயர்ந்தவர்கள், மற்றவர்கள் தாழ்ந்தவர்கள்.)

குறள் எண்: 596

குறள்:

உள்ளுவது எல்லாம் உயர்வு உள்ளல். மற்று அது
தள்ளினும் தள்ளாமை நீர்த்து

இந்தக் குறளை எப்படி மாற்றிப் படிக்கவேண்டும்:

உள்ளுவது எல்லாம் உயர்வு உள்ளல். மற்று அது தள்ளினும் தள்ளாமை நீர்த்து

இந்தக் குறளில் உள்ள கடினமான சொற்களும் அவற்றின் பொருளும்:

உள்ளுவது	*=> நினைப்பது*
உயர்வு	*=> உயர்ந்தவை / மேலானவை*
உள்ளல்	*=> நினையுங்கள்*
மற்று	*=> பின்னர்*
தள்ளினும்	*=> நடக்காவிட்டாலும்*
தள்ளாமை நீர்த்து	*=> தவறாத தன்மையை உடையது*

எளிய உரை:

எப்போதும் மிகப் பெரியதாக, மிக உயர்வாகச் சிந்தியுங்கள். நீங்கள் சிந்திப்பது உண்மையில் நடந்தாலும் சரி, நடக்காவிட்டாலும் சரி, அந்த உயர்ந்த சிந்தனை உங்களை உயர்த்தும்.

குறள் எண்: 597

குறள்:

சிதைவு இடத்து ஒல்கார் உரவோர். புதை அம்பின்
பட்டுப் பாடு ஊன்றும் களிறு

இந்தக் குறளை எப்படி மாற்றிப் படிக்கவேண்டும்:

களிறு புதை அம்பின் பட்டுப் பாடு ஊன்றும். உரவோர் சிதைவு இடத்து ஒல்கார்

இந்தக் குறளில் உள்ள கடினமான சொற்களும் அவற்றின் பொருளும்:

சிதைவு இடத்து	=>	*அழிவு / தளர்ச்சி வரும்போது*
ஒல்கார்	=>	*தளரமாட்டார்கள்*
உரவோர்	=>	*ஊக்கம் உள்ளவர்கள்*
புதை	=>	*புதைந்த*
அன்பின்	=>	*அம்பால்*
பட்டு	=>	*புண்பட்டு*
பாடு	=>	*பெருமை*
ஊன்றும்	=>	*நிலைநிறுத்தும்*
களிறு	=>	*ஆண் யானை*

எளிய உரை:

போர்க் களத்தில் ஒரு யானையின்மீது எத்தனை அம்புகள் பாய்ந்தாலும் சரி, அதனால் அந்த யானைக்கு எத்தனை பெரிய புண் உண்டானாலும் சரி, அது சோர்ந்து பின்வாங்காது, தொடர்ந்து மோதித் தன்னுடைய வீரத்தை, பெருமையை நிலைநிறுத்தும்.

ஊக்கம் கொண்டவர்களும் அப்படித்தான். அவர்கள் தடைகளைக் கண்டு சோர்ந்துவிடமாட்டார்கள், தொடர்ந்து முன்னேறி வெல்வார்கள்.

குறள் எண்: 598

குறள்:

உள்ளம் இலாதவர் எய்தார் உலகத்து
வள்ளியம் என்னும் செருக்கு

இந்தக் குறளை எப்படி மாற்றிப் படிக்கவேண்டும்:

உள்ளம் இலாதவர் ‘உலகத்து வள்ளியம்’ என்னும் செருக்கு எய்தார்

இந்தக் குறளில் உள்ள கடினமான சொற்களும் அவற்றின் பொருளும்:

உள்ளம் => இங்கு உள்ளத்தில் உள்ள ஊக்கத்தைக் குறிக்கிறது

இலாதவர் => இல்லாதவர்

எய்தார் => பெறமாட்டார்கள்

உலகத்து => உலகத்தில்

வள்ளியம் => நாம் வண்மை / ஈகைப் பண்பு உடையவர்கள்

செருக்கு => பெருமிதம்

எளிய உரை:

இந்த உலகத்தில் ஊக்கம் உள்ளவர்கள்தான் வள்ளல்களாகிறார்கள். மற்றவர்களுக்கு அந்தப் பெருமை இல்லை. *(ஊக்கம் கொண்டவர்கள்தான் உழைத்துச் செல்வம் சேர்க்கிறார்கள், அதைப் பிறருக்குக் கொடுத்து மகிழ்கிறார்கள்.)*

குறள் எண்: 599

குறள்:

பரியது, கூர்க் கோட்டது ஆயினும் யானை
வெரூஉம் புலி தாக்குறின்

இந்தக் குறளை எப்படி மாற்றிப் படிக்கவேண்டும்:

யானை பரியது, கூர்க் கோட்டது. ஆயினும், புலி தாக்குறின் (யானை) வெரூஉம்

இந்தக் குறளில் உள்ள கடினமான சொற்களும் அவற்றின் பொருளும்:

பரியது => பெரியது

கூர்க் கோட்டது => கூரான கொம்புகளை உடையது

ஆயினும் => என்றாலும்

வெரூஉம் => அஞ்சும்

தாக்குறின் => தாக்க வந்தால்

எளிய உரை:

யானை பெரிய விலங்குதான், அதற்குக் கூரான தந்தங்கள் உண்டுதான். ஆனால், ஒரு புலி தன்னைத் தாக்க வந்தால் அந்த யானை அஞ்சும். (நம்மிடம் மன உறுதி இருந்தால் எப்பேர்ப்பட்ட பகைவரையும் நடுங்கவைக்கலாம்.)

குறள் எண்: 600

குறள்:

உரம் ஒருவற்கு உள்ள வெறுக்கை. அஃது இல்லார்
மரம். மக்கள் ஆதலே வேறு

இந்தக் குறளை எப்படி மாற்றிப் படிக்கவேண்டும்:

ஒருவற்கு உரம், உள்ள வெறுக்கை. அஃது இல்லார் மரம். வேறு, மக்கள் ஆதலே

இந்தக் குறளில் உள்ள கடினமான சொற்களும் அவற்றின் பொருளும்:

உரம் => வலிமை

ஒருவற்கு => ஒருவருக்கு

உள்ள => ஊக்கத்தின்

வெறுக்கை => மிகுதி

அஃது => அது

இல்லார் => இல்லாதவர்

மக்கள் ஆதலே => மனிதர்களுடைய வடிவத்தில் இருப்பதுதான்

வேறு => வேறுபாடு

எளிய உரை:

ஒருவருடைய உண்மையான வலிமை, அவரிடம் நிறைந்திருக்கிற ஊக்கம்தான்.

மன உறுதி இல்லாதவர்கள் பார்ப்பதற்கு மனிதர்களைப்போல் இருந்தாலும், அவர்கள் உண்மையில் வெறும் மரங்கள்தான்.

அதிகாரம் 61: மடி இன்மை (சோம்பலின்றிச் செயல்படுதல்)

குறள் எண்: 601

குறள்:

குடி என்னும் குன்றா விளக்கம் மடி என்னும்
மாசு ஊர மாய்ந்து கெடும்

இந்தக் குறளை எப்படி மாற்றிப் படிக்கவேண்டும்:

மடி என்னும் மாசு ஊர, குடி என்னும் குன்றா விளக்கம் மாய்ந்து கெடும்

இந்தக் குறளில் உள்ள கடினமான சொற்களும் அவற்றின் பொருளும்:

குடி => குடும்பம்

குன்றா => குறையாத / அணையாத

விளக்கம் => விளக்கு

மடி => சோம்பல்

மாசு => அழுக்கு / கறை

ஊர => படர்ந்ததும்

மாய்ந்து => மழுங்கி / தேய்ந்து

கெடும் => அழியும்

எளிய உரை:

குடும்பம் என்கிற அணையாத விளக்கில் சோம்பல் என்கிற கறை சேர்ந்துவிடக்கூடாது. அப்படிச் சேர்ந்தால், அந்த விளக்கு படிப்படியாக மங்கி அணைந்துவிடும்.

குறள் எண்: 602

குறள்:

மடியை மடியா ஒழுகல், குடியைக்
குடியாக வேண்டுபவர்

இந்தக் குறளை எப்படி மாற்றிப் படிக்கவேண்டும்:

குடியைக் குடியாக வேண்டுபவர் மடியை மடியா ஒழுகல்

இந்தக் குறளில் உள்ள கடினமான சொற்களும் அவற்றின் பொருளும்:

மடி => சோம்பல்

மடியா => மடித்து / ஒழித்து

ஒழுகல் => நடந்துகொள்ளுங்கள்

குடியை => குடும்பத்தை

குடியாக => நல்ல குடும்பமாக

வேண்டுபவர் => விரும்புபவர்

எளிய உரை:

உங்கள் குடும்பம் நன்றாக இருக்கவேண்டுமா? சோம்பலைத் தவிர்த்துச் சுறுசுறுப்பாகச் செயல்படுங்கள்.

குறள் எண்: 603

குறள்:

மடி மடிக்கொண்டு ஒழுகும் பேதை பிறந்த
குடி மடியும் தன்னினும் முந்து

இந்தக் குறளை எப்படி மாற்றிப் படிக்கவேண்டும்:

மடி மடிக் கொண்டு ஒழுகும் பேதை பிறந்த குடி, தன்னினும் முந்து மடியும்

இந்தக் குறளில் உள்ள கடினமான சொற்களும் அவற்றின் பொருளும்:

மடி => சோம்பல்

மடிக்கொண்டு => மடியில் வைத்துக்கொண்டு

ஒழுகும் => நடக்கும்

பேதை => முட்டாள்

குடி => குடும்பம்

மடியும் => அழியும்

தன்னினும் => அவனைவிட

முந்து => முன்னதாக

எளிய உரை:

சோம்பேறியான முட்டாள் தன்னுடைய குடும்பத்தை அழித்துவிடுவான்.

குறள் எண்: 604

குறள்:

குடி மடிந்து குற்றம் பெருகும், மடி மடிந்து
மாண்ட உஞற்று இலவர்க்கு

இந்தக் குறளை எப்படி மாற்றிப் படிக்கவேண்டும்:

மடி மடிந்து மாண்ட உஞற்று இலவர்க்குக் குடி மடிந்து குற்றம் பெருகும்

இந்தக் குறளில் உள்ள கடினமான சொற்களும் அவற்றின் பொருளும்:

குடி => குடும்பம்

மடிந்து => அழிந்து

மடி => சோம்பல்

மடிந்து => சோம்பல் கொண்டு

மாண்ட => சிறப்பான

உஞற்று => முயற்சி

இலவர்க்கு => இல்லாதவர்களுக்கு

எளிய உரை:

சோம்பலில் சிக்கிக்கொண்டு, சிறப்பான முயற்சிகளில் ஈடுபடாமல் கிடக்கிறவர்களுடைய குடும்பம் அழியும், அவர்கள் வாழ்வில் குற்றம் பெருகும்.

குறள் எண்: 605

குறள்:

நெடுநீர், மறவி, மடி, துயில் நான்கும்
கெடு நீரார் காமக் கலன்

இந்தக் குறளை எப்படி மாற்றிப் படிக்கவேண்டும்:

நெடுநீர், மறவி, மடி, துயில் நான்கும் கெடு நீரார் காமக் கலன்

இந்தக் குறளில் உள்ள கடினமான சொற்களும் அவற்றின் பொருளும்:

நெடுநீர் => நேரம் தாழ்த்துதல் / வேலையை நீட்டித்துச் செய்தல்

மறவி => மறதி / வேலைகளை மறந்துவிடுதல்

மடி => சோம்பல்

துயில் => கூடுதலான தூக்கம்

கெடு நீரார் => கெடும் தன்மை உடையவர்கள்

காமக் கலன் => விரும்பி அணியும் நகை

எளிய உரை:

கெட்டுப்போகிறவர்கள் விரும்பி அணிகிற நகைகள் நான்கு: செய்யவேண்டிய வேலைகளைத் தள்ளிப்போடுவது, என்ன செய்யவேண்டும் என்பதையே மறந்துவிடுவது, சோம்பலால் எதையும் செய்யாமலிருப்பது, வேலை செய்யவேண்டிய நேரத்தில் தூங்கிக்கொண்டிருப்பது.

குறள் எண்: 606

குறள்:

**படி உடையார் பற்று அமைந்தக்கண்ணும் மடி உடையார்
மாண் பயன் எய்தல் அரிது**

இந்தக் குறளை எப்படி மாற்றிப் படிக்கவேண்டும்:

படி உடையார் பற்று அமைந்தக்கண்ணும் மடி உடையார் மாண் பயன் எய்தல் அரிது

இந்தக் குறளில் உள்ள கடினமான சொற்களும் அவற்றின் பொருளும்:

படி => உலகம் / நிலம்

உடையார் => உடையவர்கள்

பற்று => நட்பு / உறவு

அமைந்தக்கண்ணும் => அமைந்தாலும்

மடி => சோம்பல்

மாண் => மாண்பு / உயர்வு

எய்தல் => பெறுதல்

அரிது => கடினமாகும்

எளிய உரை:

ஒரு சோம்பேறிக்கு எப்பேர்ப்பட்ட பெரிய மனிதர்களுடைய நட்பு இருந்தால்தான் என்ன? அவன் உருப்படியாக எதையும் செய்யமாட்டான்.

குறள் எண்: 607

குறள்:

இடி புரிந்து எள்ளும் சொல் கேட்பர், மடி புரிந்து,
மாண்ட உஞற்று இலவர்

இந்தக் குறளை எப்படி மாற்றிப் படிக்கவேண்டும்:

மடி புரிந்து, மாண்ட உஞற்று இலவர் இடி புரிந்து எள்ளும் சொல் கேட்பர்

இந்தக் குறளில் உள்ள கடினமான சொற்களும் அவற்றின் பொருளும்:

இடி => இடித்துரைத்தல் / கண்டித்துப் பேசுதல்

புரிந்து => செய்து

எள்ளும் => எள்ளுகின்ற / இகழ்ச்சியாகப் பேசுகின்ற

கேட்பர் => கேட்பார்கள்

மடி => சோம்பல்

மாண்ட => சிறந்த

உஞற்று => முயற்சி

இலவர் => இல்லாதவர்

எளிய உரை:

சிறந்த பணிகளில் ஈடுபடாத சோம்பேறியை எல்லாரும் கண்டிப்பார்கள், இகழ்ந்து பேசுவார்கள். அவன் அதையெல்லாம் கேட்டுக்கொண்டு வாழவேண்டியதுதான்.

குறள் எண்: 608

குறள்:

மடிமை குடிமைக்கண் தங்கின் தன் ஒன்னார்க்கு
அடிமை புகுத்திவிடும்

இந்தக் குறளை எப்படி மாற்றிப் படிக்கவேண்டும்:

குடிமைக்கண் மடிமை தங்கின் தன் ஒன்னார்க்கு அடிமை புகுத்திவிடும்

இந்தக் குறளில் உள்ள கடினமான சொற்களும் அவற்றின் பொருளும்:

மடிமை => சோம்பல்

குடிமைக்கண் => நல்ல குடியில் பிறந்தவர்களிடம்

தங்கின் => தங்கினால்

ஒன்னார்க்கு => பகைவர்க்கு

புகுத்திவிடும் => உண்டாக்கிவிடும்

எளிய உரை:

நல்ல குடும்பத்தில் பிறந்த ஒருவனுக்குச் சோம்பல் வந்துவிட்டால், அவன் தன்னுடைய பகைவர்களிடம் தோற்றுப்போவான், அவர்களுக்கு அடிமையாகிவிடுவான்.

குறள் எண்: 609

குறள்:

குடி ஆண்மையுள் வந்த குற்றம் ஒருவன்
மடி ஆண்மை மாற்றக் கெடும்

இந்தக் குறளை எப்படி மாற்றிப் படிக்கவேண்டும்:

ஒருவன் மடி ஆண்மை மாற்ற, குடி ஆண்மையுள் வந்த குற்றம் கெடும்

இந்தக் குறளில் உள்ள கடினமான சொற்களும் அவற்றின் பொருளும்:

குடி	=>	*குடும்பம்*
ஆண்மையுள்	=>	*ஆளும் தன்மையில்*
மடி ஆண்மை	=>	*சோம்பல்*
மாற்ற	=>	*மாற்றினால்*
கெடும்	=>	*தீரும்*

எளிய உரை:

ஒருவன் தன்னுடைய சோம்பேறித்தனத்தை விரட்டினால் போதும், அவனுடைய குடும்பத்துக்கு வந்த குறைகளெல்லாம் தீர்ந்துவிடும்.

குறள் எண்: 610

குறள்:

மடி இலா மன்னவன் எய்தும் அடி அளந்தான்
தாஅயது எல்லாம் ஒருங்கு

இந்தக் குறளை எப்படி மாற்றிப் படிக்கவேண்டும்:

மடி இலா மன்னவன் அடி அளந்தான் தாஅயது எல்லாம் ஒருங்கு எய்தும்

இந்தக் குறளில் உள்ள கடினமான சொற்களும் அவற்றின் பொருளும்:

மடி => சோம்பல்

இலா => இல்லாத

எய்தும் => பெறுவான்

அடி அளந்தான் => மூன்று அடிகளால் உலகை அளந்த வாமனர் (திருமால்)

தாஅயது => தாவி அளந்தது

ஒருங்கு => ஒன்றாக

எளிய உரை:

திருமால் வாமனராக அவதரித்தபோது, மூன்றே அடிகளால் இந்த உலகம்முழுவதையும் அளந்தார் என்று சொல்வார்கள்.

சோம்பல் இல்லாத அரசன் பெரிய அளவில் வெற்றி பெறுவான். அன்றைக்கு வாமனர் தாவி அளந்த மொத்த உலகத்தையும் அவன் வென்றுவிடுவான்.

அதிகாரம் 62: ஆள்வினை உடைமை
(முயற்சியுடன் தொடர்ந்து உழைத்தல்)

குறள் எண்: 611

குறள்:

அருமை உடைத்து என்று அசாவாமை வேண்டும்.
பெருமை முயற்சி தரும்

இந்தக் குறளை எப்படி மாற்றிப் படிக்கவேண்டும்:

அருமை உடைத்து என்று அசாவாமை வேண்டும். முயற்சி பெருமை தரும்

இந்தக் குறளில் உள்ள கடினமான சொற்களும் அவற்றின் பொருளும்:

அருமை உடைத்து => இந்தச் செயல் செய்து முடிக்க அரியதாக உள்ளது

அசாவாமை => மனம் சோர்ந்துவிடாமல் இருத்தல்

எளிய உரை:

ஒரு வேலையைச் செய்வது மிகவும் கடினம் என்று எண்ணி மனம் தளரவேண்டாம். தொடர்ந்து ஊக்கத்துடன் உழைத்தால் வெற்றி வரும், பெருமையும் வரும்.

குறள் எண்: 612

குறள்:

> **வினைக்கண் வினை கெடல் ஓம்பல். வினைக் குறை**
> **தீர்ந்தாரின் தீர்ந்தன்று உலகு**

இந்தக் குறளை எப்படி மாற்றிப் படிக்கவேண்டும்:

> **வினைக் குறை தீர்ந்தாரின் உலகு தீர்ந்தன்று. வினைக்கண் வினை கெடல் ஓம்பல்**

இந்தக் குறளில் உள்ள கடினமான சொற்களும் அவற்றின் பொருளும்:

வினைக்கண்	=> வேலை செய்யும்போது
வினை	=> வேலை
கெடல்	=> கெட்டுப்போவது
ஓம்பல்	=> பாதுகாத்துக்கொள்ளுங்கள்
வினைக் குறை	=> அரைகுறையான வேலை
தீர்ந்தார்	=> விட்டவர்
தீர்ந்தன்று	=> விட்டுவிடும்

எளிய உரை:

வேலையைப் பாதியில் விட்டுவிட்டு ஓடியவர்களை உலகம் மறந்துவிடும். அதனால், எந்த வேலையையும் அரைகுறையாகச் செய்யாமல் முழுமையாகச் செய்து முடியுங்கள்.

குறள் எண்: 613

குறள்:

தாளாண்மை என்னும் தகைமைக்கண் தங்கிற்றே,
வேளாண்மை என்னும் செருக்கு

இந்தக் குறளை எப்படி மாற்றிப் படிக்கவேண்டும்:

வேளாண்மை என்னும் செருக்கு தாளாண்மை என்னும் தகைமைக்கண் தங்கிற்றே

இந்தக் குறளில் உள்ள கடினமான சொற்களும் அவற்றின் பொருளும்:

தாளாண்மை => ஊக்கம் / முயற்சி / உழைப்பு

தகைமைக்கண் => தகுதியில்

தங்கிற்று => நிலைபெற்றிருக்கிறது

வேளாண்மை => பிறருக்கு உதவுதல்

செருக்கு => பெருமிதம் / உயர்ந்த நிலை

எளிய உரை:

உழைப்பவன்தான் உயர்வான், பிறருக்கு உதவுவான்.

குறள் எண்: 614

குறள்:

தாளாண்மை இல்லாதான் வேளாண்மை, பேடி கை
வாளாண்மை போலக் கெடும்

இந்தக் குறளை எப்படி மாற்றிப் படிக்கவேண்டும்:

பேடி கை வாளாண்மை போலத் தாளாண்மை இல்லாதான் வேளாண்மை கெடும்

இந்தக் குறளில் உள்ள கடினமான சொற்களும் அவற்றின் பொருளும்:

தாளாண்மை => ஊக்கம் / முயற்சி / உழைப்பு

இல்லாதான் => இல்லாதவன்

வேளாண்மை => பிறருக்கு உதவுதல்

பேடி => வீரமில்லாதவன்

வாளாண்மை => வாளைச் செலுத்தும் தன்மை

கெடும் => அழியும் / வீணாகும்

எளிய உரை:

வீரமில்லாதவன் கையில் வாள் இருந்தால் என்ன பயன்? அதுபோல, உழைக்காதவன் பிறருக்கு உதவ நினைத்தால் என்ன பயன்? (உழைக்காதவனிடம் செல்வம் சேராது. அவனால் யாருக்கும் உதவமுடியாது.)

குறள் எண்: 615

குறள்:

இன்பம் விழையான், வினை விழைவான் தன் கேளிர்
துன்பம் துடைத்து, ஊன்றும் தூண்

இந்தக் குறளை எப்படி மாற்றிப் படிக்கவேண்டும்:

இன்பம் விழையான், வினை விழைவான் தன் கேளிர் துன்பம் துடைத்து, ஊன்றும் தூண்

இந்தக் குறளில் உள்ள கடினமான சொற்களும் அவற்றின் பொருளும்:

விழையான் => விரும்பமாட்டான்

வினை => செயல்

விழைவான் => விரும்புவான்

கேளிர் => நண்பர் / உறவினர்

ஊன்றும் => தாங்குகின்ற

எளிய உரை:

ஒருவன் மகிழ்ச்சியாக ஓய்வெடுப்பதை விரும்பாமல் தன்னுடைய பணியை முறையாகச் செய்வதை விரும்புகிறான் என்றால், அவன் தன்னுடைய நண்பர்களையும் உறவினர்களையும் ஒரு தூணைப்போல் தாங்குவான், அவர்களுடைய துன்பங்களைத் துடைப்பான்.

குறள் எண்: 616

குறள்:

முயற்சி திருவினை ஆக்கும். முயற்று இன்மை
இன்மை புகுத்திவிடும்

இந்தக் குறளை எப்படி மாற்றிப் படிக்கவேண்டும்:

முயற்சி திருவினை ஆக்கும். முயற்று இன்மை இன்மை புகுத்திவிடும்

இந்தக் குறளில் உள்ள கடினமான சொற்களும் அவற்றின் பொருளும்:

திருவினை => செல்வத்தை

ஆக்கும் => வளர்க்கும்

முயற்று இன்மை => முயற்சி இல்லாமல் இருத்தல்

இன்மை => வறுமை

புகுத்திவிடும் => கொண்டுவரும்

எளிய உரை:

உழைத்தால் செல்வம் வரும். உழைக்காவிட்டால் வறுமை வரும்.

குறள் எண்: 617

குறள்:

மடி உளாள் மா முகடி என்ப, மடி இலான்
தாள் உளாள் தாமரையினாள்

இந்தக் குறளை எப்படி மாற்றிப் படிக்கவேண்டும்:

மா முகடி மடி உளாள் என்ப. தாமரையினாள் மடி இலான் தாள் உளாள் (என்ப)

இந்தக் குறளில் உள்ள கடினமான சொற்களும் அவற்றின் பொருளும்:

மடி => சோம்பல்

உளாள் => இருக்கிறாள்

மா => கருத்த

முகடி => மூதேவி (வறுமையைக் கொண்டுவருவதாகக் கருதப்படும் தெய்வம்)

என்ப => என்று சொல்வார்கள்

இலான் => இல்லாதவன்

தாள் => முயற்சி

தாமரையினாள் => தாமரையில் அமரும் திருமகள் (செல்வத்தைக் கொண்டுவருவதாகக் கருதப்படும் தெய்வம்)

எளிய உரை:

சோம்பேறித்தனம் உள்ள இடத்தில் கருத்த மூதேவி வாழ்வதாகப் பெரியவர்கள் சொல்வார்கள்.

அதேபோல், சோம்பலில்லாமல் உழைக்கிறவனுடைய முயற்சியில் தாமரையில் வீற்றிருக்கும் திருமகள் வாழ்வதாகப் பெரியவர்கள் சொல்வார்கள். (சோம்பலால் வறுமை வரும். உழைப்பால் செல்வம் வரும்.)

குறள் எண்: 618

குறள்:

பொறி இன்மை யார்க்கும் பழி அன்று. அறிவு அறிந்து ஆள்வினை இன்மை பழி

இந்தக் குறளை எப்படி மாற்றிப் படிக்கவேண்டும்:

யார்க்கும் பொறி இன்மை பழி அன்று. அறிவு அறிந்து ஆள்வினை இன்மை (யார்க்கும்) பழி

இந்தக் குறளில் உள்ள கடினமான சொற்களும் அவற்றின் பொருளும்:

பொறி இன்மை	=> உடல் உறுப்புகளின் குறைபாடு
யார்க்கும்	=> யாருக்கும்
அன்று	=> இல்லை
அறிவு	=> அறிய வேண்டியவை
ஆள்வினை இன்மை	=> முயற்சி இல்லாமல் இருத்தல்

எளிய உரை:

சிலருக்குக் கண் பார்வை இல்லை. சிலருக்குக் காது கேட்பதில்லை. சிலருக்குக் கை, கால் இல்லை. இதனாலெல்லாம் அவர்கள் குறைந்துபோய்விடுவதில்லை.

ஆனால், சிலருக்கு முயற்சி இல்லை, உழைப்பு இல்லை, அறியவேண்டிய விஷயங்களைக் கற்றுக்கொள்ளும் ஆர்வம் இல்லை. உண்மையில் அவர்கள்தான் ஊனமுற்றவர்கள்.

குறள் எண்: 619

குறள்:

தெய்வத்தான் ஆகாது எனினும் முயற்சி தன்
மெய் வருத்தக் கூலி தரும்

இந்தக் குறளை எப்படி மாற்றிப் படிக்கவேண்டும்:

தெய்வத்தான் ஆகாது எனினும், முயற்சி தன் மெய் வருத்தக் கூலி தரும்

இந்தக் குறளில் உள்ள கடினமான சொற்களும் அவற்றின் பொருளும்:

தெய்வத்தான் => தெய்வத்தால்

எனினும் => என்றாலும்

மெய் வருத்தக் கூலி => உடல் உழைப்புக்கான பலன்

எளிய உரை:

தெய்வத்தின் உதவி கிடைக்காவிட்டாலும், முயற்சியின் உதவியைக் கொண்டு நாம் வெற்றி பெறலாம். எப்போதும் நம் உழைப்புக்கேற்ற பலன் நமக்குக் கிடைக்கும்.

குறள் எண்: 620

குறள்:

ஊழையும் உப்பக்கம் காண்பர், உலைவு இன்றித்
தாழாது உஞற்றுபவர்

இந்தக் குறளை எப்படி மாற்றிப் படிக்கவேண்டும்:

உலைவு இன்றித் தாழாது உஞற்றுபவர் ஊழையும் உப்பக்கம் காண்பர்

இந்தக் குறளில் உள்ள கடினமான சொற்களும் அவற்றின் பொருளும்:

ஊழையும் => விதியையும்

உப்பக்கம் => இடைப்பக்கத்தில் / பக்கவாட்டில்

காண்பர் => காண்பார்கள்

உலைவு => தளர்ச்சி

இன்றி => இல்லாமல்

தாழாது => குறையாமல்

உஞற்றுபவர் => முயற்சி செய்வோர்

எளிய உரை:

தடைகள், தோல்விகளைக் கண்டு மனம் தளராமல் தொடர்ந்து உழைப்பவர்கள் விதியைக்கூட வென்றுவிடுவார்கள்.

அதிகாரம் 63: இடுக்கண் அழியாமை
(துன்பத்தைக் கண்டு கலங்காமல் இருத்தல்)

குறள் எண்: 621

குறள்:

இடுக்கண் வருங்கால் நகுக. அதனை
அடுத்து ஊர்வது அஃது ஒப்பது இல்

இந்தக் குறளை எப்படி மாற்றிப் படிக்கவேண்டும்:

இடுக்கண் வருங்கால் நகுக. அதனை அடுத்து ஊர்வது அஃது ஒப்பது இல்

இந்தக் குறளில் உள்ள கடினமான சொற்களும் அவற்றின் பொருளும்:

இடுக்கண்	=> *துன்பம்*
வருங்கால்	=> *வரும்போது*
நகுக	=> *சிரியுங்கள்*
அதனை	=> *அந்தத் துன்பத்தை*
அடுத்து ஊர்வது	=> *நெருங்கிப் போரிடுவது*
அஃது ஒப்பது	=> *அதற்கு இணையானது*
இல்	=> *இல்லை*

எளிய உரை:

துன்பம் வரும்போது கலங்கவேண்டாம், சிரித்தபடி அதை எதிர்கொள்ளுங்கள். அந்தத் துன்பத்தைத் தீர்க்க மிகச் சிறந்த வழி அதுதான்.

குறள் எண்: 622

குறள்:

வெள்ளத்து அனைய இடும்பை அறிவு உடையான்
உள்ளத்தின் உள்ளக் கெடும்

இந்தக் குறளை எப்படி மாற்றிப் படிக்கவேண்டும்:

அறிவு உடையான் உள்ளத்தின் உள்ள, வெள்ளத்து அனைய இடும்பை கெடும்

இந்தக் குறளில் உள்ள கடினமான சொற்களும் அவற்றின் பொருளும்:

வெள்ளத்து அனைய => வெள்ளத்தைப் போன்ற

இடும்பை => துன்பம்

உடையான் => உடையவன்

உள்ளத்தின் => உள்ளத்தில்

உள்ள => நினைக்க

கெடும் => அழியும்

எளிய உரை:

துன்பம் வெள்ளத்தைப்போல் பெருகி வந்தால்தான் என்ன? அறிவுடையவன் சிந்தித்துச் செயல்பட்டால் எப்பேர்ப்பட்ட துன்பமும் தீர்ந்துவிடும்.

குறள் எண்: 623

குறள்:

இடும்பைக்கு இடும்பை படுப்பர், இடும்பைக்கு
இடும்பை படாஅதவர்

இந்தக் குறளை எப்படி மாற்றிப் படிக்கவேண்டும்:

இடும்பைக்கு இடும்பை படாஅதவர் இடும்பைக்கு இடும்பை படுப்பர்

இந்தக் குறளில் உள்ள கடினமான சொற்களும் அவற்றின் பொருளும்:

இடும்பைக்கு => துன்பத்துக்கு

இடும்பை => துன்பம்

படுப்பர் => உண்டாக்குவார்கள்

படாஅதவர் => கொள்ளாதவர்கள்

எளிய உரை:

துன்பம் வரும்போது அதை எண்ணித் துன்பப்படாதவர்கள் அந்தத் துன்பத்தையே துன்பப்படுத்தி வென்றுவிடுவார்கள்.

குறள் எண்: 624

குறள்:

மடுத்த வாய் எல்லாம் பகடு அன்னான் உற்ற
இடுக்கண் இடர்ப்பாடு உடைத்து

இந்தக் குறளை எப்படி மாற்றிப் படிக்கவேண்டும்:

மடுத்த வாய் எல்லாம் பகடு அன்னான் உற்ற இடுக்கண் இடர்ப்பாடு உடைத்து

இந்தக் குறளில் உள்ள கடினமான சொற்களும் அவற்றின் பொருளும்:

மடுத்த	*=> விலக்கித் தடுத்த*
வாய்	*=> வழி*
பகடு	*=> மாடு*
அன்னான்	*=> போன்றவன்*
உற்ற	*=> பெற்ற*
இடுக்கண்	*=> துன்பம்*
இடர்ப்பாடு உடைத்து	*=> துன்பத்தை உடையது*

எளிய உரை:

வண்டி மாடு தடைகளைக் கண்டு அஞ்சாது, கடினமான வழிகளிலும் தன்னுடைய வண்டியை நன்றாக இழுத்துச் செல்லும்.

அந்த வண்டி மாட்டைப்போல் செயல்படுகிற மனிதர்களுக்கு வரும் துன்பம் நிலைக்காது. அது தானே துன்பப்பட்டு ஓடிவிடும். (தடைகளைக் கண்டு மனம் தளராமல் உழைப்பவர்கள் எந்தத் துன்பத்தையும் வென்றுவிடுவார்கள்.)

குறள் எண்: 625

குறள்:

அடுக்கி வரினும் அழிவு இலான் உற்ற
இடுக்கண் இடுக்கண் படும்

இந்தக் குறளை எப்படி மாற்றிப் படிக்கவேண்டும்:

இடுக்கண் அடுக்கி வரினும் அழிவு இலான் உற்ற (இடுக்கண்) இடுக்கண் படும்

இந்தக் குறளில் உள்ள கடினமான சொற்களும் அவற்றின் பொருளும்:

அடுக்கி வரினும் => அடுத்தடுத்து வந்தாலும்

அழிவு இலான் => மனத்தைத் தளர விடாதவன்

உற்ற => பெற்ற

இடுக்கண் => துன்பம்

இடுக்கண் படும் => துன்பப்படும்

எளிய உரை:

ஒருவன் அடுத்தடுத்துத் துன்பங்கள் வந்தாலும் மனம் தளராமல் உழைக்கிறான் என்றால், அவனுக்கு வருகிற துன்பங்களெல்லாம் துன்பப்பட்டு ஓடிவிடும்.

குறள் எண்: 626

குறள்:

> **அற்றேம் என்று அல்லல் படுபவோ, பெற்றேம் என்று**
> **ஓம்புதல் தேற்றாதவர்**

இந்தக் குறளை எப்படி மாற்றிப் படிக்கவேண்டும்:

> **பெற்றேம் என்று ஓம்புதல் தேற்றாதவர் அற்றேம் என்று அல்லல் படுபவோ**

இந்தக் குறளில் உள்ள கடினமான சொற்களும் அவற்றின் பொருளும்:

அற்றேம்	=>	*இழந்துவிட்டோம்*
அல்லல் படுபவோ	=>	*துன்பப்படுவார்களா*
பெற்றேம்	=>	*பெற்றுவிட்டோம்*
ஓம்புதல்	=>	*விரும்புதல்*
தேற்றாதவர்	=>	*அறியாதவர்கள்*

எளிய உரை:

செல்வம் வரும்போது அதை எண்ணி மகிழாதவர்கள், பின்னர் அந்தச் செல்வத்தை இழக்கும்போது பதறித் துடிப்பார்களா? (மாட்டார்கள்.)

(நல்லது நடக்கும்போது மகிழ்வது, கெட்டது நடக்கும்போது வருந்துவது என்று இல்லாமல் சமநிலையோடு செயல்படவேண்டும்.)

குறள் எண்: 627

குறள்:

**இலக்கம் உடம்பு இடும்பைக்கு என்று கலக்கத்தைக்
கையாறாக் கொள்ளாதாம் மேல்**

இந்தக் குறளை எப்படி மாற்றிப் படிக்கவேண்டும்:

மேல், இடும்பைக்கு உடம்பு இலக்கம் என்று கலக்கத்தைக் கையாறாக் கொள்ளாதாம்

இந்தக் குறளில் உள்ள கடினமான சொற்களும் அவற்றின் பொருளும்:

இலக்கம் => இலக்கு

இடும்பைக்கு => துன்பத்துக்கு

கலக்கத்தை => துன்பத்தை

கையாறா => செயலற்ற நிலையாக

கொள்ளாதாம் => கொள்ளமாட்டார்களாம்

மேல் => உயர்ந்தவர்கள்

எளிய உரை:

மனித வாழ்க்கையில் அவ்வப்போது துன்பங்கள் வரத்தான் செய்யும் என்பதை உயர்ந்தோர்கள் அறிவார்கள். அதனால், அவர்கள் துன்பம் வரும்போது செயலற்று நிற்கமாட்டார்கள், அடுத்து என்ன செய்யவேண்டும் என்று சிந்தித்து உழைப்பார்கள்.

குறள் எண்: 628

குறள்:

இன்பம் விழையான், இடும்பை இயல்பு என்பான்
துன்பம் உறுதல் இலன்

இந்தக் குறளை எப்படி மாற்றிப் படிக்கவேண்டும்:

இன்பம் விழையான், இடும்பை இயல்பு என்பான் துன்பம் உறுதல் இலன்

இந்தக் குறளில் உள்ள கடினமான சொற்களும் அவற்றின் பொருளும்:

விழையான்	*=> விரும்பாதவன்*
இடும்பை	*=> துன்பம்*
என்பான்	*=> என்று சொல்வான்*
உறுதல் இலன்	*=> பெறமாட்டான்*

எளிய உரை:

ஒருவன் எப்போதும் இன்பத்தைமட்டும் விரும்பாமல், துன்பமும் வாழ்க்கையில் ஓர் இயல்புதான் என்பதை அறிந்திருந்தால், எந்தத் துன்பமும் அவனை எதுவும் செய்யாது.

குறள் எண்: 629

குறள்:

இன்பத்துள் இன்பம் விழையாதான் துன்பத்துள்
துன்பம் உறுதல் இலன்

இந்தக் குறளை எப்படி மாற்றிப் படிக்கவேண்டும்:

இன்பத்துள் இன்பம் விழையாதான் துன்பத்துள் துன்பம் உறுதல் இலன்

இந்தக் குறளில் உள்ள கடினமான சொற்களும் அவற்றின் பொருளும்:

இன்பத்துள் => இன்பம் வரும்போது

விழையாதான் => விரும்பாதவன்

துன்பத்துள் => துன்பம் வரும்போது

உறுதல் இலன் => பெறமாட்டான்

எளிய உரை:

இன்பம் வரும்போது துள்ளாதவன் துன்பம் வரும்போது கலங்கமாட்டான். (இன்பத்தையும் துன்பத்தையும் சமநிலையோடு பார்க்கவேண்டும்.)

குறள் எண்: 630

குறள்:

> **இன்னாமை இன்பம் எனக் கொளின் ஆகும் தன்**
> **ஒன்னார் விழையும் சிறப்பு**

இந்தக் குறளை எப்படி மாற்றிப் படிக்கவேண்டும்:

> **இன்னாமை இன்பம் எனக் கொளின் தன் ஒன்னார் விழையும் சிறப்பு ஆகும்**

இந்தக் குறளில் உள்ள கடினமான சொற்களும் அவற்றின் பொருளும்:

இன்னாமை => துன்பம்

கொளின் => கொண்டால்

ஒன்னார் => பகைவர்

விழையும் => விரும்புகின்ற / மதிக்கின்ற

எளிய உரை:

துன்பத்தைக் கண்டு அஞ்சாமல், 'இதுவும் ஒரு வகை இன்பம்தான்' என்று அதைத் துணிவோடு எதிர்கொள்கிறவன் சிறந்து விளங்குவான். அவனுடைய பகைவர்களும் அவனை மதிப்பார்கள்.

இயல் - 6

அங்க இயல்

அதிகாரம் 64: அமைச்சு
(அமைச்சரின் உயர்வு)

குறள் எண்: 631

குறள்:

கருவியும் காலமும் செய்கையும் செய்யும்
அரு வினையும் மாண்டது அமைச்சு

இந்தக் குறளை எப்படி மாற்றிப் படிக்கவேண்டும்:

அமைச்சு கருவியும் காலமும் செய்கையும் செய்யும் அரு வினையும் மாண்டது

இந்தக் குறளில் உள்ள கடினமான சொற்களும் அவற்றின் பொருளும்:

செய்கை => செய்யும் வழிமுறை

அரு வினை => அரிய செயல்

மாண்டது => சிறப்பாக உடையது

அமைச்சு => அமைச்சர்

எளிய உரை:

நல்ல அமைச்சர் அரிய செயல்களை ஆராய்ந்து செய்வார், அந்தச் செயல்களைச் செய்வதற்குத் தேவைப்படும் கருவிகள், அவற்றைச் செய்வதற்குச் சரியான நேரம், அவற்றைச் செய்வதற்கான வழிமுறைகள் ஆகியவற்றை உணர்ந்து சிறப்பாகச் செயல்படுவார்.

குறள் எண்: 632

குறள்:

வன்கண், குடி காத்தல், கற்று, அறிதல், ஆள்வினையோடு
ஐந்துடன் மாண்டது அமைச்சு

இந்தக் குறளை எப்படி மாற்றிப் படிக்கவேண்டும்:

அமைச்சு வன்கண், குடி காத்தல், கற்று, அறிதல், ஆள்வினையோடு
ஐந்துடன் மாண்டது

இந்தக் குறளில் உள்ள கடினமான சொற்களும் அவற்றின் பொருளும்:

வன்கண் => செயலில் உறுதி

குடி => மக்கள்

காத்தல் => காப்பாற்றுதல்

ஆள்வினை => முயற்சி

மாண்டது => சிறப்பாக உடையது

அமைச்சு => அமைச்சர்

எளிய உரை:

நல்ல அமைச்சரிடம் ஐந்து சிறந்த பண்புகள் இருக்கும்: செயலில் உறுதி, மக்களைக் காப்பாற்றும் அன்பு, கல்வி, அறிவு, முயற்சி.

குறள் எண்: 633

குறள்:

பிரித்தலும் பேணிக் கொளலும் பிரிந்தார்ப்
பொருத்தலும் வல்லது அமைச்சு

இந்தக் குறளை எப்படி மாற்றிப் படிக்கவேண்டும்:

அமைச்சு பிரித்தலும் பேணிக் கொளலும் பிரிந்தார்ப் பொருத்தலும் வல்லது

இந்தக் குறளில் உள்ள கடினமான சொற்களும் அவற்றின் பொருளும்:

பேணிக் கொளல்	=>	*அக்கறையோடு தன்னுடன் வைத்துக்கொள்வது*
பிரிந்தார்	=>	*பிரிந்து சென்றவர்*
பொருத்தல்	=>	*பொருத்துவது*
வல்லது	=>	*நன்கு செய்யவல்லவர்*
அமைச்சு	=>	*அமைச்சர்*

எளிய உரை:

நல்ல அமைச்சர் தன்னுடைய பகைவர்களை ஒன்று சேரவிடாமல் பிரிப்பார், நண்பர்களை அக்கறையாகக் கவனித்துத் தன்னுடன் வைத்துக்கொள்வார், தன்னை விட்டுப் பிரிந்து சென்றவர்களில் தகுதியானவர்களைத் திரும்ப அழைத்துத் தன்னுடன் சேர்த்துக்கொள்வார்.

குறள் எண்: 634

குறள்:

தெரிதலும் தேர்ந்து செயலும் ஒருதலையாச்
சொல்லலும் வல்லது அமைச்சு

இந்தக் குறளை எப்படி மாற்றிப் படிக்கவேண்டும்:

அமைச்சு தெரிதலும் தேர்ந்து செயலும் ஒருதலையாச் சொல்லலும் வல்லது

இந்தக் குறளில் உள்ள கடினமான சொற்களும் அவற்றின் பொருளும்:

தெரிதல் => ஆராய்ந்து அறிதல்

தேர்ந்து => தேர்ந்தெடுத்து

செயல் => செய்தல்

ஒருதலையா => உறுதியாக / துணிவாக

சொல்லல் => பேசுதல்

வல்லது => வல்லவர்

அமைச்சு => அமைச்சர்

எளிய உரை:

நல்ல அமைச்சர் எதையும் ஆராய்ந்து அறிவார், எது சரி என்று சிந்தித்துத் தேர்ந்தெடுத்துச் செயல்படுவார், தன்னுடைய கருத்துகளைக் குழப்பமில்லாமல் தெளிவாகச் சொல்வார்.

குறள் எண்: 635

குறள்:

அறன் அறிந்து, ஆன்று, அமைந்த சொல்லான், எஞ்ஞான்றும்
திறன் அறிந்தான் தேர்ச்சித் துணை

இந்தக் குறளை எப்படி மாற்றிப் படிக்கவேண்டும்:

அறன் அறிந்து, ஆன்று, அமைந்த சொல்லான், எஞ்ஞான்றும்
திறம் அறிந்தான் தேர்ச்சித் துணை

இந்தக் குறளில் உள்ள கடினமான சொற்களும் அவற்றின் பொருளும்:

அறன் => அறம்

ஆன்று => அறிவு நிரம்பிய

அமைந்த => பொறுமையான / அமைதியான

சொல்லான் => சொல்லை உடையவன்

எஞ்ஞான்றும் => எப்போதும்

திறன் => திறமை

அறிந்தான் => அறிந்தவன்

தேர்ச்சித் துணை => கலந்து பேசித் தீர்மானிப்பதற்கு ஏற்ற துணை

எளிய உரை:

ஓர் அரசர் தன்னுடைய குழப்பங்களை யாருடன் கலந்து பேசித் தீர்மானமெடுப்பார்? இதுபோன்ற சிந்தனைகளில் அவருக்கு உதவக்கூடிய நல்ல துணை யார்?

அறத்தை அறிந்த, அறிவு நிரம்பிய, பொறுமையான சொற்களைப் பேசுகிற, எப்போதும் திறமையுடன் செயல்படுகிற ஓர் அமைச்சர்தான்.

குறள் எண்: 636

குறள்:

மதி, நுட்பம் நூலோடு உடையார்க்கு அதி நுட்பம்
யா உள முன் நிற்பவை

இந்தக் குறளை எப்படி மாற்றிப் படிக்கவேண்டும்:

மதி, நுட்பம் நூலோடு உடையார்க்கு அதி நுட்பம் முன் நிற்பவை யா உள?

இந்தக் குறளில் உள்ள கடினமான சொற்களும் அவற்றின் பொருளும்:

மதி => *இயற்கை அறிவு*

நுட்பம் => *நுண்ணறிவு*

நூல் => *புத்தக அறிவு*

உடையார்க்கு => *உடையவருக்கு*

அதி நுட்பம் => *மேலும் நுட்பமான செயல்கள்*

யா => *எவை*

உள => *உள்ளன*

முன் நிற்பவை => *எதிரில் நிற்பவை*

எளிய உரை:

இயற்கையான அறிவு, நுண்ணறிவு, புத்தக அறிவு ஆகியவற்றை ஒன்றாகப் பெற்ற ஒருவரால் தீர்க்கமுடியாத சிக்கல்கள் ஏது? (ஏதுமில்லை.)

குறள் எண்: 637

குறள்:

செயற்கை அறிந்தக்கடைத்தும், உலகத்து
இயற்கை அறிந்து செயல்

இந்தக் குறளை எப்படி மாற்றிப் படிக்கவேண்டும்:

செயற்கை அறிந்தக்கடைத்தும், உலகத்து இயற்கை அறிந்து செயல்

இந்தக் குறளில் உள்ள கடினமான சொற்களும் அவற்றின் பொருளும்:

செயற்கை => நூல் வழி அறிவு

அறிந்தக்கடைத்தும் => அறிந்தபோதும்

செயல் => செயல்படவேண்டும்

எளிய உரை:

புத்தக அறிவு சிறந்ததுதான். ஆனால், உலக அறிவோடு செயல்படுவது இன்னும் சிறப்பு. (அமைச்சர்கள் வெறும் ஏட்டுச் சுரைக்காய்களாக இருக்கக்கூடாது, உலக அறிவுடன் செயல்படவேண்டும்.)

குறள் எண்: 638

குறள்:

அறி கொன்று, அறியான் எனினும் உறுதி
உழை இருந்தான் கூறல் கடன்

இந்தக் குறளை எப்படி மாற்றிப் படிக்கவேண்டும்:

உழை இருந்தான் கடன், அறி கொன்று, அறியான் எனினும் உறுதி கூறல்

இந்தக் குறளில் உள்ள கடினமான சொற்களும் அவற்றின் பொருளும்:

அறி கொன்று => அறிவோடு சொல்லியவற்றை அழித்து

அறியான் => அறியாதவன்

எனினும் => என்றாலும்

உறுதி => உறுதியான / சரியான கருத்துகள்

உழை => அருகில்

இருந்தான் => இருந்தவன்

கூறல் => சொல்வது

கடன் => கடமை

எளிய உரை:

ஓர் அரசன் அறிவற்றவனாக இருக்கலாம், மற்றவர்கள் சொல்லும் நல்ல அறிவுரைகளையும் பொருட்படுத்தாதவனாக இருக்கலாம். ஆனாலும், அந்த அரசனுக்கு அருகில் இருக்கும் அமைச்சர் அவனுக்கு நல்ல அறிவுரைகளைத் தொடர்ந்து சொல்லவேண்டும். அது அவருடைய கடமை.

குறள் எண்: 639

குறள்:

பழுது எண்ணும் மந்திரியின் பக்கத்துள் தெவ் ஓர்
எழுபது கோடி உறும்

இந்தக் குறளை எப்படி மாற்றிப் படிக்கவேண்டும்:

பழுது எண்ணும் மந்திரியின் பக்கத்துள் ஓர் எழுபது கோடி தெவ் உறும்

இந்தக் குறளில் உள்ள கடினமான சொற்களும் அவற்றின் பொருளும்:

பழுது => கெடுதல்

எண்ணும் => எண்ணுகின்ற

மந்திரியின் => அமைச்சரைவிட

பக்கத்துள் => அருகில்

தெவ் => பகைவர்

உறும் => பொருந்தும்

எளிய உரை:

ஒரு கெட்ட அமைச்சன் எழுபது கோடிப் பகைவர்களுக்குச் சமம். (அரசர்கள் தங்களுக்குக் கெடுதல் நினைக்கும் அமைச்சர்களைக் கண்டுபிடித்து விலக்கவேண்டும்.)

குறள் எண்: 640

குறள்:

முறைப்படச் சூழ்ந்தும் முடிவு இலவே செய்வர்,
திறப்பாடு இலாஅதவர்

இந்தக் குறளை எப்படி மாற்றிப் படிக்கவேண்டும்:

திறப்பாடு இலாஅதவர் முறைப்படச் சூழ்ந்தும் முடிவு இலவே செய்வர்

இந்தக் குறளில் உள்ள கடினமான சொற்களும் அவற்றின் பொருளும்:

முறைப்பட => முறையாக / தெளிவாக

சூழ்ந்தும் => ஆராய்ந்தும்

முடிவு இலவே => முடிவு இல்லாமலே / அரைகுறையாகவே

செய்வர் => செய்வார்கள்

திறப்பாடு => திறமை

இலாஅதவர் => இல்லாதவர்கள்

எளிய உரை:

திறமை இல்லாதவன் ஒவ்வொரு வேலையையும் ஆயிரம்விதமாக ஆராய்வான், ஆனால், எதையும் ஒழுங்காகச் செய்துமுடிக்கமாட்டான்.

அதிகாரம் 65: சொல்வன்மை (சொல்லாற்றல்)

குறள் எண்: 641

குறள்:

நா நலம் என்னும் நலன் உடைமை, அந்நலம்
யா நலத்து உள்ளதூஉம் அன்று

இந்தக் குறளை எப்படி மாற்றிப் படிக்கவேண்டும்:

நா நலம் என்னும் நலன் உடைமை, அந்நலம் யா நலத்து உள்ளதூஉம் அன்று

இந்தக் குறளில் உள்ள கடினமான சொற்களும் அவற்றின் பொருளும்:

நா நலம் => சொல்லாற்றல்

யா நலத்து => எந்த நலத்திலும்

உள்ளதூஉம் அன்று => அடங்குவதில்லை / மேலானது

எளிய உரை:

சொல்லாற்றலை வளர்த்துக்கொள்ளுங்கள். அதற்கு இணையான ஆற்றல் வேறெதுவும் இல்லை.

குறள் எண்: 642

குறள்:

ஆக்கமும் கேடும் அதனால் வருதலால்
காத்து ஓம்பல் சொல்லின்கண் சோர்வு

இந்தக் குறளை எப்படி மாற்றிப் படிக்கவேண்டும்:

அதனால் ஆக்கமும் கேடும் வருதலால், சொல்லின்கண் சோர்வு காத்து ஓம்பல்

இந்தக் குறளில் உள்ள கடினமான சொற்களும் அவற்றின் பொருளும்:

ஆக்கம் => வளர்ச்சி

கேடு => கெடுதல்

வருதலால் => வருவதால்

காத்து => காப்பாற்றி

ஓம்பல் => போற்றுங்கள்

சொல்லின்கண் => சொல்லில்

சோர்வு => தளர்ச்சி

எளிய உரை:

நல்ல சொல் வளர்ச்சியைக் கொண்டுவரும், கெட்ட சொல் கெடுதலைக் கொண்டுவரும். அதனால், சொற்களைச் சிந்திக்காமல் பயன்படுத்தவேண்டாம், நன்கு சிந்தித்துச் சரியான சொற்களைத் தேர்ந்தெடுத்துப் பேசுங்கள்.

குறள் எண்: 643

குறள்:

கேட்டார்ப் பிணிக்கும் தகையவாய், கேளாரும்
வேட்ப மொழிவதாம் சொல்

இந்தக் குறளை எப்படி மாற்றிப் படிக்கவேண்டும்:

சொல், கேட்டார்ப் பிணிக்கும் தகையவாய், கேளாரும் வேட்ப மொழிவதாம்

இந்தக் குறளில் உள்ள கடினமான சொற்களும் அவற்றின் பொருளும்:

கேட்டார்	*=> கேட்டவர்*
பிணிக்கும்	*=> கட்டிப்போடும் / தன் பக்கம் ஈர்க்கும்*
தகையவாய்	*=> இயல்பை உடையதாக*
கேளாரும்	*=> கேட்காதவரும்*
வேட்ப	*=> விரும்பும்படி*
மொழிவதாம்	*=> சொல்வதாம்*

எளிய உரை:

ஒரு நல்ல பேச்சு எப்படி இருக்கவேண்டும்?

அதைக் கேட்டவர்கள் மயங்கிக் கட்டுப்பட்டு நிற்கவேண்டும், கேட்காதவர்கள், 'அடடா, நாம் இவருடைய பேச்சைக் கேட்கவில்லையே' என்று விரும்பி ஏங்கவேண்டும். அதுதான் நல்ல பேச்சு.

குறள் எண்: 644

குறள்:

திறன் அறிந்து சொல்லுக சொல்லை. அறனும்
பொருளும் அதனின் ஊங்கு இல்

இந்தக் குறளை எப்படி மாற்றிப் படிக்கவேண்டும்:

சொல்லைத் திறன் அறிந்து சொல்லுக. அதனின் ஊங்கு அறனும் பொருளும் இல்

இந்தக் குறளில் உள்ள கடினமான சொற்களும் அவற்றின் பொருளும்:

திறன் => திறமை / ஆற்றல்

சொல்லுக => சொல்லுங்கள்

அறன் => அறம்

அதனின் => அதைவிட

ஊங்கு => மேலான

இல் => இல்லை

எளிய உரை:

சொற்களைச் சும்மா மனம் போன போக்கில் பேசக்கூடாது. ஒவ்வொரு சொல்லின் ஆற்றலையும் அறிந்து, சரியான சொற்களைத் தேர்ந்தெடுத்துப் பேசவேண்டும். அப்படிப் பேசுவதைவிடச் சிறந்த அறமும் பொருளும் இவ்வுலகில் இல்லை.

குறள் எண்: 645

குறள்:

சொல்லுக சொல்லைப் பிறிது ஓர் சொல் அச்சொல்லை
வெல்லும் சொல் இன்மை அறிந்து

இந்தக் குறளை எப்படி மாற்றிப் படிக்கவேண்டும்:

சொல்லை, பிறிது ஓர் சொல் அச்சொல்லை வெல்லும் சொல் இன்மை அறிந்து சொல்லுக

இந்தக் குறளில் உள்ள கடினமான சொற்களும் அவற்றின் பொருளும்:

சொல்லுக => சொல்லுங்கள்

பிறிது => வேறு

வெல்லும் => வெல்லுகின்ற

இன்மை => இல்லாமலிருத்தல்

எளிய உரை:

ஒவ்வொரு சொல்லையும் சொல்வதற்குமுன்னால், இதே கருத்தைத் தெரிவிப்பதற்கு இதைவிடச் சிறந்த இன்னொரு சொல் இருக்கிறதா என்று பாருங்கள். அப்படி எந்தச் சொல்லும் இல்லை என்பதை உறுதிப்படுத்திக்கொண்டபிறகு அந்தச் சொல்லைச் சொல்லுங்கள். (எப்போதும் மிகச் சிறந்த சொற்களைமட்டும் பேசுங்கள்.)

குறள் எண்: 646

குறள்:

வேட்பத் தாம் சொல்லிப் பிறர் சொல் பயன் கோடல்
மாட்சியின் மாசு அற்றார் கோள்

இந்தக் குறளை எப்படி மாற்றிப் படிக்கவேண்டும்:

மாட்சியின் மாசு அற்றார் கோள், வேட்பத் தாம் சொல்லி, பிறர் சொல் பயன் கோடல்

இந்தக் குறளில் உள்ள கடினமான சொற்களும் அவற்றின் பொருளும்:

வேட்ப => விரும்பும்படி

தாம் => தான் / தாங்கள்

பயன் => நன்மை

கோடல் => கொள்ளுதல் / ஏற்றுக்கொள்ளுதல்

மாட்சியின் => மாண்பில்

மாசு => குற்றம்

அற்றார் => இல்லாதவர்கள்

கோள் => கொள்கை

எளிய உரை:

சிறந்த, குற்றமில்லாத மாண்பை உடையவர்கள் எல்லாரும் விரும்பும்படி சிறப்பாகப் பேசுவார்கள், மற்றவர்களுடைய பேச்சில் இருக்கும் சிறந்த கருத்துகளை ஏற்றுக்கொண்டு பயன்படுத்துவார்கள்.

குறள் எண்: 647

குறள்:

சொலல் வல்லன், சோர்வு இலன், அஞ்சான் அவனை
இகல் வெல்லல் யார்க்கும் அரிது

இந்தக் குறளை எப்படி மாற்றிப் படிக்கவேண்டும்:

சொலல் வல்லன், சோர்வு இலன், அஞ்சான் அவனை இகல் வெல்லல் யார்க்கும் அரிது

இந்தக் குறளில் உள்ள கடினமான சொற்களும் அவற்றின் பொருளும்:

சொலல் => சொல்லுதல் / பேசுதல்

வல்லன் => வல்லவன்

சோர்வு இலன் => தளராதவன்

அஞ்சான் => அஞ்சாதவன்

இகல் => மாறுபாடு / பகை

வெல்லல் => வெல்லுதல்

யார்க்கும் => யாருக்கும்

அரிது => கடினமானது

எளிய உரை:

ஒருவன் பேச்சில் சிறந்து விளங்குகிறான், தளர்ச்சியின்றி, அச்சமின்றிப் பேசுகிறான் என்றால், யாராலும் அவனைப் போட்டியிட்டு வெல்லமுடியாது.

குறள் எண்: 648

குறள்:

**விரைந்து தொழில் கேட்கும் ஞாலம் நிரந்து இனிது
சொல்லுதல் வல்லார்ப் பெறின்**

இந்தக் குறளை எப்படி மாற்றிப் படிக்கவேண்டும்:

தொழில் நிரந்து இனிது சொல்லுதல் வல்லார்ப் பெறின், ஞாலம் விரைந்து கேட்கும்

இந்தக் குறளில் உள்ள கடினமான சொற்களும் அவற்றின் பொருளும்:

விரைந்து	=> விரைவாக
தொழில்	=> பணி
ஞாலம்	=> உலகம்
நிரந்து	=> வரிசைப்படுத்தி / ஒழுங்குபடுத்தி
இனிது	=> இனிமையாக
வல்லார்ப் பெறின்	=> வல்லவரைப் பெற்றால்

எளிய உரை:

ஒருவர் எதையும் ஒழுங்காக, இனிமையாகச் சொல்கிறார் என்றால், உலகம் அவருடைய பேச்சைக் கேட்டு நடக்கும்.

குறள் எண்: 649

குறள்:

பல சொல்லக் காமுறுவர், மன்ற, மாசு அற்ற
சில சொல்லல் தேற்றாதவர்

இந்தக் குறளை எப்படி மாற்றிப் படிக்கவேண்டும்:

மன்ற, மாசு அற்ற சில சொல்லல் தேற்றாதவர் பல சொல்லக் காமுறுவர்

இந்தக் குறளில் உள்ள கடினமான சொற்களும் அவற்றின் பொருளும்:

பல => பல சொற்களைக் குறிக்கிறது

காமுறுவர் => விரும்புவார்கள்

மன்ற => தெளிவாக

மாசு => குற்றம்

அற்ற => இல்லாத

சில => சில சொற்களைக் குறிக்கிறது

சொல்லல் => சொல்லுதல்

தேற்றாதவர் => அறியாதவர்

எளிய உரை:

சுருக்கமாகவும் தெளிவாகவும் பிழையில்லாமலும் பேசத் தெரியாதவர்கள்தான் வளவளவென்று நீளமாகப் பேசிக்கொண்டிருப்பார்கள்.

குறள் எண்: 650

குறள்:

இணர் ஊழ்த்தும் நாறா மலர் அனையர், கற்றது
உணர விரித்து உரையாதார்

இந்தக் குறளை எப்படி மாற்றிப் படிக்கவேண்டும்:

கற்றது உணர விரித்து உரையாதார் இணர் ஊழ்த்தும் நாறா மலர் அனையர்

இந்தக் குறளில் உள்ள கடினமான சொற்களும் அவற்றின் பொருளும்:

இணர் => பூங்கொத்து

ஊழ்த்தும் => மலர்ந்தும்

நாறா => மணம் வீசாத

அனையர் => போன்றவர்கள்

உணர => புரியும்படி

விரித்து => விளக்கி

உரையாதார் => சொல்லாதவர்கள்

எளிய உரை:

தான் கற்றுக்கொண்டவற்றைப் பிறருக்குப் புரியும்படி விளக்கிச் சொல்ல இயலாதவன் மலர்ந்தும் மணம் வீசாத மலரைப் போன்றவன்.

அதிகாரம் 66: வினைத் தூய்மை (நல்லவற்றைச் செய்தல்)

குறள் எண்: 651

குறள்:

துணை நலம் ஆக்கம் தரூஉம். வினை நலம்
வேண்டிய எல்லாம் தரும்

இந்தக் குறளை எப்படி மாற்றிப் படிக்கவேண்டும்:

துணை நலம் ஆக்கம் தரூஉம். வினை நலம் வேண்டிய எல்லாம் தரும்

இந்தக் குறளில் உள்ள கடினமான சொற்களும் அவற்றின் பொருளும்:

துணை => துணையாக நிற்பவர்கள்

நலம் => நன்மை

ஆக்கம் => உயர்வு

தரூஉம் => தரும்

வினை => செயல்

வேண்டிய => விரும்பிய

எளிய உரை:

நமக்கு நல்ல துணைவர்கள் அமைந்தால் உயர்வு வரும். நாம் நல்ல செயல்களைச் செய்தால் விரும்புகின்ற அனைத்தும் கிடைக்கும்.

குறள் எண்: 652

குறள்:

என்றும் ஒருவுதல் வேண்டும், புகழொடு
நன்றி பயவா வினை

இந்தக் குறளை எப்படி மாற்றிப் படிக்கவேண்டும்:

புகழொடு நன்றி பயவா வினை என்றும் ஒருவுதல் வேண்டும்

இந்தக் குறளில் உள்ள கடினமான சொற்களும் அவற்றின் பொருளும்:

ஒருவுதல் => நீக்குதல்

புகழொடு => புகழுடன்

நன்றி => நன்மை

பயவா => கொடுக்காத

வினை => செயல்

எளிய உரை:

புகழையும் நன்மையையும் கொடுக்காத செயல்களை ஒருபோதும் செய்யவேண்டாம்.

குறள் எண்: 653

குறள்:

ஓஒதல் வேண்டும் ஒளி மாழ்கும் செய் வினை,
ஆஅதும் என்னும் அவர்

இந்தக் குறளை எப்படி மாற்றிப் படிக்கவேண்டும்:

ஆஅதும் என்னும் அவர் ஒளி மாழ்கும் செய் வினை ஓஒதல் வேண்டும்

இந்தக் குறளில் உள்ள கடினமான சொற்களும் அவற்றின் பொருளும்:

ஓஒதல்	=>	ஒழித்தல்
ஒளி	=>	புகழ் / மதிப்பு
மாழ்கும்	=>	கெடுக்கக்கூடிய
செய் வினை	=>	செய்யப்படும் செயல்
ஆஅதும்	=>	சிறப்பாக ஆவோம்
என்னும் அவர்	=>	என்கிறவர்கள்

எளிய உரை:

சிறப்பாக வளர விரும்புகிறவர்கள் தங்களுடைய பெருமையைக் கெடுக்கக்கூடிய செயல்களைச் செய்யக்கூடாது.

குறள் எண்: 654

குறள்:

இடுக்கண் படினும் இளிவந்த செய்யார்,
நடுக்கு அற்ற காட்சியவர்

இந்தக் குறளை எப்படி மாற்றிப் படிக்கவேண்டும்:
நடுக்கு அற்ற காட்சியவர் இடுக்கண் படினும் இளிவந்த செய்யார்

இந்தக் குறளில் உள்ள கடினமான சொற்களும் அவற்றின் பொருளும்:

இடுக்கண் => துன்பம்

படினும் => சிக்கிக்கொண்டாலும்

இளிவந்த => இழிவானவை

செய்யார் => செய்யமாட்டார்

நடுக்கு => கலக்கம்

அற்ற => இல்லாத

காட்சியவர் => தெளிவான அறிவை உடையவர்கள்

எளிய உரை:

கலக்கமில்லாத, தெளிவான அறிவை உடையவர்கள் எப்பேர்ப்பட்ட துன்பத்தில் சிக்கிக்கொண்டாலும் இழிவான செயல்களைச் செய்யமாட்டார்கள்.

குறள் எண்: 655

குறள்:

> **எற்று என்று இரங்குவ செய்யற்க. செய்வானேல்,**
> **மற்று அன்ன செய்யாமை நன்று**

இந்தக் குறளை எப்படி மாற்றிப் படிக்கவேண்டும்:

> **எற்று என்று இரங்குவ செய்யற்க. செய்வானேல், மற்று அன்ன செய்யாமை நன்று**

இந்தக் குறளில் உள்ள கடினமான சொற்களும் அவற்றின் பொருளும்:

எற்று => ஏன் இப்படிச் செய்தோம்

இரங்குவ => வருந்தச்செய்கிற செயல்கள்

செய்யற்க => செய்யவேண்டாம்

செய்வானேல் => செய்துவிட்டால்

மற்று => மீண்டும்

அன்ன => அப்படிப்பட்ட செயல்கள்

செய்யாமை => செய்யாமல் இருத்தல்

நன்று => நல்லது

எளிய உரை:

நாம் ஏன் இப்படிச் செய்தோம் என்று நம்மையே வருந்தவைக்கிற தீய செயல்களைச் செய்யாதீர்கள்.

ஒருவேளை, நம்மையும் அறியாமல் அப்படி ஒரு செயலைச் செய்துவிட்டால்?

பரவாயில்லை. மீண்டும் அதைச் செய்யாமல் பார்த்துக் கொள்ளுங்கள்!

குறள் எண்: 656

குறள்:

ஈன்றாள் பசி காண்பான் ஆயினும் செய்யற்க
சான்றோர் பழிக்கும் வினை

இந்தக் குறளை எப்படி மாற்றிப் படிக்கவேண்டும்:

ஈன்றாள் பசி காண்பான் ஆயினும் சான்றோர் பழிக்கும் வினை செய்யற்க

இந்தக் குறளில் உள்ள கடினமான சொற்களும் அவற்றின் பொருளும்:

ஈன்றாள் => பெற்ற தாய்

காண்பான் ஆயினும் => பார்த்தாலும்

செய்யற்க => செய்யவேண்டாம்

சான்றோர் => சிறந்தவர்கள்

பழிக்கும் => பழித்துப் பேசுகின்ற

வினை => செயல்

எளிய உரை:

நம்மைப் பெற்ற தாய் பசியோடு இருப்பதைப் பார்ப்பது மிகவும் கொடுமைதான். ஆனால், அதுபோன்ற கொடிய வறுமைச் சூழ்நிலையிலும்கூட, சிறந்த பெரியோர்கள் பழித்துப் பேசுகின்ற தீய செயல்களை நாம் செய்யக்கூடாது.

குறள் எண்: 657

குறள்:

பழி மலைந்து எய்திய ஆக்கத்தின், சான்றோர்
கழி நல்குரவே தலை

இந்தக் குறளை எப்படி மாற்றிப் படிக்கவேண்டும்:

பழி மலைந்து எய்திய ஆக்கத்தின், சான்றோர் கழி நல்குரவே தலை

இந்தக் குறளில் உள்ள கடினமான சொற்களும் அவற்றின் பொருளும்:

மலைந்து => சுமந்து

எய்திய => பெற்ற

ஆக்கத்தின் => செல்வத்தைவிட

சான்றோர் => சிறந்தவர்கள்

கழி => மிகுதியான

நல்குரவு => வறுமை

தலை => சிறந்தது

எளிய உரை:

ஒரு தீய செயலைச் செய்வதால் நிறையச் செல்வம் கிடைக்கும் என்றாலும், சிறந்த பெரியோர்கள் அதற்கு மயங்கமாட்டார்கள், அப்படிப்பட்ட பழியான ஒரு செயலைச் செய்து செல்வம் சேர்ப்பதைவிட வறுமையில் கிடப்பதே மேல் என்றுதான் எண்ணுவார்கள்.

குறள் எண்: 658

குறள்:

கடிந்த கடிந்து ஒரார் செய்தார்க்கு அவை தாம்
முடிந்தாலும் பீழை தரும்

இந்தக் குறளை எப்படி மாற்றிப் படிக்கவேண்டும்:

கடிந்த கடிந்து ஒரார் செய்தார்க்கு அவை தாம் முடிந்தாலும் பீழை தரும்

இந்தக் குறளில் உள்ள கடினமான சொற்களும் அவற்றின் பொருளும்:

கடிந்த	=>	பெரியோர்கள் விலக்கிய தீய செயல்கள்
கடிந்து	=>	விலக்கி
ஒரார்	=>	நீக்காதவர்
செய்தார்க்கு	=>	செய்தவர்களுக்கு
முடிந்தாலும்	=>	நிறைவேறினாலும்
பீழை	=>	துன்பம்

எளிய உரை:

இதைச் செய்யக்கூடாது என்று பெரியோர்கள் விலக்கிவைத்த தீய செயல்களையெல்லாம் நாமும் விலக்கிவிடவேண்டும், அவற்றை எப்போதும் செய்யக்கூடாது.

ஒருவேளை, நாம் அந்தத் தீய செயல்களைச் செய்தால், அவை அப்போதைக்குப் பலன் தருவதுபோல் தெரியும். ஆனால், பின்னர் அவற்றால் நமக்குத் துன்பம்தான் வரும்.

குறள் எண்: 659

குறள்:

அழக் கொண்ட எல்லாம் அழப் போம். இழப்பினும்
பின் பயக்கும் நற்பாலவை

இந்தக் குறளை எப்படி மாற்றிப் படிக்கவேண்டும்:

அழக் கொண்ட எல்லாம் அழப் போம். நற்பாலவை இழப்பினும்
பின் பயக்கும்

இந்தக் குறளில் உள்ள கடினமான சொற்களும் அவற்றின் பொருளும்:

அழ => பிறரை அழவைத்து

கொண்ட => சேர்த்துக்கொண்ட / பிடுங்கிக்கொண்ட

அழப் போம் => நம்மை அழவைத்து நீங்கும்

இழப்பினும் => இழந்தாலும் / தொலைத்தாலும்

பயக்கும் => பயன் தரும்

நற்பாலவை => நல்லவை / நல்லசெயல்கள்

எளிய உரை:

மற்றவர்களைத் துன்புறுத்திப் பிடுங்கிய செல்வம் நம்மிடம் தங்காது. அது நமக்குத் துன்பத்தைத்தான் தரும்.

நல்ல வழியில் செல்லும்போது நமக்குச் சில இழப்புகள் நேரிடலாம். ஆனால், பின்னர் அது நமக்கு நன்மையைத் தரும்.

குறள் எண்: 660

குறள்:

சலத்தால் பொருள் செய்து ஏமார்த்தல், பசு மண்
கலத்துள் நீர் பெய்து இரீஇ அற்று

இந்தக் குறளை எப்படி மாற்றிப் படிக்கவேண்டும்:

சலத்தால் பொருள் செய்து ஏமார்த்தல், பசு மண் கலத்துள் நீர் பெய்து இரீஇ அற்று

இந்தக் குறளில் உள்ள கடினமான சொற்களும் அவற்றின் பொருளும்:

சலத்தால் => தீய செயல்களால்

ஏமார்த்தல் => பாதுகாத்தல்

பசு மண் => சுடப்படாத பச்சை மண்

கலத்துள் => பானையினுள்

பெய்து => ஊற்றி

இரீஇ அற்று => இருக்கும்படி செய்வதைப்போன்றது

எளிய உரை:

சுடாத பசு மண் பானையில் நீரை ஊற்றிவைப்பது முட்டாள்தனம். ஏனெனில், அந்தப் பானை விரைவில் உடைந்துவிடும், நாம் சேர்த்துவைத்த நீரெல்லாம் வீணாகிவிடும்.

தீமை செய்து செல்வம் சேர்ப்பதும் அப்படித்தான்! (தீய வழியில் சேர்த்த செல்வம் நம்மிடம் தங்காது.)

அதிகாரம் 67: வினைத் திட்பம்
(செயலைச் செய்வதற்கு வேண்டிய மன உறுதி)

குறள் எண்: 661

குறள்:

வினைத் திட்பம் என்பது, ஒருவன் மனத் திட்பம்.
மற்றைய எல்லாம் பிற

இந்தக் குறளை எப்படி மாற்றிப் படிக்கவேண்டும்:

வினைத் திட்பம் என்பது, ஒருவன் மனத் திட்பம். மற்றைய எல்லாம் பிற

இந்தக் குறளில் உள்ள கடினமான சொற்களும் அவற்றின் பொருளும்:

வினை => செயல்

திட்பம் => திண்மை / வலிமை / உறுதி

மற்றைய => மற்ற

எளிய உரை:

ஒரு செயலை உறுதியாகச் செய்வதற்கு மன உறுதி வேண்டும், மற்ற எதுவும் கட்டாயமில்லை.

குறள் எண்: 662

குறள்:

ஊறு ஒரால், உற்றபின் ஒல்காமை இவ் இரண்டின்
ஆறு என்பர் ஆய்ந்தவர் கோள்

இந்தக் குறளை எப்படி மாற்றிப் படிக்கவேண்டும்:

ஆய்ந்தவர் கோள், ஊறு ஒரால், உற்றபின் ஒல்காமை இவ் இரண்டின் ஆறு என்பர்

இந்தக் குறளில் உள்ள கடினமான சொற்களும் அவற்றின் பொருளும்:

ஊறு	=>	*இடையூறு / தடை*
ஒரால்	=>	*நீக்குதல்*
உற்றபின்	=>	*(தடை) வந்தபின்*
ஒல்காமை	=>	*மனம் தளராமல் இருத்தல்*
இவ் இரண்டின்	=>	*இந்த இரண்டின்*
ஆறு	=>	*வழி*
என்பர்	=>	*என்பார்கள்*
ஆய்ந்தவர்	=>	*ஆராய்ந்து அறிந்தவர்கள்*
கோள்	=>	*கொள்கை*

எளிய உரை:

அனைத்தையும் ஆராய்ந்து அறிந்த பெரியவர்களைக் கேட்டால், வெற்றிக்கு இரண்டு வழிகளைச் சொல்வார்கள்: ஒரு செயலைச் செய்வதற்குமுன்னால் அதற்கு என்னென்ன தடைகள் வரக்கூடும் என்று ஆராய்ந்து அந்தத் தடைகளை நீக்குங்கள். அதன்பிறகும் ஏதாவது தடைகள் வந்தால், மனம் தளராமல் அவற்றைத் தாண்டி முன்னேறுங்கள்.

குறள் எண்: 663

குறள்:

கடைக் கொட்கச் செய்தக்கது ஆண்மை. இடைக் கொட்கின் எற்றா விழுமம் தரும்

இந்தக் குறளை எப்படி மாற்றிப் படிக்கவேண்டும்:

கடைக் கொட்கச் செய்தக்கது ஆண்மை. இடைக்கொட்கின் எற்றா விழுமம் தரும்

இந்தக் குறளில் உள்ள கடினமான சொற்களும் அவற்றின் பொருளும்:

கடை => கடைசியில் / செயல் முடிந்தபிறகு

கொட்க => மீளும்படி

செய்தக்கது => செயல்படுவது

ஆண்மை => வலிமை

இடை => இடையில் / செயலுக்கு நடுவில்

கொட்கின் => மீண்டால்

எற்றா => நீங்காத

விழுமம் => துன்பம்

எளிய உரை:

எந்தச் செயலையும் முழுமையாகச் செய்துமுடிக்கவேண்டும், பாதியில் விட்டுவிட்டு வெளியேறினால் தீராத துன்பம் வரும்.

குறள் எண்: 664

குறள்:

சொல்லுதல் யார்க்கும் எளிய. அரியவாம்
சொல்லியவண்ணம் செயல்

இந்தக் குறளை எப்படி மாற்றிப் படிக்கவேண்டும்:

யார்க்கும் சொல்லுதல் எளிய. சொல்லியவண்ணம் செயல் அரியவாம்

இந்தக் குறளில் உள்ள கடினமான சொற்களும் அவற்றின் பொருளும்:

யார்க்கும்	*=> யாருக்கும்*
எளிய	*=> எளியதுதான்*
அரியவாம்	*=> அரிதாகும் / கடினமாகும்*
சொல்லியவண்ணம்	*=> சொன்னபடி*
செயல்	*=> செய்தல்*

எளிய உரை:

இதைச் செய்வேன், அதைச் செய்வேன் என்று யார் வேண்டுமானாலும் பேசலாம். சொன்னதைச் சொன்னபடி செய்து முடிப்பதுதான் மிகக் கடினம். (பேச்சைக் குறையுங்கள், வேலையைப் பாருங்கள்.)

குறள் எண்: 665

குறள்:

வீறு எய்தி மாண்டார் வினைத் திட்பம் வேந்தன்கண்
ஊறு எய்தி உள்ளப்படும்

இந்தக் குறளை எப்படி மாற்றிப் படிக்கவேண்டும்:

வீறு எய்தி மாண்டார் வினைத் திட்பம் வேந்தன்கண் ஊறு எய்தி உள்ளப்படும்

இந்தக் குறளில் உள்ள கடினமான சொற்களும் அவற்றின் பொருளும்:

வீறு => சிறப்பு

எய்தி => பெற்று

மாண்டார் => மாண்பை உடையவர்

வினைத் திட்பம் => செயல் உறுதி

வேந்தன்கண் => அரசனிடம்

ஊறு எய்தி => சென்றடைந்து

உள்ளப்படும் => நினைக்கப்படும் / பாராட்டப்படும்

எளிய உரை:

சிறந்தவர்கள், உயர்ந்தவர்கள், செயல் உறுதி கொண்டவர்களுடைய பெருமை அரசனுடைய காதுக்கு எட்டும், அவர்களை எல்லாரும் மதித்துப் பாராட்டுவார்கள்.

குறள் எண்: 666

குறள்:

எண்ணிய எண்ணியாங்கு எய்துப, எண்ணியார்
திண்ணியர் ஆகப் பெறின்

இந்தக் குறளை எப்படி மாற்றிப் படிக்கவேண்டும்:

எண்ணியார் திண்ணியர் ஆகப் பெறின் எண்ணிய எண்ணியாங்கு எய்துப

இந்தக் குறளில் உள்ள கடினமான சொற்களும் அவற்றின் பொருளும்:

எண்ணிய => எண்ணியவை

எண்ணியாங்கு => எண்ணியபடி

எய்துப => பெறுவார்கள்

எண்ணியார் => எண்ணியவர்கள்

திண்ணியர் => உறுதியானவர்கள்

பெறின் => பெற்றால்

எளிய உரை:

மன உறுதி கொண்டவர்கள் நினைத்ததை நினைத்தபடி சாதிப்பார்கள்.

குறள் எண்: 667

குறள்:

உருவு கண்டு எள்ளாமை வேண்டும். உருள் பெரும் தேர்க்கு அச்சு ஆணி அன்னார் உடைத்து

இந்தக் குறளை எப்படி மாற்றிப் படிக்கவேண்டும்:

உருள் பெரும் தேர்க்கு அச்சு ஆணி அன்னார் உடைத்து. உருவு கண்டு எள்ளாமை வேண்டும்

இந்தக் குறளில் உள்ள கடினமான சொற்களும் அவற்றின் பொருளும்:

உருவு => உருவம்

எள்ளாமை => கேலி செய்யாமல் இருத்தல்

உருள் => உருள்கின்ற

தேர்க்கு => தேருக்கு

அச்சு ஆணி => அச்சாணி / கடையாணி

அன்னார் => போன்றவர்கள்

உடைத்து => உடையது

எளிய உரை:

அச்சாணி சிறியதுதான். ஆனால், அது இல்லாவிட்டால் மிகப் பெரிய தேரால்கூட உருண்டு ஓடமுடியாது.

அதுபோல, சிலர் பார்ப்பதற்கு எளிமையாக இருப்பார்கள். ஆனால், அரிய செயல்களைச் சிறப்பாகச் செய்துவிடுவார்கள்.

அதனால், யாரையும் வெளித் தோற்றத்தைப் பார்த்து எடை போடாதீர்கள், இழிவாகப் பேசாதீர்கள்.

குறள் எண்: 668

குறள்:

கலங்காது கண்ட வினைக்கண் துளங்காது,
தூக்கம் கடிந்து செயல்

இந்தக் குறளை எப்படி மாற்றிப் படிக்கவேண்டும்:

கலங்காது கண்ட வினைக்கண் துளங்காது, தூக்கம் கடிந்து செயல்

இந்தக் குறளில் உள்ள கடினமான சொற்களும் அவற்றின் பொருளும்:

கலங்காது => மனக் கலக்கமின்றி

கண்ட => துணிந்து செய்யத் தொடங்கிய

வினைக்கண் => வேலையில்

துளங்காது => சோர்வில்லாமல்

தூக்கம் => வேலையைத் தள்ளிப்போடுவது / நீட்டிப்பது

கடிந்து => நீக்கி

செயல் => செய்யவேண்டும்

எளிய உரை:

நன்கு சிந்தித்தபிறகுதான் ஒரு வேலையைத் தொடங்கவேண்டும். அப்படித் தொடங்கியபிறகு, சோர்வின்றிச் சுறுசுறுப்புடன் செயல்படவேண்டும், பின்னர் பார்த்துக்கொள்ளலாம் என்று தள்ளிப்போடாமல் உழைக்கவேண்டும்.

குறள் எண்: 669

குறள்:

துன்பம் உற வரினும், செய்க துணிவு ஆற்றி
இன்பம் பயக்கும் வினை

இந்தக் குறளை எப்படி மாற்றிப் படிக்கவேண்டும்:

துன்பம் உற வரினும், இன்பம் பயக்கும் வினை துணிவு ஆற்றிச் செய்க

இந்தக் குறளில் உள்ள கடினமான சொற்களும் அவற்றின் பொருளும்:

உற	=>	*மிகுதியாக*
வரினும்	=>	*வந்தாலும்*
செய்க	=>	*செய்யுங்கள்*
துணிவு ஆற்றி	=>	*துணிவுடன்*
பயக்கும்	=>	*வழங்குகின்ற*
வினை	=>	*செயல்*

எளிய உரை:

ஒரு செயலைச் செய்வதால் நமக்கு இன்பம் கிடைக்கும் என்றால், அந்தச் செயலைத் துணிந்து செய்யவேண்டும். அதைச் செய்யும்போது பல துன்பங்கள் வந்தாலும் மனம் தளரக்கூடாது, ஊக்கத்துடன் தொடர்ந்து செயல்படவேண்டும்.

குறள் எண்: 670

குறள்:

எனைத் திட்பம் எய்தியக்கண்ணும் வினைத் திட்பம்
வேண்டாரை வேண்டாது உலகு

இந்தக் குறளை எப்படி மாற்றிப் படிக்கவேண்டும்:

வினைத் திட்பம் வேண்டாரை, எனைத் திட்பம் எய்தியக் கண்ணும் உலகு வேண்டாது

இந்தக் குறளில் உள்ள கடினமான சொற்களும் அவற்றின் பொருளும்:

எனைத் திட்பம் => எந்த வலிமை

எய்தியக்கண்ணும் => பெற்றிருந்தாலும்

வினைத் திட்பம் => செயல் வலிமை

வேண்டாரை => விரும்பிப் பெறாதவரை

வேண்டாது => மதிக்காது

உலகு => உலகம்

எளிய உரை:

ஒருவரிடம் எத்தனைத் திறமைகள் இருந்தாலும், தன்னுடைய செயல்களைச் சிறப்பாகச் செய்கிற உறுதி இல்லாவிட்டால், அவரை இந்த உலகம் மதிக்காது.

அதிகாரம் 68: வினை செயல்வகை (பணிகளைச் செய்யும் திறமை)

குறள் எண்: 671

குறள்:

> சூழ்ச்சி முடிவு துணிவு எய்தல். அத் துணிவு
> தாழ்ச்சியுள் தங்குதல் தீது

இந்தக் குறளை எப்படி மாற்றிப் படிக்கவேண்டும்:

> சூழ்ச்சி முடிவு துணிவு எய்தல். அத் துணிவு தாழ்ச்சியுள் தங்குதல் தீது

இந்தக் குறளில் உள்ள கடினமான சொற்களும் அவற்றின் பொருளும்:

சூழ்ச்சி => ஆராய்தல் / சிந்தித்தல்

முடிவு => எல்லை

துணிவு எய்தல் => துணிவைப் பெறுதல்

அத் துணிவு => துணிந்து செய்கிற அந்தச் செயல்

தாழ்ச்சியுள் => காலம் நீட்டிப்பதில்

தங்குதல் => நிலைபெறுதல்

தீது => தீமை

எளிய உரை:

ஒரு செயலைச் செய்வதற்குமுன்னால் அதை நன்றாக ஆராய்ந்து தெளிவு பெறவேண்டும். அதன்பிறகு, சிறிதும் காலந்தாழ்த்தக்கூடாது, உடனடியாகச் செயல்படவேண்டும்.

குறள் எண்: 672

குறள்:

தூங்குக தூங்கிச் செயற்பால. தூங்கற்க
தூங்காது செய்யும் வினை

இந்தக் குறளை எப்படி மாற்றிப் படிக்கவேண்டும்:

தூங்கிச் செயற்பால தூங்குக. தூங்காது செய்யும் வினை தூங்கற்கஃ

இந்தக் குறளில் உள்ள கடினமான சொற்களும் அவற்றின் பொருளும்:

தூங்குக => காலம் தாழ்த்திச் செய்யுங்கள்

தூங்கி => காலம் தாழ்த்தி

செயற்பால => செய்யவேண்டியவை

தூங்கற்க => காலம் தாழ்த்தவேண்டாம்

தூங்காது => காலம் தாழ்த்தாமல்

வினை => செயல்

எளிய உரை:

உடனடியாகச் செய்யவேண்டிய பணிகளைத் தள்ளிப்போடக்கூடாது, உடனடியாகச் செய்துவிடவேண்டும்.

அதேபோல், தள்ளிப்போடவேண்டிய பணிகளை உடனடியாகச் செய்யக்கூடாது, தள்ளிப்போட்டுப் பொறுமையாகச் செய்யவேண்டும். (எதை எப்போது செய்யவேண்டும் என்று அறிந்து செயல்படுங்கள்.)

குறள் எண்: 673

குறள்:

ஒல்லும் வாய் எல்லாம் வினை நன்றே. ஒல்லாக்கால்
செல்லும் வாய் நோக்கிச் செயல்

இந்தக் குறளை எப்படி மாற்றிப் படிக்கவேண்டும்:

ஒல்லும் வாய் எல்லாம் வினை நன்றே. ஒல்லாக்கால் செல்லும் வாய் நோக்கிச் செயல்

இந்தக் குறளில் உள்ள கடினமான சொற்களும் அவற்றின் பொருளும்:

ஒல்லும் => முடிகின்ற

வாய் => இடம்

வினை => செயல்

நன்று => நல்லது

ஒல்லாக்கால் => முடியாவிட்டால்

செல்லும் => முடியும்

நோக்கி => ஆராய்ந்து

செயல் => செய்யுங்கள்

எளிய உரை:

உங்களால் செய்ய இயலுகின்ற வேலைகளையெல்லாம் உடனடியாகச் செய்துவிடுங்கள்.

உங்களால் செய்ய இயலாத வேலைகளைப்பற்றித் தொடர்ந்து சிந்தியுங்கள், பின்னர் சரியான நேரம் அமையும்போது அந்த வேலைகளைச் செய்துவிடுங்கள்.

குறள் எண்: 674

குறள்:

வினை, பகை என்று இரண்டின் எச்சம், நினையுங்கால்,
தீ எச்சம் போலத் தெறும்

இந்தக் குறளை எப்படி மாற்றிப் படிக்கவேண்டும்:

நினையுங்கால், வினை, பகை என்று இரண்டின் எச்சம் தீ எச்சம் போலத் தெறும்

இந்தக் குறளில் உள்ள கடினமான சொற்களும் அவற்றின் பொருளும்:

வினை	=> *செயல்*
எச்சம்	=> *மீதி*
நினையுங்கால்	=> *நினைத்துப் பார்த்தால்*
தெறும்	=> *அழிக்கும்*

எளிய உரை:

பற்றி எரிகிற தீயைப் பாதி அணைத்துப் பயன் இல்லை. முழுக்க அணைத்தால்தான் பாதுகாப்பு.

அதுபோல, வேலை, பகை இரண்டையும் மீதி வைக்கக்கூடாது. மொத்தமாக முடித்துவிடவேண்டும்.

குறள் எண்: 675

குறள்:

பொருள், கருவி, காலம், வினை, இடனோடு ஐந்தும்
இருள் தீர எண்ணிச் செயல்

இந்தக் குறளை எப்படி மாற்றிப் படிக்கவேண்டும்:

பொருள், கருவி, காலம், வினை, இடனோடு ஐந்தும் இருள் தீர எண்ணிச் செயல்

இந்தக் குறளில் உள்ள கடினமான சொற்களும் அவற்றின் பொருளும்:

வினை => செயல்

இடன் => இடம்

இருள் => மயக்கம்

எண்ணி => சிந்தித்து

செயல் => செய்யுங்கள்

எளிய உரை:

ஒரு வேலையைச் செய்வதற்குமுன்னால் இந்த ஐந்தையும் தெளிவாகச் சிந்தித்துச் செயல்படவேண்டும்:

1. அந்த வேலையைச் செய்யத் தேவையான செல்வம்

2. அதைச் செய்வதற்குத் தேவைப்படும் கருவிகள்

3. அதைச் செய்யவேண்டிய நேரம்

4. அந்த வேலையின் தன்மை

5. அதைச் செய்வதற்கு ஏற்ற இடம்.

குறள் எண்: 676

குறள்:

முடிவும் இடையூறும் முற்றியாங்கு எய்தும்
படு பயனும் பார்த்துச் செயல்

இந்தக் குறளை எப்படி மாற்றிப் படிக்கவேண்டும்:

முடிவும் இடையூறும் முற்றியாங்கு எய்தும் படு பயனும் பார்த்துச் செயல்

இந்தக் குறளில் உள்ள கடினமான சொற்களும் அவற்றின் பொருளும்:

முடிவு => முடிக்கும் வகை

இடையூறு => இடையில் வரும் தடைகள்

முற்றியாங்கு => வேலையை முடித்தபிறகு

எய்தும் => கிடைக்கின்ற

படு => பெரிய

செயல் => செய்யுங்கள்

எளிய உரை:

ஒரு வேலையைச் செய்வதற்குமுன் இவற்றை நன்றாகச் சிந்தித்துச் செயல்படுங்கள்:

1. அந்த வேலையை எப்படி முடிப்பது?

2. அதைச் செய்யும்போது ஏதேனும் தடைகள் வரக்கூடுமா? அவற்றை எப்படி விரட்டுவது?

3. அதைச் செய்வதால் நமக்குக் கிடைக்கப்போகிற பெரிய பயன் என்ன?

குறள் எண்: 677

குறள்:

செய் வினை செய்வான் செயல் முறை, அவ் வினை
உள் அறிவான் உள்ளம் கொளல்

இந்தக் குறளை எப்படி மாற்றிப் படிக்கவேண்டும்:

செய் வினை செய்வான் செயல் முறை, அவ் வினை உள் அறிவான் உள்ளம் கொளல்

இந்தக் குறளில் உள்ள கடினமான சொற்களும் அவற்றின் பொருளும்:

செய் வினை => செய்கின்ற செயல்

செய்வான் => செய்கிறவன்

அவ் வினை => அந்தச் செயல்

உள் அறிவான் => உண்மை இயல்பை / நுட்பத்தை அறிந்தவன்

கொளல் => தெரிந்துகொள்ளுதல்

எளிய உரை:

ஒரு வேலையைச் செய்வதற்குமுன்னால், அந்த வேலையைப் பற்றி நன்கு அறிந்தவர்களுடன் அதைப்பற்றிப் பேசிப் புரிந்துகொள்ளுங்கள்.

குறள் எண்: 678

குறள்:

வினையான் வினை ஆக்கிக் கோடல், நனை கவுள்
யானையால் யானை யாத்தற்று

இந்தக் குறளை எப்படி மாற்றிப் படிக்கவேண்டும்:

வினையான் வினை ஆக்கிக் கோடல், நனை கவுள் யானையால் யானை யாத்தற்று

இந்தக் குறளில் உள்ள கடினமான சொற்களும் அவற்றின் பொருளும்:

வினையான் => செயலால்

வினை => செயல்

ஆக்கிக் கோடல் => முடித்துக்கொள்ளுதல்

நனை => நனைந்த

கவுள் => கன்னம்

யாத்தற்று => கட்டியதைப்போன்றது

எளிய உரை:

மதம் ஒழுகும் கன்னத்தை உடைய யானையை வைத்து இன்னொரு யானையைப் பிடிப்பார்கள். அதுபோல, நீங்கள் ஒரு வேலையைச் செய்யும்போதே அதைக் கொண்டு இன்னொரு வேலையைச் செய்து முடித்துவிடுங்கள்.

குறள் எண்: 679

குறள்:

நட்டார்க்கு நல்ல செயலின் விரைந்ததே
ஒட்டாரை ஒட்டிக் கொளல்

இந்தக் குறளை எப்படி மாற்றிப் படிக்கவேண்டும்:

நட்டார்க்கு நல்ல செயலின், ஒட்டாரை ஒட்டிக் கொளல் விரைந்ததே

இந்தக் குறளில் உள்ள கடினமான சொற்களும் அவற்றின் பொருளும்:

நட்டார்க்கு => நண்பர்களுக்கு

நல்ல => நல்லவை

செயலின் => செய்வதைவிட

விரைந்தது => விரைவாகச் செய்யவேண்டியது

ஒட்டாரை => ஒட்டாமல் விலகி இருப்பவர்களை

ஒட்டிக் கொளல் => நண்பர்களாக்கிக்கொள்ளுதல்

எளிய உரை:

நம்முடைய நண்பர்களுக்காக இனிய செயல்களைச் செய்வது மகிழ்ச்சிதான். ஆனால், அதற்குமுன்னால், நம்மிடமிருந்து விலகி இருப்பவர்களை அரவணைத்து நண்பர்களாக்கிக்கொள்ளவேண்டும்.

குறள் எண்: 680

குறள்:

உறை சிறியார் உள் நடுங்கல் அஞ்சி, குறை பெறின்
கொள்வர் பெரியார்ப் பணிந்து

இந்தக் குறளை எப்படி மாற்றிப் படிக்கவேண்டும்:

உறை சிறியார் உள் நடுங்கல் அஞ்சி, குறை பெறின் பெரியார்ப் பணிந்து கொள்வர்

இந்தக் குறளில் உள்ள கடினமான சொற்களும் அவற்றின் பொருளும்:

உறை => உறையும் இடம் / வசிக்கும் இடம்

சிறியார் => சிறியவர்கள்

உள் நடுங்கல் => உட்பகுதியில் உள்ள மக்கள் அஞ்சி நடுங்குதல்

பெறின் => தீரப்பெற்றால்

கொள்வர் => ஏற்றுக்கொள்வர்கள்

பெரியார்ப் பணிந்து => பெரியவர்களை வணங்கி

எளிய உரை:

ஒரு சிறிய நாட்டின்மீது ஒரு பெரிய நாடு படையெடுத்தால் என்ன ஆகும்?

அந்தச் சிறிய நாட்டினுள் இருக்கும் மக்கள் இந்தப் போரை எண்ணி அஞ்சுவார்கள். அதனால், அந்தச் சிறிய நாட்டின் அரசன் அந்தப் பெரிய நாட்டின் அரசனுடன் இணங்கிப்போய் தன்னுடைய நாட்டைக் காப்பாற்ற முயல்வான், தன்னைவிட வலிமையான அந்த அரசனைப் பணிந்து ஏற்றுக்கொள்வான்.

அதிகாரம் 69: தூது

குறள் எண்: 681

குறள்:

அன்பு உடைமை, ஆன்ற குடிப் பிறத்தல், வேந்து அவாம்
பண்பு உடைமை தூது உரைப்பான் பண்பு

இந்தக் குறளை எப்படி மாற்றிப் படிக்கவேண்டும்:

தூது உரைப்பான் பண்பு, அன்பு உடைமை, ஆன்ற குடிப் பிறத்தல், வேந்து அவாம் பண்பு உடைமை

இந்தக் குறளில் உள்ள கடினமான சொற்களும் அவற்றின் பொருளும்:

உடைமை	=>	கொண்டிருத்தல்
ஆன்ற	=>	சிறந்த
குடி	=>	குடும்பம்
வேந்து	=>	அரசர்
அவாம்	=>	விரும்புகின்ற
உரைப்பான்	=>	சொல்கிறவன்

எளிய உரை:

தூதுவர்களிடம் இருக்கவேண்டிய மூன்று தகுதிகள்: அரசர்மீது அன்புடன் இருக்கவேண்டும், சிறந்த குடும்பத்தில் பிறந்திருக்கவேண்டும், அரசர் விரும்புகின்ற பண்புகளுடன் இருக்கவேண்டும்.

குறள் எண்: 682

குறள்:

அன்பு, அறிவு, ஆராய்ந்த சொல்வன்மை தூது உரைப்பார்க்கு இன்றி அமையாத மூன்று

இந்தக் குறளை எப்படி மாற்றிப் படிக்கவேண்டும்:

தூது உரைப்பார்க்கு இன்றி அமையாத மூன்று, அன்பு, அறிவு, ஆராய்ந்த சொல்வன்மை

இந்தக் குறளில் உள்ள கடினமான சொற்களும் அவற்றின் பொருளும்:

சொல்வன்மை => சிறந்த சொற்களைப் பேசும் திறமை

உரைப்பார்க்கு => சொல்பவர்க்கு

இன்றி அமையாத => கண்டிப்பாக இருக்கவேண்டிய

எளிய உரை:

தூதுவர்களிடம் கண்டிப்பாக இருக்கவேண்டிய மூன்று பண்புகள்: அன்பு, அறிவு, நல்ல சொற்களை ஆராய்ந்து பேசும் திறமை.

குறள் எண்: 683

குறள்:

நூலாருள் நூல் வல்லன் ஆகுதல், வேலாருள்
வென்றி வினை உரைப்பான் பண்பு

இந்தக் குறளை எப்படி மாற்றிப் படிக்கவேண்டும்:

வேலாருள் வென்றி வினை உரைப்பான் பண்பு, நூலாருள் நூல் வல்லன் ஆகுதல்

இந்தக் குறளில் உள்ள கடினமான சொற்களும் அவற்றின் பொருளும்:

நூலாருள்	*=> நூல்களை ஊன்றிப் படித்தவர்களுக்குள்*
வல்லன்	*=> வல்லவன்*
வேலாருள்	*=> வேலை உடைய மாற்று அரசரிடம்*
வென்றி	*=> வெற்றி*
வினை	*=> (தூது செல்லும்) தொழில்*
உரைப்பான்	*=> சொல்பவன்*

எளிய உரை:

வேலை ஏந்திய பகை அரசர்களிடம் தூது சென்று தன்னுடைய நாட்டுக்கு வெற்றி தேடித் தரக்கூடியவன் யார்?

கற்றவர்களால் மதிக்கப்படுகிற கற்றவன்தான். (நன்கு படித்தவன்தான் நல்ல தூதுவனாக இருப்பான்.)

குறள் எண்: 684

குறள்:

அறிவு, உரு, ஆராய்ந்த கல்வி இம் மூன்றன்
செறிவு உடையான் செல்க வினைக்கு

இந்தக் குறளை எப்படி மாற்றிப் படிக்கவேண்டும்:

அறிவு, உரு, ஆராய்ந்த கல்வி இம் மூன்றன் செறிவு உடையான் வினைக்குச் செல்க

இந்தக் குறளில் உள்ள கடினமான சொற்களும் அவற்றின் பொருளும்:

உரு => இனிமையான தோற்றம்

இம் மூன்றன் => இந்த மூன்றின்

செறிவு => நிறைந்த தன்மை

உடையான் => உடையவன்

செல்க => செல்லுங்கள் / செல்லவேண்டும்

வினைக்கு => (தூது செல்லும்) தொழிலுக்கு

எளிய உரை:

நல்ல அறிவு, இனிமையான தோற்றம், ஆராய்ந்த கல்வி ஆகிய மூன்றையும் நன்றாகப் பெற்றவர்கள் தூது செல்லும் பணியில் ஈடுபடலாம்.

குறள் எண்: 685

குறள்:

> **தொகச் சொல்லி, தூவாத நீக்கி, நகச் சொல்லி**
> **நன்றி பயப்பதாம் தூது**

இந்தக் குறளை எப்படி மாற்றிப் படிக்கவேண்டும்:

> **தொகச் சொல்லி, தூவாத நீக்கி, நகச் சொல்லி நன்றி பயப்பதாம் தூது**

இந்தக் குறளில் உள்ள கடினமான சொற்களும் அவற்றின் பொருளும்:

தொக => தொகுத்து

தூவாத => வேண்டாதவை

நக => சிரிக்கும்படி

நன்றி => நன்மை

பயப்பது => உண்டாக்குவது

தூது => தூதுவர்

எளிய உரை:

நல்ல தூதுவர் செய்திகளைச் சுருக்கமாகத் தொகுத்துச் சொல்வார், தேவையில்லாதவற்றைப் பேசமாட்டார், கேட்போர் மனம் மகிழும்படி இனிமையாகப் பேசுவார், அதன்மூலம் தன் நாட்டுக்கு நன்மையைக் கொண்டுவருவார்.

குறள் எண்: 686

குறள்:

**கற்று, கண் அஞ்சான், செலச் சொல்லி, காலத்தால்
தக்கது அறிவதாம் தூது**

இந்தக் குறளை எப்படி மாற்றிப் படிக்கவேண்டும்:

கற்று, கண் அஞ்சான், செலச் சொல்லி, காலத்தால் தக்கது அறிவதாம் தூது

இந்தக் குறளில் உள்ள கடினமான சொற்களும் அவற்றின் பொருளும்:

கண் => சினம் கொண்ட பார்வை

அஞ்சான் => அஞ்சாதவர்

செலச் சொல்லி => பிறருடைய மனத்தில் சென்று சேரும்படி பேசி

தக்கது => தகுதியுள்ளது

தூது => தூதுவர்

எளிய உரை:

நல்ல தூதுவர் சிறந்த நூல்களைக் கற்றவராக இருப்பார், பகைவர்கள் தன்னைச் சினத்துடன் பார்த்தாலும் அஞ்சமாட்டார், எல்லாச் செய்திகளையும் பிறருக்குப் புரியும்படி விளக்குவார், காலத்துக்குப் பொருந்துகின்ற, தகுதியான உண்மைகளை அறிந்து செயல்படுவார்.

குறள் எண்: 687

குறள்:

கடன் அறிந்து, காலம் கருதி, இடன் அறிந்து,
எண்ணி உரைப்பான் தலை

இந்தக் குறளை எப்படி மாற்றிப் படிக்கவேண்டும்:

கடன் அறிந்து, காலம் கருதி, இடன் அறிந்து, எண்ணி உரைப்பான் தலை

இந்தக் குறளில் உள்ள கடினமான சொற்களும் அவற்றின் பொருளும்:

கடன் => கடமை

கருதி => கருத்தில் கொண்டு

இடன் => இடம்

எண்ணி => சிந்தித்து

உரைப்பான் => சொல்பவன்

தலை => தலை சிறந்தவன் / சிறந்த தூதன்

எளிய உரை:

நல்ல தூதுவர் தன்னுடைய கடமையை நன்கு அறிந்திருப்பார், ஒரு செய்தியைச் சொல்வதற்கு ஏற்ற நேரம் எது, ஏற்ற இடம் எது என்று உணர்ந்து செயல்படுவார், நன்கு சிந்தித்துப் பேசுவார்.

குறள் எண்: 688

குறள்:

**தூய்மை, துணைமை, துணிவு உடைமை இம் மூன்றின்
வாய்மை வழி உரைப்பான் பண்பு**

இந்தக் குறளை எப்படி மாற்றிப் படிக்கவேண்டும்:

வழி உரைப்பான் பண்பு, தூய்மை, துணைமை, துணிவு உடைமை இம் மூன்றின் வாய்மை

இந்தக் குறளில் உள்ள கடினமான சொற்களும் அவற்றின் பொருளும்:

துணைமை	=>	*துணையாக இருத்தல்*
உடைமை	=>	*கொண்டிருத்தல்*
இம் மூன்றின்	=>	*இந்த மூன்றின்*
வாய்மை	=>	*வாய்த்தல் / கிடைத்தல்*
வழி உரைப்பான்	=>	*தன் அரசர் சொன்னவற்றைப் பகை அரசரிடம் சொல்லும் தூதுவர்*

எளிய உரை:

ஓர் அரசருடைய கருத்தை இன்னோர் அரசரிடம் சென்று தெரிவிக்கிற தூதுவரிடம் மூன்று பண்புகள் இருக்கவேண்டும்: தூய்மை, தன்னுடைய நாட்டுக்குத் துணை நிற்கவேண்டும் என்கிற உணர்வு, துணிச்சல்.

குறள் எண்: 689

குறள்:

விடு மாற்றம் வேந்தர்க்கு உரைப்பான் வடு மாற்றம்
வாய் சோரா வன்கண் அவன்

இந்தக் குறளை எப்படி மாற்றிப் படிக்கவேண்டும்:

விடு மாற்றம் வேந்தர்க்கு உரைப்பான் வடு மாற்றம் வாய் சோரா வன்கண் அவன்

இந்தக் குறளில் உள்ள கடினமான சொற்களும் அவற்றின் பொருளும்:

விடு மாற்றம் => தன்னுடைய அரசன் சொல்லியனுப்பிய சொற்கள்

வேந்தர்க்கு => மாற்று அரசரிடம் / பகை அரசரிடம்

உரைப்பான் => சொல்கிறவன்

வடு மாற்றம் => தாழ்வான சொற்கள்

வாய் சோரா => வாய் தடுமாறாமல்

வன்கண் => உறுதி

எளிய உரை:

ஓர் அரசருடைய கருத்தை இன்னோர் அரசரிடம் சென்று தெரிவிக்கிற தூதுவர் எப்போதும் உறுதியாகப் பேசுவார், வாய் தவறித் தவறான சொற்களைப் பேசமாட்டார்.

குறள் எண்: 690

குறள்:

இறுதி பயப்பினும் எஞ்சாது இறைவற்கு
உறுதி பயப்பதாம் தூது

இந்தக் குறளை எப்படி மாற்றிப் படிக்கவேண்டும்:

இறுதி பயப்பினும் எஞ்சாது இறைவற்கு உறுதி பயப்பதாம் தூது

இந்தக் குறளில் உள்ள கடினமான சொற்களும் அவற்றின் பொருளும்:

இறுதி => அழிவு

பயப்பினும் => கொடுத்தாலும்

எஞ்சாது => விடாமல்

இறைவற்கு => தன்னுடைய அரசர்மீது

உறுதி => நன்மை

பயப்பது => கொடுப்பது / உண்டாக்குவது

தூது => தூதுவர்

எளிய உரை:

நல்ல தூதுவர் எதைக் கண்டும் அஞ்சமாட்டார். பகைவர்கள் தன்னை அழித்துவிடுவதாக மிரட்டினாலும், அவர் தன்னுடைய அரசருக்கு உண்மையாகத்தான் நடந்துகொள்வார், அதன்மூலம் தன்னுடைய நாட்டுக்கு நன்மையைக் கொண்டுவருவார்.

அதிகாரம் 70: மன்னரைச் சேர்ந்து ஒழுகுதல் (மன்னருடன் பழகுதல்)

குறள் எண்: 691

குறள்:

அகலாது, அணுகாது தீக்காய்வார் போல்க,
இகல் வேந்தர்ச் சேர்ந்து ஒழுகுவார்

இந்தக் குறளை எப்படி மாற்றிப் படிக்கவேண்டும்:

இகல் வேந்தர்ச் சேர்ந்து ஒழுகுவார் அகலாது, அணுகாது தீக்காய்வார் போல்க

இந்தக் குறளில் உள்ள கடினமான சொற்களும் அவற்றின் பொருளும்:

அகலாது	*=> மிகவும் விலகாமல்*
அணுகாது	*=> மிகவும் நெருங்காமல்*
தீக்காய்வார்	*=> நெருப்பில் குளிர் காய்கிறவர்*
போல்க	*=> போல் இருங்கள்*
இகல்	*=> மாறுபாட்டை உடைய / எளிதில் மனம் மாறுகிற*
வேந்தர்	*=> அரசர்*
சேர்ந்து ஒழுகுவார்	*=> சேர்ந்து பழகுவார்*

எளிய உரை:

நெருப்பில் குளிர் காய்கிறவர்கள் மிகவும் கவனமாக இருக்கவேண்டும். ஏனெனில், நெருப்பை மிகவும் நெருங்கினால் சுட்டுவிடும், அதிலிருந்து மிகவும் விலகினால் கதகதப்பு கிடைக்காது. அதனால், இந்த இரண்டுக்கும் நடுவில் இருந்து குளிர் காயவேண்டும்.

எளிதில் மனம் மாறக்கூடிய அரசர்களும் நெருப்பைப் போன்றவர்கள்தான். நாம் அவர்களை மிகவும் நெருங்கிவிடக்கூடாது, அவர்களிடமிருந்து மிகவும் விலகிவிடக்கூடாது, இந்த இரண்டுக்கும் நடுவில் இருந்து பழகவேண்டும்.

குறள் எண்: 692

குறள்:

மன்னர் விழைப விழையாமை மன்னரால்
மன்னிய ஆக்கம் தரும்

இந்தக் குறளை எப்படி மாற்றிப் படிக்கவேண்டும்:

மன்னர் விழைப விழையாமை மன்னரால் மன்னிய ஆக்கம் தரும்

இந்தக் குறளில் உள்ள கடினமான சொற்களும் அவற்றின் பொருளும்:

விழைப => விரும்புபவை

விழையாமை => விரும்பாமல் இருத்தல்

மன்னிய => நிலைத்த

ஆக்கம் => செல்வம்

எளிய உரை:

அரசருக்குப் பிடித்த விஷயங்களின்மீது நாம் ஆசைப்படக் கூடாது. அப்போதுதான் அரசருக்கு நம்மைப் பிடிக்கும், நாம் விரும்பும் செல்வங்களை வாரி வழங்குவார்.

குறள் எண்: 693

குறள்:

போற்றின் அரியவை போற்றல். கடுத்தபின்
தேற்றுதல் யார்க்கும் அரிது

இந்தக் குறளை எப்படி மாற்றிப் படிக்கவேண்டும்:

போற்றின் அரியவை போற்றல். கடுத்தபின் தேற்றுதல் யார்க்கும் அரிது

இந்தக் குறளில் உள்ள கடினமான சொற்களும் அவற்றின் பொருளும்:

போற்றின் => காப்பாற்றிக்கொள்ள விரும்பினால்

அரியவை => அரிய / பெரிய குற்றங்கள்

போற்றல் => காப்பாற்றிக்கொள்ளவேண்டும்

கடுத்தபின் => ஐயம் கொண்டபின்

தேற்றுதல் => தெளிவுபடுத்துதல்

யார்க்கும் => யாருக்கும்

அரிது => கடினம்

எளிய உரை:

ஓர் அரசர் நம்மீது ஐயப்பட்டுவிட்டார் என்றால், அந்த ஐயத்தை மாற்றி அவருடைய நம்பிக்கையைத் திரும்பப் பெறுவது மிகவும் கடினம்.

அதனால், அரசர்களோடு பழகுகிறவர்கள் எந்தப் பெரிய குற்றத்தையும் செய்யாமல் கவனமாக இருக்கவேண்டும்.

குறள் எண்: 694

குறள்:

செவிச் சொல்லும் சேர்ந்த நகையும் அவித்து ஒழுகல்,
ஆன்ற பெரியார் அகத்து

இந்தக் குறளை எப்படி மாற்றிப் படிக்கவேண்டும்:

ஆன்ற பெரியார் அகத்து, செவிச் சொல்லும் சேர்ந்த நகையும் அவித்து ஒழுகல்

இந்தக் குறளில் உள்ள கடினமான சொற்களும் அவற்றின் பொருளும்:

செவிச் சொல் => காதில் சொல்லும் இரகசியம்

நகை => சிரிப்பு

அவித்து => தவிர்த்து

ஒழுகல் => நடந்துகொள்ளவேண்டும்

ஆன்ற => சிறந்த

அகத்து => நடுவில்

எளிய உரை:

சிறந்த பெரியவர்களுக்கு நடுவில் இருக்கும்போது, பக்கத்தில் இருப்பவருடைய காதில் இரகசியம் சொல்லவேண்டாம், ஒருவரை ஒருவர் பார்த்துச் சிரித்துக்கொள்ளவேண்டாம். (இவை பண்பற்ற செயல்கள்.)

குறள் எண்: 695

குறள்:

எப்பொருளும் ஓரார், தொடரார், மற்று அப்பொருளை
விட்டக்கால் கேட்க, மறை

இந்தக் குறளை எப்படி மாற்றிப் படிக்கவேண்டும்:

மறை, எப்பொருளும் ஓரார், தொடரார், மற்று அப்பொருளை விட்டக்கால் கேட்க

இந்தக் குறளில் உள்ள கடினமான சொற்களும் அவற்றின் பொருளும்:

ஓரார்	*=> கேட்காதவர்*
தொடரார்	*=> தொடர்ந்து கூடுதல் தகவல்களை விசாரிக்காதவர்*
மற்று	*=> பின்னர்*
அப் பொருளை	*=> அந்தப் பொருளை*
விட்டக்கால்	*=> வெளியிட்டால்*
கேட்க	*=> கேளுங்கள்*
மறை	*=> மறைவாகப் பேசும் இரகசியங்கள்*

எளிய உரை:

அரசரிடம் ஆயிரம் இரகசியங்கள் இருக்கும். அதையெல்லாம் நாம் கேட்கக்கூடாது, விசாரிக்கக்கூடாது, பின்னர் அவராகச் சொன்னால் கேட்டுக்கொள்ளலாம்.

குறள் எண்: 696

குறள்:

> குறிப்பு அறிந்து, காலம் கருதி, வெறுப்பு இல,
> வேண்டுப வேட்பச் சொலல்

இந்தக் குறளை எப்படி மாற்றிப் படிக்கவேண்டும்:

> வெறுப்பு இல, வேண்டுப, குறிப்பு அறிந்து, காலம் கருதி, வேட்பச் சொலல்

இந்தக் குறளில் உள்ள கடினமான சொற்களும் அவற்றின் பொருளும்:

- *கருதி => கருத்தில் கொண்டு*
- *இல => இல்லாதவை*
- *வேண்டுப => வேண்டப்படுகிறவை / விரும்பப்படுகிறவை*
- *வேட்ப => விரும்பும்படி*
- *சொலல் => சொல்லவேண்டும்*

எளிய உரை:

அரசரிடம் எதையும் எந்த நேரத்திலும் பேசிவிடக்கூடாது. வெறுப்பில்லாத சொற்களை, அவர் விரும்புகின்ற சொற்களைத்தான் பேசவேண்டும், அதுவும் அவருடைய குறிப்பை அறிந்து பேசவேண்டும், இதைச் சொல்வதற்கு இதுதான் சரியான நேரமா என்று சிந்தித்துப் பேசவேண்டும், அவர் விரும்பும்படி பேசவேண்டும்.

குறள் எண்: 697

குறள்:

வேட்பன சொல்லி, வினை இல எஞ்ஞான்றும்
கேட்பினும் சொல்லா விடல்

இந்தக் குறளை எப்படி மாற்றிப் படிக்கவேண்டும்:

எஞ்ஞான்றும் வேட்பன சொல்லி, வினை இல கேட்பினும் சொல்லா விடல்

இந்தக் குறளில் உள்ள கடினமான சொற்களும் அவற்றின் பொருளும்:

வேட்பன => வேண்டடப்படுகிறவை / விரும்பப்படுகிறவை

வினை இல => பயனற்றவை

எஞ்ஞான்றும் => எப்போதும்

கேட்பினும் => கேட்டாலும்

சொல்லா விடல் => சொல்லாமல் விட்டுவிடவேண்டும்

எளிய உரை:

எப்போதும் அரசர் விரும்புகின்ற, பயனுள்ள விஷயங்களைத்தான் அவரிடம் பேசவேண்டும், பயனில்லாத விஷயங்களை அரசரே கேட்டாலும் பேசக்கூடாது.

குறள் எண்: 698

குறள்:

இளையர், இன முறையர் என்று இகழார் நின்ற
ஒளியோடு ஒழுகப்படும்

இந்தக் குறளை எப்படி மாற்றிப் படிக்கவேண்டும்:

இளையர், இன முறையர் என்று இகழார் நின்ற ஒளியோடு ஒழுகப்படும்

இந்தக் குறளில் உள்ள கடினமான சொற்களும் அவற்றின் பொருளும்:

இளையவர் => இளைஞர்

இன முறையர் => இந்த முறையைச் சேர்ந்தவர் / உறவுக்காரர்

இகழார் => இகழ்ந்து பேசமாட்டார்

நின்ற => நிலைபெற்ற

ஒளியோடு => சிறப்போடு

ஒழுகப்படும் => பழகவேண்டும்

எளிய உரை:

ஒருவர் அரசரைவிட வயதில் பெரியவராக இருக்கலாம், அரசருடைய உறவினராக இருக்கலாம், அந்த அரசர் இவரால் தூக்கி வளர்க்கப்பட்ட பிள்ளையாகக்கூட இருக்கலாம். ஆனால், அவர் அரசரைப் பார்த்து, 'இவர் என்னைவிட இளையவர், நான் இவருக்கு இதையெல்லாம் செய்திருக்கிறேன்' என்று தாழ்த்திப் பேசக்கூடாது, அரசர் வகிக்கும் பொறுப்புக்கு உரிய மதிப்பைக் கொடுக்கவேண்டும், அரசரிடம் பணிவோடு பழகவேண்டும்.

குறள் எண்: 699

குறள்:

கொளப்பட்டேம் என்று எண்ணிக் கொள்ளாத செய்யார்,
துளக்கு அற்ற காட்சியவர்

இந்தக் குறளை எப்படி மாற்றிப் படிக்கவேண்டும்:

துளக்கு அற்ற காட்சியவர் கொளப்பட்டேம் என்று எண்ணிக் கொள்ளாத செய்யார்

இந்தக் குறளில் உள்ள கடினமான சொற்களும் அவற்றின் பொருளும்:

கொளப்பட்டேம் => அரசர் நம்மை ஏற்றுக்கொண்டுவிட்டார்

எண்ணி => நினைத்து

கொள்ளாத => அரசர் விரும்பாத செயல்கள்

செய்யார் => செய்யமாட்டார்

துளக்கு => அசைவு

அற்ற => இல்லாத

காட்சியவர் => தெளிவைக் கொண்டவர்

எளிய உரை:

குழப்பமில்லாத, தெளிவான மனத்தைக் கொண்டவர்கள், ‘நான் அரசரிடம் நல்ல பெயர் வாங்கிவிட்டேன்’ என்று எப்போதும் நினைக்கமாட்டார்கள், அதனால் செருக்கு கொண்டு அரசர் விரும்பாத செயல்களைச் செய்யமாட்டார்கள்.

குறள் எண்: 700

குறள்:

பழையம் எனக் கருதிப் பண்பு அல்ல செய்யும்
கெழுதகைமை கேடு தரும்

இந்தக் குறளை எப்படி மாற்றிப் படிக்கவேண்டும்:

பழையம் எனக் கருதிப் பண்பு அல்ல செய்யும் கெழுதகைமை கேடு தரும்

இந்தக் குறளில் உள்ள கடினமான சொற்களும் அவற்றின் பொருளும்:

பழையம் => பழைய நண்பர்கள் / ஏற்கெனவே நன்கு பழகியவர்கள்

கருதி => எண்ணி

பண்பு அல்ல => பண்பற்ற செயல்கள்

கெழுதகைமை => நட்பு உரிமை

கேடு => கெடுதல்

எளிய உரை:

ஒருவர் அரசருடைய பழைய நண்பராக இருக்கலாம். ஆனால், அதை மனத்தில் வைத்துக்கொண்டு அவர் பண்பில்லாத செயல்களில் ஈடுபட்டால், கெட்டு அழிந்துவிடுவார்.

அதிகாரம் 71: குறிப்பு அறிதல்

குறள் எண்: 701

குறள்:

கூறாமை நோக்கிக் குறிப்பு அறிவான் எஞ்ஞான்றும்
மாறா நீர் வையக்கு அணி

இந்தக் குறளை எப்படி மாற்றிப் படிக்கவேண்டும்:

குறிப்பு கூறாமை நோக்கி(க் குறிப்பு) அறிவான் எஞ்ஞான்றும்
மாறா நீர் வையக்கு அணி

இந்தக் குறளில் உள்ள கடினமான சொற்களும் அவற்றின் பொருளும்:

கூறாமை => கூறாமல்
நோக்கி => பார்த்து
குறிப்பு => குறிக்கப்படும் பொருளை
அறிவான் => அறிந்துகொள்கிறவன்
எஞ்ஞான்றும் => எப்போதும்
மாறா => வற்றாத
வையக்கு => உலகுக்கு
அணி => நகை

எளிய உரை:

மற்றவர்கள் வாய் விட்டுச் சொல்லாத கருத்துகளைக்கூடப் பார்வையின்மூலமாகவே புரிந்துகொள்கிற ஒருவன், வற்றாத கடல் நீரால் சூழப்பட்ட இந்த உலகுக்கு அணிகலனைப் போன்றவன்.

குறள் எண்: 702

குறள்:

ஐயப்படாஅது அகத்தது உணர்வானைத்
தெய்வத்தோடு ஒப்பக் கொளல்

இந்தக் குறளை எப்படி மாற்றிப் படிக்கவேண்டும்:

அகத்தது ஐயப்படாஅது உணர்வானைத் தெய்வத்தோடு ஒப்பக் கொளல்

இந்தக் குறளில் உள்ள கடினமான சொற்களும் அவற்றின் பொருளும்:

ஐயப்படாஅது => ஐயமின்றி

அகத்தது => மனத்தில் உள்ள கருத்தை

உணர்வானை => உணர்கிறவனை

ஒப்ப => சமமாக

கொளல் => கொள்ளவேண்டும்

எளிய உரை:

மற்றவர்களுடைய மனத்தில் இருக்கும் கருத்துகளை ஐயமின்றித் துல்லியமாகப் புரிந்துகொள்ளக்கூடியவன் கடவுளுக்குச் சமம்.

குறள் எண்: 703

குறள்:

குறிப்பின் குறிப்பு உணர்வாரை உறுப்பினுள்
யாது கொடுத்தும் கொளல்

இந்தக் குறளை எப்படி மாற்றிப் படிக்கவேண்டும்:

குறிப்பின் குறிப்பு உணர்வாரை உறுப்பினுள் யாது கொடுத்தும் கொளல்

இந்தக் குறளில் உள்ள கடினமான சொற்களும் அவற்றின் பொருளும்:

குறிப்பின் => முகக் குறிப்பால்

குறிப்பு => அகக் குறிப்பு / மனக் கருத்து

உணர்வாரை => உணர்கிறவரை

உறுப்பினுள் => உடல் உறுப்புகளில்

யாது => எது

கொளல் => கொள்ளவேண்டும்

எளிய உரை:

மற்றவர்களுடைய முகத்தைப் பார்த்து, அவர்களுடைய மனத்தில் உள்ள கருத்தைப் புரிந்துகொள்ளக்கூடியவரை எப்படியாவது நம் நண்பராக ஆக்கிக்கொள்ளவேண்டும்.

குறள் எண்: 704

குறள்:

குறித்தது கூறாமைக் கொள்வாரோடு ஏனை,
உறுப்பு ஓர் அனையர் ஆல், வேறு

இந்தக் குறளை எப்படி மாற்றிப் படிக்கவேண்டும்:

கூறாமை குறித்தது கொள்வாரோடு ஏனை, உறுப்பு ஓர் அனையர் ஆல், வேறு

இந்தக் குறளில் உள்ள கடினமான சொற்களும் அவற்றின் பொருளும்:

குறித்தது => மனத்தில் எண்ணியது

கூறாமை => கூறாமல்

கொள்வாரோடு => புரிந்துகொள்பவர்களோடு

ஏனை => மற்றவர்கள்

ஓர் அனையர் => ஒன்றானவர்கள்

ஆல் => அசைச்சொல் (பொருள் உணர்த்தாத சொல்)

வேறு => வேறானவர்கள்

எளிய உரை:

மற்றவர்கள் வாய் விட்டுச் சொல்லாத கருத்துகளைக்கூடக் குறிப்பால் அறிந்துகொள்ளக்கூடியவர்கள் இருக்கிறார்கள். அவர்கள் வெளிப் பார்வைக்கு மற்ற மனிதர்களைப்போல் தோன்றலாம். ஆனால், உண்மையில் அவர்கள் மிகவும் வேறுபட்டவர்கள், உயர்ந்தவர்கள்.

குறள் எண்: 705

குறள்:

குறிப்பின் குறிப்பு உணரா ஆயின் உறுப்பினுள்
என்ன பயத்தவோ கண்

இந்தக் குறளை எப்படி மாற்றிப் படிக்கவேண்டும்:

கண் குறிப்பின் குறிப்பு உணரா ஆயின், உறுப்பினுள் என்ன பயத்தவோ

இந்தக் குறளில் உள்ள கடினமான சொற்களும் அவற்றின் பொருளும்:

குறிப்பின் => முகக் குறிப்பால்

குறிப்பு => அகக் குறிப்பு / மனக் கருத்து

உணரா ஆயின் => உணராவிட்டால்

உறுப்பினுள் => உறுப்புகளுள்

பயத்தவோ => பயனைத் தருமோ

எளிய உரை:

மற்றவர்களுடைய முகக் குறிப்பைப் பார்த்து, அவர்களுடைய மனத்தில் உள்ள கருத்துகளைப் புரிந்துகொள்ளவேண்டும். அப்படிச் செய்யாத கண்களால் என்ன பயன்? (ஏதுமில்லை.)

குறள் எண்: 706

குறள்:

அடுத்தது காட்டும் பளிங்குபோல் நெஞ்சம்
கடுத்தது காட்டும் முகம்

இந்தக் குறளை எப்படி மாற்றிப் படிக்கவேண்டும்:

அடுத்தது காட்டும் பளிங்குபோல் நெஞ்சம் கடுத்தது முகம் காட்டும்

இந்தக் குறளில் உள்ள கடினமான சொற்களும் அவற்றின் பொருளும்:

அடுத்தது => அடுத்து உள்ள / அருகில் உள்ள பொருட்கள்

கடுத்தது => சினம் கொண்டது / உணர்ச்சிவயப்பட்டது

எளிய உரை:

பளிங்குக் கல் தனக்கு அருகில் உள்ள காட்சிகளை அப்படியே பிரதிபலித்துக் காண்பிக்கும்.

அதுபோல, ஒருவருடைய முகம் அவருடைய மனத்தில் எழும் உணர்ச்சிகளை அப்படியே காண்பிக்கும்.

குறள் எண்: 707

குறள்:

முகத்தின் முதுக்குறைந்தது உண்டோ, உவப்பினும்
காயினும் தான் முந்துறும்

இந்தக் குறளை எப்படி மாற்றிப் படிக்கவேண்டும்:

உவப்பினும் காயினும் தான் முந்துறும் முகத்தின் முதுக்குறைந்தது உண்டோ!

இந்தக் குறளில் உள்ள கடினமான சொற்களும் அவற்றின் பொருளும்:

முகத்தின் => முகத்தைவிட

முதுக்குறைந்தது => அறிவு மிக்கது

உண்டோ => உண்டா?

உவப்பினும் => மகிழ்ந்தாலும்

காயினும் => சினம் கொண்டாலும்

முந்துறும் => முன்னால் நிற்கும்

எளிய உரை:

ஒருவன் மகிழ்ச்சியாக இருக்கிறான் என்றால், அது அவனுடைய முகத்தில் தெரிகிறது.

பின்னர் அவன் சினம் கொள்கிறான் என்றால், அதுவும் அவனுடைய முகத்தில் தெரிகிறது.

இப்படி மனிதர்களுடைய எல்லா உணர்ச்சிகளையும் முதலில் வெளிப்படுத்துகிற இந்த முகம்தான் எத்தனை அறிவுள்ள உறுப்பு!

குறள் எண்: 708

குறள்:

முகம் நோக்கி நிற்க அமையும், அகம் நோக்கி
உற்றது உணர்வார்ப் பெறின்

இந்தக் குறளை எப்படி மாற்றிப் படிக்கவேண்டும்:

அகம் நோக்கி உற்றது உணர்வார்ப் பெறின், முகம் நோக்கி நிற்க அமையும்

இந்தக் குறளில் உள்ள கடினமான சொற்களும் அவற்றின் பொருளும்:

நோக்கி => பார்த்து

நிற்க => நின்றால்

அமையும் => போதும்

அகம் => உள்ளம்

உற்றது => நடந்தது

உணர்வார் => உணர்பவர்கள்

பெறின் => பெற்றால்

எளிய உரை:

மற்றவர்களுடைய முகத்தைப் பார்த்தே அவர்களுடைய மனத்தில் என்ன இருக்கிறது என்பதைப் புரிந்துகொள்ளக்கூடியவர்கள் உள்ளார்கள். அப்படிப்பட்டவர்களிடம் நாம் வாயைத் திறந்து எதுவும் பேசவேண்டியதில்லை, அவர்களைப் பார்த்தபடி நின்றாலே போதும்!

குறள் எண்: 709

குறள்:

பகைமையும் கேண்மையும் கண் உரைக்கும், கண்ணின்
வகைமை உணர்வார்ப் பெறின்

இந்தக் குறளை எப்படி மாற்றிப் படிக்கவேண்டும்:

கண்ணின் வகைமை உணர்வார்ப் பெறின், பகைமையும் கேண்மையும் கண் உரைக்கும்

இந்தக் குறளில் உள்ள கடினமான சொற்களும் அவற்றின் பொருளும்:

கேண்மை => நட்பு

உரைக்கும் => சொல்லும்

வகைமை => வேறுபாடு

உணர்வார் => உணர்கிறவர்

பெறின் => பெற்றால்

எளிய உரை:

மற்றவர்களுடைய கண்ணைப் பார்த்து அவர்களுடைய மனத்தில் உள்ளதை அறிவது ஒரு கலை. அந்தக் கலையை நாம் கற்றுக்கொண்டுவிட்டால், யார் பகைவர், யார் நண்பர் என்று சட்டென்று அடையாளம் கண்டுவிடலாம்.

குறள் எண்: 710

குறள்:

நுண்ணியம் என்பார் அளக்கும் கோல் காணுங்கால்
கண் அல்லது இல்லை பிற

இந்தக் குறளை எப்படி மாற்றிப் படிக்கவேண்டும்:

நுண்ணியம் என்பார் அளக்கும் கோல் காணுங்கால் கண் அல்லது பிற இல்லை

இந்தக் குறளில் உள்ள கடினமான சொற்களும் அவற்றின் பொருளும்:

நுண்ணியம் => நாம் நுட்பமான அறிவை உடையவர்கள்

என்பார் => என்கிறவர்கள்

அளக்கும் கோல் => அளவு கோல்

காணுங்கால் => ஆராய்ந்து பார்த்தால்

அல்லது => இல்லாமல்

எளிய உரை:

நுட்பமான அறிவைக் கொண்டவர்கள் கண் பார்வையாலேயே மற்றவர்களைச் சரியாக எடை போட்டுவிடுவார்கள்.

அதிகாரம் 72: அவை அறிதல்
(கூட்டத்தின் தன்மை அறிந்து பேசுதல்)

குறள் எண்: 711

குறள்:

அவை அறிந்து ஆராய்ந்து சொல்லுக, சொல்லின்
தொகை அறிந்த தூய்மையவர்

இந்தக் குறளை எப்படி மாற்றிப் படிக்கவேண்டும்:

சொல்லின் தொகை அறிந்த தூய்மையவர் அவை அறிந்து ஆராய்ந்து சொல்லுக

இந்தக் குறளில் உள்ள கடினமான சொற்களும் அவற்றின் பொருளும்:

அவை => பலர் கூடியிருக்கும் இடம்

சொல்லுக => சொல்லுங்கள்

தொகை => தொகுத்துச் சொல்லுதல்

தூய்மையவர் => தூய்மையான தன்மை கொண்டவர்

எளிய உரை:

நன்கு பேசத் தெரிந்த தூய்மையானவர்கள் எல்லா இடத்திலும் ஒரேமாதிரி பேசமாட்டார்கள், தாங்கள் எங்கு இருக்கிறோம், யாரிடம் பேசிக்கொண்டிருக்கிறோம் என்பதைச் சிந்தித்து, ஆராய்ந்து, அதற்கேற்பப் பேசுவார்கள்.

குறள் எண்: 712

குறள்:

> **இடை தெரிந்து நன்கு உணர்ந்து சொல்லுக, சொல்லின்**
> **நடை தெரிந்த நன்மையவர்**

இந்தக் குறளை எப்படி மாற்றிப் படிக்கவேண்டும்:

> **சொல்லின் நடை தெரிந்த நன்மையவர் இடை தெரிந்து நன்கு உணர்ந்து சொல்லுக**

இந்தக் குறளில் உள்ள கடினமான சொற்களும் அவற்றின் பொருளும்:

இடை => நிலை

நடை => ஒழுங்கு

நன்மையவர் => நல்லவர்

எளிய உரை:

ஒழுங்காகப் பேசும் முறையை அறிந்த நல்லவர்கள் எல்லா இடங்களிலும் ஒரேமாதிரி பேசமாட்டார்கள், தாங்கள் இருக்கின்ற கூட்டத்தின் தன்மையை, நிலையை நன்றாக உணர்ந்து அதற்கேற்பப் பேசுவார்கள்.

குறள் எண்: 713

குறள்:

அவை அறியார் சொல்லல் மேற்கொள்பவர் சொல்லின்
வகை அறியார், வல்லதூஉம் இல்

இந்தக் குறளை எப்படி மாற்றிப் படிக்கவேண்டும்:

அவை அறியார் சொல்லல் மேற்கொள்பவர் சொல்லின் வகை அறியார், வல்லதூஉம் இல்

இந்தக் குறளில் உள்ள கடினமான சொற்களும் அவற்றின் பொருளும்:

அவை => பலர் கூடியிருக்கும் இடம்

அறியார் => அறியமாட்டார்கள்

சொல்லல் மேற்கொள்பவர் => சொல்லத் தொடங்குபவர்கள்

வல்லதூஉம் => செய்ய வல்லவையும்

இல் => இல்லை

எளிய உரை:

தாங்கள் யாரிடம் பேசிக்கொண்டிருக்கிறோம் என்பதைப்பற்றிச் சிந்திக்காமல் பேசத் தொடங்குகிறவர்களுக்குப் பேசும் முறை தெரியாது, அவர்களால் எதையும் ஒழுங்காகப் பேசவும் முடியாது.

குறள் எண்: 714

குறள்:

> **ஒளியார் முன் ஒள்ளியர் ஆதல், வெளியார் முன்**
> **வான் சுதை வண்ணம் கொளல்**

இந்தக் குறளை எப்படி மாற்றிப் படிக்கவேண்டும்:

> **ஒளியார் முன் ஒள்ளியர் ஆதல், வெளியார் முன் வான் சுதை வண்ணம் கொளல்**

இந்தக் குறளில் உள்ள கடினமான சொற்களும் அவற்றின் பொருளும்:

ஒளியார் => அறிவொளி மிக்க அறிஞர்கள்

ஒள்ளியர் => அறிவொளியுடன் திகழ்பவர்

ஆதல் => ஆகுங்கள்

வெளியார் => அறிவற்றவர்கள்

வான் => வெண்மையான

சுதை => சுண்ணாம்பு

கொளல் => கொள்ளுங்கள்

எளிய உரை:

அறிவாளிகளுக்கு நடுவில் இருக்கும்போது அறிவுடன் பேசுங்கள். முட்டாள்களுக்கு நடுவில் இருக்கும்போது எதுவும் தெரியாததுபோல் இருந்துவிடுங்கள்.

குறள் எண்: 715

குறள்:

நன்று என்றவற்றுள்ளும் நன்றே, முதுவருள்
முந்து கிளவாச் செறிவு

இந்தக் குறளை எப்படி மாற்றிப் படிக்கவேண்டும்:

முதுவருள் முந்து கிளவாச் செறிவு நன்று என்றவற்றுள்ளும் நன்றே

இந்தக் குறளில் உள்ள கடினமான சொற்களும் அவற்றின் பொருளும்:

நன்று => நன்மை / நல்லது

என்றவற்றுள் => என்று சொல்லப்படுகிறவற்றுள்

முதுவருள் => அறிவு முதிர்ந்த அறிஞர்களுக்கு நடுவில்

முந்து => முந்திக்கொண்டு

கிளவா => சொல்லாத

செறிவு => பணிவு

எளிய உரை:

நாம் அறிஞர்களுக்கு நடுவில் இருக்கும்போது, அவர்களை முந்திக்கொண்டு எதையும் பேசக்கூடாது, பணிவோடு வாய் மூடி இருக்கவேண்டும், அவர்களிடமிருந்து கற்றுக்கொள்ளவேண்டும். நல்ல பண்புகள் அனைத்திலும் மிக நல்ல பண்பு இதுதான்.

குறள் எண்: 716

குறள்:

ஆற்றின் நிலை தளர்ந்தற்றே, வியன் புலம்
ஏற்று உணர்வார் முன்னர் இழுக்கு

இந்தக் குறளை எப்படி மாற்றிப் படிக்கவேண்டும்:

வியன் புலம் ஏற்று உணர்வார் முன்னர் இழுக்கு ஆற்றின் நிலை தளர்ந்தற்றே

இந்தக் குறளில் உள்ள கடினமான சொற்களும் அவற்றின் பொருளும்:

ஆற்றின் => வழியின்

தளர்ந்தற்றே => தடுமாறியதைப்போன்றது

வியன் புலம் => பரந்து விரிந்த அறிவு

உணர்வார் => உணர்ந்துகொண்டவர்கள்

இழுக்கு => தவறாகப் பேசுதல்

எளிய உரை:

பரந்து விரிந்த அறிவைக் கொண்ட அறிஞர்களுக்கு முன்னால் பேசும்போது, மிகவும் கவனமாக இருக்கவேண்டும், எதையாவது தவறாகப் பேசிவிடக்கூடாது. அப்படிப் பேசினால், ஒருவன் நடு வழியில் வழுக்கி விழுந்ததுபோல் ஆகிவிடும்.

குறள் எண்: 717

குறள்:

கற்று அறிந்தார் கல்வி விளங்கும், கசடு அறச்
சொல் தெரிதல் வல்லார் அகத்து

இந்தக் குறளை எப்படி மாற்றிப் படிக்கவேண்டும்:

கசடு அறச் சொல் தெரிதல் வல்லார் அகத்து, கற்று அறிந்தார் கல்வி விளங்கும்

இந்தக் குறளில் உள்ள கடினமான சொற்களும் அவற்றின் பொருளும்:

விளங்கும்	=>	விளங்கித் தோன்றும்
கசடு	=>	குற்றம்
அற	=>	நீங்கும்படி
சொல் தெரிதல்	=>	சொற்களை ஆராய்ந்து அறிதல்
அகத்து	=>	இடத்தில் / அவையில்

எளிய உரை:

குற்றமில்லாத சொற்களை நன்கு ஆராய்ந்து பேசுகிறவர்களுக்கு நடுவில் இருக்கும்போது, அறிஞர்களுடைய கல்வி நன்றாகச் சிறந்து விளங்கும்.

குறள் எண்: 718

குறள்:

**உணர்வது உடையார் முன் சொல்லல் வளர்வதன்
பாத்தியுள் நீர் சொரிந்தற்று**

இந்தக் குறளை எப்படி மாற்றிப் படிக்கவேண்டும்:

உணர்வது உடையார் முன் சொல்லல் வளர்வதன் பாத்தியுள் நீர் சொரிந்தற்று

இந்தக் குறளில் உள்ள கடினமான சொற்களும் அவற்றின் பொருளும்:

உணர்வது உடையார் => உணரக்கூடியவர்கள்

சொல்லல் => பேசுதல்

வளர்வதன் => வளர்கின்ற பயிரின்

பாத்தியுள் => பாத்தியில்

சொரிந்தற்று => ஊற்றுவதைப்போன்றது

எளிய உரை:

பாத்தியில் வளர்கிற பயிருக்கு நீர் ஊற்றினால் அது இன்னும் நன்றாக வளரும். அதுபோல, நல்லவற்றை உணரக்கூடிய அறிஞர்களுக்கு முன்னால் சென்று பேசினால் நம் அறிவு இன்னும் நன்றாக வளரும்.

குறள் எண்: 719

குறள்:

புல் அவையுள் பொச்சாந்தும் சொல்லற்க, நல் அவையுள்
நன்கு செலச் சொல்லுவார்

இந்தக் குறளை எப்படி மாற்றிப் படிக்கவேண்டும்:

நல் அவையுள் நன்கு செலச் சொல்லுவார் புல் அவையில் பொச்சாந்தும் சொல்லற்க

இந்தக் குறளில் உள்ள கடினமான சொற்களும் அவற்றின் பொருளும்:

புல் அவை => மோசமானவர்கள் நிறைந்திருக்கும் இடம்

பொச்சாந்தும் => மறந்தும்

சொல்லற்க => பேசவேண்டாம்

நல் அவை => நல்லவர்கள் நிறைந்திருக்கும் இடம்

செலச் சொல்லுவார் => புரியும்படி பேசக்கூடியவர்கள்

எளிய உரை:

நீங்கள் நல்ல அறிஞர்களுக்கு நடுவில் சிறப்பாகப் பேசக்கூடியவரா? உங்களுடைய கருத்துகளை எல்லாருக்கும் நன்கு புரியவைக்கிற திறமை கொண்டவரா? அப்படியானால், மோசமானவர்களுக்கு நடுவில் மறந்தும் வாயைத் திறந்துவிடாதீர்கள். (அவை அறிந்து பேசுங்கள்.)

குறள் எண்: 720

குறள்:

அங்கணத்துள் உக்க அமிழ்தற்றால், தம் கணத்தர்
அல்லார் முன் கோட்டி கொளல்

இந்தக் குறளை எப்படி மாற்றிப் படிக்கவேண்டும்:

தம் கணத்தர் அல்லார் முன் கோட்டி கொளல் அங்கணத்துள் உக்க அமிழ்தற்றால்

இந்தக் குறளில் உள்ள கடினமான சொற்களும் அவற்றின் பொருளும்:

அங்கணத்துள்	=>	*முற்றத்தில்*
உக்க	=>	*சிந்திய*
அமிழ்தற்று	=>	*அமுதத்தைப் போன்றது*
தம் கணத்தர்	=>	*நம்மைப் போன்றவர்கள்*
அல்லார்	=>	*அவ்வாறு இல்லாதவர்கள்*
கோட்டி கொளல்	=>	*பலர் முன்னால் பேசுதல்*

எளிய உரை:

யாராவது அமுதத்தை முற்றத்தில் கொட்டி வீணாக்குவார்களா? (மாட்டார்கள்.)

முட்டாள்களுக்கு முன்னால் சென்று பேசுவதும் அப்படித்தான்.

அதிகாரம் 73: அவை அஞ்சாமை
[கூட்டத்தைக் கண்டு அஞ்சாமல் பேசுதல்]

குறள் எண்: 721

குறள்:

வகை அறிந்து வல் அவை வாய் சோரார், சொல்லின்
தொகை அறிந்த தூய்மையவர்

இந்தக் குறளை எப்படி மாற்றிப் படிக்கவேண்டும்:

சொல்லின் தொகை அறிந்த தூய்மையவர் அவை வகை அறிந்து வல் (அவை) வாய் சோரார்

இந்தக் குறளில் உள்ள கடினமான சொற்களும் அவற்றின் பொருளும்:

வல் அவை	=>	அறிஞர்கள் நிறைந்த நல்ல அவை
வாய் சோரார்	=>	பிழையாகப் பேசமாட்டார்கள்
தொகை	=>	தொகுத்துச் சொல்லுதல்
தூய்மையவர்	=>	தூய்மையான தன்மை கொண்டவர்

எளிய உரை:

நன்கு பேசத் தெரிந்த தூய்மையானவர்கள் தாங்கள் பேசப்போகும் கூட்டத்தின் தன்மையை அறிந்துகொண்டு பேசுவார்கள், அறிஞர்கள் நிறைந்த நல்ல அவையில் அச்சமின்றிச் சிறப்பாகப் பேசுவார்கள்.

குறள் எண்: 722

குறள்:

கற்றாருள் கற்றார் எனப்படுவர், கற்றார் முன்
கற்ற செலச் சொல்லுவார்

இந்தக் குறளை எப்படி மாற்றிப் படிக்கவேண்டும்:

கற்றார் முன் கற்ற செலச் சொல்லுவார் கற்றாருள் கற்றார் எனப்படுவர்

இந்தக் குறளில் உள்ள கடினமான சொற்களும் அவற்றின் பொருளும்:

கற்றாருள் => கற்றறிந்த அறிஞர்களில்

கற்றார் => நன்கு கற்ற அறிஞர்

எனப்படுவர் => என்று சொல்லப்படுவார்கள்

கற்ற => கற்றுக்கொண்டவை

செலச் சொல்லுவார் => புரியும்படி விளக்கிச் சொல்கிறவர்கள்

எளிய உரை:

அறிஞர்களிலெல்லாம் சிறந்த அறிஞர் யார் தெரியுமா?

பல அறிஞர்களுக்கு நடுவில் சென்று, தான் கற்றுக் கொண்டவற்றை அவர்களுக்குப் புரியும்படி நன்றாக விளக்கிச் சொல்கிறவர்தான்.

குறள் எண்: 723

குறள்:

பகை அகத்துச் சாவார் எளியர். அரியர்
அவை அகத்து அஞ்சாதவர்

இந்தக் குறளை எப்படி மாற்றிப் படிக்கவேண்டும்:

பகை அகத்துச் சாவார் எளியர். அவை அகத்து அஞ்சாதவர் அரியர்

இந்தக் குறளில் உள்ள கடினமான சொற்களும் அவற்றின் பொருளும்:

பகை அகத்து => பகைவர்களுக்கு நடுவில் / போர்க்களத்தில்

சாவார் => இறப்பார்

எளியர் => பலர்

அரியர் => சிலர்

அவை அகத்து => அறிஞர்களுக்கு நடுவில் / அறிஞர் கூட்டத்தில்

எளிய உரை:

பகைவர்கள் உள்ள போர்க்களத்துக்குச் சென்று துணிவோடு சண்டையிடுகிறவர்கள், நாட்டுக்காக உயிரையும் கொடுக்கக்கூடியவர்கள் பலர் உண்டு.

ஆனால், அறிஞர்கள் உள்ள அவைக்குச் சென்று அச்சமின்றிப் பேசுகிறவர்கள் மிகச் சிலர்தான்.

குறள் எண்: 724

குறள்:

> **கற்றார் முன் கற்ற செலச் சொல்லித் தாம் கற்ற**
> **மிக்காருள் மிக்க கொளல்**

இந்தக் குறளை எப்படி மாற்றிப் படிக்கவேண்டும்:

கற்றார் முன் கற்ற செலச் சொல்லி, தாம் கற்ற மிக்காருள் மிக்க கொளல்

இந்தக் குறளில் உள்ள கடினமான சொற்களும் அவற்றின் பொருளும்:

கற்றார்	=>	*கற்றறிந்த அறிஞர்கள்*
கற்ற	=>	*கற்றுக்கொண்டவை*
செலச் சொல்லி	=>	*புரியும்படி விளக்கிச் சொல்லி*
தாம்	=>	*தான்*
கற்ற மிக்காருள்	=>	*கற்றவற்றைவிடக் கூடுதலாகக் கற்றவர்களிடம்*
மிக்க	=>	*கூடுதலான அறிவை / பாடங்களை*
கொளல்	=>	*தெரிந்துகொள்ளவேண்டும்*

எளிய உரை:

அறிஞர்களுக்கு முன்னால் பேசும்போது, நாம் கற்றுக்கொண்டவற்றை அவர்களுக்குப் புரியும்படி நன்றாக விளக்கிப் பேசவேண்டும்.

அந்த அறிஞர்களில் நம்மைவிடக் கூடுதலாகக் கற்றவர்களும் இருப்பார்கள். நமக்குத் தெரியாதவற்றை அவர்களிடம் கேட்டுத் தெரிந்துகொள்ளவேண்டும்.

குறள் எண்: 725

குறள்:

ஆற்றின் அளவு அறிந்து கற்க, அவை அஞ்சா
மாற்றம் கொடுத்தற்பொருட்டு

இந்தக் குறளை எப்படி மாற்றிப் படிக்கவேண்டும்:

அவை அஞ்சா மாற்றம் கொடுத்தற்பொருட்டு ஆற்றின் அளவு அறிந்து கற்க

இந்தக் குறளில் உள்ள கடினமான சொற்களும் அவற்றின் பொருளும்:

ஆற்றின் => (இலக்கண) வழியில்

அளவு => தருக்க / ஏரண (Logic) நூல்

கற்க => கற்றுக்கொள்ளுங்கள்

அவை => பலர் கூடியிருக்கும் இடம்

அஞ்சா => அஞ்சாமல்

மாற்றம் => சொல் / பதில்

கொடுத்தற்பொருட்டு => கொடுப்பதற்காக

எளிய உரை:

நாம் மேடையேறிப் பேசும்போது யாராவது கேள்வி கேட்டால் அச்சமின்றிப் பொருத்தமான பதிலைச் சொல்லவேண்டும், அதற்கு, இலக்கணத்தையும் ஏரணத்தையும் (தருக்கம்) முறையாகக் கற்றுக்கொள்ளவேண்டும்.

குறள் எண்: 726

குறள்:

வாளொடு என் வன்கண்ணர் அல்லார்க்கு, நூலொடு என்
நுண் அவை அஞ்சுபவர்க்கு

இந்தக் குறளை எப்படி மாற்றிப் படிக்கவேண்டும்:

வன்கண்ணர் அல்லார்க்கு வாளொடு என்? நுண் அவை அஞ்சுபவர்க்கு நூலொடு என்?

இந்தக் குறளில் உள்ள கடினமான சொற்களும் அவற்றின் பொருளும்:

வாளொடு என் => வாளோடு என்ன தொடர்பு?

வன்கண்ணர் அல்லார்க்கு => வீரம் இல்லாதவர்களுக்கு

நூலொடு என் => நூலோடு என்ன தொடர்பு?

நுண் => நுட்பமான

அவை => பலர் கூடியிருக்கும் இடம்

எளிய உரை:

வீரம் இல்லாதவர்களுக்கு வாள் பயன்படுமா? (பயன்படாது.)

அதுபோல, நுட்பமான அறிவு கொண்ட அறிஞர்கள் நிறைந்திருக்கும் அவையை எண்ணி அஞ்சுபவர்களுக்கு நூல் (புத்தகப் படிப்பு) பயன்படுமா? (பயன்படாது.)

குறள் எண்: 727

குறள்:

பகை அகத்துப் பேடி கை ஒள்வாள், அவை அகத்து
அஞ்சும் அவன் கற்ற நூல்

இந்தக் குறளை எப்படி மாற்றிப் படிக்கவேண்டும்:

அவை அகத்து அஞ்சும் அவன் கற்ற நூல், பகை அகத்துப் பேடி கை ஒள் வாள்

இந்தக் குறளில் உள்ள கடினமான சொற்களும் அவற்றின் பொருளும்:

பகை அகத்து => பகைவர்களுக்கு நடுவில் / போர்க்களத்தில்

பேடி => வீரமில்லாதவன்

ஒள் வாள் => ஒளி மிகுந்த வாள்

அவை அகத்து => பலர் கூடியிருக்கும் இடத்தில்

அஞ்சும் => அஞ்சுகின்ற

எளிய உரை:

ஒரு கோழையைப் போர்க்களத்தில் தள்ளிவிட்டு, அவன் கையில் ஒளி வீசுகிற ஒரு வாளைக் கொடுத்தால் அவனுக்கு வீரம் வந்துவிடுமா? (வராது.)

அதுபோல, ஒருவன் எவ்வளவுதான் படித்திருந்தாலும், அறிஞர்களுக்கு நடுவில் மேடையேறிப் பேச அஞ்சுகிறான் என்றால், அந்தப் படிப்பு அவனுக்குப் பயன்படாது.

குறள் எண்: 728

குறள்:

பல்லவை கற்றும் பயம் இலரே, நல் அவையுள்
நன்கு செலச் சொல்லாதார்

இந்தக் குறளை எப்படி மாற்றிப் படிக்கவேண்டும்:

நல் அவையுள் நன்கு செலச் சொல்லாதார் பல்லவை கற்றும் பயம் இலரே

இந்தக் குறளில் உள்ள கடினமான சொற்களும் அவற்றின் பொருளும்:

பல்லவை => பலவற்றை

பயம் இலர் => பயனற்றவர்கள்

நல் அவையுள் => நல்லவர்கள் கூட்டத்தில்

செலச் சொல்லாதார் => புரியும்படி விளக்கிச் சொல்லாதவர்கள்

எளிய உரை:

நல்லவர்களுக்கு முன்னால் சென்று, நாம் படித்தவற்றைத் தெளிவாக விளக்கிச்சொல்லிப் புரியவைக்கவேண்டும். அந்தத் திறமை இல்லாவிட்டால், நாம் எவ்வளவு படித்தாலும் பயன் இருக்காது.

குறள் எண்: 729

குறள்:

கல்லாதவரின் கடை என்ப, கற்று அறிந்தும்
நல்லார் அவை அஞ்சுவார்

இந்தக் குறளை எப்படி மாற்றிப் படிக்கவேண்டும்:

கற்று அறிந்தும் நல்லார் அவை அஞ்சுவார் கல்லாதவரின் கடை என்ப

இந்தக் குறளில் உள்ள கடினமான சொற்களும் அவற்றின் பொருளும்:

கல்லாதவரின் => கல்வி அறிவற்றவர்களைவிட

கடை => கடைசியாக / கீழாக நிற்பவர்

என்ப => என்பார்கள்

நல்லார் => நல்லவர்கள்

அவை => பலர் கூடியிருக்கும் இடம்

அஞ்சுவார் => அஞ்சுபவர்

எளிய உரை:

ஒருவன் நிறையப் படித்திருக்கிறான், ஆனால், நல்லவர்களுக்கு முன்னால் மேடையேறிப் பேச அஞ்சுகிறான்.

அப்படியானால், அவன் படிக்காதவர்களைவிட மோசமானவன் என்று உலகம் அவனைக் கேலி செய்யும்.

குறள் எண்: 730

குறள்:

உளர் எனினும் இல்லாரோடு ஒப்பர், களன் அஞ்சிக்
கற்ற செலச் சொல்லாதார்

இந்தக் குறளை எப்படி மாற்றிப் படிக்கவேண்டும்:

களன் அஞ்சிக் கற்ற செலச் சொல்லாதார் உளர் எனினும் இல்லாரோடு ஒப்பர்

இந்தக் குறளில் உள்ள கடினமான சொற்களும் அவற்றின் பொருளும்:

உளர் => (கல்வியறிவு) உள்ளவர்கள்

எனினும் => என்றாலும்

இல்லாரோடு => (கல்வியறிவு) இல்லாதவர்களோடு

ஒப்பர் => இணையானவர்கள்

களன் => அவை / மேடை / பலர் கூடியிருக்கும் இடம்

கற்ற => கற்றுக்கொண்டவை

செலச் சொல்லாதார் => விளக்கிச் சொல்லிப் புரியவைக்காதவர்கள்

எளிய உரை:

ஒருவன் நிறையப் படித்திருக்கிறான், ஆனால், மேடை ஏறிப் பேச அஞ்சுகிறான், தான் கற்றுக்கொண்டவற்றைப் பிறருக்கு விளக்கிப் புரியவைக்க இயலாமல் தடுமாறுகிறான்.

அப்படியானால், அவன் படித்து என்ன பயன்? அவனும் கல்வியறிவில்லாத ஒருவனும் ஒன்றுதான்!

அதிகாரம் 74: நாடு

குறள் எண்: 731

குறள்:

தள்ளா விளையுளும் தக்காரும் தாழ்வு இலாச்
செல்வரும் சேர்வது நாடு

இந்தக் குறளை எப்படி மாற்றிப் படிக்கவேண்டும்:

தள்ளா விளையுளும் தக்காரும் தாழ்வு இலாச் செல்வரும் சேர்வது நாடு

இந்தக் குறளில் உள்ள கடினமான சொற்களும் அவற்றின் பொருளும்:

தள்ளா => *குறையாத*

விளையுள் => *விளைச்சல்*

தக்கார் => *தகுதியுள்ளோர்*

தாழ்வு இலா => *கெடுதல் இல்லாத*

செல்வர் => *செல்வம் நிறைந்தவர்கள்*

எளிய உரை:

குறையாத விளைச்சலையும், தகுதியுள்ள நல்லவர்களையும், கெடாத செல்வம் நிறைந்தவர்களையும் கொண்டதுதான் நல்ல நாடு.

குறள் எண்: 732

குறள்:

பெரும் பொருளால் பெட்டக்கது ஆகி அரும் கேட்டால்
ஆற்ற விளைவது நாடு

இந்தக் குறளை எப்படி மாற்றிப் படிக்கவேண்டும்:

பெரும் பொருளால் பெட்டக்கது ஆகி அரும் கேட்டால் ஆற்ற விளைவது நாடு

இந்தக் குறளில் உள்ள கடினமான சொற்களும் அவற்றின் பொருளும்:

பெட்டக்கது => விரும்பப்படக்கூடியது

அரும் கேடு => கேடு இல்லாத நிலை

ஆற்ற => நிறைய / மிகுதியாக

விளைவது => விளைச்சலைக் கொண்டிருப்பது

எளிய உரை:

செல்வம் நிறைந்தது, எல்லாராலும் விரும்பப்படுவது, கெடுதல் இல்லாதது, விளைச்சல் நிறைந்ததுதான் நல்ல நாடு.

குறள் எண்: 733

குறள்:

பொறை ஒருங்கு மேல் வருங்கால் தாங்கி இறைவற்கு
இறை ஒருங்கு நேர்வது நாடு

இந்தக் குறளை எப்படி மாற்றிப் படிக்கவேண்டும்:

பொறை ஒருங்கு மேல் வருங்கால் தாங்கி இறைவற்கு இறை ஒருங்கு நேர்வது நாடு

இந்தக் குறளில் உள்ள கடினமான சொற்களும் அவற்றின் பொருளும்:

பொறை => சுமை

ஒருங்கு => ஒன்றாக

மேல் => தங்கள்மீது

வருங்கால் => வந்தால்

தாங்கி => பொறுத்துக்கொண்டு

இறைவற்கு => அரசருக்கு

இறை => இறைப் பொருள் / வரி

நேர்வது => வழங்குவது

எளிய உரை:

ஒரு நல்ல நாட்டின் குடிமக்கள் தங்களுடைய நாட்டுக்காக எப்பேர்ப்பட்ட சுமையையும் தாங்கிக்கொள்வார்கள், அரசருக்குக் கொடுக்கவேண்டிய வரியை முறையாகச் செலுத்திவிடுவார்கள். (நல்லாட்சி செய்யும் அரசருக்குக் குடிமக்கள் கடமைப்பட்டிருப்பார்கள்.)

குறள் எண்: 734

குறள்:

உறு பசியும் ஓவாப் பிணியும் செறு பகையும்
சேராது இயல்வது நாடு

இந்தக் குறளை எப்படி மாற்றிப் படிக்கவேண்டும்:

உறு பசியும் ஓவாப் பிணியும் செறு பகையும் சேராது இயல்வது நாடு

இந்தக் குறளில் உள்ள கடினமான சொற்களும் அவற்றின் பொருளும்:

உறு பசி => மிகுதியான பசி

ஓவா => தீராத

பிணி => நோய்

செறு பகை => அழிக்கக்கூடிய பகை

சேராது => சேராமல்

இயல்வது => இயல்பைக் கொண்டது / நடப்பது

எளிய உரை:

ஒரு நல்ல நாட்டில் மிகுதியான பசி இருக்காது, தீராத நோய்கள் இருக்காது, மக்களை அழிக்கக்கூடிய பகை இருக்காது.

குறள் எண்: 735

குறள்:

பல் குழுவும் பாழ் செய்யும் உள் பகையும் வேந்து அலைக்கும்
கொல் குறும்பும் இல்லது நாடு

இந்தக் குறளை எப்படி மாற்றிப் படிக்கவேண்டும்:

பல் குழுவும் பாழ் செய்யும் உள் பகையும் வேந்து அலைக்கும்
கொல் குறும்பும் இல்லது நாடு

இந்தக் குறளில் உள்ள கடினமான சொற்களும் அவற்றின் பொருளும்:

பல் குழு => பல குழுக்கள்

பாழ் செய்யும் => கெடுக்கின்ற

வேந்து => அரசன்

அலைக்கும் => தொந்தரவு செய்யும்

கொல் குறும்பு => கொல்லுகின்ற குறும்பர்கள் / சதிகாரர்கள்

இல்லது => இல்லாதது

எளிய உரை:

ஒரு நல்ல நாட்டில் மக்கள் பல குழுக்களாகப் பிரிந்து ஒருவரோடு ஒருவர் மோதிக்கொள்ளமாட்டார்கள், தங்களுக்குள் இருக்கும் பகையால் நாட்டைக் கெடுக்கமாட்டார்கள், அரசனுக்குத் தொல்லை தரும் கொலைகாரர்கள், சதிகாரர்கள் இருக்கமாட்டார்கள்.

குறள் எண்: 736

குறள்:

கேடு அறியா, கெட்ட இடத்தும் வளம் குன்றா
நாடு என்ப நாட்டின் தலை

இந்தக் குறளை எப்படி மாற்றிப் படிக்கவேண்டும்:

கேடு அறியா, கெட்ட இடத்தும் வளம் குன்றா நாடு நாட்டின் தலை என்ப

இந்தக் குறளில் உள்ள கடினமான சொற்களும் அவற்றின் பொருளும்:

கேடு	=> கெடுதல்
அறியா	=> அறியாத
கெட்ட இடத்தும்	=> கெட்ட காலத்திலும்
குன்றா	=> குன்றாத / குறையாத
என்ப	=> என்பார்கள்
தலை	=> சிறந்தது

எளிய உரை:

பகைவர்களால் அழிக்கமுடியாத நாடு, கெடுதலான சூழ்நிலையிலும் வளம் குன்றாத நாடுதான் நாடுகளிலெல்லாம் மிகச் சிறந்த நாடு என்று பெரியோர்கள் சொல்வார்கள்.

குறள் எண்: 737

குறள்:

இரு புனலும் வாய்த்த மலையும் வரு புனலும்
வல் அரணும் நாட்டிற்கு உறுப்பு

இந்தக் குறளை எப்படி மாற்றிப் படிக்கவேண்டும்:

இரு புனலும் வாய்த்த மலையும் வரு புனலும் வல் அரணும் நாட்டிற்கு உறுப்பு

இந்தக் குறளில் உள்ள கடினமான சொற்களும் அவற்றின் பொருளும்:

இரு புனல் => மேலிருந்து வருகின்ற மழை, கீழிருந்து வருகின்ற ஊற்று ஆகிய இரு வகை நீர் வளம்

வாய்த்த => நல்ல வாய்ப்பாக

வரு புனல் => மலையிலிருந்து வரும் நீர்

வல் அரண் => வலிமையான பாதுகாப்புக் கோட்டை

எளிய உரை:

ஒரு நல்ல நாட்டின் உறுப்புகள் இவை:

1. மேலிருந்து வருகிற மழை, கீழிருந்து வருகிற ஊற்று ஆகிய இரு வகை நீர் வளம்

2. சிறப்பாக அமைந்த மலை வளம்

3. அந்த மலையிலிருந்து ஓடி வரும் நீராகிய ஆற்று வளம்

4. வலிமையான பாதுகாப்புக் கோட்டை

குறள் எண்: 738

குறள்:

பிணி இன்மை, செல்வம், விளைவு, இன்பம், ஏமம்
அணி என்ப நாட்டிற்கு இவ் ஐந்து

இந்தக் குறளை எப்படி மாற்றிப் படிக்கவேண்டும்:

பிணி இன்மை, செல்வம், விளைவு, இன்பம், ஏமம் இவ் ஐந்து நாட்டிற்கு அணி என்ப

இந்தக் குறளில் உள்ள கடினமான சொற்களும் அவற்றின் பொருளும்:

பிணி இன்மை	=>	*நோயில்லா நிலை*
விளைவு	=>	*விளைச்சல்*
ஏமம்	=>	*பாதுகாப்பு*
அணி	=>	*அழகு*
என்ப	=>	*என்பார்கள்*
இவ் ஐந்து	=>	*இந்த ஐந்து*

எளிய உரை:

நோயில்லாத வாழ்க்கை, நிறைந்த செல்வம், நல்ல விளைச்சல், இன்பம், பாதுகாப்பு: இந்த ஐந்தும்தான் ஒரு நல்ல நாட்டுக்கு அழகு என்று பெரியோர்கள் சொல்வார்கள்.

குறள் எண்: 739

குறள்:

நாடு என்ப நாடா வளத்தன. நாடு அல்ல
நாட வளம் தரும் நாடு

இந்தக் குறளை எப்படி மாற்றிப் படிக்கவேண்டும்:

நாடா வளத்தன நாடு என்ப. நாட வளம் தரும் நாடு, நாடு அல்ல (என்ப)

இந்தக் குறளில் உள்ள கடினமான சொற்களும் அவற்றின் பொருளும்:

என்ப => என்பார்கள்

நாடா => (பிறரை) நாடாமல் / தேடாமல்

வளத்தன => வளத்தைக் கொண்டவை

நாட => (பிறரை) நாடி / தேடி

எளிய உரை:

மற்ற நாடுகளிடம் உதவி கேட்காமல் தனக்கு வேண்டியதைத் தானே உருவாக்கிக்கொள்வதுதான் நல்ல நாடு என்று பெரியோர்கள் சொல்வார்கள். மற்ற நாடுகளுடைய உதவியுடன் வாழ்வது நல்ல நாடு இல்லை.

குறள் எண்: 740

குறள்:

ஆங்கு அமைவு எய்தியக்கண்ணும் பயம் இன்றே
வேந்து அமைவு இல்லாத நாடு

இந்தக் குறளை எப்படி மாற்றிப் படிக்கவேண்டும்:

வேந்து அமைவு இல்லாத நாடு ஆங்கு அமைவு எய்தியக்கண்ணும் பயம் இன்றே

இந்தக் குறளில் உள்ள கடினமான சொற்களும் அவற்றின் பொருளும்:

ஆங்கு	=>	*அங்கு*
அமைவு	=>	*பொருத்தம்*
எய்தியக்கண்ணும்	=>	*அடைந்தபிறகும்*
பயம்	=>	*பயன்*
இன்றே	=>	*இல்லாததுதான்*
வேந்து	=>	*அரசர்*

எளிய உரை:

ஒரு நாட்டில் எத்தனை சிறப்புகள் இருந்தால் என்ன? அதை ஆள்கிறவர் நல்லவராக இல்லாவிட்டால் அந்த நாடு முன்னேறாது.

அதிகாரம் 75: அரண் (பாதுகாப்புக் கோட்டை)

குறள் எண்: 741

குறள்:

ஆற்றுபவர்க்கும் அரண் பொருள், அஞ்சித் தன்
போற்றுபவர்க்கும் பொருள்

இந்தக் குறளை எப்படி மாற்றிப் படிக்கவேண்டும்:

அரண் ஆற்றுபவர்க்கும் பொருள், அஞ்சித் தன் போற்றுபவர்க்கும் பொருள்

இந்தக் குறளில் உள்ள கடினமான சொற்களும் அவற்றின் பொருளும்:

ஆற்றுபவர்	=> *(போர்) செய்பவர்*
அரண்	=> *பாதுகாப்புக் கோட்டை*
பொருள்	=> *மதிப்பு மிக்கது*
தன் போற்றுபவர்	=> *தன்னை வந்தடைபவர்*

எளிய உரை:

சில அரசர்கள் பகைவர்கள்மீது போர் தொடுத்துச் செல்வார்கள். அப்போது, அவர்களுடைய மக்களையும் உடைமைகளையும் பாதுகாப்பதற்குக் கோட்டை பயன்படும்.

வேறு சில அரசர்கள் போருக்கு அஞ்சிக் கோட்டைக்குள் ஒளிந்துகொள்வார்கள். அவர்களுடைய உயிரைப் பாதுகாப்பதற்கும் கோட்டை பயன்படும்.

குறள் எண்: 742

குறள்:

> **மணி நீரும் மண்ணும் மலையும் அணி நிழல்**
> **காடும் உடையது அரண்**

இந்தக் குறளை எப்படி மாற்றிப் படிக்கவேண்டும்:

> **மணி நீரும் மண்ணும் மலையும் அணி நிழல் காடும் உடையது அரண்**

இந்தக் குறளில் உள்ள கடினமான சொற்களும் அவற்றின் பொருளும்:

மணி நீர் => மணி போன்ற நீல நிறத்தை உடைய கடல் நீர்

அணி => அழகு

அரண் => பாதுகாப்புக் கோட்டை

எளிய உரை:

கடல் நீரும், நிலப் பரப்புகளும், மலையும், அழகான, நிழலை உடைய காட்டுப் பகுதிகளும் ஒரு நாட்டுக்கு நல்ல பாதுகாப்பாக அமையும்.

குறள் எண்: 743

குறள்:

உயர்வு, அகலம், திண்மை, அருமை இந் நான்கின்
அமைவு அரண் என்று உரைக்கும் நூல்

இந்தக் குறளை எப்படி மாற்றிப் படிக்கவேண்டும்:

உயர்வு, அகலம், திண்மை, அருமை இந் நான்கின் அமைவு அரண் என்று நூல் உரைக்கும்

இந்தக் குறளில் உள்ள கடினமான சொற்களும் அவற்றின் பொருளும்:

திண்மை => வலிமை

அருமை => கடக்க அரியதாக இருத்தல்

இந் நான்கின் => இந்த நான்கின்

அமைவு => அமைப்பு

அரண் => பாதுகாப்பு மதில்

எளிய உரை:

ஒரு நாட்டைச் சுற்றியுள்ள மதில் சுவர் உயரமாகவும், அகலமாகவும், வலிமையாகவும், எளிதில் ஊடுருவ இயலாதவகையிலும் இருக்கவேண்டும் என்று நூல்கள் சொல்கின்றன.

குறள் எண்: 744

குறள்:

> **சிறு காப்பின் பேர் இடத்தது ஆகி உறு பகை**
> **ஊக்கம் அழிப்பது அரண்**

இந்தக் குறளை எப்படி மாற்றிப் படிக்கவேண்டும்:

> **சிறு காப்பின் பேர் இடத்தது ஆகி உறு பகை ஊக்கம் அழிப்பது அரண்**

இந்தக் குறளில் உள்ள கடினமான சொற்களும் அவற்றின் பொருளும்:

காப்பின் => காக்கவேண்டிய இடத்தின்

பேர் இடத்தது => அகன்ற இடத்தை உடையது

உறு பகை => மிகுந்த பகைவர்கள்

அரண் => பாதுகாப்புக் கோட்டை

எளிய உரை:

ஒரு கோட்டை மிகப் பெரியதாக இருக்கிறது. ஆனால், அங்குள்ள காவலர்கள் அந்தக் கோட்டை முழுவதையும் பாதுகாக்கவேண்டியதில்லை, அதில் ஒரு சிறு பகுதியைமட்டும் பாதுகாத்தால் போதும். அப்படிப்பட்ட அமைப்பைக் கொண்ட கோட்டையை யாராலும் வெல்லமுடியாது. அந்தக் கோட்டையை எதிர்த்துப் போரிடும் பகைவர்கள் ஊக்கம் இழந்து சோர்ந்துவிடுவார்கள்.

குறள் எண்: 745

குறள்:

கொளற்கு அரிதாய், கொண்ட கூழ்த்து ஆகி, அகத்தார்
நிலைக்கு எளிதாம் நீரது அரண்

இந்தக் குறளை எப்படி மாற்றிப் படிக்கவேண்டும்:

கொளற்கு அரிதாய், கொண்ட கூழ்த்து ஆகி, அகத்தார் நிலைக்கு எளிதாம் நீரது அரண்

இந்தக் குறளில் உள்ள கடினமான சொற்களும் அவற்றின் பொருளும்:

கொளற்கு அரிது => மற்றவர்களால் வெல்ல இயலாதது

கொண்ட => கொண்டுள்ள

கூழ்த்து ஆகி => பலவகை உணவுப் பொருட்களைப் பெற்றிருந்து

அகத்தார் => உள்ளே உள்ளவர்கள்

நிலைக்கு எளிதாம் => நிலைத்திருப்பதற்கு எளியதாகிற

நீரது => தன்மையைக் கொண்டது

அரண் => பாதுகாப்புக் கோட்டை

எளிய உரை:

ஒரு நல்ல கோட்டையை எதிரிகளால் வெல்லமுடியாது. அந்தக் கோட்டைக்குள் பலவிதமான உணவுப்பொருட்கள் நிறைந்திருக்கும். அங்குள்ள மக்கள் தங்களுடைய வழக்கமான வேலைகளைச் செய்வதற்கு வேண்டிய எல்லாப் பொருட்களும் அங்கு கிடைக்கும். (அப்படிப்பட்ட கோட்டையை எதிரிகள் முற்றுகையிட்டாலும் மக்களுடைய இயல்பு வாழ்க்கை பாதிக்கப்படாது.)

குறள் எண்: 746

குறள்:

எல்லாப் பொருளும் உடைத்தாய், இடத்து உதவும்
நல் ஆள் உடையது அரண்

இந்தக் குறளை எப்படி மாற்றிப் படிக்கவேண்டும்:

எல்லாப் பொருளும் உடைத்தாய், இடத்து உதவும் நல் ஆள் உடையது அரண்

இந்தக் குறளில் உள்ள கடினமான சொற்களும் அவற்றின் பொருளும்:

உடைத்தாய் => உடையதாக / கொண்டதாக

இடத்து => தேவையான இடத்தில் / நேரத்தில்

நல் ஆள் => நல்ல ஆட்கள் / உதவியாளர்கள்

அரண் => பாதுகாப்புக் கோட்டை

எளிய உரை:

ஒரு நல்ல கோட்டையில் எல்லாவிதமான பொருட்களும் இருக்கும், தேவையான நேரத்தில் தேவையான உதவிகளைச் செய்யக்கூடிய நல்ல ஆட்களும் இருப்பார்கள்.

குறள் எண்: 747

குறள்:

முற்றியும் முற்றாது எறிந்தும் அறைப்படுத்தும்
பற்றற்கு அரியது அரண்

இந்தக் குறளை எப்படி மாற்றிப் படிக்கவேண்டும்:

முற்றியும் முற்றாது எறிந்தும் அறைப்படுத்தும் பற்றற்கு அரியது அரண்

இந்தக் குறளில் உள்ள கடினமான சொற்களும் அவற்றின் பொருளும்:

முற்றி	=>	முற்றுகையிட்டு
முற்றாது	=>	முற்றுகையிடாமல்
எறிந்து	=>	தாக்கி
அறைப்படுத்து	=>	சூழ்ச்சி செய்து
பற்றற்கு	=>	கைப்பற்றுவதற்கு
அரியது	=>	அரிதானது / கடினமானது
அரண்	=>	பாதுகாப்புக் கோட்டை

எளிய உரை:

ஒரு நல்ல கோட்டையை எதிரிகளால் முற்றுகையிட்டு வெல்லமுடியாது, முற்றுகையிடாமல் தாக்கியும் வெல்லமுடியாது, சூழ்ச்சி செய்தும் வெல்லமுடியாது.

குறள் எண்: 748

குறள்:

முற்று ஆற்றி முற்றியவரையும் பற்று ஆற்றிப்
பற்றியார் வெல்வது அரண்

இந்தக் குறளை எப்படி மாற்றிப் படிக்கவேண்டும்:

முற்று ஆற்றி முற்றியவரையும் பற்றியார் பற்று ஆற்றி வெல்வது அரண்

இந்தக் குறளில் உள்ள கடினமான சொற்களும் அவற்றின் பொருளும்:

முற்று ஆற்றி => *முற்றுகையிட்டு*

முற்றியவர் => *முற்றுகையிட்ட எதிரிகள்*

பற்று ஆற்றி => *தான் இருக்கும் இடத்தை உறுதியாகக் கொண்டு*

பற்றியார் => *கோட்டைக்குள் இருக்கிறவர்கள்*

அரண் => *பாதுகாப்புக் கோட்டை*

எளிய உரை:

ஒரு நல்ல கோட்டையை எதிரிகள் முற்றுகையிடலாம். ஆனால், அந்த முற்றுகை வெற்றி பெறாது. அந்தக் கோட்டைக்குள் இருக்கிறவர்கள் தாங்கள் இருக்கும் இடத்தை விட்டு நகராமல் அந்த எதிரிகளை வென்றுவிடுவார்கள்.

குறள் எண்: 749

குறள்:

முனைமுகத்து மாற்றலர் சாய வினைமுகத்து
வீறு எய்தி மாண்டது அரண்

இந்தக் குறளை எப்படி மாற்றிப் படிக்கவேண்டும்:

முனைமுகத்து மாற்றலர் சாய வினைமுகத்து வீறு எய்தி மாண்டது அரண்

இந்தக் குறளில் உள்ள கடினமான சொற்களும் அவற்றின் பொருளும்:

முனைமுகத்து => போர் முனையில்

மாற்றலர் => எதிரிகள்

சாய => வீழ்ந்துவிட

வினைமுகத்து => போர்ச் செயல்களால்

வீறு எய்தி => உயர்வைப் பெற்று

மாண்டது => சிறப்பு கொண்டது

அரண் => பாதுகாப்புக் கோட்டை

எளிய உரை:

ஒரு நல்ல கோட்டை தனக்குள் இருக்கிறவர்களுக்குச் சிறந்த பாதுகாப்பைக் கொடுக்கும், தன்னை நெருங்கும் எதிரிகளை விரட்டி அழித்துவிடும்.

குறள் எண்: 750

குறள்:

எனை மாட்சித்து ஆகியக்கண்ணும் வினை மாட்சி
இல்லார்கண் இல்லது அரண்

இந்தக் குறளை எப்படி மாற்றிப் படிக்கவேண்டும்:

அரண் எனை மாட்சித்து ஆகியக்கண்ணும், வினை மாட்சி இல்லார்கண் இல்லது

இந்தக் குறளில் உள்ள கடினமான சொற்களும் அவற்றின் பொருளும்:

எனை => *எத்துணை*

மாட்சித்து => *சிறப்புகளை உடையது*

ஆகியக்கண்ணும் => *இருந்தபோதும்*

வினை மாட்சி => *செயலின் சிறப்பு*

இல்லார்கண் => *இல்லாதவர்களிடம்*

இல்லது => *இல்லாதது*

அரண் => *பாதுகாப்புக் கோட்டை*

எளிய உரை:

ஒரு கோட்டையில் எத்தனை சிறப்புகள் இருந்தால் என்ன? அதற்குள் இருக்கிறவர்களுக்கு ஒழுங்காகப் போர் செய்யத் தெரியாவிட்டால் அந்தக் கோட்டை வீண்தான்.

அதிகாரம் 76: பொருள் செயல்வகை
(பொருள் சேர்க்கும் வகை)

குறள் எண்: 751

குறள்:

பொருள் அல்லவரைப் பொருளாகச் செய்யும்
பொருள் அல்லது இல்லை பொருள்

இந்தக் குறளை எப்படி மாற்றிப் படிக்கவேண்டும்:

பொருள் அல்லவரைப் பொருளாகச் செய்யும் பொருள் அல்லது பொருள் இல்லை

இந்தக் குறளில் உள்ள கடினமான சொற்களும் அவற்றின் பொருளும்:

பொருள் அல்லவர் => ஒரு பொருட்டாக மதிக்கப்படாதவர்கள் / தகுதியற்றவர்கள்

பொருளாக => பொருட்படுத்தப்படுகிறவர்களாக

செய்யும் => ஆக்குகின்ற

பொருள் => செல்வம் / பணம்

அல்லது => இல்லாமல்

எளிய உரை:

யாரும் கண்டுகொள்ளாத நபர்களைக்கூட எல்லாரும் மதிக்கிற ஆட்களாக மாற்றுவது, அவர்களிடம் உள்ள செல்வம்தான். அதைவிடச் சிறந்த பொருள் ஏதுமில்லை!

குறள் எண்: 752

குறள்:

இல்லாரை எல்லாரும் எள்ளுவர். செல்வரை
எல்லாரும் செய்வர் சிறப்பு

இந்தக் குறளை எப்படி மாற்றிப் படிக்கவேண்டும்:

இல்லாரை எல்லாரும் எள்ளுவர். செல்வரை எல்லாரும் சிறப்பு செய்வர்

இந்தக் குறளில் உள்ள கடினமான சொற்களும் அவற்றின் பொருளும்:

இல்லாரை => பணம் இல்லாதவர்களை

எள்ளுவர் => இகழ்வார்கள்

செல்வரை => பணக்காரர்களை

செய்வர் => செய்வார்கள்

எளிய உரை:

ஏழைகளை எல்லாரும் இகழ்வார்கள். பணக்காரர்களை எல்லாரும் புகழ்வார்கள்.

குறள் எண்: 753

குறள்:

பொருள் என்னும் பொய்யா விளக்கம் இருள் அறுக்கும்
எண்ணிய தேயத்துச் சென்று

இந்தக் குறளை எப்படி மாற்றிப் படிக்கவேண்டும்:

பொருள் என்னும் பொய்யா விளக்கம் எண்ணிய தேயத்துச் சென்று இருள் அறுக்கும்

இந்தக் குறளில் உள்ள கடினமான சொற்களும் அவற்றின் பொருளும்:

பொருள்	=>	செல்வம் / பணம்
பொய்யா	=>	அணையாத
விளக்கம்	=>	விளக்கு
இருள்	=>	பகை
அறுக்கும்	=>	அழிக்கும்
எண்ணிய	=>	நினைத்த
தேயத்துச் சென்று	=>	நாட்டுக்குச் சென்று

எளிய உரை:

செல்வம் என்கின்ற அணையாத விளக்கை வைத்திருக்கிறவர்கள் (பணம் படைத்தவர்கள்) எங்கும் செல்லலாம், எந்தப் பகையையும் வெல்லலாம்.

குறள் எண்: 754

குறள்:

அறன் ஈனும், இன்பமும் ஈனும், திறன் அறிந்து
தீது இன்றி வந்த பொருள்

இந்தக் குறளை எப்படி மாற்றிப் படிக்கவேண்டும்:

திறன் அறிந்து தீது இன்றி வந்த பொருள் அறன் ஈனும், இன்பமும் ஈனும்

இந்தக் குறளில் உள்ள கடினமான சொற்களும் அவற்றின் பொருளும்:

அறன் => அறம்

ஈனும் => வழங்கும்

திறன் => திறமை

தீது இன்றி => தவறு செய்யாமல்

எளிய உரை:

பணத்தைச் சேர்க்கும் வழிமுறைகளைத் தெரிந்துகொள்ளுங்கள், பிறருக்குத் தீங்கு செய்யாமல் நல்ல வழியில் பணம் சேருங்கள். அந்தப் பணம் உங்களுக்கு அறத்தையும் கொடுக்கும், இன்பத்தையும் கொடுக்கும்.

குறள் எண்: 755

குறள்:

அருளொடும் அன்பொடும் வாராப் பொருள் ஆக்கம்
புல்லார் புரளவிடல்

இந்தக் குறளை எப்படி மாற்றிப் படிக்கவேண்டும்:

அருளொடும் அன்பொடும் வாராப் பொருள் ஆக்கம் புல்லார் புரளவிடல்

இந்தக் குறளில் உள்ள கடினமான சொற்களும் அவற்றின் பொருளும்:

அருளொடும் அன்பொடும் => அருள், அன்பு ஆகிய வழிகளில்

வாரா => வராத

பொருள் => செல்வம் / பணம்

ஆக்கம் => வரவு

புல்லார் => பொருந்ாதவர்

புரளவிடல் => விட்டுவிடுதல்

எளிய உரை:

அன்போடும் அருளோடும் நல்ல வழியில் சம்பாதிக்கிற செல்வம் நமக்குப் போதும். தீய வழியில் கிடைக்கக்கூடிய பணத்தை நாம் ஒருபோதும் விரும்பக்கூடாது.

குறள் எண்: 756

குறள்:

உறு பொருளும் உல்கு பொருளும் தன் ஒன்னார்த்
தெறு பொருளும் வேந்தன் பொருள்

இந்தக் குறளை எப்படி மாற்றிப் படிக்கவேண்டும்:

உறு பொருளும் உல்கு பொருளும் தன் ஒன்னார்த் தெறு பொருளும் வேந்தன் பொருள்

இந்தக் குறளில் உள்ள கடினமான சொற்களும் அவற்றின் பொருளும்:

உறு பொருள் => வரி

உல்கு பொருள் => சுங்கம்

ஒன்னார் => பகைவர்

தெறு பொருள் => திறை

வேந்தன் => அரசன்

எளிய உரை:

ஓர் அரசனுக்கு மூன்று வழிகளில் வருவாய் வருகிறது: அவனுடைய நாட்டில் உள்ள மக்கள் செலுத்தும் வரிப் பணம், சுங்கக் கட்டணம், அவனால் வெல்லப்பட்ட பகைவர்கள் செலுத்தும் திறை.

குறள் எண்: 757

குறள்:

அருள் என்னும் அன்பு ஈன் குழவி பொருள் என்னும்
செல்வச் செவிலியால் உண்டு

இந்தக் குறளை எப்படி மாற்றிப் படிக்கவேண்டும்:

பொருள் என்னும் செல்வச் செவிலியால் அருள் என்னும் அன்பு ஈன் குழவி உண்டு

இந்தக் குறளில் உள்ள கடினமான சொற்களும் அவற்றின் பொருளும்:

அன்பு ஈன் => அன்பால் பெறப்பட்ட

குழவி => குழந்தை

செவிலி => குழந்தையைப் பராமரிக்கும் செவிலித்தாய்

எளிய உரை:

நம் உள்ளத்தில் அன்பு பெருகும்போது, அருள் என்ற குழந்தை பிறக்கிறது, பிறருக்கு உதவவேண்டும் என்கிற நல்லெண்ணம் உண்டாகிறது.

அதன்பிறகு, அந்த அருள் என்கிற குழந்தையைப் பொருள் என்கிற செவிலித்தாய் வளர்க்கிறார். (நம்மிடம் செல்வம் இருந்தால், அதை வைத்துப் பல நல்ல செயல்களைச் செய்யலாம்.)

குறள் எண்: 758

குறள்:

குன்று ஏறி யானைப் போர் கண்டற்றால், தன் கைத்து ஒன்று உண்டு ஆகச் செய்வான் வினை

இந்தக் குறளை எப்படி மாற்றிப் படிக்கவேண்டும்:

தன் கைத்து உண்டு ஆக ஒன்று செய்வான் வினை குன்று ஏறி யானைப் போர் கண்டற்றால்

இந்தக் குறளில் உள்ள கடினமான சொற்களும் அவற்றின் பொருளும்:

குன்று ஏறி => குன்றில் ஏறி

கண்டற்றால் => கண்டதைப்போன்றது

கைத்து => கையில்

ஒன்று => ஒரு செயல்

உண்டு ஆக => இருக்க

வினை => செயல்

எளிய உரை:

பிறரை நம்பாமல் நம்முடைய சொந்தப் பணத்தைக் கொண்டு ஒரு தொழிலில் ஈடுபடுவது பெரிய பாதுகாப்பு. அது, மலைமீது நின்றுகொண்டு யானைப் போரைப் பார்ப்பதைப்போன்றது. (பணம் படைத்தவனுக்கு ஆபத்துகள் குறைவு. அவன் எதையும் அச்சமின்றித் துணிந்து செய்வான்.)

குறள் எண்: 759

குறள்:

செய்க பொருளை. செறுநர் செருக்கு அறுக்கும்
எஃகு அதனின் கூரியது இல்

இந்தக் குறளை எப்படி மாற்றிப் படிக்கவேண்டும்:

பொருளைச் செய்க. அதனின் கூரியது செறுநர் செருக்கு அறுக்கும் எஃகு இல்

இந்தக் குறளில் உள்ள கடினமான சொற்களும் அவற்றின் பொருளும்:

செய்க	=> செய்யுங்கள்
பொருளை	=> செல்வத்தை / பணத்தை
செறுநர்	=> பகைவர்
செருக்கு	=> கருவம்
அறுக்கும்	=> அழிக்கும்
எஃகு	=> படைக்கருவி / ஆயுதம்
அதனின்	=> அதைவிட
கூரியது	=> கூர்மையானது
இல்	=> இல்லை

எளிய உரை:

நன்றாகப் பணம் சேருங்கள். எதிரிகளை வெல்வதற்கு அதைவிடக் கூர்மையான ஆயுதம் வேறு இல்லை.

குறள் எண்: 760

குறள்:

ஒண் பொருள் காழ்ப்ப இயற்றியார்க்கு எண் பொருள்
ஏனை இரண்டும் ஒருங்கு

இந்தக் குறளை எப்படி மாற்றிப் படிக்கவேண்டும்:

ஒண் பொருள் காழ்ப்ப இயற்றியார்க்கு ஏனை இரண்டும் ஒருங்கு எண் பொருள்

இந்தக் குறளில் உள்ள கடினமான சொற்களும் அவற்றின் பொருளும்:

ஒண் பொருள் => மேன்மையான / நல்ல வழியில் வரும் செல்வம்

காழ்ப்ப => நிறைய

இயற்றியார்க்கு => உருவாக்கியவர்களுக்கு

எண் பொருள் => எளிமையாகக் கிடைக்கும் செல்வம்

ஏனை இரண்டும் => பொருள் அல்லாத மற்ற இரண்டும் (அறமும் இன்பமும்)

ஒருங்கு => ஒன்றாக

எளிய உரை:

பெரியோர்கள் அறம், பொருள், இன்பம் ஆகிய மூன்றையும் சிறப்பித்துச் சொல்வார்கள். நாம் இந்த மூன்றையும் எப்படிப் பெறுவது?

ஒருவர் நல்ல வழியில் நிறையப் பொருளைச் சேர்த்துவிட்டார் என்றால், மீதமுள்ள அறமும் இன்பமும் அவருக்கு எளிதாகக் கிடைத்துவிடும். (நிறையச் செல்வம் உள்ளவர் பிறருக்கு உதவலாம், தானும் மகிழ்ச்சியாக வாழலாம்.)

அதிகாரம் 77: படைமாட்சி (படையின் பெருமை)

குறள் எண்: 761

குறள்:

உறுப்பு அமைந்து ஊறு அஞ்சா வெல் படை, வேந்தன்
வெறுக்கையுள் எல்லாம் தலை

இந்தக் குறளை எப்படி மாற்றிப் படிக்கவேண்டும்:

வேந்தன் வெறுக்கையுள் எல்லாம் தலை, உறுப்பு அமைந்து, ஊறு அஞ்சா வெல் படை

இந்தக் குறளில் உள்ள கடினமான சொற்களும் அவற்றின் பொருளும்:

உறுப்பு => யானைப்படை, குதிரைப்படை, தேர்ப்படை, காலாட்படை ஆகிய நான்கு உறுப்புகள் / பகுதிகள்

ஊறு => துன்பம்

அஞ்சா => அஞ்சாத

வெல் => வெல்லுகின்ற

வேந்தன் => அரசன்

வெறுக்கையுள் => செல்வங்களில்

தலை => முதன்மையானது

எளிய உரை:

ஓர் அரசனிடம் இருக்கவேண்டிய மிகச் சிறந்த செல்வம், எல்லா வகையிலும் முழுமையான, துன்பத்துக்கு அஞ்சாத, எந்தப் போரையும் வெல்லக்கூடிய சிறந்த படைதான்.

குறள் எண்: 762

குறள்:

**உலைவு இடத்து ஊறு அஞ்சா வன்கண் தொலைவு இடத்துத்
தொல் படைக்கு அல்லால் அரிது**

இந்தக் குறளை எப்படி மாற்றிப் படிக்கவேண்டும்:

**உலைவு இடத்து, தொலைவு இடத்து ஊறு அஞ்சா வன்கண்
தொல் படைக்கு அல்லால் அரிது**

இந்தக் குறளில் உள்ள கடினமான சொற்களும் அவற்றின் பொருளும்:

உலைவு இடத்து => அழிவு நேர்கின்றபோது

ஊறு => துன்பம்

அஞ்சா => அஞ்சாத

வன்கண் => உறுதி

தொலைவு இடத்து => படை சிறிதாகிச் சுருங்கும்போது

தொல் படைக்கு => தொன்மையான படைக்கு

அல்லால் => இல்லாமல்

அரிது => அரிதானது / கடினமானது

எளிய உரை:

ஒரு பழைமையான, சிறந்த படை எப்பேர்ப்பட்ட அழிவையும் எதிர்த்து நிற்கும், பகைவர்களால் தாக்கப்பட்டு வலுவிழந்தாலும் துணிச்சலுடன் எதிர்த்து மோதும், துன்பத்துக்கு அஞ்சாது. அப்படிப்பட்ட மன உறுதியை நாம் வேறு யாரிடமும் பார்க்கமுடியாது.

குறள் எண்: 763

குறள்:

ஒலித்தக்கால் என்னாம் உவரி எலிப் பகை,
நாகம் உயிர்ப்பக் கெடும்

இந்தக் குறளை எப்படி மாற்றிப் படிக்கவேண்டும்:

எலிப் பகை உவரி ஒலித்தக்கால் என்னாம்? நாகம் உயிர்ப்ப (எலிப் பகை) கெடும்

இந்தக் குறளில் உள்ள கடினமான சொற்களும் அவற்றின் பொருளும்:

ஒலித்தக்கால்	=> ஒலி உண்டாக்கினால் / சத்தம் செய்தால்
என்னாம்	=> என்ன ஆகும்?
உவரி	=> கடல்
உயிர்ப்ப	=> மூச்சு விட
கெடும்	=> அழியும்

எளிய உரை:

எலிகள் கடல்போலத் திரண்டு வந்து ஒலி எழுப்பினால் என்ன? எதிரில் உள்ள நாகம் மெல்லச் சீறியதும் அவையெல்லாம் சிதறி ஓடிவிடும். (நல்ல படை எப்பேர்ப்பட்ட எதிரிக் கூட்டத்தையும் வென்றுவிடும்.)

குறள் எண்: 764

குறள்:

அழிவு இன்றி, அறை போகாது ஆகி, வழி வந்த
வன்கணதுவே படை

இந்தக் குறளை எப்படி மாற்றிப் படிக்கவேண்டும்:

அழிவு இன்றி, அறை போகாது ஆகி, வழி வந்த வன்கணதுவே படை

இந்தக் குறளில் உள்ள கடினமான சொற்களும் அவற்றின் பொருளும்:

அழிவு => சோர்வு

இன்றி => இல்லாமல்

அறை போகாது ஆகி => பகைவர்களுடைய சூழ்ச்சிகளால் கெட்டுப்போகாமல்

வழி வந்த => மரபு வழியில் வந்த

வன்கணது => மன உறுதியைக் கொண்டது

எளிய உரை:

ஒரு நல்ல படை எப்போதும் சோர்ந்துபோகாது, எதிரிகளுடைய சூழ்ச்சிக்குப் பலியாகாது, தொன்றுதொட்டு வந்த மரபுகளைப் பின்பற்றி, மன உறுதியுடன் செயல்பட்டு வெற்றி பெறும்.

குறள் எண்: 765

குறள்:

கூற்று உடன்று மேல் வரினும் கூடி எதிர்நிற்கும்
ஆற்றலதுவே படை

இந்தக் குறளை எப்படி மாற்றிப் படிக்கவேண்டும்:

கூற்று உடன்று மேல்வரினும் கூடி எதிர்நிற்கும் ஆற்றலதுவே படை

இந்தக் குறளில் உள்ள கடினமான சொற்களும் அவற்றின் பொருளும்:

கூற்று	=>	கூற்றுவன் / எமன்
உடன்று	=>	சினம் கொண்டு
மேல் வரினும்	=>	தாக்க வந்தாலும்
கூடி	=>	ஒன்றாகச் சேர்ந்து
எதிர்நிற்கும்	=>	எதிர்த்து நிற்கும்
ஆற்றலது	=>	ஆற்றலைக் கொண்டது

எளிய உரை:

ஒரு நல்ல படை யாருக்கும் அஞ்சாது, எமனே சினத்துடன் எதிர்த்து வந்தாலும், ஒன்றாகச் சேர்ந்து அவனை ஆற்றலுடன் எதிர்த்து நிற்கும்.

குறள் எண்: 766

குறள்:

மறம், மானம், மாண்ட வழிச்செலவு, தேற்றம்
என நான்கே ஏமம் படைக்கு

இந்தக் குறளை எப்படி மாற்றிப் படிக்கவேண்டும்:

படைக்கு ஏமம், மறம், மானம், மாண்ட வழிச்செலவு, தேற்றம் என நான்கே

இந்தக் குறளில் உள்ள கடினமான சொற்களும் அவற்றின் பொருளும்:

மறம் => வீரம்

மானம் => தன்மான உணர்வு

மாண்ட => சிறந்த

வழிச்செலவு => நல்லோர் வழியில் செல்லுதல்

தேற்றம் => தெளிவு / தலைவர் படையின்மீது வைக்கும் நம்பிக்கை

ஏமம் => பாதுகாப்பு

எளிய உரை:

ஒரு நல்ல படைக்குப் பாதுகாப்பாக அமையும் விஷயங்கள் நான்கு:

1. *வீரம்*
2. *தன்மான உணர்வு*
3. *நல்லோர் வழியில் நடப்பது*
4. *படைத் தலைவருடைய நம்பிக்கையைப் பெறும்வகையில சிறப்பாகச் செயல்படுவது*

குறள் எண்: 767

குறள்:

தார் தாங்கிச் செல்வது தானை, தலை வந்த
போர் தாங்கும் தன்மை அறிந்து

இந்தக் குறளை எப்படி மாற்றிப் படிக்கவேண்டும்:

தலை வந்த போர் தாங்கும் தன்மை அறிந்து தார் தாங்கிச் செல்வது தானை

இந்தக் குறளில் உள்ள கடினமான சொற்களும் அவற்றின் பொருளும்:

தார் => முன்னணிப் படை

தாங்கி => எதிர்த்து / தடுத்து

தானை => படை

தலை வந்த => முன்னேறி வந்த

தாங்கும் => எதிர்க்கும் / தடுக்கும்

எளிய உரை:

ஒரு நல்ல படை தன்னைத் தாக்குகின்ற எதிரியை எப்படிச் சமாளிப்பது என்று நன்றாகச் சிந்திக்கும், அதன்பிறகு, அந்த எதிரியின் முன்னணிப் படையை எதிர்த்துப் போரிட்டு வெற்றி பெறும்.

குறள் எண்: 768

குறள்:

அடல் தகையும் ஆற்றலும் இல் எனினும் தானை
படைத் தகையால் பாடு பெறும்

இந்தக் குறளை எப்படி மாற்றிப் படிக்கவேண்டும்:

அடல் தகையும் ஆற்றலும் இல் எனினும் படைத் தகையால் தானை பாடு பெறும்

இந்தக் குறளில் உள்ள கடினமான சொற்களும் அவற்றின் பொருளும்:

அடல் => போர் செய்கிற

தகை => வீரம் / தகுதி

இல் => இல்லை

எனினும் => என்றாலும்

தானை => படை

படைத் தகை => அணிவகுத்து நிற்கும் அழகு / தகுதி / ஒழுங்கு

பாடு => பெருமை

எளிய உரை:

போர் செய்யும் வீரமும் ஆற்றலும் ஒருபுறம் இருக்க, ஒரு நல்ல படை முதலில் ஒழுங்குடன், கட்டுப்பாட்டுடன் செயல்படவேண்டும். அதுவே அவர்களுக்குப் பெருமையைத் தேடித் தரும்.

குறள் எண்: 769

குறள்:

**சிறுமையும் செல்லாத் துனியும் வறுமையும்
இல் ஆயின் வெல்லும் படை**

இந்தக் குறளை எப்படி மாற்றிப் படிக்கவேண்டும்:

சிறுமையும் செல்லாத் துனியும் வறுமையும் இல் ஆயின் படை வெல்லும்

இந்தக் குறளில் உள்ள கடினமான சொற்களும் அவற்றின் பொருளும்:

சிறுமை => சிறப்பின்மை / இழிவு

செல்லா => நீங்காத

துனி => வெறுப்பு

வறுமை => செல்வமில்லாத நிலை

இல் ஆயின் => இல்லாவிட்டால்

எளிய உரை:

ஒரு படையில் உள்ள வீரர்களிடம் இழிவான பண்புகள், நீங்காத வெறுப்பு, வறுமை ஆகியவை இல்லாவிட்டால், அந்தப் படை கண்டிப்பாக வெற்றி பெறும். (வீரர்கள் ஒழுக்கமாகவும் மகிழ்ச்சியாகவும் இருந்தால்தான் படை சிறக்கும்.)

குறள் எண்: 770

குறள்:

> **நிலை மக்கள் சால உடைத்து எனினும் தானை**
> **தலை மக்கள் இல் வழி இல்**

இந்தக் குறளை எப்படி மாற்றிப் படிக்கவேண்டும்:

> **தானை நிலை மக்கள் சால உடைத்து எனினும், தலை மக்கள் இல் வழி (தானை) இல்**

இந்தக் குறளில் உள்ள கடினமான சொற்களும் அவற்றின் பொருளும்:

நிலை மக்கள் => நிலைத்திருந்து போரிடும் வீரர்கள்

சால => நிறைய

உடைத்து => கொண்டுள்ளது

எனினும் => என்றாலும்

தானை => படை

தலை மக்கள் => தலைவர்கள்

இல் வழி => இல்லாதபோது

இல் => இல்லை

எளிய உரை:

ஒரு படையில், நின்று போராடக்கூடிய பல வீரர்கள் இருந்து என்ன பயன்? அந்த வீரர்களை ஒழுங்காக வழிநடத்துகிற தலைவர்கள் இல்லாவிட்டால் அந்தப் படை அழிந்துபோகும்.

அதிகாரம் 78: படைச்செருக்கு (படையின் வீரம் மிகுந்த தன்மை)

குறள் எண்: 771

குறள்:

என் ஐ முன் நில்லன்மின், தெவ்விர், பலர் என் ஐ
முன் நின்று கல் நின்றவர்

இந்தக் குறளை எப்படி மாற்றிப் படிக்கவேண்டும்:

தெவ்விர், என் ஐ முன் நின்று கல் நின்றவர் பலர், என் ஐ முன் நில்லன்மின்.

இந்தக் குறளில் உள்ள கடினமான சொற்களும் அவற்றின் பொருளும்:

ஐ => தலைவர்

முன் = > முன்னால்

நில்லன்மின் => நிற்கவேண்டாம் / எதிர்க்கவேண்டாம் / போர் புரியவேண்டாம்

தெவ்விர் => பகைவர்கள்

கல் நின்றவர் => நடுகல்லாக நின்றவர்கள் (அழிந்துபோனவர்கள்)

எளிய உரை:

பகைவர்களே, எங்கள் தலைவரை எதிர்த்து நின்ற பலர் இப்போது அழிந்துவிட்டார்கள். முன்பு மனிதர்களாக இருந்த அவர்கள் இப்போது வெறும் நடுகற்களாக நிற்கிறார்கள்.

அதனால், எங்கள் தலைவரை எதிர்க்காதீர்கள். திரும்பி ஓடிவிடுங்கள்.

குறள் எண்: 772

குறள்:

கான முயல் எய்த அம்பினில் யானை
பிழைத்த வேல் ஏந்தல் இனிது

இந்தக் குறளை எப்படி மாற்றிப் படிக்கவேண்டும்:

கான முயல் எய்த அம்பினில் யானை பிழைத்த வேல் ஏந்தல் இனிது

இந்தக் குறளில் உள்ள கடினமான சொற்களும் அவற்றின் பொருளும்:

கான முயல் => காட்டு முயல்

எய்த => எய்து தாக்கிய

அம்பினில் => அம்பைவிட

பிழைத்த => பிழையாகச் செலுத்திய / இலக்கைத் தாக்காத

ஏந்தல் => ஏந்துதல்

இனிது => சிறப்பு

எளிய உரை:

காட்டில் திரிகிற சிறிய முயல்களின்மீது அம்பைச் செலுத்தி நம் நேரத்தை வீணடிக்கவேண்டாம், பெரிய யானைகளின்மீது வேலைப் பாய்ச்சுவோம். அந்த முயற்சியில் நாம் தோற்றுப்போனாலும் அது சிறப்புதான்! (எப்போதும் பெரிய, உயர்ந்த இலக்குகளைக் குறிவைப்போம்!)

குறள் எண்: 773

குறள்:

பேராண்மை என்ப தறுகண், ஒன்று உற்றக்கால்
ஊராண்மை மற்று அதன் எஃகு

இந்தக் குறளை எப்படி மாற்றிப் படிக்கவேண்டும்:

தறுகண் பேராண்மை என்ப. மற்று, ஒன்று உற்றக்கால் ஊராண்மை அதன் எஃகு (என்ப)

இந்தக் குறளில் உள்ள கடினமான சொற்களும் அவற்றின் பொருளும்:

பேராண்மை => அரிய செயல்

என்ப => என்பார்கள்

தறுகண் => வீரம்

ஒன்று உற்றக்கால் => ஏதாவது தாழ்வு நேர்ந்துவிட்டால் / துன்பம் வந்துவிட்டால்

ஊராண்மை => இரக்கம்

மற்று => மேலும்

எஃகு => கூர்மை / சிறப்பு

எளிய உரை:

வீரத்தோடு பகைவர்களுடன் மோதுவதுதான் ஓர் அரசனுக்குச் சிறப்பு என்பார்கள்.

ஆனால், அதே பகைவர்கள் துன்பத்தில் இருக்கும்போது அந்த அரசன் அவர்களுக்கு வலியச் சென்று உதவவேண்டும். அது இன்னும் சிறப்பு!

குறள் எண்: 774

குறள்:

கை வேல் களிற்றொடு போக்கி வருபவன்
மெய் வேல் பறியா நகும்

இந்தக் குறளை எப்படி மாற்றிப் படிக்கவேண்டும்:

கை வேல் களிற்றொடு போக்கி வருபவன் மெய் வேல் பறியா நகும்

இந்தக் குறளில் உள்ள கடினமான சொற்களும் அவற்றின் பொருளும்:

கை வேல் => தன் கையில் இருந்த வேல்

களிற்றொடு => யானையோடு / யானையின்மீது

போக்கி => செலுத்தி

வருபவன் => வேறு வேலைத் தேடி வருபவன்

மெய் வேல் => உடலில் பாய்ந்த வேல்

பறியா => பிடுங்கி

நகும் => மகிழ்வான்

எளிய உரை:

ஒரு வீரன் தன் கையில் இருந்த வேலை எதிரியின் யானைமீது செலுத்தி அந்த யானையைக் கொன்றான், தொடர்ந்து போர் செய்வதற்கு இன்னொரு வேலைத் தேடினான்.

அப்போது, அவன்மீது ஒரு வேல் பாய்ந்தது. அதைக் கண்டு அவன் கலங்கவில்லை, 'நான் தொடர்ந்து போர் செய்வதற்கு இன்னொரு வேல் கிடைத்துவிட்டது' என்று அந்த வேலைப் பிடுங்கி எடுத்தபடி சிரித்தான்.

குறள் எண்: 775

குறள்:

**விழித்த கண் வேல் கொண்டு எறிய அழித்து இமைப்பின்,
ஒட்டு அன்றோ வன்கணவர்க்கு**

இந்தக் குறளை எப்படி மாற்றிப் படிக்கவேண்டும்:

வேல் கொண்டு எறிய, விழித்த கண் அழித்து இமைப்பின், வன்கணவர்க்கு ஒட்டு அன்றோ

இந்தக் குறளில் உள்ள கடினமான சொற்களும் அவற்றின் பொருளும்:

விழித்த கண் => திறந்திருக்கும் கண்

அழித்து இமைப்பின் => கண்ணைச் சிறிது மூடித் திறந்தால்

ஒட்டு அன்றோ => புறமுதுகு காட்டியதற்குச் சமம் இல்லையோ

வன்கணவர்க்கு => வீரர்களுக்கு

எளிய உரை:

ஒரு நல்ல வீரன் தன்மீது வீசப்படுகிற வேலைக் கூர்ந்து பார்ப்பான், அப்போதும் அச்சப்பட்டுக் கண்ணிமைக்க மாட்டான்.

ஏனெனில், அவனைப் பொறுத்தவரை எதிரியின் வேலைப் பார்த்துக் கண்ணிமைப்பதும் புறமுதுகு காட்டி ஓடுவதும் ஒன்றுதான்!

குறள் எண்: 776

குறள்:

விழுப்புண் படாத நாள் எல்லாம் வழுக்கினுள்
வைக்கும் தன் நாளை எடுத்து

இந்தக் குறளை எப்படி மாற்றிப் படிக்கவேண்டும்:

தன் நாளை எடுத்து, விழுப்புண் படாத நாள் எல்லாம் வழுக்கினுள் வைக்கும்

இந்தக் குறளில் உள்ள கடினமான சொற்களும் அவற்றின் பொருளும்:

விழுப்புண் => உயர்ந்த புண் / போரில் உண்டாகும் புண்

படாத => உண்டாகாத

வழுக்கினுள் => வீணான நாட்களுக்குள்

வைக்கும் => வைப்பான்

எளிய உரை:

ஒரு வீரன் தன்னுடைய வாழ்நாளைத் திருப்பிப் பார்க்கும்போது, போர் செய்து காயம் படாத நாட்களையெல்லாம் வீணான நாட்கள் என்று ஒதுக்கிவிடுவான்.

குறள் எண்: 777

குறள்:

> **சுழலும் இசை வேண்டி வேண்டா உயிரார்**
> **கழல் யாப்புக் காரிகை நீர்த்து**

இந்தக் குறளை எப்படி மாற்றிப் படிக்கவேண்டும்:

> **சுழலும் இசை வேண்டி, வேண்டா உயிரார் கழல் யாப்புக் காரிகை நீர்த்து**

இந்தக் குறளில் உள்ள கடினமான சொற்களும் அவற்றின் பொருளும்:

சுழலும் => சூழ்ந்து நிற்கும்

இசை => புகழ்

வேண்டா உயிரார் => உயிர் வாழ்தலை விரும்பாதவர்கள் / உயிரைப் பொருட்படுத்தாதவர்கள்

கழல் => காலில் அணியும் வீரக் கழல்

யாப்பு => கட்டுதல்

காரிகை நீர்த்து => அழகுபடுத்தும் தன்மையைக் கொண்டது

எளிய உரை:

நல்ல வீரர்கள் தங்களுடைய உயிரை ஒரு பொருட்டாக மதிப்பதில்லை, 'இவன் சிறந்த வீரன்' என்கிற நல்ல பெயரைத்தான் விரும்புகிறார்கள். அப்படிப்பட்ட வீரர்களுடைய காலில் கட்டப்பட்டிருக்கும் வீரக் கழல்தான் எத்துணை அழகு!

குறள் எண்: 778

குறள்:

உறின் உயிர் அஞ்சா மறவர், இறைவன்
செறினும் சீர் குன்றல் இலர்

இந்தக் குறளை எப்படி மாற்றிப் படிக்கவேண்டும்:

உறின் உயிர் அஞ்சா மறவர், இறைவன் செறினும் சீர் குன்றல் இலர்

இந்தக் குறளில் உள்ள கடினமான சொற்களும் அவற்றின் பொருளும்:

உறின் => (போர்) ஏற்பட்டால்

உயிர் அஞ்சா => உயிருக்கு அஞ்சாத

மறவர் => வீரர்

இறைவன் => தலைவன்

செறினும் => சினம் கொண்டாலும்

சீர் => சிறப்பு

குன்றல் இலர் => குறையமாட்டார்கள்

எளிய உரை:

நல்ல வீரர்கள் தங்கள் நாட்டுக்காக உயிரையும் கொடுக்கத் துணிவார்கள்.

சில நேரங்களில், அந்த நாட்டின் அரசன் தன்னுடைய வீரர்கள்மீது சினம் கொள்ளக்கூடும். அப்போதும் அந்த வீரர்கள் கடமை தவறமாட்டார்கள், அதே வீரத்துடன் சிறப்பாகப் போரில் ஈடுபடுவார்கள்.

குறள் எண்: 779

குறள்:

இழைத்தது இகவாமைச் சாவாரை யாரே
பிழைத்தது ஒருக்கிற்பவர்

இந்தக் குறளை எப்படி மாற்றிப் படிக்கவேண்டும்:

இழைத்தது இகவாமைச் சாவாரைப் பிழைத்தது ஒறுக்கிற்பவர் யாரே

இந்தக் குறளில் உள்ள கடினமான சொற்களும் அவற்றின் பொருளும்:

இழைத்தது => எடுத்துக்கொண்ட உறுதிமொழி / வீர மொழி

இகவாமை => தவறாமல் இருத்தல்

சாவாரை => போரில் உயிரையும் கொடுக்கக்கூடியவர்களை

யாரே => யார்

பிழைத்தது => பிழை செய்தல்

ஒருக்கிற்பவர் => இழிவுபடுத்துபவர்

எளிய உரை:

ஒரு நல்ல வீரன் தான் எடுத்துக்கொண்ட உறுதிமொழியைக் கண்டிப்பாகக் காப்பாற்றுவான், அதற்காக உயிரைக் கொடுக்கவும் தயங்கமாட்டான்.

அப்படிப்பட்ட வீரர்கள்மீது குற்றம் சொல்லி இழிவாகப் பேசக்கூடியவர்கள் யார்? (யாருமில்லை.)

குறள் எண்: 780

குறள்:

புரந்தார் கண் நீர் மல்கச் சாகிற்பின் சாக்காடு
இரந்து கோள் தக்கது உடைத்து

இந்தக் குறளை எப்படி மாற்றிப் படிக்கவேண்டும்:

புரந்தார் கண் நீர் மல்கச் சாகிற்பின், சாக்காடு இரந்து கோள் தக்கது உடைத்து

இந்தக் குறளில் உள்ள கடினமான சொற்களும் அவற்றின் பொருளும்:

புரந்தார் => தன்னைக் காத்த / ஆட்சி செய்த அரசர்

கண் நீர் மல்க => அழும்படி

சாகிற்பின் => இறந்தால்

சாக்காடு => இறப்பு

இரந்து கோள் தக்கது உடைத்து => வேண்டிப் பெறக்கூடியது

எளிய உரை:

ஒரு வீரன் போரில் இறந்துவிடுகிறான். அதைக் கண்ட அவனுடைய அரசன் கண்ணீர் விட்டு அழுகிறான். அப்படியானால், அது எப்பேர்ப்பட்ட இறப்பு!

சிறந்த வீரர்கள் அப்படிப்பட்ட வீரம் மிக்க இறப்பைத்தான் விரும்புவார்கள், அதற்காக எதையும் செய்யத் துணிவார்கள்!

அதிகாரம் 79: நட்பு

குறள் எண்: 781

குறள்:

> செயற்கு அரிய யா உள நட்பின், அதுபோல்
> வினைக்கு அரிய யா உள காப்பு

இந்தக் குறளை எப்படி மாற்றிப் படிக்கவேண்டும்:

> நட்பின் செயற்கு அரிய யா உள? அதுபோல் வினைக்கு அரிய காப்பு யா உள?

இந்தக் குறளில் உள்ள கடினமான சொற்களும் அவற்றின் பொருளும்:

செயற்கு	=>	செய்வதற்கு
அரிய	=>	அரிதானவை
யா	=>	எவை
உள	=>	உண்டு
நட்பின்	=>	நட்பைவிட
அதுபோல்	=>	நட்பைப்போல்
வினைக்கு	=>	செயலுக்கு
காப்பு	=>	பாதுகாப்பு

எளிய உரை:

நட்பைவிடச் சிறந்த செயல் எது! (எதுவுமில்லை!)

நம்முடைய பணிகளுக்கு நட்பைவிடச் சிறந்த பாதுகாப்பு எது! (எதுவுமில்லை!)

குறள் எண்: 782

குறள்:

நிறை நீர நீரவர் கேண்மை பிறை, மதிப்
பின் நீர பேதையார் நட்பு

இந்தக் குறளை எப்படி மாற்றிப் படிக்கவேண்டும்:

நீரவர் கேண்மை பிறை நிறை நீர. பேதையார் நட்பு மதிப் பின் நீர

இந்தக் குறளில் உள்ள கடினமான சொற்களும் அவற்றின் பொருளும்:

நிறை நீர => வளர்கின்ற / நிரம்புகின்ற தன்மையை உடையது

நீரவர் => நல்லவர்கள்

கேண்மை => நட்பு

பிறை => பிறை நிலா

மதி => முழு நிலா

பின் நீர => (முழு நிலாவின்) பிந்தைய நிலையைப் போன்றது (தேய்வது)

பேதையார் => அறிவில்லாதவர்கள்

எளிய உரை:

நல்லவர்களுடைய நட்பு வளர்பிறையைப் போன்றது, நாளுக்கு நாள் வளரும்.

முட்டாள்களுடைய நட்பு தேய்பிறையைப் போன்றது, நாளுக்கு நாள் தேயும்.

குறள் எண்: 783

குறள்:

நவில்தொறும் நூல் நயம் போலும், பயில்தொறும்,
பண்பு உடையாளர் தொடர்பு

இந்தக் குறளை எப்படி மாற்றிப் படிக்கவேண்டும்:

பண்பு உடையாளர் தொடர்பு, பயில்தொறும், நூல் நவில்தொறும் நயம் போலும்

இந்தக் குறளில் உள்ள கடினமான சொற்களும் அவற்றின் பொருளும்:

நவில்தொறும் => படிக்கும்போது

நயம் => இன்பம்

பயில்தொறும் => பழகும்போது

பண்பு உடையாளர் => பண்பு மிக்கவர்

தொடர்பு => நட்பு

எளிய உரை:

நல்ல நூலைப் படிக்கப் படிக்க இன்பம். அதுபோல, நல்லவர்களுடன் பழகப் பழக இன்பம்.

குறள் எண்: 784

குறள்:

நகுதல் பொருட்டு அன்று நட்டல், மிகுதிக்கண்
மேல் சென்று இடித்தல் பொருட்டு

இந்தக் குறளை எப்படி மாற்றிப் படிக்கவேண்டும்:

நட்டல் நகுதல் பொருட்டு அன்று, மிகுதிக்கண் மேல் சென்று இடித்தல் பொருட்டு

இந்தக் குறளில் உள்ள கடினமான சொற்களும் அவற்றின் பொருளும்:

நகுதல் பொருட்டு => சிரிப்பதற்காக

அன்று => இல்லை

நட்டல் => நட்பு கொள்ளுதல்

மிகுதிக்கண் => வேண்டாத செய்கையின்போது

மேல் சென்று => முன்வந்து

இடித்தல் பொருட்டு => கண்டித்து அறிவுறுத்துவதற்காக

எளிய உரை:

இரண்டு பேர் ஒன்றாகச் சேர்ந்து சிரித்து மகிழ்வதுதான் நட்பா?

இல்லை. அவர்களில் ஒருவர் தவறு செய்தால் இன்னொருவர் அவரைக் கண்டிக்கவேண்டும், அறிவுரை சொல்லித் திருத்தவேண்டும். அதுதான் நல்ல நட்பு.

குறள் எண்: 785

குறள்:

புணர்ச்சி பழகுதல் வேண்டா, உணர்ச்சிதான்
நட்பாம் கிழமை தரும்

இந்தக் குறளை எப்படி மாற்றிப் படிக்கவேண்டும்:

புணர்ச்சி பழகுதல் வேண்டா. உணர்ச்சிதான் நட்பாம் கிழமை தரும்

இந்தக் குறளில் உள்ள கடினமான சொற்களும் அவற்றின் பொருளும்:

புணர்ச்சி => சேர்ந்து பழகுதல்

வேண்டா => வேண்டியதில்லை

உணர்ச்சிதான் => ஒன்றுபட்ட மன உணர்ச்சிதான்

நட்பாம் => நட்பாகிய

கிழமை => உரிமை

எளிய உரை:

வெறுமனே சிரித்துப் பழகுவது நட்பு இல்லை, மனம் ஒத்துப்போனால்தான் நட்பு என்கின்ற உரிமை வரும்.

குறள் எண்: 786

குறள்:

முகம் நக நட்பது நட்பு அன்று. நெஞ்சத்து
அகம் நக நட்பது நட்பு

இந்தக் குறளை எப்படி மாற்றிப் படிக்கவேண்டும்:

முகம் நக நட்பது நட்பு அன்று. நெஞ்சத்து அகம் நக நட்பது நட்பு

இந்தக் குறளில் உள்ள கடினமான சொற்களும் அவற்றின் பொருளும்:

நக => மலரும்படி / சிரிக்கும்படி

நட்பது => நட்பு கொள்வது

அன்று => இல்லை

அகம் => உள்ளம்

எளிய உரை:

வெறுமனே சிரித்துப் பழகுவது நட்பு இல்லை, நெஞ்சம் மலரும்படி அன்பாகச் சேர்ந்து பழகுவதுதான் நட்பு.

குறள் எண்: 787

குறள்:

அழிவின் அவை நீக்கி, ஆறு உய்த்து, அழிவின்கண்
அல்லல் உழப்பதாம் நட்பு

இந்தக் குறளை எப்படி மாற்றிப் படிக்கவேண்டும்:

அழிவின் அவை நீக்கி, ஆறு உய்த்து, அழிவின்கண் அல்லல் உழப்பதாம் நட்பு

இந்தக் குறளில் உள்ள கடினமான சொற்களும் அவற்றின் பொருளும்:

அழிவின் அவை => அழிவைத் தருகின்ற தீய செயல்கள்

ஆறு => (நல்ல) வழி

உய்த்து => செலுத்தி

அழிவின்கண் => அழிவு வரும்போது

அல்லல் => துன்பம்

உழப்பது => அனுபவிப்பது

எளிய உரை:

ஒருவன் தீய வழியில் சென்றால், அவனுடைய நண்பர்கள் அதைச் சுட்டிக்காட்டித் திருத்துவார்கள், அவனை நல்ல வழியில் அழைத்துச்செல்வார்கள். ஒருவேளை, அந்த நல்ல வழியில் அவனுக்கு ஏதேனும் துன்பம் வந்தால், அவர்களும் அவனோடு சேர்ந்து அந்தத் துன்பத்தைப் பகிர்ந்துகொள்வார்கள். இவைதான் நல்ல நட்பின் அடையாளங்கள்.

குறள் எண்: 788

குறள்:

உடுக்கை இழந்தவன் கை போல ஆங்கே
இடுக்கண் களைவதாம் நட்பு

இந்தக் குறளை எப்படி மாற்றிப் படிக்கவேண்டும்:

உடுக்கை இழந்தவன் கை போல ஆங்கே இடுக்கண் களைவதாம் நட்பு

இந்தக் குறளில் உள்ள கடினமான சொற்களும் அவற்றின் பொருளும்:

உடுக்கை => உடை

ஆங்கே => அங்கு

இடுக்கண் => துன்பம்

களைவது => நீக்குவது

எளிய உரை:

ஒருவனுடைய உடை விலகினால், சட்டென்று அவனுடைய கை அதைச் சரி செய்யும், அவனுடைய மானத்தைக் காப்பாற்றும்.

அதுபோல, நமக்குத் துன்பம் வந்தால், நல்ல நண்பர்கள் ஓடி வந்து உதவுவார்கள்.

குறள் எண்: 789

குறள்:

நட்பிற்கு வீற்று இருக்கை யாது எனின், கொட்பு இன்றி
ஒல்லும் வாய் ஊன்றும் நிலை

இந்தக் குறளை எப்படி மாற்றிப் படிக்கவேண்டும்:

நட்பிற்கு வீற்று இருக்கை யாது எனின், கொட்பு இன்றி ஒல்லும் வாய் ஊன்றும் நிலை

இந்தக் குறளில் உள்ள கடினமான சொற்களும் அவற்றின் பொருளும்:

நட்பிற்கு => நட்புக்கு

வீற்று இருக்கை => பெருமையுடன் அமர்ந்திருக்கும் இருக்கை / இடம்

யாது => எது

எனின் => என்றால்

கொட்பு => மாறுதல்

இன்றி => இல்லாமல்

ஒல்லும் வாய் => இயன்ற இடங்களிலெல்லாம்

ஊன்றும் => உறுதியாக உதவுகின்ற

எளிய உரை:

நல்ல நண்பர்கள் எப்போதும் மாறமாட்டார்கள், முடிந்தபோதெல்லாம் ஓடி வந்து உதவுவார்கள்.

குறள் எண்: 790

குறள்:

இனையர் இவர் எமக்கு, இன்னம் யாம் என்று
புனையினும் புல் என்னும் நட்பு

இந்தக் குறளை எப்படி மாற்றிப் படிக்கவேண்டும்:

இவர் எமக்கு இனையர், யாம் இன்னம் என்று புனையினும் நட்பு புல் என்னும்

இந்தக் குறளில் உள்ள கடினமான சொற்களும் அவற்றின் பொருளும்:

இனையர் => இப்படிப்பட்டவர்

எமக்கு => எனக்கு

இன்னம் => இப்படிப்பட்டவர்கள்

யாம் => நாங்கள்

புனையினும் => சிறப்பித்துப் பேசினாலும்

புல் என்னும் => சிறுமையாகிவிடும்

எளிய உரை:

நல்ல நண்பர்கள் தங்களுடைய நட்பைப்பற்றிப் பெருமையாகப் பேசிக்கொண்டிருப்பதில்லை. உண்மையான நட்பு இதுபோன்ற பேச்சுகளுக்கு அப்பாற்பட்டது.

அதிகாரம் 80: நட்பு ஆராய்தல்
(ஆராய்ந்து நட்பு கொள்ளுதல்)

குறள் எண்: 791

குறள்:

நாடாது நட்டலின் கேடு இல்லை, நட்டபின்
வீடு இல்லை நட்பு ஆள்பவர்க்கு

இந்தக் குறளை எப்படி மாற்றிப் படிக்கவேண்டும்:

நட்பு ஆள்பவர்க்கு நட்டபின் வீடு இல்லை. நாடாது நட்டலின் கேடு இல்லை

இந்தக் குறளில் உள்ள கடினமான சொற்களும் அவற்றின் பொருளும்:

நாடாது	=>	*ஆராயாமல்*
நட்டலின்	=>	*நட்பு கொள்வதைவிட*
கேடு	=>	*கெடுதல்*
நட்டபின்	=>	*நட்பு கொண்டபின்*
வீடு இல்லை	=>	*விடுவது இல்லை*
நட்பு ஆள்பவர்க்கு	=>	*நட்பை விரும்பி ஏற்றுக் கொள்கிறவர்களுக்கு*

எளிய உரை:

நட்பு உண்டானபிறகு அதை உடைப்பது கடினம். அதனால், ஒருவரை நன்கு ஆராய்ந்தபிறகுதான் நண்பராக ஏற்றுக்கொள்ளவேண்டும். அப்படி ஆராயாமல் உண்டாகும் நட்பு கெடுதலைத் தரும்.

குறள் எண்: 792

குறள்:

ஆய்ந்து ஆய்ந்து கொள்ளாதான் கேண்மை கடைமுறை
தான் சாம் துயரம் தரும்

இந்தக் குறளை எப்படி மாற்றிப் படிக்கவேண்டும்:

ஆய்ந்து ஆய்ந்து கொள்ளாதான் கேண்மை கடைமுறை தான் சாம் துயரம் தரும்

இந்தக் குறளில் உள்ள கடினமான சொற்களும் அவற்றின் பொருளும்:

ஆய்ந்து ஆய்ந்து => பலவிதமாக ஆராய்ந்து

கொள்ளாதான் => ஏற்றுக்கொள்ளாதவன்

கேண்மை => நட்பு

கடைமுறை => கடைசியில்

தான் => தானே

சாம் => சாகின்ற

எளிய உரை:

ஒருவரைப் பலவிதமாக ஆராய்ந்தபிறகுதான் நண்பராக ஏற்றுக்கொள்ளவேண்டும். அப்படி ஆராயாமல் உண்டாக்கிக் கொள்ளும் நட்பு நம்மையே அழித்துவிடும்.

குறள் எண்: 793

குறள்:

குணனும் குடிமையும் குற்றமும் குன்றா
இனனும் அறிந்து யாக்க நட்பு

இந்தக் குறளை எப்படி மாற்றிப் படிக்கவேண்டும்:

குணனும் குடிமையும் குற்றமும் குன்றா இனனும் அறிந்து நட்பு யாக்க

இந்தக் குறளில் உள்ள கடினமான சொற்களும் அவற்றின் பொருளும்:

குணன் => குணம்

குடிமை => பிறந்த குடும்பம்

குற்றம் => குறைகள்

குன்றா => குறையாத

இனன் => இனம் / சுற்றம்

யாக்க => கட்டுங்கள்

எளிய உரை:

ஒருவருடைய குணம், குடும்பம், குறைகள், உறவினர்கள், நண்பர்களையெல்லாம் ஆராய்ந்து தெரிந்துகொண்டு, அதன்பிறகு அவரோடு நண்பராகுங்கள்.

குறள் எண்: 794

குறள்:

குடிப் பிறந்து தன்கண் பழி நாணுவானைக்
கொடுத்தும் கொளல் வேண்டும் நட்பு

இந்தக் குறளை எப்படி மாற்றிப் படிக்கவேண்டும்:

குடிப் பிறந்து தன்கண் பழி நாணுவானைக் கொடுத்தும் நட்பு கொளல் வேண்டும்

இந்தக் குறளில் உள்ள கடினமான சொற்களும் அவற்றின் பொருளும்:

குடிப் பிறந்து => நல்ல குடும்பத்தில் பிறந்து

தன்கண் => தனக்கு உண்டாகிற

நாணுவானை => நாணம் கொள்கிறவனை

கொளல் வேண்டும் => கொள்ளவேண்டும்

எளிய உரை:

ஒருவர் நல்ல குடும்பத்தில் பிறந்தவர், மற்றவர்கள் தன்மீது பழி சொல்லிவிடுவார்களோ என்கிற நாணத்துடன் எதையும் சரியாகச் செய்கிறவர் என்றால், அவரை எப்படியாவது உங்களுடைய நண்பராக்கிக்கொண்டுவிடுங்கள்.

குறள் எண்: 795

குறள்:

அழச் சொல்லி அல்லது, இடித்து, வழக்கு அறிய
வல்லார் நட்பு ஆய்ந்து கொளல்

இந்தக் குறளை எப்படி மாற்றிப் படிக்கவேண்டும்:

அல்லது அழச் சொல்லி, இடித்து, வழக்கு அறிய வல்லார் ஆய்ந்து நட்பு கொளல்

இந்தக் குறளில் உள்ள கடினமான சொற்களும் அவற்றின் பொருளும்:

அழச் சொல்லி => வருத்தம் உண்டாகும்படி சொல்லி

அல்லது => தீய செயல்

இடித்து => கண்டித்து

வழக்கு => உலக வழக்கம்

அறிய வல்லார் => நன்கு அறிந்தவர்கள்

ஆய்ந்து கொளல் => ஆராய்ந்து ஏற்றுக்கொள்ளவேண்டும்

எளிய உரை:

நாம் வருத்தப்பட்டாலும் பரவாயில்லை என்று நம்முடைய தவறுகளை எடுத்துச்சொல்லிக் கண்டிக்கிறவர்கள், உலக வழக்கங்களை நன்கு அறிந்தவர்களை ஆராய்ந்து நம்முடைய நண்பர்களாக்கிக்கொள்ளவேண்டும்.

குறள் எண்: 796

குறள்:

> **கேட்டினும் உண்டு ஓர் உறுதி கிளைஞரை**
> **நீட்டி அளப்பது ஓர் கோல்**

இந்தக் குறளை எப்படி மாற்றிப் படிக்கவேண்டும்:

> **கேட்டினும் ஓர் உறுதி உண்டு. (கேடு) கிளைஞரை நீட்டி அளப்பது ஓர் கோல்**

இந்தக் குறளில் உள்ள கடினமான சொற்களும் அவற்றின் பொருளும்:

கேட்டினும் => கெட்டதிலும்

உறுதி => உறுதியான நன்மை

கிளைஞரை => நண்பர்களை

நீட்டி அளப்பது => அளவிடுவது / நன்கு தெரிந்துகொள்வது

கோல் => அளவுகோல்

எளிய உரை:

நமக்கு ஏதாவது துன்பம் வந்தால், அந்தத் தீமையிலும் ஒரு நன்மை உண்டு. நம்மைச் சுற்றியிருக்கிறவர்களில் யாரெல்லாம் நமக்கு நண்பர்கள், யாரெல்லாம் எதிரிகள் என்பதை அந்தத் துன்பம் நமக்குக் காட்டிக்கொடுத்துவிடும். (துன்பம் வரும்போது உதவுகிறவர்கள்தான் உண்மையான நண்பர்கள்.)

குறள் எண்: 797

குறள்:

ஊதியம் என்பது ஒருவற்குப் பேதையார்
கேண்மை ஒரீஇ விடல்

இந்தக் குறளை எப்படி மாற்றிப் படிக்கவேண்டும்:

ஒருவற்கு ஊதியம் என்பது, பேதையார் கேண்மை ஒரீஇ விடல்

இந்தக் குறளில் உள்ள கடினமான சொற்களும் அவற்றின் பொருளும்:

ஊதியம்	=>	நன்மை
ஒருவற்கு	=>	ஒருவருக்கு
பேதையார்	=>	அறிவற்றவர்கள்
கேண்மை	=>	நட்பு
ஒரீஇ விடல்	=>	விட்டுவிடுதல்

எளிய உரை:

அறிவற்றவர்களுடைய நட்பை உடனே முறித்துவிடவேண்டும். அது நமக்குப் பெரிய நன்மையைத் தரும்.

குறள் எண்: 798

குறள்:

> **உள்ளற்க உள்ளம் சிறுகுவ. கொள்ளற்க**
> **அல்லல்கண் ஆற்று அறுப்பார் நட்பு**

இந்தக் குறளை எப்படி மாற்றிப் படிக்கவேண்டும்:

உள்ளம் சிறுகுவ உள்ளற்க. அல்லல்கண் ஆற்று அறுப்பார் நட்பு கொள்ளற்க

இந்தக் குறளில் உள்ள கடினமான சொற்களும் அவற்றின் பொருளும்:

உள்ளற்க	=> நினைக்கவேண்டாம்
சிறுகுவ	=> சிறிதாக்குபவை / குறுக்குபவை
கொள்ளற்க	=> ஏற்றுக்கொள்ளவேண்டாம்
அல்லல்கண்	=> துன்பம் வரும்போது
ஆற்று அறுப்பார்	=> கைவிடுபவர்கள்

எளிய உரை:

எப்போதும் உயர்வாகச் சிந்தியுங்கள்; குறுகிய சிந்தனைகள் வேண்டாம்.

அதேபோல், துன்பம் வரும்போது நம்மை விட்டுவிட்டு ஓடுகிறவர்களுடைய நட்பை முறித்துவிடுங்கள்.

குறள் எண்: 799

குறள்:

> **கெடுங்காலைக் கைவிடுவார் கேண்மை அடுங்காலை**
> **உள்ளினும் உள்ளம் சுடும்**

இந்தக் குறளை எப்படி மாற்றிப் படிக்கவேண்டும்:

> **கெடுங்காலைக் கைவிடுவார் கேண்மை அடுங்காலை உள்ளினும் உள்ளம் சுடும்**

இந்தக் குறளில் உள்ள கடினமான சொற்களும் அவற்றின் பொருளும்:

கெடுங்காலை	=>	*கெட்டுப்போகும்போது / துன்பம் வரும்போது*
கேண்மை	=>	*நட்பு*
அடுங்காலை	=>	*இறக்கும்போது*
உள்ளினும்	=>	*நினைத்தாலும்*

எளிய உரை:

> *துன்பம் வரும்போது நம்மைக் கைவிடுகிறவர்கள் நண்பர்களே இல்லை. அப்படிப்பட்டவர்களை எப்போது நினைத்தாலும் நம் மனம் வருந்தும்.*

குறள் எண்: 800

குறள்:

மருவுக மாசு அற்றார் கேண்மை. ஒன்று ஈத்தும்
ஒருவுக ஒப்பு இல்லார் நட்பு

இந்தக் குறளை எப்படி மாற்றிப் படிக்கவேண்டும்:

மாசு அற்றார் கேண்மை மருவுக. ஒப்பு இல்லார் நட்பு ஒன்று ஈத்தும் ஒருவுக

இந்தக் குறளில் உள்ள கடினமான சொற்களும் அவற்றின் பொருளும்:

மருவுக => ஏற்றுக்கொள்ளுங்கள்

மாசு அற்றார் => குற்றமில்லாதவர்கள்

கேண்மை => நட்பு

ஒன்று ஈத்தும் => (அவர்கள் விரும்புகின்ற) ஒரு பொருளைக் கொடுத்தாவது

ஒருவுக => நீங்குங்கள் / நீக்குங்கள்

ஒப்பு இல்லார் => உலகத்தோடு ஒத்துப்போகாதவர்கள் / நமக்குப் பொருத்தமில்லாதவர்கள் / தீயவர்கள்

எளிய உரை:

குற்றமில்லாத நல்லவர்களை நண்பர்களாக்கிக்கொள்ளுங்கள்; தீயவர்களுடைய நட்பை எப்படியாவது முறித்துவிடுங்கள்.

அதிகாரம் 81: பழைமை (நெடுநாள் பழகிய நட்பு)

குறள் எண்: 801

குறள்:

பழைமை எனப்படுவது யாது எனின், யாதும்
கிழமையைக் கீழ்ந்திடா நட்பு

இந்தக் குறளை எப்படி மாற்றிப் படிக்கவேண்டும்:

பழைமை எனப்படுவது யாது எனின், கிழமையை யாதும் கீழ்ந்திடா நட்பு

இந்தக் குறளில் உள்ள கடினமான சொற்களும் அவற்றின் பொருளும்:

பழைமை => பழைய நட்பு

யாது => எது

எனின் => என்றால்

யாதும் => எதுவும் / சிறிதளவும்

கிழமையை => உரிமையோடு செய்யும் செயல்களை

கீழ்ந்திடா => கீழ்மைப்படுத்தாத / இழிவுபடுத்தாத

எளிய உரை:

பழைய நண்பர்கள் நம்மிடம் உரிமையோடு நடந்துகொள்வார்கள். அந்த உரிமையினால் அவர்கள் செய்கிற செயல்களையெல்லாம் விலக்காமல் அப்படியே ஏற்றுக்கொள்வதுதான் உண்மையான நட்பு.

குறள் எண்: 802

குறள்:

**நட்பிற்கு உறுப்புக் கெழுதகைமை. மற்று அதற்கு
உப்பு ஆதல் சான்றோர் கடன்**

இந்தக் குறளை எப்படி மாற்றிப் படிக்கவேண்டும்:

நட்பிற்கு உறுப்பு கெழுதகைமை. மற்று அதற்கு உப்பு ஆதல் சான்றோர் கடன்

இந்தக் குறளில் உள்ள கடினமான சொற்களும் அவற்றின் பொருளும்:

நட்பிற்கு => நட்புக்கு

கெழுதகைமை => நண்பர்கள் உரிமையால் செய்யும் செயல்கள்

மற்று => பின்னர்

உப்பு ஆதல் => சுவையூட்டுவதுபோல் ஏற்றுக்கொண்டு நடத்தல்

சான்றோர் => உயர்ந்தவர்கள்

கடன் => கடமை

எளிய உரை:

பழைய நண்பர்கள் நம்மிடம் உரிமையோடு நடந்து கொள்வார்கள். அந்த உரிமையினால் அவர்கள் செய்கிற செயல்களையெல்லாம் அப்படியே ஏற்றுக்கொண்டு இனிமையாகப் பழகுவதுதான் சான்றோர்களுடைய கடமை.

குறள் எண்: 803

குறள்:

பழகிய நட்பு எவன் செய்யும், கெழுதகைமை
செய்தாங்கு அமையாக்கடை

இந்தக் குறளை எப்படி மாற்றிப் படிக்கவேண்டும்:

கெழுதகைமை செய்தாங்கு அமையாக்கடை, பழகிய நட்பு எவன் செய்யும்

இந்தக் குறளில் உள்ள கடினமான சொற்களும் அவற்றின் பொருளும்:

எவன் செய்யும் => என்ன பயனைத் தரும்

கெழுதகைமை => நண்பர்கள் உரிமையால் செய்யும் செயல்கள்

செய்தாங்கு => தாமே செய்ததைப்போல்

அமையாக்கடை => அமையாவிட்டால் / ஏற்றுக்கொள்ளாவிட்டால்

எளிய உரை:

பழைய நண்பர்கள் நம்மிடம் உரிமையோடு நடந்து கொள்வார்கள். அந்த உரிமையினால் அவர்கள் செய்கிற செயல்களையெல்லாம் நாமே செய்ததைப்போல் எண்ணி ஏற்றுக்கொள்ளவேண்டும். அதுதான் பழைய நட்புக்கு அழகு.

குறள் எண்: 804

குறள்:

விழை தகையான் வேண்டி இருப்பர், கெழுதகையால்
கேளாது நட்டார் செயின்

இந்தக் குறளை எப்படி மாற்றிப் படிக்கவேண்டும்:

நட்டார் கெழுதகையால் கேளாது செயின் விழை தகையான் வேண்டி இருப்பர்

இந்தக் குறளில் உள்ள கடினமான சொற்களும் அவற்றின் பொருளும்:

விழை தகையான் => விரும்பப்படும் தன்மையைக் கொண்டிருப்பதால்

வேண்டி => விரும்பி

இருப்பர் => இருப்பார்கள்

கெழுதகையால் => உரிமையால்

கேளாது => நம்மைக் கேட்காமல்

நட்டார் => நண்பர்கள்

செயின் => செய்தால்

எளிய உரை:

பழைய நண்பர்கள் நம்மிடம் உரிமையோடு நடந்துகொள்வார்கள். அந்த உரிமையினால் அவர்கள் நம்மைக் கேட்காமலே சில செயல்களைச் செய்துவிடக்கூடும். அப்போது நாம் அந்தச் செயல்களை விரும்பி ஏற்றுக்கொள்ளவேண்டும். (அவை நமக்குப் பிடிக்காவிட்டாலும் முகம் சுளிக்கக்கூடாது.)

குறள் எண்: 805

குறள்:

பேதைமை ஒன்றோ, பெரும் கிழமை என்று உணர்க,
நோதக்க நட்டார் செயின்

இந்தக் குறளை எப்படி மாற்றிப் படிக்கவேண்டும்:

நட்டார் நோதக்க செயின், பேதைமை ஒன்றோ, பெரும் கிழமை என்று உணர்க

இந்தக் குறளில் உள்ள கடினமான சொற்களும் அவற்றின் பொருளும்:

பேதைமை => அறியாமை

ஒன்றோ => அதுமட்டும்தானா

பெரும் கிழமை => மிகுந்த உரிமை

உணர்க => உணருங்கள்

நோதக்க => மனம் வருந்தும்படியான செயல்கள்

நட்டார் => நண்பர்கள்

செயின் => செய்தால்

எளிய உரை:

பழைய நண்பர்கள் நம்மிடம் உரிமையோடு நடந்துகொள்வார்கள். அந்த உரிமையினால் அவர்கள் நம் மனம் வருந்தும்படியான செயல்களைக்கூடச் செய்யலாம். அப்போது, நாம் அவர்கள்மீது சினம் கொள்ளக்கூடாது, 'அவர் தெரியாமல் செய்துவிட்டார்' என்றோ, 'என்மீது இருக்கிற உரிமையால் இப்படிச் செய்துவிட்டார்' என்றோ எண்ணிக்கொண்டு அமைதியாக இருக்கவேண்டும்.

குறள் எண்: 806

குறள்:

எல்லைக்கண் நின்றார் துறவார் தொலைவு இடத்தும்
தொல்லைக்கண் நின்றார் தொடர்பு

இந்தக் குறளை எப்படி மாற்றிப் படிக்கவேண்டும்:

எல்லைக்கண் நின்றார், தொல்லைக்கண் நின்றார் தொடர்பு தொலைவு இடத்தும் துறவார்

இந்தக் குறளில் உள்ள கடினமான சொற்களும் அவற்றின் பொருளும்:

எல்லைக்கண் => நட்பின் எல்லைக்குள்

நின்றார் => நின்றவர்கள்

துறவார் => விடமாட்டார்கள்

தொலைவு இடத்தும் => துன்பம் வரும்போதும்

தொல்லைக்கண் => நெடுநாளாக

தொடர்பு => நட்பு

எளிய உரை:

நல்லவர்கள் எத்தனைத் துன்பம் வந்தாலும் தங்களுடைய பழைய நண்பர்களிடமிருந்து விலகமாட்டார்கள்.

குறள் எண்: 807

குறள்:

அழிவந்த செய்யினும் அன்பு அறார், அன்பின்
வழி வந்த கேண்மையவர்

இந்தக் குறளை எப்படி மாற்றிப் படிக்கவேண்டும்:

அன்பின் வழி வந்த கேண்மையவர், அழிவந்த செய்யினும் அன்பு அறார்

இந்தக் குறளில் உள்ள கடினமான சொற்களும் அவற்றின் பொருளும்:

அழிவந்த => அழிவை உண்டாக்கக்கூடிய செயல்கள்

செய்யினும் => செய்தாலும்

அறார் => நீங்கமாட்டார்கள்

வழி வந்த => வழியில் நடந்த

கேண்மையவர் => நண்பர்கள்

எளிய உரை:

பழைய நண்பர்கள் நம்மிடம் உரிமையோடு நடந்து கொள்வார்கள். அந்த உரிமையினால் அவர்கள் செய்கிற செயல்கள் சில நேரங்களில் நமக்குத் துன்பத்தைத் தரலாம்.

ஆனால், அப்போதும் நாம் அவர்களிடம் சினம் கொள்ளக் கூடாது, பழையபடி அன்புடன் பழகவேண்டும்.

குறள் எண்: 804

குறள்:

> **கேள் இழுக்கம் கேளாக் கெழுதகைமை வல்லார்க்கு**
> **நாள் இழுக்கம் நட்டார் செயின்**

இந்தக் குறளை எப்படி மாற்றிப் படிக்கவேண்டும்:

> **கேள் இழுக்கம் கேளாக் கெழுதகைமை வல்லார்க்கு, நட்டார் இழுக்கம் செயின், நாள்**

இந்தக் குறளில் உள்ள கடினமான சொற்களும் அவற்றின் பொருளும்:

கேள்	=>	நண்பர்
இழுக்கம்	=>	குற்றம்
கேளா	=>	காது கொடுத்துக் கேட்காத
கெழுதகைமை	=>	உரிமை
வல்லார்க்கு	=>	வல்லவர்களுக்கு
நாள்	=>	மோசமான நாள் / நேரம்
நட்டார்	=>	நண்பர்கள்
செயின்	=>	செய்தால்

எளிய உரை:

ஆழமான நட்பு கொண்டவர்கள் தங்கள் நண்பர்களை மிகவும் நம்புவார்கள், 'உங்கள் நண்பர் தவறு செய்துவிட்டார்' என்று யாராவது வந்து சொன்னாலும் அதை நம்பமாட்டார்கள்.

ஒருவேளை, அந்த நண்பர் உண்மையிலேயே தவறு செய்திருந்தால்?

அப்போதும் அவர்கள் அதைப் பொருட்படுத்தமாட்டார்கள், தன் நண்பரை விட்டுத்தரமாட்டார்கள், 'ஏதோ, நேரம் சரியில்லை, அதனால்தான் அவர் அப்படிச் செய்துவிட்டார்' என்று அன்போடு பேசுவார்கள்.

குறள் எண்: 809

குறள்:

கெடாஅ வழி வந்த கேண்மையார் கேண்மை
விடாஅர் விழையும் உலகு

இந்தக் குறளை எப்படி மாற்றிப் படிக்கவேண்டும்:

கெடாஅ வழி வந்த கேண்மையார் கேண்மை விடாஅர் உலகு விழையும்

இந்தக் குறளில் உள்ள கடினமான சொற்களும் அவற்றின் பொருளும்:

கெடாஅ => (உரிமை) கெடாத

வழி => தொடர்ச்சி

கேண்மையார் => நண்பர்கள்

கேண்மை => நட்பு

விடாஅர் => விடாதவர்

விழையும் => விரும்பும்

உலகு => உலகம்

எளிய உரை:

நண்பர்களோடு நெடுநாட்களாகத் தொடர்ந்து பழகுகிறவர்களை இந்த உலகம் விரும்பும்.

குறள் எண்: 810

குறள்:

விழையார் விழையப்படுப, பழையார்கண்
பண்பின் தலைப்பிரியாதார்

இந்தக் குறளை எப்படி மாற்றிப் படிக்கவேண்டும்:

பழையார்கண் பண்பின் தலைப்பிரியாதார் விழையார் விழையப்படுப

இந்தக் குறளில் உள்ள கடினமான சொற்களும் அவற்றின் பொருளும்:

விழையார் => விரும்பாதவர்கள் / பகைவர்கள்

விழையப்படுப => விரும்பப்படுவார்கள்

பழையார்கண் => பழைய நண்பர்கள்மீது

பண்பின் => (உரிமை என்னும்) பண்பிலிருந்து

தலைப்பிரியாதார் => மாறாதவர்கள்

எளிய உரை:

பழைய நண்பர்களுடன் எப்போதும் அன்பாகப் பழகுகிறவர்களை எதிரிகளும் மதிப்பார்கள்.

அதிகாரம் 82: தீ நட்பு (தீயவர்களுடனான நட்பு)

குறள் எண்: 811

குறள்:

பருகுவார் போலினும் பண்பு இலார் கேண்மை
பெருகலின் குன்றல் இனிது

இந்தக் குறளை எப்படி மாற்றிப் படிக்கவேண்டும்:

பண்பு இலார் பருகுவார் போலினும், (பண்பு இலார்) கேண்மை பெருகலின் குன்றல் இனிது

இந்தக் குறளில் உள்ள கடினமான சொற்களும் அவற்றின் பொருளும்:

பருகுவார் போலினும் => அன்போடு பார்த்துக் கண்களால் நம்மைக் குடித்துவிடுகிறவர்களைப்போல் இனிமையாகப் பழகினாலும்

இலார் => இல்லாதவர்

கேண்மை => நட்பு

பெருகலின் => பெருகுவதைவிட

குன்றல் => குறுகுவது

இனிது => நல்லது

எளிய உரை:

தீயவர்கள் நம்மிடம் அன்பாகப் பழகக்கூடும். ஆனால், அவர்களுடன் நட்பு கொள்ளாமலிருப்பதுதான் நமக்கு நல்லது.

குறள் எண்: 812

குறள்:

உறின் நட்டு, அறின் ஒரூஉம் ஒப்பு இலார் கேண்மை
பெறினும் இழப்பினும் என்

இந்தக் குறளை எப்படி மாற்றிப் படிக்கவேண்டும்:

உறின் நட்டு, அறின் ஒரூஉம் ஒப்பு இலார் கேண்மை பெறினும் என், இழப்பினும் (என்)

இந்தக் குறளில் உள்ள கடினமான சொற்களும் அவற்றின் பொருளும்:

உறின்	=> தேவை உள்ளபோது
நட்டு	=> நட்பு கொண்டு
அறின்	=> தேவை தீர்ந்தபின்
ஒரூஉம்	=> விலகுகின்ற
ஒப்பு இலார்	=> பொருத்தமற்றவர்கள்
கேண்மை	=> நட்பு
பெறினும்	=> பெற்றாலும்
இழப்பினும்	=> இழந்தாலும்
என்	=> என்ன

எளிய உரை:

சிலர் தங்களுக்குத் தேவை உள்ளபோது நம்மோடு பழகுவார்கள், அந்தத் தேவை தீர்ந்ததும் நம்மை விட்டு விலகிவிடுவார்கள். அப்படிப்பட்டவர்களை நண்பர்களாகக் கொள்வதால் நமக்கு என்ன நன்மை? (ஏதுமில்லை.) அவர்களை விட்டு விலகினால் நமக்கு என்ன இழப்பு? (ஏதுமில்லை.)

குறள் எண்: 813

குறள்:

உறுவது சீர் தூக்கும் நட்பும் பெறுவது
கொள்வாரும் கள்வரும் நேர்

இந்தக் குறளை எப்படி மாற்றிப் படிக்கவேண்டும்:

உறுவது சீர் தூக்கும் நட்பும், பெறுவது கொள்வாரும் கள்வரும் நேர்

இந்தக் குறளில் உள்ள கடினமான சொற்களும் அவற்றின் பொருளும்:

உறுவது => பெறுவது

சீர் தூக்கும் => எடை போட்டுப் பார்க்கும்

பெறுவது கொள்வாரும் => கிடைப்பதைச் சுருட்டிக்கொள்பவர்கள்

கள்வர் => திருடர்கள்

நேர் => ஒன்று / சமம்

எளிய உரை:

இந்த நட்பினால் நமக்கு என்ன பயன் என்று எடை போட்டுப் பார்த்துப் பழகுகிறவன் நண்பன் இல்லை, வஞ்சகன், திருடன்.

குறள் எண்: 814

குறள்:

அமர் அகத்து ஆற்று அறுக்கும் கல்லா மா அன்னார்
தமரின் தனிமை தலை

இந்தக் குறளை எப்படி மாற்றிப் படிக்கவேண்டும்:

அமர் அகத்து ஆற்று அறுக்கும் கல்லா மா அன்னார் தமரின் தனிமை தலை

இந்தக் குறளில் உள்ள கடினமான சொற்களும் அவற்றின் பொருளும்:

அமர் அகத்து => போர்க்களத்தில் / போரின்போது

ஆற்று அறுக்கும் => கைவிடும்

கல்லா => பழகாத

மா => விலங்கு / குதிரை

அன்னார் => போன்றவர்கள்

தமரின் => அவர்களுக்கு நண்பர்களாக இருப்பதைவிட

தலை => சிறப்பு

எளிய உரை:

ஒரு வீரன் பழக்கமில்லாத குதிரையின் மேல் ஏறிப் போருக்குச் சென்றான். ஆனால், போர்க்களத்துக்கு வந்ததும், அந்தக் குதிரை அவனைக் கீழே தள்ளிவிட்டு எங்கோ ஓடிவிட்டது.

தீய நண்பர்களும் அப்படித்தான். நமக்குத் துன்பம் வந்தால் நம்மை விட்டுவிட்டு ஓடிவிடுவார்கள். அப்படிப்பட்டவர்களுடன் நட்பு கொள்வதைவிடத் தனி ஆளாக இருந்துவிடலாம்.

குறள் எண்: 815

குறள்:

செய்து ஏமம் சாராச் சிறியவர் புன் கேண்மை
எய்தலின் எய்தாமை நன்று

இந்தக் குறளை எப்படி மாற்றிப் படிக்கவேண்டும்:

செய்து ஏமம் சாராச் சிறியவர் புன் கேண்மை எய்தலின் எய்தாமை நன்று

இந்தக் குறளில் உள்ள கடினமான சொற்களும் அவற்றின் பொருளும்:

செய்து	=> நன்மையைச் செய்து
ஏமம் சாரா	=> பாதுகாப்பு ஆகாத
புன் கேண்மை	=> இழிவான நட்பு
எய்தலின்	=> பெறுவதைவிட
எய்தாமை	=> பெறாமல் இருத்தல்
நன்று	=> நல்லது

எளிய உரை:

சிலர் நம்மிடமிருந்து பல உதவிகளைப் பெற்றுக்கொள்வார்கள், ஆனால், நமக்கு ஒரு துன்பம் வரும்போது பாதுகாப்பாக நின்று உதவமாட்டார்கள். அப்படிப்பட்ட சிறிய மனிதர்களுடன் நட்பு கொள்வதைவிடச் சும்மா இருப்பது நல்லது.

குறள் எண்: 816

குறள்:

பேதை பெரும் கெழீஇ நட்பின் அறிவு உடையார்
ஏது இன்மை கோடி உறும்

இந்தக் குறளை எப்படி மாற்றிப் படிக்கவேண்டும்:

பேதை பெரும் கெழீஇ நட்பின், அறிவு உடையார் ஏது இன்மை கோடி உறும்

இந்தக் குறளில் உள்ள கடினமான சொற்களும் அவற்றின் பொருளும்:

பேதை	=> *அறிவற்றவன்*
பெரும் கெழீஇ	=> *மிகவும் பொருந்திய*
நட்பின்	=> *நட்பைவிட*
உடையார்	=> *உடையவர்*
ஏது இன்மை	=> *பகைமை*
உறும்	=> *நல்லது / சிறப்பானது*

எளிய உரை:

அறிவில்லாதவனுடைய சிறந்த நண்பனாக இருப்பதைவிட, அறிவாளிக்குப் பகைவனாக இருந்துவிடலாம். அதைவிட இது கோடி மடங்கு நல்லது.

குறள் எண்: 817

குறள்:

நகை வகையர் ஆகிய நட்பின் பகைவரால்
பத்து அடுத்த கோடி உறும்

இந்தக் குறளை எப்படி மாற்றிப் படிக்கவேண்டும்:

நகை வகையர் ஆகிய நட்பின், பகைவரால் பத்து அடுத்த கோடி உறும்

இந்தக் குறளில் உள்ள கடினமான சொற்களும் அவற்றின் பொருளும்:

நகை வகையர் => சிரிப்பதுபோல் நடிக்கும் தீயவர்கள்

ஆகிய => ஆன

நட்பின் => நட்பைவிட

பகைவரால் => பகைவர்களால்

பத்து அடுத்த கோடி => பத்துக் கோடி

உறும் => (நன்மை) கிடைக்கும்

எளிய உரை:

பகைவனைக்கூட நம்பலாம், சிரிப்பதுபோல் நடித்து ஏமாற்றுகிற நண்பனைமட்டும் எப்போதும் நம்பக்கூடாது.

குறள் எண்: 818

குறள்:

ஒல்லும் கருமம் உடற்றுபவர் கேண்மை
சொல்லாடார் சோர விடல்

இந்தக் குறளை எப்படி மாற்றிப் படிக்கவேண்டும்:

ஒல்லும் கருமம் உடற்றுபவர் கேண்மை சொல்லாடார் சோர விடல்

இந்தக் குறளில் உள்ள கடினமான சொற்களும் அவற்றின் பொருளும்:

ஒல்லும் => முடிகிற / இயலுகிற

கருமம் => வேலை

உடற்றுபவர் => கெடுப்பவர்கள்

கேண்மை => நட்பு

சொல்லாடார் => ஏதும் சொல்லாமல்

சோர => தளரும்படி

விடல் => விட்டுவிடுங்கள்

எளிய உரை:

சிலர் ஒழுங்காக நடக்கிற வேலையையும் குழப்பிக் கெடுத்து விடுவார்கள். அப்படிப்பட்டவர்களுடன் நமக்கு எந்தப் பேச்சும் வேண்டாம், சத்தமில்லாமல் விலகி வந்துவிடுவோம்.

குறள் எண்: 819

குறள்:

கனவினும் இன்னாது மன்னோ, வினை வேறு
சொல் வேறு பட்டார் தொடர்பு

இந்தக் குறளை எப்படி மாற்றிப் படிக்கவேண்டும்:

வினை வேறு சொல் வேறு பட்டார் தொடர்பு கனவினும் இன்னாது மன்னோ

இந்தக் குறளில் உள்ள கடினமான சொற்களும் அவற்றின் பொருளும்:

கனவினும் => கனவிலும்

இன்னாது => துன்பத்தைத் தருவது

மன்னோ => அசைச்சொல் (பொருள் உணர்த்தாத சொல்)

வினை => செயல்

பட்டார் => கொண்டவர்

தொடர்பு => நட்பு

எளிய உரை:

சொல்வது ஒன்று, செய்வது இன்னொன்று என்று வாழ்கிறவர்களுடன் நட்பு கொள்ளவேண்டாம். அப்படிப்பட்ட நட்பு கனவிலும் துன்பத்தைத்தான் தரும்.

குறள் எண்: 820

குறள்:

எனைத்தும் குறுகுதல் ஓம்பல் மனைக் கெழீஇ,
மன்றில் பழிப்பார் தொடர்பு

இந்தக் குறளை எப்படி மாற்றிப் படிக்கவேண்டும்:

மனைக் கெழீஇ, மன்றில் பழிப்பார் தொடர்பு எனைத்தும் குறுகுதல் ஓம்பல்

இந்தக் குறளில் உள்ள கடினமான சொற்களும் அவற்றின் பொருளும்:

எனைத்தும்	=>	*எவ்வளவு ஆனாலும் / எவ்வளவு சிறிய அளவாக இருந்தாலும்*
குறுகுதல்	=>	*நெருங்குதல்*
ஓம்பல்	=>	*விலக்கவேண்டும் / அதிலிருந்து நம்மைக் காத்துக்கொள்ளவேண்டும்*
மனை	=>	*வீடு*
கெழீஇ	=>	*பொருந்தி*
மன்றில்	=>	*மன்றத்தில் / பொது இடத்தில்*
பழிப்பார்	=>	*இழிவுபடுத்துபவர்கள்*
தொடர்பு	=>	*நட்பு*

எளிய உரை:

சிலர் நம்முடன் இருக்கும்போது அன்பாகப் பழகுவார்கள், ஆனால், வெளியில் சென்று நம்மைப்பற்றி இழிவாகப் பேசுவார்கள். அப்படிப்பட்டவர்களுடன் நமக்கு எந்தப் பழக்கமும் வேண்டாம்.

அதிகாரம் 83: கூடா நட்பு (சேரக்கூடாதவர்களுடனான நட்பு)

குறள் எண்: 821

குறள்:

சீர் இடம் காணின் எறிதற்குப் பட்டடை,
நேரா நிரந்தவர் நட்பு

இந்தக் குறளை எப்படி மாற்றிப் படிக்கவேண்டும்:

நேரா நிரந்தவர் நட்பு, சீர் இடம் காணின் எறிதற்குப் பட்டடை

இந்தக் குறளில் உள்ள கடினமான சொற்களும் அவற்றின் பொருளும்:

சீர் இடம் => சிறப்பான / பொருத்தமான இடம்

காணின் => கண்டதும்

எறிதற்கு => அடித்து நசுக்குவதற்கு

பட்டடை => உலைக்கல் / சூடான உலோகத்தை வைத்து அடிக்கும் கல்

நேரா => மனம் பொருந்தாமல்

நிரந்தவர் => ஒன்றுகூடுவோர் / நண்பர்கள்

எளிய உரை:

பட்டறையில் வேலை செய்கிறவர்கள் பழுக்கக் காய்ச்சிய உலோகத்தை உலைக்கல்லின்மீது வைப்பார்கள். அப்போது, அந்தக் கல் அந்த உலோகத்தைத் தாங்குவதுபோல் தெரியும். ஆனால், மறுகணம் அந்த உலோகத்தின்மீது அடி விழும், அது நன்றாக நசுக்கப்படும்.

மனம் பொருந்தாதவர்களுடைய நட்பும் அப்படித்தான். (பொருந்தாத நட்பு பார்ப்பதற்கு இனிமையாக இருக்கும். ஆனால் உண்மையில் நமக்குக் கெடுதலைக் கொண்டுவரும்.)

குறள் எண்: 822

குறள்:

இனம் போன்று இனம் அல்லர் கேண்மை மகளிர்
மனம்போல வேறுபடும்

இந்தக் குறளை எப்படி மாற்றிப் படிக்கவேண்டும்:

இனம் போன்று இனம் அல்லர் கேண்மை மகளிர் மனம்போல வேறுபடும்

இந்தக் குறளில் உள்ள கடினமான சொற்களும் அவற்றின் பொருளும்:

இனம் போன்று => நம் இனத்தைச் சேர்ந்தவர்களைப்போல்

இனம் அல்லர் => நம் இனத்தைச் சேராதவர்கள் / நம்மிலிருந்து மாறுபட்டவர்கள்

கேண்மை => நட்பு

மகளிர் => விலைமாதர்கள் / ஒழுக்கமற்ற பெண்களைக் குறிக்கிறது

எளிய உரை:

சிலருக்கு நம்மீது துளியும் அன்பு இருக்காது, ஆனால், வெளித் தோற்றத்துக்கு நம்முடைய நண்பர்களைப்போல் நடிப்பார்கள். அப்படிப்பட்டவர்களுடைய நட்பு, விலைமாதர்களின் மனத்தைப் போன்றது. (விலைமாதர்கள் பணத்துக்காக ஓர் ஆணை விட்டு இன்னோர் ஆணிடம் செல்வதுபோல் இவர்களும் தங்களுடைய நன்மைக்காக நம்மைக் கைவிட்டுவிடுவார்கள்.)

குறள் எண்: 823

குறள்:

பல நல்ல கற்றக் கடைத்தும் மனம் நல்லர்
ஆகுதல் மாணார்க்கு அரிது

இந்தக் குறளை எப்படி மாற்றிப் படிக்கவேண்டும்:

நல்ல பல கற்றக் கடைத்தும் மனம் நல்லர் ஆகுதல் மாணார்க்கு அரிது

இந்தக் குறளில் உள்ள கடினமான சொற்களும் அவற்றின் பொருளும்:

நல்ல => நல்லவை

கற்றக் கடைத்தும் => கற்றிருந்தாலும்

நல்லர் => நல்லவர்

ஆகுதல் => ஆக மாறுதல்

மாணார்க்கு => மாண்பில்லாதவர்களுக்கு / தீயவர்களுக்கு

அரிது => கடினம்

எளிய உரை:

தீயவர்கள் எவ்வளவு படித்தால்தான் என்ன? அவர்களுடைய மனம் திருந்தவா போகிறது?

குறள் எண்: 824

குறள்:

முகத்தின் இனிய நகாஅ, அகத்து இன்னா
வஞ்சரை அஞ்சப்படும்

இந்தக் குறளை எப்படி மாற்றிப் படிக்கவேண்டும்:

முகத்தின் இனிய நகாஅ, அகத்து இன்னா வஞ்சரை அஞ்சப்படும்

இந்தக் குறளில் உள்ள கடினமான சொற்களும் அவற்றின் பொருளும்:

முகத்தின்	=>	*முகத்தில்*
இனிய நகாஅ	=>	*இனிமையாகச் சிரித்து*
அகத்து	=>	*உள்ளத்தில்*
இன்னா	=>	*தீமை / பகைமை*
வஞ்சரை	=>	*வஞ்சகர்களை*
அஞ்சப்படும்	=>	*அஞ்சவேண்டும்*

எளிய உரை:

சிலர் வெளியில் இனிமையாகப் பேசிச் சிரிப்பார்கள், ஆனால், உள்ளுக்குள் நமக்குத் தீமை செய்ய நினைப்பார்கள். அப்படிப்பட்ட வஞ்சகர்களைக் கண்டு அஞ்சி விலகிவிடவேண்டும்.

குறள் எண்: 825

குறள்:

மனத்தின் அமையா தவரை எனைத்து ஒன்றும்
சொல்லினால் தேறல்பாற்று அன்று

இந்தக் குறளை எப்படி மாற்றிப் படிக்கவேண்டும்:

மனத்தின் அமையாதவரை எனைத்து ஒன்றும் சொல்லினால் தேறல்பாற்று அன்று

இந்தக் குறளில் உள்ள கடினமான சொற்களும் அவற்றின் பொருளும்:

மனத்தின் => மனத்தால்

அமையாதவர் => பொருந்தாதவர்

எனைத்து ஒன்றும் => எந்த அளவிலும் / சிறிய அளவிலும்

தேறல்பாற்று அன்று => தெளிவாகப் புரிந்துகொள்ள இயலாது

எளிய உரை:

ஒருவர் பேசும் சொற்களைமட்டும் வைத்து அவரை நண்பர் என்று நினைத்துவிடக்கூடாது. மனம் பொருந்தினால்தான் நட்பு உண்டாகும்.

குறள் எண்: 826

குறள்:

நட்டார்போல் நல்லவை சொல்லினும் ஒட்டார் சொல்
ஒல்லை உணரப்படும்

இந்தக் குறளை எப்படி மாற்றிப் படிக்கவேண்டும்:

ஒட்டார் நட்டார்போல் நல்லவை சொல்லினும், (ஒட்டார்) சொல் ஒல்லை உணரப்படும்

இந்தக் குறளில் உள்ள கடினமான சொற்களும் அவற்றின் பொருளும்:

நட்டார்போல் => நண்பர்களைப்போல்

நல்லவை => நல்ல விஷயங்கள்

சொல்லினும் => சொன்னாலும்

ஒட்டார் => பகைவர்

ஒல்லை => விரைவில்

எளிய உரை:

சிலர் நம்மிடம் நண்பர்களைப்போல் பழகுவார்கள், நல்ல விஷயங்களைப் பேசுவார்கள். ஆனால், அவர்கள் நம்முடன் பொய்யாகத்தான் பழகுகிறார்கள் என்ற உண்மை விரைவில் வெளியாகிவிடும்.

குறள் எண்: 827

குறள்:

சொல் வணக்கம் ஒன்னார்கண் கொள்ளற்க, வில் வணக்கம்
தீங்கு குறித்தமையான்

இந்தக் குறளை எப்படி மாற்றிப் படிக்கவேண்டும்:

வில் வணக்கம் தீங்கு குறித்தமையான் ஒன்னார்கண் சொல் வணக்கம் கொள்ளற்க

இந்தக் குறளில் உள்ள கடினமான சொற்களும் அவற்றின் பொருளும்:

சொல் வணக்கம் => வணங்கிப் பேசுதல்

ஒன்னார்கண் => பகைவர்களிடம்

கொள்ளற்க => ஏற்றுக்கொள்ளவேண்டாம்

வில் வணக்கம் => வில் வளைதல்

குறித்தமையான் => குறிப்பதால்

எளிய உரை:

வில் வளைந்தால் அம்பு பாயும், ஆபத்து வரும்.

அதுபோல, பகைவர்கள் நம்மிடம் வளைந்து, வணங்கிப் பேசினால் ஏதோ ஆபத்து வரப்போகிறது என்று புரிந்துகொள்ளவேண்டும். அவர்களை நம்பக்கூடாது. (பகைவன் போடும் கும்பிடு போலியானது.)

குறள் எண்: 828

குறள்:

தொழுத கை உள்ளும் படை ஒடுங்கும் ஒன்னார்
அழுத கண்ணீரும் அனைத்து

இந்தக் குறளை எப்படி மாற்றிப் படிக்கவேண்டும்:

ஒன்னார் தொழுத கை உள்ளும் படை ஒடுங்கும். (ஒன்னார்) அழுத கண்ணீரும் அனைத்து

இந்தக் குறளில் உள்ள கடினமான சொற்களும் அவற்றின் பொருளும்:

தொழுத => வணங்கிய

கை உள்ளும் => கைகளுக்குள்ளும்

படை => படைக்கருவி / ஆயுதம்

ஒடுங்கும் => ஒளிந்திருக்கும்

ஒன்னார் => பகைவர்

அனைத்து => அப்படிப்பட்டது

எளிய உரை:

பகைவர்கள் நம்மைக் கும்பிடுவதுபோல் நடிப்பார்கள், ஆனால், கும்பிடுகிற கைக்குள் கத்தியை ஒளித்துவைத்திருப்பார்கள்.

சில நேரங்களில் அவர்கள் நம் முன்னால் வந்து அழுவதுபோல் நடிப்பார்கள். ஆனால், அந்த அழுகைக்குள்ளும் ஆபத்து இருக்கும். (எப்போதும் எதிரியை நம்பவேண்டாம்.)

குறள் எண்: 829

குறள்:

மிகச் செய்து தம் எள்ளுவாரை நகச் செய்து
நட்பினுள் சாப் புல்லல்பாற்று

இந்தக் குறளை எப்படி மாற்றிப் படிக்கவேண்டும்:

மிகச் செய்து தம் எள்ளுவாரை நட்பினுள் நகச் செய்து சாப் புல்லல்பாற்று

இந்தக் குறளில் உள்ள கடினமான சொற்களும் அவற்றின் பொருளும்:

மிகச் செய்து => மிகையாகப் பேசி / நடித்து

தம் எள்ளுவார் => உள்ளுக்குள் இகழ்கிறவர்

நகச் செய்து => சிரித்துப் பேசி

நட்பினுள் => நட்பு கொண்டு

சா => இறத்தல் / நட்பை அழித்தல்

புல்லல்பாற்று => கட்டித் தழுவவேண்டும்

எளிய உரை:

சிலர் வெளியில் நம்முடன் இனிமையாகப் பேசுவார்கள், ஆனால், உள்ளுக்குள் நம்மைப்பற்றி இழிவாக நினைப்பார்கள். அப்படிப்பட்டவர்களிடம் நாமும் சிரித்துப் பேசுவதுபோல் நடிக்கவேண்டும், ஆனால், சரியான நேரத்தில் அந்த நட்பை முறித்துவிடவேண்டும்.

குறள் எண்: 830

குறள்:

பகை நட்பு ஆம் காலம் வருங்கால், முகம் நட்டு,
அகம் நட்பு ஒரீஇ விடல்

இந்தக் குறளை எப்படி மாற்றிப் படிக்கவேண்டும்:

பகை நட்பு ஆம் காலம் வருங்கால், முகம் நட்டு, அகம் நட்பு ஒரீஇ விடல்

இந்தக் குறளில் உள்ள கடினமான சொற்களும் அவற்றின் பொருளும்:

பகை => பகைவர்கள்

நட்பு ஆம் => நண்பர்களாகும்

வருங்கால் => வந்தால்

முகம் நட்டு => முகத்தால் (வெளியில்) நட்பு கொண்டு

அகம் => உள்ளுக்குள்

ஒரீஇ விடல் => நீக்கிவிடவேண்டும்

எளிய உரை:

பகைவர்கள் நட்புக் கரம் நீட்டினால், வெளியில் சிரியுங்கள், ஆனால் உள்ளுக்குள் விழிப்புடன் இருங்கள், சரியான நேரத்தில் அந்தப் பொய் நட்பை முறித்துவிடுங்கள்.

அதிகாரம் 84: பேதைமை (அறியாமை)

குறள் எண்: 831

குறள்:

பேதைமை என்பது ஒன்று யாது எனின், ஏதம் கொண்டு
ஊதியம் போகவிடல்

இந்தக் குறளை எப்படி மாற்றிப் படிக்கவேண்டும்:

பேதைமை என்பது ஒன்று யாது எனின், ஏதம் கொண்டு ஊதியம்
போகவிடல்

இந்தக் குறளில் உள்ள கடினமான சொற்களும் அவற்றின் பொருளும்:

பேதைமை	=> அறியாமை
யாது	=> எது
எனின்	=> என்றால்
ஏதம்	=> கெட்டவை / குற்றமானவை
கொண்டு	=> வைத்துக்கொண்டு
ஊதியம்	=> நல்லவை / நன்மையைத் தருபவை
போகவிடல்	=> விட்டுவிடுதல்

எளிய உரை:

தீயவற்றைப் பிடித்துக்கொண்டு நல்லவற்றை விட்டுவிடுவதுதான் அறியாமை.

குறள் எண்: 832

குறள்:

பேதைமையுள் எல்லாம் பேதைமை, காதன்மை
கையல்லதன்கண் செயல்

இந்தக் குறளை எப்படி மாற்றிப் படிக்கவேண்டும்:

கையல்லதன்கண் காதல் செயல் பேதைமையுள் எல்லாம் பேதைமை

இந்தக் குறளில் உள்ள கடினமான சொற்களும் அவற்றின் பொருளும்:

பேதைமையுள் => அறியாமைகளில்

பேதைமை => அறியாமை

காதன்மை => மிகவும் விரும்புதல்

கையல்லதன்கண் => தன்னால் முடியாத / கைவராதவற்றின்மீது

செயல் => செய்தல்

எளிய உரை:

தேவையில்லாத பொருட்களின்மீது ஆசை வைப்பதுதான் முட்டாள்தனங்களிலெல்லாம் மிகப் பெரிய முட்டாள்தனம்.

குறள் எண்: 833

குறள்:

நாணாமை, நாடாமை, நார் இன்மை, யாது ஒன்றும்
பேணாமை பேதை தொழில்

இந்தக் குறளை எப்படி மாற்றிப் படிக்கவேண்டும்:

பேதை தொழில், நாணாமை, நாடாமை, நார் இன்மை, யாது ஒன்றும் பேணாமை

இந்தக் குறளில் உள்ள கடினமான சொற்களும் அவற்றின் பொருளும்:

நாணாமை => நாணமின்றி இருத்தல்

நாடாமை => தேடிச் செல்லாமல் இருத்தல்

நார் இன்மை => அன்பு இல்லாமல் இருத்தல்

யாது ஒன்றும் => எதையும்

பேணாமை => நன்கு பராமரிக்காமல் இருத்தல்

பேதை => அறிவற்றவன்

எளிய உரை:

அறிவற்றவன் செய்யும் நான்கு செயல்கள் இவை:

1. *தீய செயல்களைச் செய்வதற்கு வெட்கப்படமாட்டான்*
2. *நல்லவற்றைத் தேடிச் செல்லமாட்டான்*
3. *யார்மீதும் அன்பு காட்டமாட்டான்*
4. *எதையும் ஒழுங்காகப் பராமரிக்கமாட்டான்.*

குறள் எண்: 834

குறள்:

> **ஓதி உணர்ந்தும் பிறர்க்கு உரைத்தும் தான் அடங்காப்**
> **பேதையின் பேதையார் இல்**

இந்தக் குறளை எப்படி மாற்றிப் படிக்கவேண்டும்:

> **ஓதி உணர்ந்தும் பிறர்க்கு உரைத்தும் தான் அடங்காப் பேதையின் பேதையார் இல்**

இந்தக் குறளில் உள்ள கடினமான சொற்களும் அவற்றின் பொருளும்:

ஓதி => படித்து

உரைத்தும் => சொல்லியும்

அடங்கா => அடக்கத்துடன் செயல்படாத

பேதையின் => அறிவற்றவனைவிட

பேதையார் => அறிவற்றவர்கள்

இல் => இல்லை

எளிய உரை:

சிலர் நிறையப் படிப்பார்கள், புரிந்துகொள்வார்கள், அவற்றைப் பிறருக்கு எடுத்துச்சொல்வார்கள், ஆனால், அவர்கள் அதைப் பின்பற்றமாட்டார்கள். இவர்களைவிடப் பெரிய முட்டாள்கள் யாருமில்லை. (படித்தால் போதாது, பின்பற்றவேண்டும்.)

குறள் எண்: 835

குறள்:

ஒருமைச் செயல் ஆற்றும் பேதை எழுமையும்
தான் புக்கு அழுந்தும் அளறு

இந்தக் குறளை எப்படி மாற்றிப் படிக்கவேண்டும்:

பேதை எழுமையும் தான் புக்கு அழுந்தும் அளறு ஒருமைச் செயல் ஆற்றும்

இந்தக் குறளில் உள்ள கடினமான சொற்களும் அவற்றின் பொருளும்:

ஒருமை	*=> ஒரு பிறவி / இந்தப் பிறவி*
செயல் ஆற்றும்	*=> செய்துகொள்வான்*
பேதை	*=> அறிவற்றவன்*
எழுமையும்	*=> பல பிறவிகளிலும்*
புக்கு அழுந்தும்	*=> புகுந்து அனுபவிக்கின்ற*
அளறு	*=> துன்பம்*

எளிய உரை:

அறிவற்றவன் இந்த ஒரு பிறவியில் செய்கிற தவறுகளுக்கான துன்பத்தைப் பல பிறவிகளுக்கு அனுபவிப்பான்.

குறள் எண்: 836

குறள்:

பொய்படும், ஒன்றோ, புனை பூணும், கை அறியாப்
பேதை வினை மேற்கொளின்

இந்தக் குறளை எப்படி மாற்றிப் படிக்கவேண்டும்:

கை அறியாப் பேதை வினை மேற்கொளின் பொய்படும், ஒன்றோ, புனை பூணும்

இந்தக் குறளில் உள்ள கடினமான சொற்களும் அவற்றின் பொருளும்:

பொய்படும் => தவறாகிவிடும்

ஒன்றோ => அதுமட்டுமா

புனை => விலங்கு

பூணும் => மாட்டிக்கொள்வான்

கை அறியா => செய்யும் முறை அறியாத

பேதை => அறிவற்றவன்

வினை => செயல்

மேற்கொளின் => மேற்கொண்டால்

எளிய உரை:

எதை எப்படிச் செய்யவேண்டும் என்று தெரியாத முட்டாள் எந்த வேலையையும் ஒழுங்காகச் செய்யமாட்டான், வேலை செய்கிறேன் பேர்வழி என்று ஏதாவது சிக்கலில் மாட்டிக்கொண்டு திகைத்து நிற்பான்.

குறள் எண்: 837

குறள்:

ஏதிலார் ஆரத் தமர் பசிப்பர், பேதை
பெரும் செல்வம் உற்றக்கடை

இந்தக் குறளை எப்படி மாற்றிப் படிக்கவேண்டும்:

பேதை பெரும் செல்வம் உற்றக்கடை ஏதிலார் ஆரத் தமர் பசிப்பர்

இந்தக் குறளில் உள்ள கடினமான சொற்களும் அவற்றின் பொருளும்:

ஏதிலார் => மற்றவர்கள்

ஆர => பயன் பெற

தமர் => தன்னுடையவர்கள் / நண்பர்கள் / உறவினர்கள்

பசிப்பர் => பசியோடு இருப்பார்கள்

பேதை => அறிவற்றவன்

உற்றக்கடை => பெற்றால்

எளிய உரை:

அறிவற்ற ஒருவனுக்குப் பெரிய செல்வம் கிடைத்தால், அதனால் அவனுடைய நண்பர்களுக்கோ, உறவினர்களுக்கோ எந்தப் பயனும் இருக்காது. அவனுடைய செல்வத்தை மற்றவர்கள்தான் சாப்பிடுவார்கள்.

குறள் எண்: 838

குறள்:

மையல் ஒருவன் களித்தற்றால், பேதை தன்
கை ஒன்று உடைமை பெறின்

இந்தக் குறளை எப்படி மாற்றிப் படிக்கவேண்டும்:

பேதை தன் கை ஒன்று உடைமை பெறின், மையல் ஒருவன் களித்தற்றால்

இந்தக் குறளில் உள்ள கடினமான சொற்களும் அவற்றின் பொருளும்:

மையல்	*=> பித்துப் பிடித்த / மயங்கிய*
களித்தற்று	*=> கள்ளை (மதுவை) அருந்தியதுபோல*
பேதை	*=> அறிவற்றவன்*
கை ஒன்று	*=> கையில் ஒன்றை (செல்வத்தை)*
உடைமை பெறின்	*=> உடைமையாகப் பெற்றால்*

எளிய உரை:

அறிவற்ற ஒருவனுக்குச் செல்வம் கிடைத்துவிட்டால், பித்துப் பிடித்தவன் கள் குடித்த நிலைமைதான்.

குறள் எண்: 839

குறள்:

பெரிது, இனிது பேதையார் கேண்மை, பிரிவின்கண்
பீழை தருவது ஒன்று இல்

இந்தக் குறளை எப்படி மாற்றிப் படிக்கவேண்டும்:

பேதையார் கேண்மை பிரிவின்கண் பீழை தருவது ஒன்று இல். (பேதையார் கேண்மை) பெரிது, இனிது

இந்தக் குறளில் உள்ள கடினமான சொற்களும் அவற்றின் பொருளும்:

பெரிது => பெரியது

இனிது => நல்லது

பேதையார் => அறிவற்றவர்கள்

கேண்மை => நட்பு

பிரிவின்கண் => பிரியும்போது

பீழை => துன்பம்

தருவது ஒன்று இல் => தருவதில்லை

எளிய உரை:

அறிவற்றவர்களுடைய நட்பு மிகவும் நல்லது. ஏனெனில், அவர்களைப் பிரிந்து வரும்போது நமக்கு எந்தத் துன்பமும் உண்டாவதில்லை.

குறள் எண்: 840

குறள்:

கழாஅக் கால் பள்ளியுள் வைத்தற்றால், சான்றோர்
குழாஅத்துப் பேதை புகல்

இந்தக் குறளை எப்படி மாற்றிப் படிக்கவேண்டும்:

சான்றோர் குழாஅத்துப் பேதை புகல், கழாஅக் கால் பள்ளியுள் வைத்தற்றால்

இந்தக் குறளில் உள்ள கடினமான சொற்களும் அவற்றின் பொருளும்:

கழாஅ	=>	*கழுவாத / அழுக்கான*
பள்ளியுள்	=>	படுக்கையின்மீது
வைத்தற்றால்	=>	வைத்ததைப்போன்றது
சான்றோர்	=>	சிறந்த நல்லோர்கள்
குழாஅத்து	=>	அவையில்
பேதை	=>	அறிவற்றவன்
புகல்	=>	செல்லுதல்

எளிய உரை:

அழுக்குக் காலைப் படுக்கையின்மீது வைத்தால், தூய்மையான படுக்கை அழுக்காகிவிடும். அறிஞர்கள் கூட்டத்தில் முட்டாள் ஒருவன் புகுந்தாலும் அதுதான் நடக்கும்.

அதிகாரம் 85: புல்லறிவாண்மை (அறிவற்ற ஒருவன் தன்னை அறிஞனாக எண்ணிக்கொள்ளுதல்)

குறள் எண்: 841

குறள்:

அறிவு இன்மை இன்மையுள் இன்மை, பிறிது இன்மை
இன்மையா வையாது உலகு

இந்தக் குறளை எப்படி மாற்றிப் படிக்கவேண்டும்:

இன்மையுள் இன்மை, அறிவு இன்மை. உலகு பிறிது இன்மை இன்மையா வையாது

இந்தக் குறளில் உள்ள கடினமான சொற்களும் அவற்றின் பொருளும்:

இன்மை => இல்லாத நிலை

இன்மையுள் => இல்லாத நிலைகளில்

பிறிது => மற்றவை

இன்மையா => இல்லாத நிலையாக

வையாது => கருதாது

உலகு => உலகம்

எளிய உரை:

இந்த உலகத்தின் மிகப் பெரிய வறுமை, அறிவில்லாமல் இருப்பதுதான். அதோடு ஒப்பிடும்போது மற்ற எதுவும் வறுமை இல்லை.

குறள் எண்: 842

குறள்:

அறிவு இலான் நெஞ்சு உவந்து ஈதல், பிறிது யாதும்
இல்லை, பெறுவான் தவம்

இந்தக் குறளை எப்படி மாற்றிப் படிக்கவேண்டும்:

அறிவு இலான் நெஞ்சு உவந்து ஈதல் பெறுவான் தவம், பிறிது யாதும் இல்லை

இந்தக் குறளில் உள்ள கடினமான சொற்களும் அவற்றின் பொருளும்:

இலான் => *இல்லாதவன்*

உவந்து => *மகிழ்ந்து*

ஈதல் => *கொடுத்தல்*

பிறிது => *வேறு*

யாதும் => *எதுவும்*

பெறுவான் => *நன்மையைப் பெறுகிறவன்*

எளிய உரை:

அறிவற்றவர்கள் தாங்களாக விரும்பி யாருக்கும் எதையும் கொடுக்கமாட்டார்கள். ஒருவேளை, அவர்கள் அப்படி எதையாவது கொடுத்தால், அதற்கு ஒரே காரணம், அந்த உதவியைப் பெற்றுக்கொண்டவன் செய்த தவம்தான். வேறு எதுவும் இல்லை.

குறள் எண்: 843

குறள்:

அறிவு இலார் தாம் தம்மைப் பீழிக்கும் பீழை
செறுவார்க்கும் செய்தல் அரிது

இந்தக் குறளை எப்படி மாற்றிப் படிக்கவேண்டும்:

அறிவு இலார் தாம் தம்மைப் பீழிக்கும் பீழை செறுவார்க்கும் செய்தல் அரிது

இந்தக் குறளில் உள்ள கடினமான சொற்களும் அவற்றின் பொருளும்:

இலார் => இல்லாதவர்

தாம் => தான்

தம்மை => தன்னை

பீழிக்கும் => துன்பப்படுத்தும்

பீழை => துன்பம்

செறுவார்க்கும் => பகைவர்களுக்கும்

செய்தல் => செய்வது

அரிது => அரிதானது / கடினமானது

எளிய உரை:

அறிவற்றவனுக்கு எதிரிகளே தேவையில்லை. அவன் தன்னைத் தானே இன்னும் நன்றாகத் துன்பப்படுத்திக்கொள்வான்.

குறள் எண்: 844

குறள்:

வெண்மை எனப்படுவது யாது எனின், ஒண்மை
உடையம் யாம் என்னும் செருக்கு

இந்தக் குறளை எப்படி மாற்றிப் படிக்கவேண்டும்:

வெண்மை எனப்படுவது யாது எனின், யாம் ஒண்மை உடையம் என்னும் செருக்கு

இந்தக் குறளில் உள்ள கடினமான சொற்களும் அவற்றின் பொருளும்:

வெண்மை => அறிவற்ற நிலை

யாது => எது

எனின் => என்றால்

ஒண்மை => அறிவு

உடையம் => உடையவன்

யாம் => நான்

செருக்கு => பெருமிதம் / கர்வம்

எளிய உரை:

எது முட்டாள்தனம்?

நான் பெரிய அறிவாளி என்று நாமே எண்ணிப் பெருமைப்பட்டுக்கொள்வதுதான்!

குறள் எண்: 845

குறள்:

கல்லாத மேற்கொண்டு ஒழுகல் கசடு அற
வல்லதூஉம் ஐயம் தரும்

இந்தக் குறளை எப்படி மாற்றிப் படிக்கவேண்டும்:

கல்லாத மேற்கொண்டு ஒழுகல் கசடு அற வல்லதூஉம் ஐயம் தரும்

இந்தக் குறளில் உள்ள கடினமான சொற்களும் அவற்றின் பொருளும்:

கல்லாத => கற்காதவற்றை

மேற்கொண்டு => கற்றதுபோல் எண்ணிக்கொண்டு

ஒழுகல் => நடப்பது

கசடு => குற்றம்

அற => நீங்க

வல்லதூஉம் => கற்கக்கூடியதும்

எளிய உரை:

ஒருவன் படிக்காததையெல்லாம் படித்ததாகச் சொல்லிக்கொண்டு திரிந்தால், நாளைக்கு அவன் உண்மையாகப் படித்ததையும் உலகம் நம்பாது, இவன் வழக்கம்போல் பொய் சொல்கிறான் என்று ஐயப்படும்.

குறள் எண்: 846

குறள்:

அற்றம் மறைத்தலோ புல் அறிவு, தம்வயின்
குற்றம் மறையா வழி

இந்தக் குறளை எப்படி மாற்றிப் படிக்கவேண்டும்:

தம்வயின் குற்றம் மறையா வழி அற்றம் மறைத்தலோ புல் அறிவு

இந்தக் குறளில் உள்ள கடினமான சொற்களும் அவற்றின் பொருளும்:

அற்றம்	=>	*மறைக்கவேண்டிய உறுப்புகள்*
மறைத்தல்	=>	*மறைப்பது*
புல் அறிவு	=>	*கீழ்மையான அறிவு*
தம்வயின்	=>	*தம்மிடத்தில்*
மறையா வழி	=>	*மறைக்காதபோது*

எளிய உரை:

எல்லாரும் உடலை மறைக்க ஆடை அணிகிறார்கள், ஆனால், தங்களிடம் உள்ள குறைகளை உணர்ந்து திருத்திக்கொள்வதில்லை. இது எப்பேர்ப்பட்ட முட்டாள்தனம்!

குறள் எண்: 847

குறள்:

அரு மறை சோரும் அறிவு இலான் செய்யும்
பெரும் மிறை தானே தனக்கு

இந்தக் குறளை எப்படி மாற்றிப் படிக்கவேண்டும்:

அரு மறை சோரும் அறிவு இலான் தானே தனக்குப் பெரும் மிறை செய்யும்

இந்தக் குறளில் உள்ள கடினமான சொற்களும் அவற்றின் பொருளும்:

அரு மறை => அரிய மறைபொருள் / இரகசியம்

சோரும் => சோர்ந்து வெளிப்படுத்துகிற

இலான் => இல்லாதவன்

செய்யும் => செய்வான்

மிறை => துன்பம்

எளிய உரை:

அறிவற்றவன் சிலருக்குமட்டும் தெரியவேண்டிய இரகசியங்களை எல்லாருக்கும் சொல்லிவிடுவான், அதன்மூலம் தனக்குத் தானே பெரிய துன்பத்தை உண்டாக்கிக்கொள்வான்.

குறள் எண்: 848

குறள்:

ஏவவும் செய்கலான், தான் தேறான், அவ் உயிர்
போஒம் அளவும் ஓர் நோய்

இந்தக் குறளை எப்படி மாற்றிப் படிக்கவேண்டும்:

ஏவவும் செய்கலான், தான் தேறான், அவ் உயிர் போஒம் அளவும் ஓர் நோய்

இந்தக் குறளில் உள்ள கடினமான சொற்களும் அவற்றின் பொருளும்:

ஏவவும்	=> *பிறர் சொன்னாலும்*
செய்கலான்	=> *செய்யமாட்டான்*
தான் தேறான்	=> *தானாகவும் சிந்தித்துத் தெரிந்துகொள்ளமாட்டான்*
அவ் உயிர்	=> *அந்த உயிர்*
போஒம் அளவும்	=> போகும் நேரத்திலும் / போகும்வரை

எளிய உரை:

ஒருவனுக்குச் சொந்த அறிவும் கிடையாது, பிறர் சொல்வதைக் கேட்டு நடக்கிற அறிவும் கிடையாது. அப்படிப்பட்டவன் எப்படி முன்னேறுவான்? முட்டாள்தனம் என்கிற நோய் கடைசிவரை அவனை விடாது.

குறள் எண்: 849

குறள்:

காணாதான் காட்டுவான் தான் காணான். காணாதான்
கண்டானாம் தான் கண்டவாறு

இந்தக் குறளை எப்படி மாற்றிப் படிக்கவேண்டும்:

காணாதான் காட்டுவான் தான் காணான். காணாதான் தான் கண்டவாறு கண்டானாம்

இந்தக் குறளில் உள்ள கடினமான சொற்களும் அவற்றின் பொருளும்:

காணாதான் => அறியாதவன்

காட்டுவான் => அவனுக்கு அறிவைக் காண்பிக்கச் செல்பவன்

தான் காணான் => தான் அறிந்ததையும் மறந்துவிடுவான்

கண்டானாம் => அறிந்தானாம்

கண்டவாறு => அறிந்தபடி

எளிய உரை:

அறிவுள்ளவன் முட்டாளுக்குப் பாடம் நடத்தினால், தான் கற்றதையும் மறந்துவிடுவான்.

ஏனெனில், முட்டாளுக்கு நாம் எவ்வளவுதான் கற்றுக்கொடுத்தாலும் பலன் இருக்காது. அவன் திரும்பத் திரும்ப அதே பழைய முட்டாள்தனத்துடன்தான் சிந்திப்பான்.

குறள் எண்: 850

குறள்:

உலகத்தார் உண்டு என்பது இல் என்பான் வையத்து
அலகையா வைக்கப்படும்

இந்தக் குறளை எப்படி மாற்றிப் படிக்கவேண்டும்:

உலகத்தார் உண்டு என்பது இல் என்பான் வையத்து அலகையா வைக்கப்படும்

இந்தக் குறளில் உள்ள கடினமான சொற்களும் அவற்றின் பொருளும்:

உலகத்தார் => உலக மக்கள்

இல் => இல்லை

என்பான் => என்கிறவன்

வையத்து => உலகில்

அலகையா => பேயாக

வைக்கப்படும் => கருதப்படுவான்

எளிய உரை:

சிலர் வேண்டுமென்றே எல்லாவற்றையும் எதிர்த்துப் பேசுவார்கள், உலகம் அறிந்த உண்மைகளை மறுப்பார்கள்.

அப்படிப்பட்ட முட்டாள்கள் பேய்க்குச் சமம்.

அதிகாரம் 86: இகல் (ஒருவருடன் மனம் வேறுபடுதல்)

குறள் எண்: 851

குறள்:

இகல் என்ப, எல்லா உயிர்க்கும் பகல் என்னும்
பண்பு இன்மை பாரிக்கும் நோய்

இந்தக் குறளை எப்படி மாற்றிப் படிக்கவேண்டும்:

எல்லா உயிர்க்கும் பகல் என்னும் பண்பு இன்மை பார்க்கும் நோய் இகல் என்ப

இந்தக் குறளில் உள்ள கடினமான சொற்களும் அவற்றின் பொருளும்:

இகல் => மன வேறுபாடு

என்ப => என்பார்கள்

பகல் => பகுதல் / ஒன்றாகச் சேராமல் பாகுபட்டு நிற்பது

இன்மை => இல்லாமலிருத்தல்

பாரிக்கும் => வளர்க்கும்

எளிய உரை:

உயிர்கள் ஒன்றோடொன்று பகை கொண்டு பிரிந்து நிற்கக் காரணம், இகல் (மன வேறுபாடு) என்னும் நோய்தான் என்று பெரியோர்கள் சொல்வார்கள்.

குறள் எண்: 852

குறள்:

பகல் கருதிப் பற்றா செயினும் இகல் கருதி
இன்னா செய்யாமை தலை

இந்தக் குறளை எப்படி மாற்றிப் படிக்கவேண்டும்:

பகல் கருதிப் பற்றா செயினும் இகல் கருதி இன்னா செய்யாமை தலை

இந்தக் குறளில் உள்ள கடினமான சொற்களும் அவற்றின் பொருளும்:

பகல் => பகுதல் / ஒன்றாகச் சேராமல் பாகுபட்டு நிற்பது

கருதி => எண்ணி

பற்றா => பற்றில்லாத / வெறுப்பான செயல்கள்

செயினும் => செய்தாலும்

இகல் => மன வேறுபாடு

இன்னா => தீயவை

செய்யாமை => செய்யாமல் இருத்தல்

தலை => சிறந்தது

எளிய உரை:

ஒருவன் நம்மிடமிருந்து பிரிந்து நின்றாலும் பரவாயில்லை, நமக்குப் பிடிக்காத செயல்களைச் செய்தாலும் பரவாயில்லை, நாம் இகல் (மன வேறுபாடு) கொண்டு அவனுக்குத் தீங்கு செய்யக்கூடாது.

குறள் எண்: 853

குறள்:

இகல் என்னும் எவ்வ நோய் நீக்கின் தவல் இல்லாத்
தா இல் விளக்கம் தரும்

இந்தக் குறளை எப்படி மாற்றிப் படிக்கவேண்டும்:

இகல் என்னும் எவ்வ நோய் நீக்கின் தவல் இல்லாத் தா இல் விளக்கம் தரும்

இந்தக் குறளில் உள்ள கடினமான சொற்களும் அவற்றின் பொருளும்:

இகல் => மன வேறுபாடு

என்னும் => என்கிற

எவ்வ நோய் => துன்பம் தரும் நோய்

நீக்கின் => அகற்றினால்

தவல் => அழிவு

இல்லா => இல்லாத

தா => கெடுதல்

இல் => இல்லாத

விளக்கம் => புகழ் / சிறப்பு

எளிய உரை:

இகல் (மன வேறுபாடு) என்பது துன்பத்தைத் தருகின்ற ஒரு நோய். அதை நீக்கினால் நமக்கு அழிவில்லாத, நிலையான புகழ் கிடைக்கும்.

குறள் எண்: 854

குறள்:

இன்பத்துள் இன்பம் பயக்கும், இகல் என்னும்
துன்பத்துள் துன்பம் கெடின்

இந்தக் குறளை எப்படி மாற்றிப் படிக்கவேண்டும்:

இகல் என்னும் துன்பத்துள் துன்பம் கெடின் இன்பத்துள் இன்பம் பயக்கும்

இந்தக் குறளில் உள்ள கடினமான சொற்களும் அவற்றின் பொருளும்:

இன்பத்துள் இன்பம் => இன்பங்களிலெல்லாம் பெரிய இன்பம்

பயக்கும் => தரும்

இகல் => மன வேறுபாடு

என்னும் => என்கிற

துன்பத்துள் துன்பம் => துன்பங்களிலெல்லாம் பெரிய துன்பம்

கெடின் => இல்லாவிட்டால்

எளிய உரை:

இகல்(மன வேறுபாடு)தான் மிகப் பெரிய துன்பம். அதை நீக்கினால் மிகப் பெரிய இன்பம் கிடைக்கும்.

குறள் எண்: 855

குறள்:

இகல் எதிர் சாய்ந்து ஒழுகவல்லாரை யாரே
மிகல் ஊக்கும் தன்மையவர்

இந்தக் குறளை எப்படி மாற்றிப் படிக்கவேண்டும்:

இகல் எதிர் சாய்ந்து ஒழுகவல்லாரை மிகல் ஊக்கும் தன்மையவர் யாரே

இந்தக் குறளில் உள்ள கடினமான சொற்களும் அவற்றின் பொருளும்:

இகல் => மன வேறுபாடு

எதிர் => எதிராக

சாய்ந்து => ஒதுங்கி

ஒழுகவல்லாரை => நடந்துகொள்ளக்கூடியவர்களை

யாரே => யார்

மிகல் => வெல்லுதல்

ஊக்கும் தன்மையவர் => எண்ணுகிறவர்கள்

எளிய உரை:

இகலை (மன வேறுபாட்டை) எதிர்த்து நிற்காமல் வளைந்துகொடுத்துச் செல்கிறவர்களை யாராலும் வெல்லமுடியாது.

குறள் எண்: 856

குறள்:

இகலின் மிகல் இனிது என்பவன் வாழ்க்கை
தவலும் கெடலும் நணித்து

இந்தக் குறளை எப்படி மாற்றிப் படிக்கவேண்டும்:

இகலின் மிகல் இனிது என்பவன் வாழ்க்கை தவலும் கெடலும் நணித்து

இந்தக் குறளில் உள்ள கடினமான சொற்களும் அவற்றின் பொருளும்:

இகலின் மிகல் => மிகவும் மன வேறுபாடு கொள்வது

இனிது => நல்லது

தவல் => அழிந்துபோவது

கெடல் => கெட்டுப்போவது

நணித்து => விரைவில் நடக்கும்

எளிய உரை:

அடிக்கடி இகல் (மன வேறுபாடு) கொள்கிறவன், அதை விரும்புகிறவனுடைய வாழ்க்கை விரைவில் கெட்டு அழியும்.

குறள் எண்: 857

குறள்:

மிகல் மேவல் மெய்ப்பொருள் காணார், இகல் மேவல்
இன்னா அறிவினவர்

இந்தக் குறளை எப்படி மாற்றிப் படிக்கவேண்டும்:

இகல் மேவல் இன்னா அறிவினவர் மிகல் மேவல் மெய்ப்பொருள் காணார்

இந்தக் குறளில் உள்ள கடினமான சொற்களும் அவற்றின் பொருளும்:

மிகல் => வெற்றி பெறுதல்

மேவல் => பொருந்துதல்

மெய்ப்பொருள் => உண்மைப்பொருள் / நல்ல கருத்துகள்

காணார் => அறியமாட்டார்கள்

இகல் => மன வேறுபாடு

இன்னா => தீயவை

அறிவினவர் => அறிவைக் கொண்டவர்கள்

எளிய உரை:

இகல் (மன வேறுபாடு) என்னும் தீய உணர்வை விரும்புகிறவன் வெற்றியைத் தரக்கூடிய நல்ல கருத்துகளைப் புரிந்துகொள்ளமாட்டான், பின்பற்றமாட்டான்.

குறள் எண்: 858

குறள்:

இகலிற்கு எதிர் சாய்தல் ஆக்கம். அதனை
மிகல் ஊக்கின் ஊக்குமாம் கேடு

இந்தக் குறளை எப்படி மாற்றிப் படிக்கவேண்டும்:

இகலிற்கு எதிர் சாய்தல் ஆக்கம். அதனை மிகல் ஊக்கின் கேடு ஊக்குமாம்

இந்தக் குறளில் உள்ள கடினமான சொற்களும் அவற்றின் பொருளும்:

இகலிற்கு => *மன வேறுபாட்டுக்கு*

எதிர் => *எதிராக*

சாய்தல் => *ஒதுங்குதல்*

ஆக்கம் => *நன்மை*

மிகல் => *வெல்லுதல் / கூடுதலாக ஆக்குதல்*

ஊக்கின் => *மேற்கொண்டால்*

ஊக்குமாம் => *மேற்கொள்ளுமாம்*

கேடு => *கெடுதல்*

எளிய உரை:

இகல் (மன வேறுபாடு) வரும்போது அதை எதிர்க்காமல் சாய்ந்து, வளைந்து, ஒதுங்கிக்கொள்வதுதான் நல்லது. அதை எதிர்த்து மோதினால் அது நம்மை அழித்துவிடும்.

குறள் எண்: 859

குறள்:

இகல் காணான் ஆக்கம் வருங்கால், அதனை
மிகல் காணும் கேடு தரற்கு

இந்தக் குறளை எப்படி மாற்றிப் படிக்கவேண்டும்:

ஆக்கம் வருங்கால் இகல் காணான், கேடு தரற்கு அதனை மிகல் காணும்

இந்தக் குறளில் உள்ள கடினமான சொற்களும் அவற்றின் பொருளும்:

இகல் => மன வேறுபாடு

காணான் => பொருட்படுத்தமாட்டான்

ஆக்கம் => நன்மை

வருங்கால் => வரும்போது

மிகல் => வெல்லுதல் / கூடுதலாக்குதல்

காணும் => காண்பான்

கேடு => கெடுதல்

தரற்கு => தருவதற்கு

எளிய உரை:

இகலைப் (மன வேறுபாட்டைப்) பொருட்படுத்தாமல் நம் வேலையைச் செய்துகொண்டிருந்தால் நன்மை வரும். அதைப் பெரிதாக நினைத்து முட்டி மோதினால் அழிவு வரும்.

குறள் எண்: 860

குறள்:

இகலான் ஆம் இன்னாத எல்லாம். நகலான் ஆம்
நல் நயம் என்னும் செருக்கு

இந்தக் குறளை எப்படி மாற்றிப் படிக்கவேண்டும்:

இகலான் இன்னாத எல்லாம் ஆம். நகலான் நல் நயம் என்னும் செருக்கு ஆம்

இந்தக் குறளில் உள்ள கடினமான சொற்களும் அவற்றின் பொருளும்:

இகலான் => மன வேறுபாட்டால்

ஆம் => ஆகும்

இன்னாத => தீயவை

நகலான் => நட்பால்

நல் நயம் => நல்ல நயம் / நல்ல இயல்பு

செருக்கு => பெருமிதம் / மகிழ்ச்சி

எளிய உரை:

பிறர்மீது இகல் (மன வேறுபாடு) கொண்டால் எல்லாத் தீமைகளும் வரும். பிறர்மீது நட்பு கொண்டால் நன்மையும் மகிழ்ச்சியும் பெருகும்.

அதிகாரம் 87: பகை மாட்சி
(பகைவர்களுடைய தகுதியை அறிந்து செயல்படுதல்)

குறள் எண்: 861

குறள்:

வலியார்க்கு மாறு ஏற்றல் ஓம்புக. ஓம்பா
மெலியார்மேல் மேக பகை

இந்தக் குறளை எப்படி மாற்றிப் படிக்கவேண்டும்:

வலியார்க்கு மாறு ஏற்றல் ஓம்புக. மெலியார்மேல் பகை ஓம்பா மேக

இந்தக் குறளில் உள்ள கடினமான சொற்களும் அவற்றின் பொருளும்:

வலியார்க்கு => நம்மைவிட வலிமையானவர்கள்மீது

மாறு => பகைமை

ஏற்றல் => கொள்ளுதல்

ஓம்புக => நீக்கிவிடுங்கள்

ஓம்பா => நீக்காமல்

மெலியார்மேல் => நம்மைவிட வலிமை குறைந்தவர்கள்மீது

மேக => விரும்புங்கள் / மேற்கொள்ளுங்கள்

எளிய உரை:

நம்மைவிட வலிமையானவர்களைப் பகைத்துக் கொள்ளக்கூடாது. நம்மைவிட வலிமை குறைந்தவர்களைத்தான் பகைத்துக்கொள்ள வேண்டும்.

குறள் எண்: 862

குறள்:

அன்பு இலன், ஆன்ற துணை இலன், தான் துவ்வான்
என் பரியும் ஏதிலான் துப்பு

இந்தக் குறளை எப்படி மாற்றிப் படிக்கவேண்டும்:

அன்பு இலன், ஆன்ற துணை இலன், தான் துவ்வான் ஏதிலான் துப்பு என் பரியும்

இந்தக் குறளில் உள்ள கடினமான சொற்களும் அவற்றின் பொருளும்:

இலன் => இல்லாதவன்

ஆன்ற => வலிமையான

துவ்வான் => வலிமை இல்லாதவன்

என் => எப்படி

பரியும் => தொலைப்பான் / நீக்குவான்

ஏதிலான் => பகைவன்

துப்பு => வலிமை

எளிய உரை:

வலிமையில்லாதவன், யார்மீதும் அன்பு செலுத்தாதவன், வலிமையான நண்பர்கள் இல்லாதவன் தன்னுடைய பகைவர்களை எப்படி வெல்வான்?

குறள் எண்: 863

குறள்:

அஞ்சும், அறியான், அமைவு இலன், ஈகலான்
தஞ்சம் எளியன் பகைக்கு

இந்தக் குறளை எப்படி மாற்றிப் படிக்கவேண்டும்:

அஞ்சும், அறியான், அமைவு இலன், ஈகலான் பகைக்குத் தஞ்சம் எளியன்

இந்தக் குறளில் உள்ள கடினமான சொற்களும் அவற்றின் பொருளும்:

அஞ்சும் => அஞ்சுவான்

அறியான் => அறிவற்றவன்

அமைவு இலன் => பிறரோடு பொருந்திப் பழகாதவன்

ஈகலான் => பிறருக்குக் கொடுத்து உதவும் பண்பு இல்லாதவன்

தஞ்சம் எளியன் => மிகவும் எளியவன் / எளிதில் வெல்லப்படுகிறவன்

எளிய உரை:

எதற்கெடுத்தாலும் அஞ்சுகிறவன், அறிவற்றவன், பிறருடன் பொருந்திப் பழகத் தெரியாதவன், பிறருக்கு உதவும் பண்பு இல்லாதவனைப் பகைவர்கள் எளிதில் வென்றுவிடுவார்கள்.

குறள் எண்: 864

குறள்:

> **நீங்கான் வெகுளி, நிறை இலன் எஞ்ஞான்றும்**
> **யாங்கணும் யார்க்கும் எளிது**

இந்தக் குறளை எப்படி மாற்றிப் படிக்கவேண்டும்:

> **வெகுளி நீங்கான், நிறை இலன் எஞ்ஞான்றும் யாங்கணும் யார்க்கும் எளிது**

இந்தக் குறளில் உள்ள கடினமான சொற்களும் அவற்றின் பொருளும்:

நீங்கான்	=>	*நீங்கமாட்டான்*
வெகுளி	=>	*சினம்*
நிறை இலன்	=>	*நிறைந்த பண்புகள் இல்லாதவன்*
எஞ்ஞான்றும்	=>	*எப்போதும்*
யாங்கணும்	=>	*எங்கும்*
யார்க்கும்	=>	*எவருக்கும்*
எளிது	=>	*எளியவன் / எளிதில் வெல்லப்படுகிறவன்*

எளிய உரை:

> *சினத்தைக் கட்டுப்படுத்தத் தெரியாதவன், நிறைந்த பண்புகள் இல்லாதவனை எந்த நேரத்திலும், எந்த இடத்திலும், யார் வேண்டுமானாலும் வென்றுவிடுவார்கள்.*

குறள் எண்: 865

குறள்:

வழி நோக்கான், வாய்ப்பன செய்யான், பழி நோக்கான்,
பண்பு இலன் பற்றார்க்கு இனிது

இந்தக் குறளை எப்படி மாற்றிப் படிக்கவேண்டும்:

வழி நோக்கான், வாய்ப்பன செய்யான், பழி நோக்கான், பண்பு இலன் பற்றார்க்கு இனிது

இந்தக் குறளில் உள்ள கடினமான சொற்களும் அவற்றின் பொருளும்:

வழி => நல்ல வழியைக் குறிக்கிறது

நோக்கான் => பார்க்கமாட்டான்

வாய்ப்பன => பயனுள்ள, நல்ல செயல்கள்

செய்யான் => செய்யமாட்டான்

இலன் => இல்லாதவன்

பற்றார்க்கு => பகைவர்களுக்கு

இனிது => இனியவன் / எளிதில் வெல்லப்படுகிறவன்

எளிய உரை:

நல்ல வழியில் நடக்காதவன், பயனுள்ள, நல்ல செயல்களைச் செய்யாதவன், கெட்ட செயல்களைச் செய்தால் தனக்குப் பழி வருமோ என்று எண்ணி அஞ்சாதவன், பண்பில்லாதவனைப் பகைவர்கள் எளிதில் வென்றுவிடுவார்கள்.

குறள் எண்: 866

குறள்:

காணாச் சினத்தான், கழி பெரும் காமத்தான்
பேணாமை பேணப்படும்

இந்தக் குறளை எப்படி மாற்றிப் படிக்கவேண்டும்:

காணாச் சினத்தான், கழி பெரும் காமத்தான் பேணாமை பேணப்படும்

இந்தக் குறளில் உள்ள கடினமான சொற்களும் அவற்றின் பொருளும்:

காணா => கண்மூடித்தனமான

சினத்தான் => சினம் கொண்டவன்

கழி பெரும் => மிகப் பெரிய

காமத்தான் => காம உணர்வைக் கொண்டவன்

பேணாமை => பகைமை

பேணப்படும் => விரும்பப்படும்

எளிய உரை:

ஒருவன் எதற்கெடுத்தாலும் கண்மூடித்தனமாகச் சினம் கொள்கிறான், மிகவும் காம உணர்வைக் கொண்டவனாக இருக்கிறான் என்றால், சுற்றியிருக்கிற எல்லாரும் அவனைப் பகைவனாகத்தான் நினைப்பார்கள்.

குறள் எண்: 867

குறள்:

**கொடுத்தும் கொளல் வேண்டும், மன்ற, அடுத்து இருந்து
மாணாத செய்வான் பகை**

இந்தக் குறளை எப்படி மாற்றிப் படிக்கவேண்டும்:

அடுத்து இருந்து மாணாத செய்வான் பகை, மன்ற, கொடுத்தும் கொளல் வேண்டும்

இந்தக் குறளில் உள்ள கடினமான சொற்களும் அவற்றின் பொருளும்:

கொடுத்தும்	=>	விலை கொடுத்தாவது
கொளல் வேண்டும்	=>	கொள்ளவேண்டும்
மன்ற	=>	உறுதியாக
அடுத்து இருந்து	=>	அருகில் இருந்து
மாணாத	=>	மாண்பற்ற / பொருந்தாத / சிறப்பில்லாத செயல்கள்
செய்வான்	=>	செய்கிறவன்

எளிய உரை:

கூட இருந்து குழி பறிக்கிறவன் நண்பன் இல்லை. அவனை எப்படியாவது பகைவனாக மாற்றிக்கொள்வது நமக்கு நல்லது.

குறள் எண்: 868

குறள்:

குணன் இலனாய்க் குற்றம் பல ஆயின், மாற்றார்க்கு
இனன் இலன் ஆம் ஏமாப்பு உடைத்து

இந்தக் குறளை எப்படி மாற்றிப் படிக்கவேண்டும்:

குணன் இலனாய்க் குற்றம் பல ஆயின் இனன் இலன் ஆம். மாற்றார்க்கு ஏமாப்பு உடைத்து

இந்தக் குறளில் உள்ள கடினமான சொற்களும் அவற்றின் பொருளும்:

குணன் இலனாய் => நற்குணங்கள் இல்லாதவனாக

பல ஆயின் => பலவாக இருந்தால்

மாற்றார்க்கு => பகைவர்களுக்கு

இனன் இலன் ஆம் => துணை இல்லாமல் தனித்து நிற்பவனாக ஆகின்ற

ஏமாப்பு உடைத்து => பாதுகாப்பு ஆகும்

எளிய உரை:

நற்குணங்கள் இல்லாதவன், பல்வேறு குற்றங்களைச் செய்கிறவனை யார்தான் நண்பனாக ஏற்றுக்கொள்வார்கள்? அவன் எப்போதும் தனியாகத்தான் நிற்பான். எதிரிகள் அவனை எளிதில் வென்றுவிடுவார்கள்.

குறள் எண்: 869

குறள்:

செறுவார்க்குச் சேண் இகவா இன்பம், அறிவு இலா
அஞ்சும் பகைவர்ப் பெறின்

இந்தக் குறளை எப்படி மாற்றிப் படிக்கவேண்டும்:

அறிவு இலா அஞ்சும் பகைவர்ப் பெறின் செறுவார்க்குச் சேண் இகவா இன்பம்

இந்தக் குறளில் உள்ள கடினமான சொற்களும் அவற்றின் பொருளும்:

செறுவார்க்கு	=>	*பகைவருக்கு*
சேண்	=>	*மேலான*
இகவா	=>	*நீங்காத*
அறிவு இலா	=>	*அறிவற்ற*
அஞ்சும்	=>	*அஞ்சுகின்ற*
பகைவர்ப் பெறின்	=>	*பகைவர்களைப் பெற்றால்*

எளிய உரை:

அறிவற்ற, எதற்கெடுத்தாலும் அஞ்சுகிற நபர்களைப் பகைவர்களாகப் பெற்றவர்களுக்கு எப்போதும் இன்பம்தான். (அப்படிப்பட்ட பகைவர்களை வெல்வது மிகவும் எளிது.)

குறள் எண்: 870

குறள்:

**கல்லான் வெகுளும் சிறு பொருள் எஞ்ஞான்றும்
ஒல்லானை ஒல்லாது ஒளி**

இந்தக் குறளை எப்படி மாற்றிப் படிக்கவேண்டும்:

கல்லான் வெகுளும் சிறு பொருள் ஒல்லானை எஞ்ஞான்றும் ஒளி ஒல்லாது

இந்தக் குறளில் உள்ள கடினமான சொற்களும் அவற்றின் பொருளும்:

கல்லான் => கல்வி அறிவற்றவன்

வெகுளும் => பகைத்துக்கொள்கிற

சிறு பொருள் => எளிய பொருள்

எஞ்ஞான்றும் => எப்போதும்

ஒல்லானை => பெற இயலாதவனை

ஒல்லாது => சேராது

ஒளி => புகழ்

எளிய உரை:

கல்வி அறிவற்ற ஒருவனை எதிர்த்து வெல்வது மிகவும் எளிது.

ஆனால், அதைக்கூடச் செய்ய இயலாதவர்கள் இருக்கிறார்கள். அவர்கள் எப்போதும் புகழ் பெறமாட்டார்கள்.

அதிகாரம் 88: பகைத்திறம் தெரிதல் (பகைவர்களை ஆராய்ந்து அறிதல்)

குறள் எண்: 871

குறள்:

பகை என்னும் பண்பு இல் அதனை ஒருவன்
நகையேயும் வேண்டற்பாற்று அன்று

இந்தக் குறளை எப்படி மாற்றிப் படிக்கவேண்டும்:

பகை என்னும் பண்பு இல் அதனை ஒருவன் நகையேயும் வேண்டற்பாற்று அன்று

இந்தக் குறளில் உள்ள கடினமான சொற்களும் அவற்றின் பொருளும்:

பண்பு இல் => பண்பற்ற

அதனை => ஒன்றை

நகையேயும் => விளையாட்டுக்காகவும்

வேண்டற்பாற்று அன்று => விரும்பக்கூடாது

எளிய உரை:

பகை என்பது ஒரு தீய பண்பு. விளையாட்டுக்காகவும் பிறர்மீது பகை கொள்ளவேண்டாம்.

குறள் எண்: 872

குறள்:

வில் ஏர் உழவர் பகை கொளினும் கொள்ளற்க
சொல் ஏர் உழவர் பகை

இந்தக் குறளை எப்படி மாற்றிப் படிக்கவேண்டும்:

வில் ஏர் உழவர் பகை கொளினும் சொல் ஏர் உழவர் பகை கொள்ளற்க

இந்தக் குறளில் உள்ள கடினமான சொற்களும் அவற்றின் பொருளும்:

வில் ஏர் உழவர் => ஏரைத் தொழிற்கருவியாக உடைய உழவர்களைப்போல், வில்லைத் தொழிற்கருவியாக உடைய வீரர்கள்

கொளினும் => கொண்டாலும்

கொள்ளற்க => கொள்ளவேண்டாம்

சொல் ஏர் உழவர் => சொற்களை(படிப்பை)த் தொழிற்கருவியாக உடைய அறிஞர்கள்

எளிய உரை:

வில் ஏந்திப் போர் செய்கிறவனைக்கூடப் பகைத்துக்கொள்ளலாம், அறிஞர்களை எப்போதும் பகைத்துக்கொள்ளக்கூடாது.

குறள் எண்: 873

குறள்:

ஏமுற்றவரினும் ஏழை, தமியனாய்ப்
பல்லார் பகை கொள்பவன்

இந்தக் குறளை எப்படி மாற்றிப் படிக்கவேண்டும்:

தமியனாய்ப் பல்லார் பகை கொள்பவன் ஏமுற்றவரினும் ஏழை

இந்தக் குறளில் உள்ள கடினமான சொற்களும் அவற்றின் பொருளும்:

ஏமுற்றவரினும் => பைத்தியம் பிடித்து மயங்கியவர்களைவிட

ஏழை => அறிவற்றவன்

தமியனாய் => தனியாக

பல்லார் => பலருடைய

எளிய உரை:

பலரைப் பகைத்துக்கொண்டு தனி ஆளாக நிற்கிறவன் பைத்தியக்காரனைவிட மோசமான முட்டாள்.

குறள் எண்: 874

குறள்:

பகை நட்பாக் கொண்டு ஒழுகும் பண்புடையாளன்
தகைமைக்கண் தங்கிற்று உலகு

இந்தக் குறளை எப்படி மாற்றிப் படிக்கவேண்டும்:

பகை நட்பாக் கொண்டு ஒழுகும் பண்புடையாளன் தகைமைக்கண் உலகு தங்கிற்று

இந்தக் குறளில் உள்ள கடினமான சொற்களும் அவற்றின் பொருளும்:

பகை	*=> பகைவர்களை*
நட்பாக் கொண்டு	*=> நட்பாகக் கொண்டு*
ஒழுகும்	*=> நடந்துகொள்கிற*
பண்புடையாளன்	*=> பண்புள்ளவன்*
தகைமைக்கண்	*=> சிறப்புக்குள்*
தங்கிற்று	*=> அடங்கி இருக்கும்*
உலகு	*=> உலகம்*

எளிய உரை:

பகைவர்களை நண்பர்களாக மாற்றிக்கொள்ளும் திறமை கொண்டவனை உலகம் மதித்துப் பின்பற்றும்.

குறள் எண்: 875

குறள்:

தன் துணை இன்றால், பகை இரண்டால், தான் ஒருவன்
இன் துணையாக் கொள்க அவற்றின் ஒன்று

இந்தக் குறளை எப்படி மாற்றிப் படிக்கவேண்டும்:

ஒருவன் தன் துணை இன்றால், பகை இரண்டால், தான் அவற்றின் ஒன்று இன் துணையாக் கொள்க

இந்தக் குறளில் உள்ள கடினமான சொற்களும் அவற்றின் பொருளும்:

துணை	*=> துணைவர் / நண்பர்*
இன்றால்	*=> இல்லாவிட்டால்*
இரண்டால்	*=> இரண்டாக இருந்தால்*
இன் துணையா	*=> இனிய துணையாக*
கொள்க	*=> ஏற்றுக்கொள்க*
அவற்றின்	*=> அவற்றில்*

எளிய உரை:

ஒருவனுக்கு நண்பர்கள் யாரும் இல்லை, ஆனால், இரண்டு பகைவர்கள் இருக்கிறார்கள்.

அப்படியானால், அவன் அந்த இரண்டு பகைவர்களில் ஒருவரைத் தன்னுடைய நண்பராக ஆக்கிக்கொள்ள முயலவேண்டும்.

குறள் எண்: 876

குறள்:

தேறினும் தேறாவிடினும் அழிவின்கண்
தேறான் பகாஅன் விடல்

இந்தக் குறளை எப்படி மாற்றிப் படிக்கவேண்டும்:

தேறினும் தேறாவிடினும் அழிவின்கண் தேறான் பகாஅன் விடல்

இந்தக் குறளில் உள்ள கடினமான சொற்களும் அவற்றின் பொருளும்:

தேறினும் => ஒருவனைப்பற்றி ஆராய்ந்து தெளிந்திருந்தாலும்

தேறாவிடினும் => அவ்வாறு தெளியாவிட்டாலும்

அழிவின்கண் => துன்பம் வரும் நேரத்தில்

தேறான் => தெளிவாகச் சேர்க்கப்படாதவன்

பகாஅன் => நீக்கப்படாதவன்

விடல் => விடவேண்டும்

எளிய உரை:

ஒருவன் நல்லவனா, கெட்டவனா என்று நாம் முன்பே ஆராய்ந்திருக்கலாம், அவ்வாறு ஆராயாமலும் இருக்கலாம். ஆனால், நமக்குத் துன்பம் வரும் நேரத்தில் நாம் அவனைச் சேர்த்துக்கொள்ளவும் கூடாது, விலக்கிவைக்கவும் கூடாது, அவனைப்பற்றி எந்தத் தீர்மானமும் எடுக்காமல் நடுநிலையில் இருந்துவிடவேண்டும்.

குறள் எண்: 877

குறள்:

நோவற்க நொந்தது அறியார்க்கு. மேவற்க
மென்மை பகைவர் அகத்து

இந்தக் குறளை எப்படி மாற்றிப் படிக்கவேண்டும்:

நொந்தது அறியார்க்கு நோவற்க. பகைவர் அகத்து மென்மை மேவற்க

இந்தக் குறளில் உள்ள கடினமான சொற்களும் அவற்றின் பொருளும்:

நோவற்க	*=> துன்பத்தைச் சொல்லவேண்டாம்*
நொந்தது	*=> துன்பப்பட்டது*
அறியார்க்கு	*=> தெரியாதவர்களுக்கு*
மேவற்க	*=> (சொல்வதை) விரும்பவேண்டாம்*
மென்மை	*=> வலிமையின்மை*
பகைவர் அகத்து	*=> பகைவர்களிடம்*

எளிய உரை:

நமக்கு வரக்கூடிய துன்பத்தைத் தானாக அறிந்துகொண்டு உதவுகிறவர்கள்தான் நம் நண்பர்கள். அப்படி இல்லாதவர்களிடம் நாமே நம் துன்பத்தைப்பற்றிச் சொல்லக்கூடாது.

அதேபோல், நம்முடைய குறைகள் எதிரிகளுக்குத் தெரியாதபடி பார்த்துக்கொள்ளவேண்டும்.

குறள் எண்: 878

குறள்:

**வகை அறிந்து, தன் செய்து, தன் காப்ப, மாயும்
பகைவர்கண் பட்ட செருக்கு**

இந்தக் குறளை எப்படி மாற்றிப் படிக்கவேண்டும்:

வகை அறிந்து, தன் செய்து, தன் காப்ப, பகைவர்கண் பட்ட செருக்கு மாயும்

இந்தக் குறளில் உள்ள கடினமான சொற்களும் அவற்றின் பொருளும்:

வகை	=>	தொழில் செய்யும் முறை
தன் செய்து	=>	தன்னை வளர்த்துக்கொண்டு
தன் காப்ப	=>	தன்னைக் காத்துக்கொண்டால்
மாயும்	=>	அழியும்
பகைவர்கண்	=>	பகைவர்களிடம்
பட்ட	=>	உண்டான
செருக்கு	=>	ஆணவம்

எளிய உரை:

நம்முடைய வேலைகளை எப்படிச் செய்வது என்று தெரிந்துகொள்ள வேண்டும், நன்கு உழைத்து நம்மை வளர்த்துக்கொள்ளவேண்டும், ஆபத்துகளிலிருந்து பாதுகாத்துக்கொள்ளவேண்டும். இதை நாம் முறையாகச் செய்தால், எதிரிகள் நம்மிடம் வாலாட்டமாட்டார்கள்.

குறள் எண்: 879

குறள்:

இளைதாக முள் மரம் கொல்க, களையுநர்
கை கொல்லும் காழ்த்த இடத்து

இந்தக் குறளை எப்படி மாற்றிப் படிக்கவேண்டும்:

முள் மரம் இளைதாகக் கொல்க. (முள் மரம்) காழ்த்த இடத்துக் களையுநர் கை கொல்லும்

இந்தக் குறளில் உள்ள கடினமான சொற்களும் அவற்றின் பொருளும்:

இளைதாக	=> இளையதாக
கொல்க	=> வெட்டி வீழ்த்திவிடுங்கள்
களையுநர்	=> வெட்டுபவர்
கை கொல்லும்	=> கையைத் தாக்கி வலி உண்டாக்கும்
காழ்த்த	=> முதிர்ந்த
இடத்து	=> இடத்தில்

எளிய உரை:

முள் மரம் சிறியதாக இருக்கும்போதே அதை வெட்டிவிடவேண்டும். நன்கு வளர்ந்தபிறகு அதை வெட்டினால், நம் கையைக் குத்திக் காயப்படுத்திவிடும். (பகைவர்களை வளரவிடக்கூடாது, முளையிலேயே கிள்ளிவிடவேண்டும்.)

குறள் எண்: 880

குறள்:

உயிர்ப்ப, உளர் அல்லர் மன்ற, செயிர்ப்பவர்
செம்மல் சிதைக்கலாதார்

இந்தக் குறளை எப்படி மாற்றிப் படிக்கவேண்டும்:

செயிர்ப்பவர் செம்மல் சிதைக்கலாதார் உயிர்ப்ப, மன்ற உளர் அல்லர்

இந்தக் குறளில் உள்ள கடினமான சொற்களும் அவற்றின் பொருளும்:

உயிர்ப்ப => மூச்சு விட

உளர் அல்லர் => இருக்கமாட்டார்கள்

மன்ற => உறுதியாக

செயிர்ப்பவர் => எதிரிகள்

செம்மல் => பெருமை / திமிர்

சிதைக்கலாதார் => அழிக்காதவர்கள்

எளிய உரை:

எதிரியை வெல்லமுடியாதவர்கள் உண்மையில் வாழ்வதில்லை, வெறுமனே மூச்சு விடுகிறார்கள், அவ்வளவுதான். (எந்நேரமும் எதிரியை எண்ணி அஞ்சிக்கொண்டிருப்பது ஒரு வாழ்க்கையா!)

அதிகாரம் 89: உட்பகை
(கூட இருந்து குழிபறிக்கும் பகைவர்கள்)

குறள் எண்: 881

குறள்:

நிழல், நீரும் இன்னாத இன்னா. தமர் நீரும்
இன்னாவாம் இன்னா செயின்

இந்தக் குறளை எப்படி மாற்றிப் படிக்கவேண்டும்:

நிழல், நீரும் இன்னாத இன்னா. தமர் நீரும் இன்னா செயின் இன்னாவாம்

இந்தக் குறளில் உள்ள கடினமான சொற்களும் அவற்றின் பொருளும்:

இன்னாத => தீயவற்றைச் செய்தால்
இன்னா => இனிமையற்றவை
தமர் => நம்முடையவர்கள் / நண்பர்கள் / உறவினர்கள்
நீரும் => இயல்பும்
இன்னாவாம் => இனிமையற்றதாம்
செயின் => செய்தால்

எளிய உரை:

பொதுவாக, நிழலில் ஓய்வெடுப்பதும், நீர் அருந்துவதும் நல்ல செயல்கள்தான். ஆனால், ஒருவேளை, அவை நம் உடலுக்குத் தீங்கு செய்யும் என்றால், அவற்றைத் தீயவையாகக் கருதி ஒதுக்கிவிடவேண்டும்.

அதுபோல, நம்முடன் இருப்பவர்களில் யாராவது நமக்குத் தீங்கு செய்யக்கூடும். அவர்களை நாம் அடையாளம் கண்டு ஒதுக்கிவிடவேண்டும்.

குறள் எண்: 882

குறள்:

வாள்போல் பகைவரை அஞ்சற்க, அஞ்சுக
கேள்போல் பகைவர் தொடர்பு

இந்தக் குறளை எப்படி மாற்றிப் படிக்கவேண்டும்:

வாள்போல் பகைவரை அஞ்சற்க. கேள்போல் பகைவர் தொடர்பு அஞ்சுக

இந்தக் குறளில் உள்ள கடினமான சொற்களும் அவற்றின் பொருளும்:

வாள்போல் => வாளைப்போல்

அஞ்சற்க => அஞ்சவேண்டாம்

அஞ்சுக => அஞ்சுங்கள்

கேள்போல் => உறவினரைப்போல்

தொடர்பு => நட்பு

எளிய உரை:

வாளைப்போல் நம்மீது பாய்கின்ற பகைவனைக்கூடச் சமாளித்துவிடலாம், கூடவே இருந்து குழிபறிக்கிற உட்பகைவனைச் சமாளிப்பதுதான் கடினம். அதனால், பகைவர்களைவிட, உட்பகைவர்களை எண்ணி அச்சப்படுங்கள்!

குறள் எண்: 883

குறள்:

உள் பகை அஞ்சித் தன் காக்க, உலைவு இடத்து
மண் பகையின் மாணத் தெறும்

இந்தக் குறளை எப்படி மாற்றிப் படிக்கவேண்டும்:

உள் பகை அஞ்சித் தன் காக்க. உலைவு இடத்து (உள் பகை) மண் பகையின் மாணத் தெறும்

இந்தக் குறளில் உள்ள கடினமான சொற்களும் அவற்றின் பொருளும்:

அஞ்சி => அச்சப்பட்டு

தன் காக்க => தன்னைக் காத்துக்கொள்ளவேண்டும்

உலைவு => தளர்ச்சி / அழிவு / துன்பம்

இடத்து => இடத்தில்

மண் பகையின் => உள்ளிழுத்து அழிக்கக்கூடிய புதைமண்ணைப்போல்

மாண => கண்டிப்பாக

தெறும் => அழிக்கும்

எளிய உரை:

நம்முடன் இருந்து நமக்குத் தீமை செய்கிறவர்களைக் கண்டு அஞ்சவேண்டும், அவர்களிடமிருந்து நம்மைக் காப்பாற்றிக்கொள்ளவேண்டும்.

ஏனெனில், நாம் துன்பப்பட்டுச் சோர்ந்து நிற்கும்போது இவர்கள் கண்டிப்பாக நமக்கு உதவமாட்டார்கள், புதைமண்ணைப்போல் நம்மை உள்ளே இழுத்து அழிக்கத்தான் பார்ப்பார்கள்.

குறள் எண்: 884

குறள்:

மனம் மாணா உள் பகை தோன்றின் இனம் மாணா
ஏதம் பலவும் தரும்

இந்தக் குறளை எப்படி மாற்றிப் படிக்கவேண்டும்:

மனம் மாணா உள் பகை தோன்றின் இனம் மாணா ஏதம் பலவும் தரும்

இந்தக் குறளில் உள்ள கடினமான சொற்களும் அவற்றின் பொருளும்:

மாணா => சிறப்பற்ற

தோன்றின் => தோன்றினால்

இனம் => சுற்றத்தார்

மாணா => சிறப்பாக அமையாத

ஏதம் => குற்றம்

பலவும் => பலவற்றையும்

எளிய உரை:

நம்மைச் சுற்றிக் கெட்ட மனம் கொண்ட உட்பகைவர்கள் யாராவது இருந்தால், அவர்களைக் கண்டுபிடித்து வெளியேற்றவேண்டும். இல்லாவிட்டால், நாம் பல குற்றங்களுக்கு ஆளாவோம், நம் சுற்றத்தார்கூட நம்முடன் சேரமாட்டார்கள்.

குறள் எண்: 885

குறள்:

உறல் முறையான் உள் பகை தோன்றின் இறல் முறையான்
ஏதம் பலவும் தரும்

இந்தக் குறளை எப்படி மாற்றிப் படிக்கவேண்டும்:

உறல் முறையான் உள் பகை தோன்றின் இறல் முறையான் ஏதம் பலவும் தரும்

இந்தக் குறளில் உள்ள கடினமான சொற்களும் அவற்றின் பொருளும்:

உறல் => உறவு

முறையான் => முறையைக் கொண்ட

தோன்றின் => தோன்றினால்

இறல் => இறப்பு

ஏதம் => குற்றம்

பலவும் => பலவற்றையும்

எளிய உரை:

நம்முடைய உறவினர்கள் யாராவது நமக்குத் தீமை செய்தால், அவர்களைக் கண்டுபிடித்து வெளியேற்றவேண்டும். இல்லாவிட்டால், நாம் பல குற்றங்களுக்கு ஆளாவோம், மிகப் பெரிய துன்பங்களைச் சந்திப்போம்.

குறள் எண்: 886

குறள்:

> **ஒன்றாமை ஒன்றியார்கண் படின் எஞ்ஞான்றும்**
> **பொன்றாமை ஒன்றல் அரிது**

இந்தக் குறளை எப்படி மாற்றிப் படிக்கவேண்டும்:

> **ஒன்றியார்கண் ஒன்றாமை படின் பொன்றாமை ஒன்றல் எஞ்ஞான்றும் அரிது**

இந்தக் குறளில் உள்ள கடினமான சொற்களும் அவற்றின் பொருளும்:

ஒன்றாமை => பகைமை

ஒன்றியார்கண் => பழகியவர்களிடம் / தெரிந்தவர்களிடம்

படின் => உண்டானால்

எஞ்ஞான்றும் => எப்போதும்

பொன்றாமை => அழியாமல் இருத்தல்

ஒன்றல் => பொருந்துதல்

அரிது => கடினம்

எளிய உரை:

நமக்குத் தெரிந்தவர்களில் சிலர் நமக்கு உட்பகைவர்களாக மாறக்கூடும். அப்படிப்பட்டவர்களை அருகில் வைத்திருந்தால் அவர்கள் நம்மை அழித்துவிடுவார்கள்.

குறள் எண்: 887

குறள்:

செப்பின் புணர்ச்சிபோல் கூடினும் கூடாதே,
உள் பகை உற்ற குடி

இந்தக் குறளை எப்படி மாற்றிப் படிக்கவேண்டும்:

உள் பகை உற்ற குடி செப்பின் புணர்ச்சிபோல் கூடினும் கூடாதே

இந்தக் குறளில் உள்ள கடினமான சொற்களும் அவற்றின் பொருளும்:

செப்பின் => செப்பினுடைய / சிமிழினுடைய

புணர்ச்சிபோல் => சேர்ந்திருக்கும் தன்மையைப்போல்

கூடினும் => சேர்ந்தாலும்

கூடாது => சேராது

உற்ற => உண்டான

குடி => குடும்பம்

எளிய உரை:

செப்பும் அதன் மூடியும் எப்போதும் சேர்ந்திருப்பதுபோல்தான் காணப்படுகின்றன. ஆனால், அவை உண்மையில் சேர்ந்திருப்பதில்லை. நாம் கையால் தொட்டு இழுத்தால் அவை தனித்தனியாகப் பிரிந்துவிடுகின்றன.

உள் பகை கொண்ட குடும்பத்தைச் சேர்ந்தவர்களும் அப்படித்தான். (உள் பகை வந்தவர்கள் வெளிப் பார்வைக்குச் சேர்ந்து இருந்தாலும் உள்ளுக்குள் பிரிந்துதான் இருப்பார்கள்.)

குறள் எண்: 888

குறள்:

அரம் பொருத பொன் போலத் தேயும் உரம் பொருது
உள் பகை உற்ற குடி

இந்தக் குறளை எப்படி மாற்றிப் படிக்கவேண்டும்:

உள் பகை உற்ற குடி அரம் பொருத பொன் போலப் பொருது உரம் தேயும்

இந்தக் குறளில் உள்ள கடினமான சொற்களும் அவற்றின் பொருளும்:

அரம்	=> ஒருவகைக் கருவி
பொருத	=> அராவப்பட்ட / தேய்க்கப்பட்ட
பொன் போல	=> இரும்பைப்போல்
உரம்	=> வலிமை
பொருது	=> சண்டையிட்டு / தேய்க்கப்பட்டு
உற்ற	=> உண்டான
குடி	=> குடும்பம்

எளிய உரை:

இரும்பு வலிமையானதுதான். ஆனால், அதை அரத்தால் திரும்பத் திரும்பத் தேய்த்தால், அது கொஞ்சங்கொஞ்சமாகத் தேய்ந்து அழிந்துவிடும்.

உள் பகை கொண்ட குடும்பமும் அப்படித்தான். அதில் உள்ளவர்கள் ஒருவரோடு ஒருவர் சண்டையிட்டு அழிந்து விடுவார்கள்.

குறள் எண்: 449

குறள்:

எள் பகவு அன்ன சிறுமைத்தே ஆயினும்
உள் பகை உள்ளதாம் கேடு

இந்தக் குறளை எப்படி மாற்றிப் படிக்கவேண்டும்:

உள் பகை எள் பகவு அன்ன சிறுமைத்தே ஆயினும் கேடு உள்ளதாம்

இந்தக் குறளில் உள்ள கடினமான சொற்களும் அவற்றின் பொருளும்:

எள் பகவு => *உடைந்த எள்*

அன்ன => *போன்ற*

சிறுமைத்தே => *சிறியதுதான்*

ஆயினும் => *என்றாலும்*

உள்ளதாம் => *கொண்டதாம்*

கேடு => *கெடுதல்*

எளிய உரை:

உடைந்த எள்ளைப்போல் சிறிய அளவில் உள் பகை இருந்தாலும் கண்டிப்பாகக் கெடுதல் வரும்.

குறள் எண்: 890

குறள்:

உடம்பாடு இலாதவர் வாழ்க்கை குடங்கருள்
பாம்போடு உடன் உறைந்தற்று

இந்தக் குறளை எப்படி மாற்றிப் படிக்கவேண்டும்:

உடம்பாடு இலாதவர் வாழ்க்கை குடங்கருள் பாம்போடு உடன் உறைந்தற்று

இந்தக் குறளில் உள்ள கடினமான சொற்களும் அவற்றின் பொருளும்:

உடம்பாடு => மனப் பொருத்தம்

இலாதவர் => இல்லாதவர்

குடங்கருள் => குடிசைக்குள்

பாம்போடு => பாம்புடன்

உடன் உறைந்தற்று => சேர்ந்து வசிப்பதைப்போன்றது

எளிய உரை:

மனப் பொருத்தம் இல்லாதவர்களோடு வாழ்வதும், ஒரு குடிசைக்குள் பாம்போடு குடியிருப்பதும் ஒன்றுதான்.

அதிகாரம் 90: பெரியாரைப் பிழையாமை
(பெரியோரை மதித்து நடத்தல்)

குறள் எண்: 891

குறள்:

ஆற்றுவார் ஆற்றல் இகழாமை, போற்றுவார்
போற்றலுள் எல்லாம் தலை

இந்தக் குறளை எப்படி மாற்றிப் படிக்கவேண்டும்:

ஆற்றுவார் ஆற்றல் இகழாமை, போற்றுவார் போற்றலுள் எல்லாம் தலை

இந்தக் குறளில் உள்ள கடினமான சொற்களும் அவற்றின் பொருளும்:

ஆற்றுவார்	=> ஒரு செயலைச் செய்யவல்லவர்கள்
ஆற்றல்	=> திறமை
இகழாமை	=> இகழ்ந்து பேசாமல் இருத்தல்
போற்றுவார்	=> காப்பவர்கள்
போற்றலுள்	=> காவல்களில்
தலை	=> சிறப்பு

எளிய உரை:

நம்மை நாமே காப்பாற்றிக்கொள்ள மிகச் சிறந்த வழி, ஒழுங்காக வேலை செய்கிற பெரியவர்களுடைய திறமையை இகழ்ந்து பேசாமல் இருப்பதுதான்.

குறள் எண்: 892

குறள்:

பெரியாரைப் பேணாது ஒழுகின் பெரியாரால்
பேரா இடும்பை தரும்

இந்தக் குறளை எப்படி மாற்றிப் படிக்கவேண்டும்:

பெரியாரைப் பேணாது ஒழுகின் பெரியாரால் பேரா இடும்பை தரும்

இந்தக் குறளில் உள்ள கடினமான சொற்களும் அவற்றின் பொருளும்:

பேணாது => மதிக்காமல்

ஒழுகின் => நடந்துகொண்டால்

பேரா => நீங்காத

இடும்பை => துன்பம்

தரும் => உண்டாகும்

எளிய உரை:

நாம் பெரியவர்களை மதித்து நடக்கவேண்டும். இல்லாவிட்டால், அதே பெரியவர்களால் நமக்குப் பெரிய துன்பங்கள் வரும்.

குறள் எண்: 893

குறள்:

கெடல் வேண்டின், கேளாது செய்க அடல் வேண்டின்
ஆற்றுபவர்கண் இழுக்கு

இந்தக் குறளை எப்படி மாற்றிப் படிக்கவேண்டும்:

கெடல் வேண்டின், அடல் வேண்டின் ஆற்றுபவர்கண் இழுக்கு கேளாது செய்க

இந்தக் குறளில் உள்ள கடினமான சொற்களும் அவற்றின் பொருளும்:

கெடல் => கெட்டுப்போவது

வேண்டின் => விரும்பினால்

கேளாது => கேட்காமல்

செய்க => செய்யுங்கள்

அடல் => கொல்லுதல்

ஆற்றுபவர்கண் => செய்கிறவர்களிடம்

இழுக்கு => குற்றம்

எளிய உரை:

அழிந்துபோக விரும்புகிறீர்களா?

அப்படியானால், தங்கள் விருப்பம்போல் யாரையும் கொன்று அழிக்கக்கூடிய வலிமை மிக்க பெரியவர்களைப் போய்ச் சீண்டுங்கள்.

குறள் எண்: 894

குறள்:

கூற்றத்தைக் கையால் விளித்தற்றால், ஆற்றுவார்க்கு
ஆற்றாதார் இன்னா செயல்

இந்தக் குறளை எப்படி மாற்றிப் படிக்கவேண்டும்:

ஆற்றுவார்க்கு ஆற்றாதார் இன்னா செயல் கூற்றத்தைக் கையால் விளித்தற்றால்

இந்தக் குறளில் உள்ள கடினமான சொற்களும் அவற்றின் பொருளும்:

கூற்றத்தை => கூற்றுவனை / எமனை

விளித்தற்றால் => அழைப்பதைப்போன்றது

ஆற்றுவார்க்கு => செய்யக்கூடியவர்களுக்கு

ஆற்றாதார் => செய்யும் திறமையற்றவர்கள்

இன்னா => தீமை

செயல் => செய்தல்

எளிய உரை:

ஆற்றல் இல்லாத சிறியவர்கள் ஆற்றல் மிக்க பெரியவர்களைச் சீண்டக்கூடாது. அப்படிச் சீண்டினால், அவர்கள் எமனைக் கை காட்டி அழைக்கிறார்கள் என்று பொருள்.

குறள் எண்: 895

குறள்:

யாண்டுச் சென்று யாண்டும் உளர் ஆகார், வெம் துப்பின்
வேந்து செறப்பட்டவர்

இந்தக் குறளை எப்படி மாற்றிப் படிக்கவேண்டும்:

வெம் துப்பின் வேந்து செறப்பட்டவர் யாண்டுச் சென்று யாண்டும் உளர் ஆகார்

இந்தக் குறளில் உள்ள கடினமான சொற்களும் அவற்றின் பொருளும்:

யாண்டு	=> எங்கு
யாண்டும்	=> எங்கும்
உளர் ஆகார்	=> உயிர் வாழமாட்டார்கள்
வெம் துப்பின்	=> மிகுந்த வலிமையைக் கொண்ட
வேந்து	=> அரசர்
செறப்பட்டவர்	=> சினத்துக்கு ஆளானவர்கள்

எளிய உரை:

வலிமை மிக்க அரசனைச் சீண்டியவர்கள் அழிவது உறுதி. உலகில் எங்கு சென்று ஒளிந்தாலும் அவர்களால் உயிர் பிழைக்கமுடியாது.

குறள் எண்: 896

குறள்:

எரியால் சுடப்படினும் உய்வு உண்டாம். உய்யார்
பெரியார்ப் பிழைத்து ஒழுகுவார்

இந்தக் குறளை எப்படி மாற்றிப் படிக்கவேண்டும்:

எரியால் சுடப்படினும் உய்வு உண்டாம். பெரியார்ப் பிழைத்து ஒழுகுவார் உய்யார்

இந்தக் குறளில் உள்ள கடினமான சொற்களும் அவற்றின் பொருளும்:

எரியால் => நெருப்பால்

சுடப்படினும் => சுடப்பட்டாலும்

உய்வு => தப்புதல் / உயிர் பிழைத்தல்

உய்யார் => தப்பமாட்டார் / உயிர் பிழைக்கமாட்டார்

பெரியார்ப் பிழைத்து => பெரியவர்களிடம் தவறு செய்து

ஒழுகுவார் => நடப்பவர்கள்

எளிய உரை:

தீ விபத்தில் சிக்கி உயிர் பிழைத்தவர்கள் உண்டு. ஆனால், பெரியவர்களைப் பகைத்துக்கொண்டு உயிர் பிழைத்தவர்கள் யாரும் இல்லை.

குறள் எண்: 897

குறள்:

வகை மாண்ட வாழ்க்கையும் வான் பொருளும் என் ஆம்,
தகை மாண்ட தக்கார் செறின்

இந்தக் குறளை எப்படி மாற்றிப் படிக்கவேண்டும்:

தகை மாண்ட தக்கார் செறின் வகை மாண்ட வாழ்க்கையும் வான் பொருளும் என் ஆம்

இந்தக் குறளில் உள்ள கடினமான சொற்களும் அவற்றின் பொருளும்:

வகை மாண்ட => பல வகைப் பெருமைகளை உடைய

வான் பொருளும் => மிகப் பெரிய செல்வமும்

என் => என்ன

ஆம் => ஆகும்

தகை மாண்ட => தகுதியும் பெருமையும் கொண்ட

தக்கார் => தகுதியுள்ள பெரியோர்கள்

செறின் => சினம் கொண்டால்

எளிய உரை:

ஒருவன் பல வகைச் சிறப்புகளோடும், பெரிய செல்வத்தோடும் வாழ்ந்தால் என்ன? அவன் தகுதியும் பெருமையும் கொண்ட பெரியவர்களைப் பகைத்துக்கொண்டால், இவை அனைத்தும் அழிந்துபோகும்.

குறள் எண்: 898

குறள்:

**குன்று அன்னார் குன்ற மதிப்பின், குடியொடு
நின்றன்னார் மாய்வர் நிலத்து**

இந்தக் குறளை எப்படி மாற்றிப் படிக்கவேண்டும்:

குன்று அன்னார் குன்ற மதிப்பின், நிலத்து நின்றன்னார் குடியொடு மாய்வர்

இந்தக் குறளில் உள்ள கடினமான சொற்களும் அவற்றின் பொருளும்:

குன்று அன்னார் => குன்றைப்போல் உயர்ந்த பெரியவர்கள்

குன்ற => கெட

மதிப்பின் => நினைத்தால்

குடியொடு => குடும்பத்துடன்

நின்றன்னார் => நிலைத்து இருப்பதைப்போன்றவர்கள்

மாய்வர் => அழிவார்கள்

நிலத்து => நிலத்தில்

எளிய உரை:

குன்றைப்போல் உயர்ந்த பெரியவர்களைப் பகைத்துக்கொள்ளக் கூடாது. அவர்கள் சினத்தோடு பார்த்தால், எப்பேர்ப்பட்ட குடும்பமும் அழிந்துவிடும்.

குறள் எண்: 899

குறள்:

ஏந்திய கொள்கையார் சீறின், இடை முரிந்து
வேந்தனும் வேந்து கெடும்

இந்தக் குறளை எப்படி மாற்றிப் படிக்கவேண்டும்:

ஏந்திய கொள்கையார் சீறின், வேந்தனும் இடை வேந்து முரிந்து கெடும்

இந்தக் குறளில் உள்ள கடினமான சொற்களும் அவற்றின் பொருளும்:

ஏந்திய => உயர்ந்த

கொள்கையார் => கொள்கைகளை உடையவர்கள்

சீறின் => சினம் கொண்டால்

இடை => நடுவில்

முரிந்து => கெட்டு

வேந்தனும் => அரசனும்

வேந்து => ஆட்சி நிலை

கெடும் => அழிவான்

எளிய உரை:

உயர்ந்த கொள்கைகளைக் கொண்ட பெரியவர்களைச் சீண்டுகிறவன் அழிந்துபோவான். அவன் அரசனாகவே இருந்தாலும், அவனுடைய ஆட்சி நொறுங்கிப்போகும்.

குறள் எண்: 900

குறள்:

இறந்து அமைந்த சார்பு உடையர் ஆயினும் உய்யார்,
சிறந்து அமைந்த சீரார் செறின்

இந்தக் குறளை எப்படி மாற்றிப் படிக்கவேண்டும்:

சிறந்து அமைந்த சீரார் செறின், இறந்து அமைந்த சார்பு உடையர் ஆயினும் உய்யார்

இந்தக் குறளில் உள்ள கடினமான சொற்களும் அவற்றின் பொருளும்:

இறந்து அமைந்த => மிகப் பெரிதாக அமைந்த

சார்பு => துணை

உடையர் => உடையவர்

ஆயினும் => என்றாலும்

உய்யார் => பிழைக்கமாட்டார்கள்

சிறந்து அமைந்த => சிறப்பான

சீரார் => சிறப்பு மிக்க பெரியவர்கள்

செறின் => சினம் கொண்டால்

எளிய உரை:

சிறந்த பெரியவர்களுடைய சினத்தைத் தூண்டுகிறவன் அழிந்துபோவான். அவனுக்குத் துணையாக எத்தனை பேர் வந்து நின்றாலும் அவனைக் காப்பாற்றமுடியாது.

அதிகாரம் 91: பெண்வழிச் சேறல்
(மிகுந்த காமத்தால் கடமைகளை மறத்தல்)

குறள் எண்: 901

குறள்:

மனை விழைவார் மாண் பயன் எய்தார். வினை விழைவார்
வேண்டாப் பொருளும் அது

இந்தக் குறளை எப்படி மாற்றிப் படிக்கவேண்டும்:

மனை விழைவார் மாண் பயன் எய்தார். வினை விழைவார் வேண்டாப் பொருளும் அது

இந்தக் குறளில் உள்ள கடினமான சொற்களும் அவற்றின் பொருளும்:

மனை விழைவார்	=>	*மிகுந்த காமத்தால் எப்போதும் தன்னுடைய துணையை மட்டும் எண்ணிக்கொண்டிருப்பவர்கள்*
மாண்	=>	*மாண்புடைய / உயர்ந்த*
எய்தார்	=>	*பெறமாட்டார்கள்*
வினை விழைவார்	=>	*செயலை விரும்புகிறவர்கள்*
வேண்டா	=>	*விரும்பாத*

எளிய உரை:

எப்போதும் காம எண்ணங்களில் மூழ்கியிருப்பவர்களால் எதையும் சாதிக்கமுடியாது. அதனால், செயல் ஆர்வம் கொண்டவர்கள் அதை விரும்பமாட்டார்கள்.

குறள் எண்: 902

குறள்:

பேணாது பெண் விழைவான் ஆக்கம் பெரியது ஓர்
நாண் ஆக நாணுத் தரும்

இந்தக் குறளை எப்படி மாற்றிப் படிக்கவேண்டும்:

பேணாது பெண் விழைவான் ஆக்கம் பெரியது ஓர் நாண் ஆக நாணுத் தரும்

இந்தக் குறளில் உள்ள கடினமான சொற்களும் அவற்றின் பொருளும்:

பேணாது	=> தன்னுடைய கடமைகளைச் செய்து காப்பாற்றாமல்
பெண் விழைவான்	=> காமத்தை விரும்புபவன்
ஆக்கம்	=> செல்வம்
நாண்	=> நாணம்
நாணு	=> நாணம்

எளிய உரை:

தன்னுடைய கடமைகளை மறந்து காமத்தில் மூழ்கிக் கிடக்கிறவனிடம் எவ்வளவு செல்வம் இருந்தால்தான் என்ன? அவன் உலகின்முன் நாணித் தலைகுனிந்து நிற்பான்.

குறள் எண்: 903

குறள்:

இல்லாள்கண் தாழ்ந்த இயல்பு இன்மை எஞ்ஞான்றும்
நல்லாருள் நாணுத் தரும்

இந்தக் குறளை எப்படி மாற்றிப் படிக்கவேண்டும்:

இல்லாள்கண் தாழ்ந்த இயல்பு இன்மை எஞ்ஞான்றும் நல்லாருள் நாணுத் தரும்

இந்தக் குறளில் உள்ள கடினமான சொற்களும் அவற்றின் பொருளும்:

இல்லாள்கண் => மனைவியிடம்

இன்மை => இல்லாமலிருத்தல்

எஞ்ஞான்றும் => எப்போதும்

நல்லாருள் => நல்லவர்களுக்கு நடுவில்

நாணு => நாணம்

எளிய உரை:

காமத்தில் மயங்கி, அதற்கென்று மனைவியின்முன் பணிந்து கிடக்கிறவனை யாரும் மதிக்கமாட்டார்கள். அவன் நல்லவர்களுக்கு நடுவில் நாணப்பட்டு நிற்பான்.

குறள் எண்: 904

குறள்:

மனையாளை அஞ்சும் மறுமை இலாளன்
வினை ஆண்மை வீறு எய்தல் இன்று

இந்தக் குறளை எப்படி மாற்றிப் படிக்கவேண்டும்:

மனையாளை அஞ்சும் மறுமை இலாளன் வினை ஆண்மை வீறு எய்தல் இன்று

இந்தக் குறளில் உள்ள கடினமான சொற்களும் அவற்றின் பொருளும்:

மனையாள் => மனைவி

மறுமை இலாளன் => தனக்குப்பின் பிறரால் புகழப்படும் தன்மை இல்லாதவன்

வினை ஆண்மை => செயலை நன்கு ஆளுதல் / செய்தல்

வீறு => பெருமை

எய்தல் => பெறுதல்

இன்று => இல்லை

எளிய உரை:

காமத்தில் மயங்கி, அது கிடைக்காதோ என்கிற நடுக்கத்தில் மனைவியைக் கண்டு அஞ்சுகிறவனை யாரும் மதிக்கமாட்டார்கள். அவனால் எந்த வேலையையும் சிறப்பாகச் செய்து புகழ் பெற இயலாது.

குறள் எண்: 905

குறள்:

இல்லாளை அஞ்சுவான் அஞ்சும் மற்று எஞ்ஞான்றும்
நல்லார்க்கு நல்ல செயல்

இந்தக் குறளை எப்படி மாற்றிப் படிக்கவேண்டும்:

இல்லாளை அஞ்சுவான் மற்று எஞ்ஞான்றும் நல்லார்க்கு நல்ல செயல் அஞ்சும்

இந்தக் குறளில் உள்ள கடினமான சொற்களும் அவற்றின் பொருளும்:

இல்லாள் => மனைவி

அஞ்சும் => அஞ்சுவான்

மற்று => பின்னர்

எஞ்ஞான்றும் => எப்போதும்

நல்ல செயல் => நல்லவற்றைச் செய்வதற்கு

எளிய உரை:

காமத்தில் மயங்கி, அது கிடைக்காதோ என்கிற நடுக்கத்தில் மனைவியைக் கண்டு அஞ்சுகிறவன் பயனற்றவன். அவனால் எப்போதும் எந்த நல்ல செயலையும் செய்ய இயலாது.

குறள் எண்: 906

குறள்:

இமையாரின் வாழினும் பாடு இலரே, இல்லாள்
அமை ஆர் தோள் அஞ்சுபவர்

இந்தக் குறளை எப்படி மாற்றிப் படிக்கவேண்டும்:

இல்லாள் அமை ஆர் தோள் அஞ்சுபவர் இமையாரின் வாழினும் பாடு இலரே

இந்தக் குறளில் உள்ள கடினமான சொற்களும் அவற்றின் பொருளும்:

இமையாரின் => தேவர்களைப்போல்

வாழினும் => வாழ்ந்தாலும்

பாடு => பெருமை

இலர் => இல்லாதவர்கள்

இல்லாள் => மனைவி

அமை ஆர் => மூங்கிலைப் போன்ற

எளிய உரை:

காமத்தில் மயங்கி, அது கிடைக்காதோ என்கிற நடுக்கத்தில் மூங்கிலைப் போன்ற தோள்களை உடைய மனைவியைக் கண்டு அஞ்சுகிறவன் பயனற்றவன். அவன் தேவர்களைப்போல் வசதியாக வாழ்ந்தாலும் யாரும் அவனை மதிக்கமாட்டார்கள்.

குறள் எண்: 907

குறள்:

**பெண் ஏவல் செய்து ஒழுகும் ஆண்மையின் நாண் உடைப்
பெண்ணே பெருமை உடைத்து**

இந்தக் குறளை எப்படி மாற்றிப் படிக்கவேண்டும்:

**பெண் ஏவல் செய்து ஒழுகும் ஆண்மையின் நாண் உடைப்
பெண்ணே பெருமை உடைத்து**

இந்தக் குறளில் உள்ள கடினமான சொற்களும் அவற்றின் பொருளும்:

ஏவல் செய்து => கட்டளைகளை மதித்துப் பின்பற்றி

ஒழுகும் => நடக்கும்

ஆண்மையின் => ஆண்தன்மையைவிட

நாண் உடை => நாணத்தை உடைய

பெண்ணே => பெண்தன்மையே

பெருமை உடைத்து => பெருமை உடையது

எளிய உரை:

காமத்தில் மயங்கி, மனைவி சொல்வதையெல்லாம் அப்படியே கேட்டு நடக்கிறவனுடைய ஆண்மையைவிட, நாணமுள்ள பெண்மை உயர்ந்தது.

குறள் எண்: 908

குறள்:

நட்டார் குறை முடியார், நன்று ஆற்றார், நல் நுதலாள்
பெட்டாங்கு ஒழுகுபவர்

இந்தக் குறளை எப்படி மாற்றிப் படிக்கவேண்டும்:

நல் நுதலாள் பெட்டாங்கு ஒழுகுபவர் நட்டார் குறை முடியார், நன்று ஆற்றார்

இந்தக் குறளில் உள்ள கடினமான சொற்களும் அவற்றின் பொருளும்:

நட்டார் => நண்பர்கள்

குறை முடியார் => குறையைத் தீர்த்துவைக்கமாட்டார்கள்

நன்று ஆற்றார் => நல்லவற்றைச் செய்யமாட்டார்கள்

நல் நுதலாள் => நல்ல நெற்றியை உடைய பெண்

பெட்டாங்கு => விருப்பத்தின்படி

ஒழுகுபவர் => நடப்பவர்

எளிய உரை:

நல்ல நெற்றியை உடைய பெண்ணின் காமத்தில் மயங்கி, அவள் சொல்வதையெல்லாம் கேட்டு நடக்கிறவன் தன் நண்பர்களுக்கு உதவமாட்டான், எந்த நல்ல செயல்களையும் செய்யமாட்டான்.

குறள் எண்: 909

குறள்:

அற வினையும், ஆன்ற பொருளும், பிற வினையும்
பெண் ஏவல் செய்வார்கண் இல்

இந்தக் குறளை எப்படி மாற்றிப் படிக்கவேண்டும்:

பெண் ஏவல் செய்வார்கண் அற வினையும், ஆன்ற பொருளும், பிற வினையும் இல்

இந்தக் குறளில் உள்ள கடினமான சொற்களும் அவற்றின் பொருளும்:

அற வினை	=> *அறச் செயல்கள்*
ஆன்ற	=> *சிறந்த*
பிற வினை	=> *பிற செயல்கள்*
ஏவல் செய்வார்கண்	=> *கட்டளைகளை மதித்துப் பின்பற்றுவாரிடம்*
இல்	=> *இல்லை*

எளிய உரை:

ஒரு பெண்ணின் காமத்தில் மயங்கி, அவள் சொல்வதையெல்லாம் கேட்டு நடக்கிறவன் அறச் செயல்களில் ஈடுபடமாட்டான், சிறந்த செல்வத்தைச் சம்பாதிக்கமாட்டான், வேறு நல்ல செயல்களிலும் ஈடுபடமாட்டான்.

குறள் எண்: 910

குறள்:

> **எண் சேர்ந்த நெஞ்சத்து இடன் உடையார்க்கு எஞ்ஞான்றும்**
> **பெண் சேர்ந்து ஆம் பேதைமை இல்**

இந்தக் குறளை எப்படி மாற்றிப் படிக்கவேண்டும்:

> **எண் சேர்ந்த நெஞ்சத்து இடன் உடையார்க்கு எஞ்ஞான்றும் பெண் சேர்ந்து ஆம் பேதைமை இல்**

இந்தக் குறளில் உள்ள கடினமான சொற்களும் அவற்றின் பொருளும்:

எண் சேர்ந்த => எண்ணக்கூடிய / ஆராயக்கூடிய

நெஞ்சத்து => மனத்தின்

இடன் => இடம் / விரிவான இடம்

உடையார்க்கு => உடையவர்க்கு

எஞ்ஞான்றும் => எப்போதும்

சேர்ந்து ஆம் => சேர்வதால் ஆகும்

பேதைமை => அறியாமை

இல் => இல்லை

எளிய உரை:

ஆராய்ந்து செயல்படுகிற, விரிந்த மனத்தை உடையவர்கள் எப்போதும் காமத்தில் மயங்குவதில்லை, அதனால், அறியாமையில் சிக்குவதில்லை.

அதிகாரம் 92: வரைவின் மகளிர் (விலைமாதர்)

குறள் எண்: 911

குறள்:

அன்பின் விழையார், பொருள் விழையும் ஆய்தொடியார்
இன் சொல் இழுக்கு தரும்

இந்தக் குறளை எப்படி மாற்றிப் படிக்கவேண்டும்:

அன்பின் விழையார், பொருள் விழையும் ஆய் தொடியார் இன் சொல் இழுக்கு தரும்

இந்தக் குறளில் உள்ள கடினமான சொற்களும் அவற்றின் பொருளும்:

அன்பின் => அன்பினால்

விழையார் => விரும்பமாட்டார்கள்

விழையும் => விரும்புவார்கள்

ஆய்தொடியார் => ஆராய்ந்த அழகிய வளையல்களை ' அணிந்த பெண்கள்

இன் சொல் => இனிமையான சொற்கள்

இழுக்கு => இழிவு / துன்பம்

எளிய உரை:

அழகிய வளையல்களை அணிந்த சில பெண்கள் (விலைமாதர்) யார்மீதும் அன்பு செலுத்துவதில்லை, பணத்தைமட்டும்தான் நேசிக்கிறார்கள். அப்படிப்பட்டவர்களுடைய இனிய சொற்களை நம்புகிறவர்கள் இழிவைச் சந்திப்பார்கள்.

குறள் எண்: 912

குறள்:

பயன் தூக்கிப் பண்பு உரைக்கும் பண்பு இல் மகளிர்
நயன் தூக்கி நள்ளா விடல்

இந்தக் குறளை எப்படி மாற்றிப் படிக்கவேண்டும்:

பயன் தூக்கிப் பண்பு உரைக்கும் பண்பு இல் மகளிர் நயன் தூக்கி நள்ளா விடல்

இந்தக் குறளில் உள்ள கடினமான சொற்களும் அவற்றின் பொருளும்:

பயன் => நன்மை

தூக்கி => எடை போட்டு அறிந்து

உரைக்கும் => சொல்கிற

பண்பு இல் => நற்பண்பு இல்லாத

மகளிர் => பெண்கள் (இங்கு விலைமாதரைக் குறிக்கிறது)

நயன் => ஒழுக்கம்

நள்ளா => விரும்பாமல்

விடல் => விட்டுவிடவேண்டும்

எளிய உரை:

சில பண்பற்ற பெண்கள் (விலைமாதர்) யாரிடம் எவ்வளவு பணம் உள்ளது என்று கணக்குப்போட்டுத்தான் பழகுவார்கள், நிறையப் பணம் வைத்திருப்பவரிடம் இனிமையாகப் பேசுவார்கள், மற்றவர்களிடம் சிடுசிடுப்பார்கள்.

அப்படிப்பட்ட ஒழுக்கமில்லாத பெண்களிடமிருந்து விலகி நிற்பது நமக்கு நல்லது.

குறள் எண்: 913

குறள்:

**பொருட்பெண்டிர் பொய்ம்மை முயக்கம் இருட்டு அறையில்
ஏதில் பிணம் தழீஇயற்று**

இந்தக் குறளை எப்படி மாற்றிப் படிக்கவேண்டும்:

**பொருட்பெண்டிர் பொய்ம்மை முயக்கம் இருட்டு அறையில்
ஏதில் பிணம் தழீஇயற்று**

இந்தக் குறளில் உள்ள கடினமான சொற்களும் அவற்றின் பொருளும்:

பொருட்பெண்டிர் => பொருளுக்காகப் பிறருடன் பழகும் பெண்கள் / விலைமாதர்

பொய்ம்மை => பொய்யான

முயக்கம் => தழுவல்

ஏதில் => அறிமுகமில்லாத / தெரியாத

தழீஇயற்று => தழுவுவதைப்போன்றது

எளிய உரை:

பணத்துக்காகப் பொய்யாகப் பழகும் பெண்களைத் தழுவுவதும், இருட்டு அறையில், முன்பின் தெரியாத ஒரு பிணத்தைத் தழுவுவதும் ஒன்றுதான்.

குறள் எண்: 914

குறள்:

பொருள் பொருளார் புன் நலம் தோயார், அருள் பொருள்
ஆயும் அறிவினவர்

இந்தக் குறளை எப்படி மாற்றிப் படிக்கவேண்டும்:

அருள் பொருள் ஆயும் அறிவினவர் பொருள் பொருளார் புன் நலம் தோயார்

இந்தக் குறளில் உள்ள கடினமான சொற்களும் அவற்றின் பொருளும்:

பொருள் பொருளார் => செல்வத்தையே குறிக்கோளாகக் கொண்ட பெண்கள் / விலைமாதர்

புன் நலம் => சிற்றின்பம்

தோயார் => ஈடுபடமாட்டார்கள்

அருள் பொருள் => அருள் என்னும் செல்வம்

ஆயும் => ஆராய்கின்ற

அறிவினவர் => அறிவைக் கொண்டவர்கள்

எளிய உரை:

உயர்ந்த அருட்செல்வத்தை விரும்புகிற அறிவாளிகள் பணத்துக்காகப் பொய்யாகப் பழகும் பெண்களுடைய சிற்றின்பத்தில் மயங்கமாட்டார்கள்.

குறள் எண்: 915

குறள்:

பொது நலத்தார் புன் நலம் தோயார், மதி நலத்தின்
மாண்ட அறிவினவர்

இந்தக் குறளை எப்படி மாற்றிப் படிக்கவேண்டும்:

மதி நலத்தின் மாண்ட அறிவினவர் பொது நலத்தார் புன் நலம் தோயார்

இந்தக் குறளில் உள்ள கடினமான சொற்களும் அவற்றின் பொருளும்:

பொது நலத்தார் => பொதுவாக அனைவர்மீதும் விருப்பம் கொண்டவர்கள் (விலைமாதர்)

புன் நலம் => சிற்றின்பம்

தோயார் => ஈடுபடமாட்டார்கள்

மதி => அறிவு

நலத்தின் => நன்மையின்

மாண்ட => சிறந்த

அறிவினவர் => அறிவைக் கொண்டவர்கள்

எளிய உரை:

சிறந்த அறிவாளிகள் பணத்துக்காக எல்லாருடனும் பொய்யாகப் பழகும் பெண்களுடைய சிற்றின்பத்தில் மயங்கமாட்டார்கள்.

குறள் எண்: 916

குறள்:

தம் நலம் பாரிப்பார் தோயார் தகை செருக்கிப்
புன் நலம் பாரிப்பார் தோள்

இந்தக் குறளை எப்படி மாற்றிப் படிக்கவேண்டும்:

தம் நலம் பாரிப்பார் தகை செருக்கிப் புன் நலம் பாரிப்பார் தோள் தோயார்

இந்தக் குறளில் உள்ள கடினமான சொற்களும் அவற்றின் பொருளும்:

தம் நலம் => தங்களுடைய நன்மை

பாரிப்பார் => காப்பாற்றுகிறவர்கள்

தோயார் => ஈடுபடமாட்டார்கள்

தகை => தகுதி

செருக்கி => செருக்கு கொண்டு

புன் நலம் => சிற்றின்பம்

எளிய உரை:

நன்றாக வாழவேண்டும் என்று நினைக்கிற யாரும், தங்களுடைய அழகை நினைத்துச் செருக்கு கொள்ளும் பெண்களை (விலைமாதரை) நெருங்கமாட்டார்கள், அவர்களுடைய தோள்களைத் தழுவமாட்டார்கள்.

குறள் எண்: 917

குறள்:

நிறை நெஞ்சம் இல்லவர் தோய்வர் பிற நெஞ்சில்
பேணிப் புணர்பவர் தோள்

இந்தக் குறளை எப்படி மாற்றிப் படிக்கவேண்டும்:

நிறை நெஞ்சம் இல்லவர் நெஞ்சில் பிற பேணிப் புணர்பவர் தோள் தோய்வர்

இந்தக் குறளில் உள்ள கடினமான சொற்களும் அவற்றின் பொருளும்:

நிறை => ஒழுக்கம் நிறைந்த

இல்லவர் => இல்லாதவர்கள்

தோய்வர் => ஈடுபடுவார்கள்

பிற => வேறு எண்ணம்

பேணி => விரும்பி

புணர்பவர் => சேர்பவர்

எளிய உரை:

ஒழுக்கமில்லாதவர்கள்தான் பணத்துக்காகப் பொய்யாகப் பழகும் பெண்களுடைய தோள்களைத் தழுவுவார்கள்.

குறள் எண்: 918

குறள்:

ஆயும் அறிவினர் அல்லார்க்கு அணங்கு என்ப
மாய மகளிர் முயக்கு

இந்தக் குறளை எப்படி மாற்றிப் படிக்கவேண்டும்:

ஆயும் அறிவினர் அல்லார்க்கு மாய மகளிர் முயக்கு அணங்கு என்ப

இந்தக் குறளில் உள்ள கடினமான சொற்களும் அவற்றின் பொருளும்:

ஆயும் => ஆராய்கின்ற

அறிவினர் => அறிவை உடையவர்கள்

அல்லார்க்கு => அவ்வாறு இல்லாதவர்களுக்கு

அணங்கு => காமப் பேய்

என்ப => என்பார்கள்

மாய மகளிர் => வஞ்சனை நிறைந்த விலைமாதர்

முயக்கு => தழுவுதல்

எளிய உரை:

சிந்தித்துச் செயல்படுகிற அறிவு இல்லாதவர்கள் விலைமாதருடைய அணைப்பில் மயங்கிவிடுவார்கள், காமப் பேயிடம் சிக்கிக்கொள்வார்கள்.

குறள் எண்: 919

குறள்:

வரைவு இலா மாண் இழையார் மென் தோள், புரை இலாப் பூரியர்கள் ஆழும் அளறு

இந்தக் குறளை எப்படி மாற்றிப் படிக்கவேண்டும்:

வரைவு இலா மாண் இழையார் மென் தோள், புரை இலாப் பூரியர்கள் ஆழும் அளறு

இந்தக் குறளில் உள்ள கடினமான சொற்களும் அவற்றின் பொருளும்:

வரைவு இலா => எல்லை இல்லாத / பணத்துக்காக யாருடனும் பழகுகின்ற

மாண் => சிறந்த

இழையார் => அணிகலன்களை அணிந்தவர்கள்

மென் தோள் => மென்மையான தோள்கள்

புரை இலா => உயர்வு இல்லாத

பூரியர்கள் => கீழ்மக்கள்

ஆழும் => அழுந்துகின்ற

அளறு => சேறு

எளிய உரை:

சிறந்த அணிகலன்களை அணிந்த, பணத்துக்காக யாருடனும் பொய்யாகப் பழகுகின்ற பெண்களுடைய (விலைமாதருடைய) மென்மையான தோள்கள், உயர்வில்லாத கீழ்மக்கள் அழுந்திக் கிடக்கிற சேற்றுக் குழியாகும்.

குறள் எண்: 920

குறள்:

இரு மனப் பெண்டிரும் கள்ளும் கவறும்
திரு நீக்கப்பட்டார் தொடர்பு

இந்தக் குறளை எப்படி மாற்றிப் படிக்கவேண்டும்:

இரு மனப் பெண்டிரும் கள்ளும் கவறும் திரு நீக்கப்பட்டார் தொடர்பு

இந்தக் குறளில் உள்ள கடினமான சொற்களும் அவற்றின் பொருளும்:

இரு மனப் பெண்டிர் => பிளவுபட்ட மனத்தை உடைய பெண்கள் / விலைமாதர்

கள் => *மது*

கவறு => *சூதாட்டம்*

திரு => செல்வம் / திருமகள்

நீக்கப்பட்டார் => *விலக்கப்பட்டவர்கள்*

தொடர்பு => *நட்பு*

எளிய உரை:

அடிக்கடி மனத்தை மாற்றிக்கொள்கிற பெண்கள் (விலைமாதர்), மது, சூதாட்டம் ஆகிய மூன்றின்மீதும் ஆசை வைத்தவர்கள் தங்களுடைய செல்வத்தை இழந்து திண்டாடுவார்கள்.

அதிகாரம் 93: கள் உண்ணாமை

குறள் எண்: 921

குறள்:

உட்கப்படாஅர், ஒளி இழப்பர் எஞ்ஞான்றும்
கள் காதல் கொண்டு ஒழுகுவார்

இந்தக் குறளை எப்படி மாற்றிப் படிக்கவேண்டும்:

கள் காதல் கொண்டு ஒழுகுவார் எஞ்ஞான்றும் உட்கப்படாஅர், ஒளி இழப்பர்

இந்தக் குறளில் உள்ள கடினமான சொற்களும் அவற்றின் பொருளும்:

உட்கப்படாஅர் => அஞ்சப்படமாட்டார்கள் / பிறர் இவர்களைப் பார்த்து அஞ்சமாட்டார்கள் / மதிக்கமாட்டார்கள்

ஒளி => புகழ்

இழப்பர் => இழப்பார்கள்

எஞ்ஞான்றும் => எப்போதும்

ஒழுகுவார் => நடப்பவர்கள்

எளிய உரை:

குடிகாரனை யாரும் மதிக்கமாட்டார்கள், புகழமாட்டார்கள்.

குறள் எண்: 922

குறள்:

உண்ணற்க கள்ளை. உணில் உண்க சான்றோரால்
எண்ணப்பட வேண்டாதார்

இந்தக் குறளை எப்படி மாற்றிப் படிக்கவேண்டும்:

கள்ளை உண்ணற்க. (கள்ளை) உணில், சான்றோரால் எண்ணப்பட வேண்டாதார் உண்க

இந்தக் குறளில் உள்ள கடினமான சொற்களும் அவற்றின் பொருளும்:

உண்ணற்க => அருந்தவேண்டாம்

உணில் => அருந்தினால்

உண்க => அருந்துங்கள்

சான்றோரால் => பெரியவர்களால்

எண்ணப்பட => மதிக்கப்பட

வேண்டாதார் => விரும்பாதவர்கள்

எளிய உரை:

பெரியோர்கள் உங்களை மதிக்கவேண்டும் என்று விரும்புகிறீர்களா? ஆம் எனில், எப்போதும் மதுவைத் தொடாதீர்கள்.

குறள் எண்: 923

குறள்:

ஈன்றாள் முகத்தேயும் இன்னாதால், என் மற்றுச்
சான்றோர் முகத்துக் களி

இந்தக் குறளை எப்படி மாற்றிப் படிக்கவேண்டும்:

களி ஈன்றாள் முகத்தேயும் இன்னாதால், மற்று, சான்றோர் முகத்து என்!

இந்தக் குறளில் உள்ள கடினமான சொற்களும் அவற்றின் பொருளும்:

ஈன்றாள் => பெற்றவர் / தாய்

முகத்தேயும் => முகத்திலும்

இன்னாதால் => தீயது / துன்பம் தருவது

என் => என்ன

மற்று => பின்னர்

சான்றோர் => பெரியோர்கள்

முகத்து => முகத்தில்

களி => கள் உண்டு திரிதல்

எளிய உரை:

குடிகாரனைப் பார்த்தால் அவனுடைய சொந்தத் தாயே முகம் சுளிப்பார். அப்படியிருக்க, பெரியோர்கள் அவனை எப்படி மதிப்பார்கள்?

குறள் எண்: 924

குறள்:

நாண் என்னும் நல்லாள் புறம் கொடுக்கும், கள் என்னும்
பேணாப் பெரும் குற்றத்தார்க்கு

இந்தக் குறளை எப்படி மாற்றிப் படிக்கவேண்டும்:

கள் என்னும் பேணாப் பெரும் குற்றத்தார்க்கு நாண் என்னும் நல்லாள் புறம் கொடுக்கும்

இந்தக் குறளில் உள்ள கடினமான சொற்களும் அவற்றின் பொருளும்:

நாண் => நாணம்

நல்லாள் => நல்லவள்

புறம் கொடுக்கும் => முகத்தைப் பார்க்காமல் திரும்பிச் சென்றுவிடுவாள்

பேணா => விரும்பப்படாத

குற்றத்தார்க்கு => குற்றம் செய்தவர்களுக்கு

எளிய உரை:

ஏதேனும் குற்றம் செய்துவிடுவோமோ என்கிற நாணம்தான் நம்மை நல்ல வழியில் செலுத்துகிறது. ஆனால், குடிப் பழக்கம் என்னும் பெரிய குற்றத்தைச் செய்கிறவன் எதைக் கண்டும் நாணுவதில்லை.

குறள் எண்: 925

குறள்:

கை அறியாமை உடைத்தே, பொருள் கொடுத்து
மெய் அறியாமை கொளல்

இந்தக் குறளை எப்படி மாற்றிப் படிக்கவேண்டும்:

பொருள் கொடுத்து மெய் அறியாமை கொளல் கை அறியாமை உடைத்தே

இந்தக் குறளில் உள்ள கடினமான சொற்களும் அவற்றின் பொருளும்:

கை அறியாமை	=>	*தான் என்ன செய்கிறோம் என்பதை அறியாத நிலை*
உடைத்து	=>	*உடையது*
பொருள்	=>	*செல்வம் / பணம்*
மெய் அறியாமை	=>	*தன்னிலை மறத்தல்*
கொளல்	=>	*கொள்ளுதல்*

எளிய உரை:

சிலர் காசு கொடுத்துக் கள்ளை வாங்கிக் குடிக்கிறார்கள், அதனால் தன்னிலை மறந்து திரிகிறார்கள். இது எப்பேர்ப்பட்ட முட்டாள்தனம்!

குறள் எண்: 926

குறள்:

துஞ்சினார், செத்தாரின் வேறு அல்லர் எஞ்ஞான்றும்,
நஞ்சு உண்பார் கள் உண்பவர்

இந்தக் குறளை எப்படி மாற்றிப் படிக்கவேண்டும்:

கள் உண்பவர் நஞ்சு உண்பார். (கள் உண்பவர்) எஞ்ஞான்றும் துஞ்சினார், செத்தாரின் வேறு அல்லர்

இந்தக் குறளில் உள்ள கடினமான சொற்களும் அவற்றின் பொருளும்:

துஞ்சினார் => உறங்குகிறவர்கள்

செத்தாரின் => இறந்தவர்களைவிட

அல்லர் => இல்லாதவர்கள்

எஞ்ஞான்றும் => எப்போதும்

உண்பார் => அருந்துபவர்

உண்பவர் => அருந்துபவர்

எளிய உரை:

கள்ளைக் குடிப்பதும் நஞ்சைக் குடிப்பதும் ஒன்றுதான். குடித்துவிட்டு மயங்கிக் கிடப்பவனும் பிணமும் ஒன்றுதான்.

குறள் எண்: 927

குறள்:

உள் ஒற்றி உள்ளூர் நகப்படுவர் எஞ்ஞான்றும்
கள் ஒற்றிக் கண் சாய்பவர்

இந்தக் குறளை எப்படி மாற்றிப் படிக்கவேண்டும்:

கள் ஒற்றிக் கண் சாய்பவர் எஞ்ஞான்றும் உள் ஒற்றி உள்ளூர் நகப்படுவர்

இந்தக் குறளில் உள்ள கடினமான சொற்களும் அவற்றின் பொருளும்:

உள் ஒற்றி	=> உள்ளே நடப்பது தெரிந்துபோய்
உள்ளூர்	=> உள்ளூர் மக்களால்
நகப்படுவர்	=> சிரிப்புக்கு ஆளாவார்கள்
எஞ்ஞான்றும்	=> எப்போதும்
ஒற்றி	=> மறைத்துக் குடித்து
சாய்பவர்	=> தளர்பவர்கள்

எளிய உரை:

குடிகாரன் கள்ளை மறைத்து வைத்துக் குடிக்கிறான், போதையில் மயங்குகிறான். அதனால், அவனுடைய இரகசியம் ஊருக்கே தெரிந்துவிடுகிறது. எல்லாரும் அவனைப் பார்த்துக் கேலியாகச் சிரிக்கிறார்கள்.

குறள் எண்: 928

குறள்:

களித்து, அறியேன் என்பது கைவிடுக. நெஞ்சத்து
ஒளித்ததூஉம் ஆங்கே மிகும்

இந்தக் குறளை எப்படி மாற்றிப் படிக்கவேண்டும்:

களித்து, அறியேன் என்பது கைவிடுக. நெஞ்சத்து ஒளித்ததூஉம் ஆங்கே மிகும்

இந்தக் குறளில் உள்ள கடினமான சொற்களும் அவற்றின் பொருளும்:

களித்து => கள்ளை உண்டு மயங்கி

அறியேன் => எனக்கு எதுவும் தெரியாது

என்பது => என்று சொல்வது

கைவிடுக => விட்டுவிடுங்கள்

நெஞ்சத்து => நெஞ்சத்தில்

ஒளித்ததூஉம் => ஒளித்துவைத்த குற்றமும்

ஆங்கே => அங்கு

மிகும் => பெருகி வெளிப்படும்

எளிய உரை:

குடிப் பழக்கம் உள்ளவர்கள் அதை மறைக்க முயலாதீர்கள், ‘நான் குடிப்பதில்லை’ என்று பொய் சொல்லாதீர்கள். ஏனெனில், குடிப் பழக்கத்தை யாராலும் மறைக்கமுடியாது. கள்ளைக் குடித்தவுடன், நீங்கள் உங்களுக்குள் ஒளித்துவைத்திருக்கிற எல்லாக் குற்றங்களும் வெளியில் வந்துவிடும்.

குறள் எண்: 929

குறள்:

களித்தானைக் காரணம் காட்டுதல் கீழ் நீர்க்
குளித்தானைத் தீத் துரீஇ அற்று

இந்தக் குறளை எப்படி மாற்றிப் படிக்கவேண்டும்:

களித்தானைக் காரணம் காட்டுதல் கீழ் நீர்க் குளித்தானைத் தீத் துரீஇ அற்று

இந்தக் குறளில் உள்ள கடினமான சொற்களும் அவற்றின் பொருளும்:

களித்தான் => கள் உண்டு மயங்கியவன்

காரணம் காட்டுதல் => கள் உண்பது தவறு என்பதற்கான காரணத்தைக் காட்டி விளக்குதல்

கீழ் நீர்க் குளித்தான் => நீரில் மூழ்குபவன்

தீத் துரீஇ அற்று => தீப்பந்தத்தைக் கொண்டு தேடுவதைப்போன்றது

எளிய உரை:

ஒருவன் ஆற்றில் விழுந்து மூழ்கினானாம். அவனைத் தேடச் சென்ற இன்னொருவன் தண்ணீருக்குள் இருட்டாக இருக்கிறது என்று தீப்பந்தத்தை எடுத்துக்கொண்டு ஆற்றில் இறங்கினானாம். இது எப்பேர்ப்பட்ட முட்டாள்தனம்!

அதுபோல, குடிகாரனிடம் சென்று ‘குடிப்பது தவறு’ என்று விளக்கம் சொல்லாதீர்கள். அது வீண் வேலை. (குடிகாரன் பிறருடைய அறிவுரையையோ விளக்கங்களையோ மதிக்கமாட்டான்.)

குறள் எண்: 930

குறள்:

> **கள் உண்ணாப் போழ்தில், களித்தானைக் காணுங்கால்,**
> **உள்ளான்கொல் உண்டதன் சோர்வு**

இந்தக் குறளை எப்படி மாற்றிப் படிக்கவேண்டும்:

> **கள் உண்ணாப் போழ்தில், களித்தானைக் காணுங்கால், உண்டதன் சோர்வு உள்ளான்கொல்**

இந்தக் குறளில் உள்ள கடினமான சொற்களும் அவற்றின் பொருளும்:

கள் உண்ணாப் போழ்தில் => தான் குடிக்காதபோது

களித்தானை => குடித்திருக்கிற பிறரை

காணுங்கால் => பார்க்கும்போது

உள்ளான்கொல் => நினைக்கமாட்டானோ

உண்டதன் => கள் அருந்தியதால் உண்டான

சோர்வு => மயக்கம்

எளிய உரை:

குடிகாரர்கள் குடிக்காமல் இருக்கும் நேரத்தில் மற்ற குடிகாரர்களைப் பார்க்கமாட்டார்களா? மயங்கிய நிலையில் அவர்கள் செய்யும் அருவருப்பான வேலைகளைக் கண்டு வெட்கப்படமாட்டார்களா? 'நானும் குடித்துவிட்டு இப்படித்தான் மோசமாக நடந்துகொள்கிறேனோ!' என்று சிந்திக்கமாட்டார்களா?

அதிகாரம் 94: சூது (சூதாட்டத்தின் தீமைகள்)

குறள் எண்: 931

குறள்:

வேண்டற்க வென்றிடினும் சூதினை. வென்றதூஉம்
தூண்டில் பொன் மீன் விழுங்கியற்று

இந்தக் குறளை எப்படி மாற்றிப் படிக்கவேண்டும்:

வென்றிடினும் சூதினை வேண்டற்க. வென்றதூஉம் தூண்டில் பொன் மீன் விழுங்கியற்று

இந்தக் குறளில் உள்ள கடினமான சொற்களும் அவற்றின் பொருளும்:

வேண்டற்க	=>	*விரும்பவேண்டாம்*
வென்றிடினும்	=>	*வென்றாலும்*
சூதினை	=>	*சூதாட்டத்தை*
வென்றதூஉம்	=>	*சூதாட்டத்தில் வென்ற செல்வமும்*
தூண்டில் பொன்	=>	*தூண்டிலில் இருக்கும் இரும்புக் கொக்கி*
விழுங்கியற்று	=>	*விழுங்கியதைப்போன்றது*

எளிய உரை:

சூதாட்டத்தில் கிடைக்கும் வெற்றி என்பது, மீனுக்குப் போடப்படும் தூண்டிலைப் போன்றதுதான். அதில் சிக்கிக்கொள்ளாதீர்கள்.

குறள் எண்: 932

குறள்:

ஒன்று எய்தி நூறு இழக்கும் சூதர்க்கும் உண்டாம்கொல்
நன்று எய்தி வாழ்வது ஓர் ஆறு

இந்தக் குறளை எப்படி மாற்றிப் படிக்கவேண்டும்:

ஒன்று எய்தி நூறு இழக்கும் சூதர்க்கும் நன்று எய்தி வாழ்வது ஓர் ஆறும் உண்டாம்கொல்

இந்தக் குறளில் உள்ள கடினமான சொற்களும் அவற்றின் பொருளும்:

எய்தி	=>	*பெற்று*
சூதர்க்கும்	=>	*சூதாடுகிறவர்களுக்கும்*
உண்டாம்கொல்	=>	*உண்டா?*
நன்று	=>	*நல்லவை*
வாழ்வது	=>	*வாழ்கின்ற*
ஆறு	=>	*வழி*

எளிய உரை:

சூதாடுகிறவன் இன்றைக்கு ஒரு ரூபாய் வெல்வான், நாளைக்கு நூறு ரூபாயை இழப்பான். அவனுடைய வாழ்க்கை முன்னேறுமா? (முன்னேறாது.)

குறள் எண்: 933

குறள்:

உருள் ஆயம் ஓவாது கூறின் பொருள் ஆயம்
போஒய்ப் புறமே படும்

இந்தக் குறளை எப்படி மாற்றிப் படிக்கவேண்டும்:

உருள் ஆயம் ஓவாது கூறின் பொருள் ஆயம் போஒய்ப் புறமே படும்

இந்தக் குறளில் உள்ள கடினமான சொற்களும் அவற்றின் பொருளும்:

உருள் => உருள்கின்ற

ஆயம் => சூதாட்டக் கருவி

ஓவாது => ஓய்வின்றி

கூறின் => சொன்னால்

பொருள் ஆயம் => செல்வ வருவாய்

போஒய் => போய்

புறமே => வெளியில் / மற்றவர்களிடம் / பகைவர்களிடம்

படும் => சேரும்

எளிய உரை:

எந்நேரமும் சூதாடுகிறவனிடம் செல்வம் தங்காது. அவனுடைய செல்வத்தை மற்றவர்கள் பறித்துக்கொண்டுவிடுவார்கள்.

குறள் எண்: 934

குறள்:

சிறுமை பல செய்து சீர் அழிக்கும் சூதின்
வறுமை தருவது ஒன்று இல்

இந்தக் குறளை எப்படி மாற்றிப் படிக்கவேண்டும்:

சிறுமை பல செய்து சீர் அழிக்கும் சூதின் வறுமை தருவது ஒன்று இல்

இந்தக் குறளில் உள்ள கடினமான சொற்களும் அவற்றின் பொருளும்:

சீர் => சிறப்பு

சூதின் => சூதாட்டத்தைவிட

இல் => இல்லை

எளிய உரை:

சூதாட்டம் ஒருவனுக்கு இழிவைக் கொண்டுவரும், அவனுடைய சிறப்புகளையெல்லாம் அழித்துவிடும்.

ஏழையாவதற்கு மிகச் சிறந்த வழி, சூதாட்டம்தான்.

குறள் எண்: 935

குறள்:

கவறும் கழகமும் கையும் தருக்கி
இவறியார் இல் ஆகியார்

இந்தக் குறளை எப்படி மாற்றிப் படிக்கவேண்டும்:

கவறும் கழகமும் கையும் தருக்கி இவறியார் இல் ஆகியார்

இந்தக் குறளில் உள்ள கடினமான சொற்களும் அவற்றின் பொருளும்:

கவறு => சூதாட்டம்

கழகம் => சூதாடும் இடம்

கை => சூதாடுகின்ற கை / செயல்

தருக்கி => நெருங்கி

இவறியார் => கைவிடாதவர்கள்

இல் ஆகியார் => இல்லாதவர்களாக ஆனவர்கள்

எளிய உரை:

எந்நேரமும் சூதாட்ட அரங்கத்தில் விளையாடிக் கொண்டிருக்கிறவன் இருந்தும் இல்லாதவன்தான்.

குறள் எண்: 936

குறள்:

அகடு ஆரார், அல்லல் உழப்பர், சூது என்னும்
முகடியான் மூடப்பட்டார்

இந்தக் குறளை எப்படி மாற்றிப் படிக்கவேண்டும்:

சூது என்னும் முகடியான் மூடப்பட்டார் அகடு ஆரார், அல்ல உழப்பர்

இந்தக் குறளில் உள்ள கடினமான சொற்களும் அவற்றின் பொருளும்:

அகடு => வயிறு

ஆரார் => நிரம்பமாட்டார்கள்

அல்லல் => துன்பம்

உழப்பர் => வருந்துவார்கள்

முகடியான் => மூதேவி எனப்படும் வறுமையைக் கொண்டுவரும் தெய்வத்தால்

எளிய உரை:

சூதாடும் பழக்கம் வறுமையைக் கொண்டுவரும், பசியில் வாடவைக்கும், துன்பத்தில் துவளவைக்கும்.

குறள் எண்: 937

குறள்:

பழகிய செல்வமும் பண்பும் கெடுக்கும்,
கழகத்துக் காலை புகின்

இந்தக் குறளை எப்படி மாற்றிப் படிக்கவேண்டும்:

கழகத்துக் காலை புகின் பழகிய செல்வமும் பண்பும் கெடுக்கும்

இந்தக் குறளில் உள்ள கடினமான சொற்களும் அவற்றின் பொருளும்:

பழகிய => நெடுநாளாக உடன் இருக்கிற

கழகத்து => சூதாட்ட அரங்கத்தில்

புகின் => புகுந்தால்

எளிய உரை:

காலையில் தூங்கி எழுந்ததும் முதல் வேலையாகச் சூதாட்ட அரங்கத்தில் நுழைகிறவன் தன்னுடைய செல்வத்தையெல்லாம் இழப்பான், நல்ல பண்புகளையெல்லாம் இழப்பான்.

குறள் எண்: 938

குறள்:

பொருள் கெடுத்து, பொய் மேற்கொளீஇ, அருள் கெடுத்து,
அல்லல் உழப்பிக்கும் சூது

இந்தக் குறளை எப்படி மாற்றிப் படிக்கவேண்டும்:

சூது பொருள் கெடுத்து, பொய் மேற்கொளீஇ, அருள் கெடுத்து,
அல்லல் உழப்பிக்கும்

இந்தக் குறளில் உள்ள கடினமான சொற்களும் அவற்றின் பொருளும்:

பொருள்	=>	செல்வம்
மேற்கொளீஇ	=>	மேற்கொள்ளச்செய்து
அருள்	=>	இரக்கம்
அல்லல்	=>	துன்பம்
உழப்பிக்கும்	=>	உழலவைக்கும்

எளிய உரை:

சூதாடும் பழக்கம் ஒருவனுடைய செல்வத்தைக் கெடுக்கும், அவனைப் பொய் சொல்லவைக்கும், இரக்கமுள்ள மனத்தைக் கெடுக்கும், துன்பத்தில் தள்ளும்.

குறள் எண்: 939

குறள்:

உடை, செல்வம், ஊண், ஒளி, கல்வி என்று ஐந்தும்
அடையாவாம் ஆயம் கொளின்

இந்தக் குறளை எப்படி மாற்றிப் படிக்கவேண்டும்:

ஆயம் கொளின் உடை, செல்வம், ஊண், ஒளி, கல்வி என்று ஐந்தும் அடையாவாம்

இந்தக் குறளில் உள்ள கடினமான சொற்களும் அவற்றின் பொருளும்:

ஊண்	=>	*உணவு*
ஒளி	=>	*புகழ்*
அடையாவாம்	=>	*கிடைக்காதாம்*
ஆயம்	=>	*சூதாடும் கருவி*
கொளின்	=>	*கொண்டால்*

எளிய உரை:

சூதாட்டத்தில் விழுந்தவன் உடை, செல்வம், உணவு, புகழ், கல்வி ஆகிய ஐந்தையும் இழந்துவிடுவான்.

குறள் எண்: 940

குறள்:

இழத்தொறூஉம் காதலிக்கும் சூதே போல் துன்பம்
உழத்தொறூஉம் காதற்று உயிர்

இந்தக் குறளை எப்படி மாற்றிப் படிக்கவேண்டும்:

இழத்தொறூஉம் காதலிக்கும் சூதே போல் துன்பம் உழத்தொறூஉம் உயிர் காதற்று

இந்தக் குறளில் உள்ள கடினமான சொற்களும் அவற்றின் பொருளும்:

இழத்தொறூஉம் => இழக்க இழக்க

சூதே போல் => சூதாட்டத்தைப்போல்

உழத்தொறூஉம் => உழல உழல

காதற்று => ஆசை கொள்கிறது

எளிய உரை:

சூதாட்டத்தில் விழுந்தவன் பணத்தை இழந்தாலும் வருந்துவதில்லை, அந்தப் பழக்கத்தை விடுவதில்லை, தொடர்ந்து சூதாட்டத்தில் ஈடுபடுகிறான்.

அதுபோல, இந்த உலக வாழ்க்கையில் எத்தனையோ துன்பங்கள் இருந்தாலும், நம் உயிர் திரும்பத் திரும்ப அதைத்தான் விரும்புகிறது. (சூதாட்டப் பழக்கமானது பிறப்பு, இறப்பு என்னும் சுழலைப்போன்றது. அதிலிருந்து விடுபடுவது கடினம்.)

அதிகாரம் 95: மருந்து

குறள் எண்: 941

குறள்:

மிகினும் குறையினும் நோய் செய்யும், நூலோர்
வளி முதலா எண்ணிய மூன்று

இந்தக் குறளை எப்படி மாற்றிப் படிக்கவேண்டும்:

நூலோர் வளி முதலா எண்ணிய மூன்று மிகினும் குறையினும் நோய் செய்யும்

இந்தக் குறளில் உள்ள கடினமான சொற்களும் அவற்றின் பொருளும்:

மிகினும் => மிகுந்தாலும்

குறையினும் => குறைந்தாலும்

செய்யும் => உண்டாக்கும்

நூலோர் => மருத்துவ நூல்களை வகுத்தளித்த பெரியவர்கள்

வளி => காற்று

முதலா => முதலாக

எண்ணிய => எண்ணிச் சொன்ன

எளிய உரை:

மருத்துவ நூல்களை வகுத்தளித்த பெரியோர்கள் காற்று (வாதம்), சூடு (பித்தம்), குளிர்ச்சி (கபம்) ஆகிய மூன்றையும் விளக்கிச் சொல்கிறார்கள். இவை நம் உடலில் கூடுதலாக இருந்தாலும் நோய் வரும், குறைந்தாலும் நோய் வரும்.

குறள் எண்: 942

குறள்:

மருந்து என வேண்டாவாம் யாக்கைக்கு அருந்தியது
அற்றது போற்றி உணின்

இந்தக் குறளை எப்படி மாற்றிப் படிக்கவேண்டும்:

அருந்தியது அற்றது போற்றி உணின் யாக்கைக்கு மருந்து என வேண்டாவாம்

இந்தக் குறளில் உள்ள கடினமான சொற்களும் அவற்றின் பொருளும்:

வேண்டாவாம்	=> வேண்டியதில்லையாம்
யாக்கைக்கு	=> உடலுக்கு
அருந்தியது	=> உண்டது
அற்றது	=> நீங்கியது / செரிக்கப்பட்டு நீங்கியது
போற்றி	=> அறிந்து
உணின்	=> உண்டால்

எளிய உரை:

நாம் உண்ட உணவு முழுமையாகச் செரித்தபிறகுதான் மீண்டும் உண்ணவேண்டும். இதை முறையாகச் செய்தால் நம் உடலுக்கு எந்த நோயும் வராது, எந்த மருந்தும் தேவைப்படாது.

குறள் எண்: 943

குறள்:

அற்றால், அளவு அறிந்து உண்க. அஃது உடம்பு
பெற்றான் நெடிது உய்க்கும் ஆறு

இந்தக் குறளை எப்படி மாற்றிப் படிக்கவேண்டும்:

அற்றால், அளவு அறிந்து உண்க. அஃது உடம்பு பெற்றான் நெடிது உய்க்கும் ஆறு

இந்தக் குறளில் உள்ள கடினமான சொற்களும் அவற்றின் பொருளும்:

அற்றால் => செரித்தால் / செரித்தபிறகு

உண்க => உண்ணுங்கள்

அஃது => அது

நெடிது => நீண்ட நாள்

உய்க்கும் => காப்பாற்றுகிற

ஆறு => வழி

எளிய உரை:

நாம் உண்ட உணவு முழுமையாகச் செரித்தபிறகுதான் மீண்டும் உண்ணவேண்டும். அதையும் கண்டபடி உண்ணாமல் சரியான அளவில் உண்ணவேண்டும். நீண்ட நாட்கள் உடல் நலத்துடன் வாழ்வதற்கு ஏற்ற வழி அதுதான்.

குறள் எண்: 944

குறள்:

அற்றது அறிந்து, கடைப்பிடித்து மாறு அல்ல,
துய்க்க, துவரப் பசித்து

இந்தக் குறளை எப்படி மாற்றிப் படிக்கவேண்டும்:

அற்றது அறிந்து, துவரப் பசித்து, மாறு அல்ல கடைப்பிடித்துத் துய்க்க

இந்தக் குறளில் உள்ள கடினமான சொற்களும் அவற்றின் பொருளும்:

அற்றது => செரித்த உணவு

கடைப்பிடித்து => பின்பற்றி

மாறு அல்ல => மாறுபாடு இல்லாதவை / ஒத்துக்கொள்கிறவை

துய்க்க => உண்ணுங்கள்

துவர => நன்றாக

எளிய உரை:

நாம் உண்ட உணவு முழுமையாகச் செரிக்கவேண்டும். அதனால், நமக்கு நன்றாகப் பசிக்கவேண்டும். அதன்பிறகுதான் நாம் மீண்டும் உண்ணவேண்டும், குறிப்பாக, நம் உடலுக்கு ஒத்துக்கொள்கிற, தீங்கு செய்யாத உணவு வகைகளைத் தேர்ந்தெடுத்து உண்ணவேண்டும்.

குறள் எண்: 945

குறள்:

மாறுபாடு இல்லாத உண்டி மறுத்து உண்ணின்
ஊறுபாடு இல்லை உயிர்க்கு

இந்தக் குறளை எப்படி மாற்றிப் படிக்கவேண்டும்:

மாறுபாடு இல்லாத உண்டி மறுத்து உண்ணின் உயிர்க்கு ஊறுபாடு இல்லை

இந்தக் குறளில் உள்ள கடினமான சொற்களும் அவற்றின் பொருளும்:

மாறுபாடு இல்லாத => மாறுபடாத / நமக்கு ஒத்துக்கொள்கிற

உண்டி => உணவு

மறுத்து => கூடுதலாகச் சாப்பிட மறுத்து

உண்ணின் => உண்டால்

ஊறுபாடு => நோயால் வரும் துன்பம்

எளிய உரை:

நம் உடலுக்கு ஒத்துக்கொள்கிற, தீங்கு செய்யாத உணவு வகைகளைத் தேர்ந்தெடுத்து உண்ணவேண்டும். அவற்றையும் தேவையான அளவுதான் உண்ணவேண்டும். அதற்குமேல் உணவு பரிமாறப்பட்டால் அதை மறுத்துவிடவேண்டும்.

இப்படிச் சாப்பிடுகிறவர்களுக்கு எந்த நோயும் வராது.

குறள் எண்: 946

குறள்:

> **இழிவு அறிந்து உண்பான்கண் இன்பம் போல் நிற்கும்**
> **கழி பேர் இரையான்கண் நோய்**

இந்தக் குறளை எப்படி மாற்றிப் படிக்கவேண்டும்:

> **இழிவு அறிந்து உண்பான்கண் இன்பம் நிற்கும். போல், கழி பேர் இரையான்கண் நோய் (நிற்கும்)**

இந்தக் குறளில் உள்ள கடினமான சொற்களும் அவற்றின் பொருளும்:

இழிவு => குறைந்த அளவு

உண்பான்கண் => உண்பவனிடம்

நிற்கும் => நிலைத்திருக்கும்

கழி => மிகுந்த

பேர் இரையான்கண் => நிறைய உணவைச் சாப்பிடுகிறவனிடம்

எளிய உரை:

அளவாகச் சாப்பிடுகிறவன் வாழ்க்கையில் இன்பம் நிறைந்திருக்கும். அதுபோல, அளவுக்கு மீறித் தின்கிறவனுடைய வாழ்க்கையில் நோய் நிறைந்திருக்கும்.

குறள் எண்: 947

குறள்:

தீ அளவு அன்றித் தெரியான் பெரிது உண்ணின்
நோய் அளவு இன்றிப் படும்

இந்தக் குறளை எப்படி மாற்றிப் படிக்கவேண்டும்:

தெரியான் தீ அளவு அன்றிப் பெரிது உண்ணின் நோய் அளவு இன்றிப் படும்

இந்தக் குறளில் உள்ள கடினமான சொற்களும் அவற்றின் பொருளும்:

தீ அளவு => பசியின் அளவு

அன்றி => இல்லாமல்

தெரியான் => தன் உடலின் தன்மையை அறியாதவன்

பெரிது => நிறைய

உண்ணின் => உண்டால்

இன்றி => இல்லாமல்

படும் => உண்டாகும்

எளிய உரை:

ஒருவன் தன்னுடைய உடலின் தன்மையை, பசியின் அளவை அறியாமல் அளவுக்கு மீறி உண்டால், அவனுக்கு அளவில்லாத நோய்கள் வரும்.

குறள் எண்: 948

குறள்:

நோய் நாடி, நோய் முதல் நாடி, அது தணிக்கும்
வாய் நாடி வாய்ப்பச் செயல்

இந்தக் குறளை எப்படி மாற்றிப் படிக்கவேண்டும்:

நோய் நாடி, நோய் முதல் நாடி, அது தணிக்கும் வாய் நாடி வாய்ப்பச் செயல்

இந்தக் குறளில் உள்ள கடினமான சொற்களும் அவற்றின் பொருளும்:

நாடி => ஆராய்ந்து அறிந்து

முதல் => அடிப்படை / மூலம்

தணிக்கும் => தீர்க்கின்ற

வாய் => வழி

வாய்ப்ப => சரியாக / பிழையின்றி

செயல் => செய்யவேண்டும்

எளிய உரை:

மருத்துவர்கள் தங்களிடம் வரும் நோயாளியைப் பொறுமையாக ஆராயவேண்டும், அவருக்கு வந்திருக்கிற நோய் என்ன, அந்த நோய் எதனால் வந்தது, அதைத் தீர்க்கும் முறை என்ன என்றெல்லாம் சிந்திக்கவேண்டும். அதன்பிறகு, அவருக்குச் சரியான மருந்தைச் சரியான முறையில் வழங்கவேண்டும்.

குறள் எண்: 949

குறள்:

உற்றான் அளவும், பிணி அளவும், காலமும்
கற்றான் கருதிச் செயல்

இந்தக் குறளை எப்படி மாற்றிப் படிக்கவேண்டும்:

கற்றான், உற்றான் அளவும், பிணி அளவும், காலமும் கருதிச் செயல்

இந்தக் குறளில் உள்ள கடினமான சொற்களும் அவற்றின் பொருளும்:

உற்றான் => நோய் வந்தவன்

பிணி => நோய்

கற்றான் => மருத்துவ நூல்களைக் கற்றவன்

கருதி => சிந்தித்து

செயல் => செய்யவேண்டும்

எளிய உரை:

மருத்துவர்கள் தங்களிடம் வரும் நோயாளியைப் பொறுமையாக ஆராயவேண்டும், அவருடைய இப்போதைய நிலை என்ன, அவருக்கு வந்திருக்கும் நோய் எப்படிப்பட்டது, அவர் எத்தனை நாட்களாக இந்த நோயால் துன்புறுகிறார் என்றெல்லாம் தெரிந்துகொள்ளவேண்டும். அதன்பிறகு, அவருக்குச் சரியான மருந்தைச் சரியான முறையில் வழங்கவேண்டும்.

குறள் எண்: 950

குறள்:

உற்றவன், தீர்ப்பான், மருந்து, உழைச் செல்வான் என்று
அப் பால் நால் கூற்றே மருந்து

இந்தக் குறளை எப்படி மாற்றிப் படிக்கவேண்டும்:

உற்றவன், தீர்ப்பான், மருந்து, உழைச் செல்வான் என்று அப் பால் நால் கூற்றே மருந்து

இந்தக் குறளில் உள்ள கடினமான சொற்களும் அவற்றின் பொருளும்:

உற்றவன் => நோய் வந்தவன்

தீர்ப்பான் => நோயைத் தீர்ப்பவன் (மருத்துவர்)

உழைச் செல்வான் => உடனிருந்து கவனித்துக்கொள்கிறவன்

அப் பால் => அந்தப் பகுதி

நால் கூற்றே => நான்கு பிரிவுகளை உடையது

எளிய உரை:

ஒரு நோயாளியை நோயிலிருந்து விடுவிக்கவேண்டுமென்றால், ஒரு மருந்து போதாது, நான்கு மருந்துகள் வேண்டும்:

1. *நோயாளி மருத்துவர் சொல்கிறவற்றை ஒழுங்காகப் பின்பற்றவேண்டும்*
2. *மருத்துவர் அவருக்குச் சரியான மருந்துகளைச் சிந்தித்து வழங்கவேண்டும்*
3. *மருத்துவர் வழங்கும் மருந்து செயல்திறனுடன் இருக்கவேண்டும்*
4. *நோயாளியுடன் இருப்பவர் அவரை அன்புடன் கவனித்துக்கொள்ளவேண்டும்*

இந்த நான்கும் சேர்ந்து செயல்பட்டால், நோயாளி விரைவில் நலம் பெறுவார்.

இயல் - 7

ஒழிபு இயல்

அதிகாரம் 96: குடிமை
(நல்ல குடும்பத்தில் பிறந்தோரின் தன்மைகள்)

குறள் எண்: 951

குறள்:

இல் பிறந்தார்கண் அல்லது இல்லை இயல்பாகச்
செப்பமும் நாணும் ஒருங்கு

இந்தக் குறளை எப்படி மாற்றிப் படிக்கவேண்டும்:

செப்பமும் நாணும் ஒருங்கு, இல் பிறந்தார்கண் அல்லது இயல்பாக இல்லை

இந்தக் குறளில் உள்ள கடினமான சொற்களும் அவற்றின் பொருளும்:

இல் => (நல்ல) இல்லம் / குடும்பம்

பிறந்தார்கண் => பிறந்தவர்களிடம்

அல்லது => இல்லாமல்

செப்பம் => செம்மை / ஒழுங்கு

நாண் => தீயவற்றைச் செய்ய நாணுகின்ற பண்பு

ஒருங்கு => ஒன்றாக

எளிய உரை:

நல்ல குடும்பத்தில் பிறந்தவர்கள் எதையும் சிறப்பாகச் செய்வார்கள், தீயவற்றைச் செய்வதற்கு நாணப்படுவார்கள். மற்ற யாரிடமும் இந்த இரு பண்புகளையும் ஒன்றாகப் பார்க்கமுடியாது.

குறள் எண்: 952

குறள்:

ஒழுக்கமும் வாய்மையும் நாணும் இம் மூன்றும்
இழுக்கார் குடிப் பிறந்தார்

இந்தக் குறளை எப்படி மாற்றிப் படிக்கவேண்டும்:

குடிப் பிறந்தார் ஒழுக்கமும் வாய்மையும் நாணும் இம் மூன்றும் இழுக்கார்

இந்தக் குறளில் உள்ள கடினமான சொற்களும் அவற்றின் பொருளும்:

வாய்மை => உண்மை

நாண் => தீயவற்றைச் செய்ய நாணுகின்ற பண்பு

இன் மூன்றும் => இந்த மூன்றும்

இழுக்கார் => தவறமாட்டார்கள்

குடிப் பிறந்தார் => நல்ல குடும்பத்தில் பிறந்தவர்கள்

எளிய உரை:

நல்ல குடும்பத்தில் பிறந்தவர்கள் ஒழுக்கத்துடன் நடப்பார்கள், உண்மையைமட்டும்தான் பேசுவார்கள், தீயவற்றைச் செய்வதற்கு நாணப்படுவார்கள். அவர்கள் எப்போதும் இந்த மூன்று பண்புகளையும் விடமாட்டார்கள்.

குறள் எண்: 953

குறள்:

நகை, ஈகை, இன்சொல், இகழாமை நான்கும்
வகை என்ப வாய்மைக் குடிக்கு

இந்தக் குறளை எப்படி மாற்றிப் படிக்கவேண்டும்:

நகை, ஈகை, இன்சொல், இகழாமை நான்கும் வாய்மைக் குடிக்கு வகை என்ப

இந்தக் குறளில் உள்ள கடினமான சொற்களும் அவற்றின் பொருளும்:

நகை => முகமலர்ச்சி / சிரித்த முகம்

ஈகை => பிறருக்கு உதவும் பண்பு

இன்சொல் => இனிய சொற்கள்

இகழாமை => பிறரை இழிவாகப் பேசாமலிருத்தல்

வகை => பண்பு / பகுதி

என்ப => என்று சொல்வார்கள்

வாய்மை => உண்மை

குடிக்கு => குடும்பத்தில் பிறந்தவர்களுக்கு

எளிய உரை:

உண்மையான சிறந்த குடும்பத்தில் பிறந்தவர்களிடம் இந்த நான்கு பண்புகளும் இருக்கும்: சிரித்த முகம், பிறருக்கு உதவுகின்ற பண்பு, இனிய சொற்களைப் பேசுதல், பிறரை இழிவாகப் பேசாமலிருத்தல்.

குறள் எண்: 954

குறள்:

அடுக்கிய கோடி பெறினும் குடிப் பிறந்தார்
குன்றுவ செய்தல் இலர்

இந்தக் குறளை எப்படி மாற்றிப் படிக்கவேண்டும்:

குடிப் பிறந்தார் அடுக்கிய கோடி பெறினும் குன்றுவ செய்தல் இலர்

இந்தக் குறளில் உள்ள கடினமான சொற்களும் அவற்றின் பொருளும்:

அடுக்கிய கோடி => பல கோடி / பெரும் செல்வம்

பெறினும் => பெற்றாலும்

குடிப் பிறந்தார் => நல்ல குடும்பத்தில் பிறந்தவர்கள்

குன்றுவ => ஒழுக்கம் குறைந்த செயல்கள்

செய்தல் இலர் => செய்யமாட்டார்கள்

எளிய உரை:

கோடிக்கணக்கில் பணம் கொடுத்தாலும் சரி, நல்ல குடும்பத்தில் பிறந்தவர்கள் ஒழுக்கக்குறைவான செயல்களைச் செய்யமாட்டார்கள்.

குறள் எண்: 955

குறள்:

வழங்குவது உள் வீழ்ந்தக்கண்ணும் பழம் குடி
பண்பின் தலைப்பிரிதல் இன்று

இந்தக் குறளை எப்படி மாற்றிப் படிக்கவேண்டும்:

பழம் குடி வழங்குவது உள் வீழ்ந்தக்கண்ணும் பண்பின் தலைப்பிரிதல் இன்று

இந்தக் குறளில் உள்ள கடினமான சொற்களும் அவற்றின் பொருளும்:

உள் வீழ்ந்தக்கண்ணும் => குறைந்தபோதும்

பழம் குடி => பழைமையான நல்ல குடும்பம்

பண்பின் => உயர்ந்த தன்மையிலிருந்து

தலைப்பிரிதல் => நீங்குதல்

இன்று => இல்லை

எளிய உரை:

பழைமையான சிறப்பை உடைய நல்ல குடும்பத்தில் பிறந்தவர்கள் வறுமையைச் சந்திக்கக்கூடும். ஆனால் அப்போதும் அவர்கள் தங்களுடைய நல்ல பண்புகளை விடமாட்டார்கள், தங்களால் இயன்ற அளவுக்குப் பிறருக்கு உதவுவார்கள்.

குறள் எண்: 956

குறள்:

சலம் பற்றிச் சால்பு இல செய்யார், மாசு அற்ற
குலம் பற்றி வாழ்தும் என்பார்

இந்தக் குறளை எப்படி மாற்றிப் படிக்கவேண்டும்:

மாசு அற்ற குலம் பற்றி வாழ்தும் என்பார் சலம் பற்றிச் சால்பு இல செய்யார்

இந்தக் குறளில் உள்ள கடினமான சொற்களும் அவற்றின் பொருளும்:

சலம் => வஞ்சனை

பற்றி => கொண்டு

சால்பு => மேன்மை

இல => இல்லாதவை

செய்யார் => செய்யமாட்டார்கள்

மாசு => குற்றம்

அற்ற => இல்லாத

குலம் => குடும்பம்

வாழ்தும் => வாழ்ந்துவருவோம்

என்பார் => என்பவர்கள்

எளிய உரை:

குற்றமில்லாத நல்ல குடும்பத்தில் பிறந்தவர்களிடம் வஞ்சனை இருக்காது. அவர்கள் எப்போதும் தாழ்வான செயல்களைச் செய்யமாட்டார்கள்.

குறள் எண்: 957

குறள்:

குடிப் பிறந்தார்கண் விளங்கும் குற்றம் விசும்பின்
மதிக்கண் மறுப்போல் உயர்ந்து

இந்தக் குறளை எப்படி மாற்றிப் படிக்கவேண்டும்:

குடிப் பிறந்தார்கண் குற்றம் விசும்பின் மதிக்கண் மறுப்போல் உயர்ந்து விளங்கும்

இந்தக் குறளில் உள்ள கடினமான சொற்களும் அவற்றின் பொருளும்:

குடிப் பிறந்தார்கண் => நல்ல குடும்பத்தில் பிறந்தவர்களிடம்

விசும்பின் => வானத்தில்

மதிக்கண் => நிலாவிடம்

மறுப்போல் => களங்கத்தைப்போல்

எளிய உரை:

நல்ல குடும்பத்தில் பிறந்தவர்களிடம் ஏதாவது குறை இருந்தால், அது வானத்தில் உள்ள நிலாவின்மீது இருக்கிற கறையைப்போல் ஊருக்கே தெரிந்துவிடும்.

குறள் எண்: 958

குறள்:

நலத்தின்கண் நார் இன்மை தோன்றின் அவனைக்
குலத்தின்கண் ஐயப்படும்

இந்தக் குறளை எப்படி மாற்றிப் படிக்கவேண்டும்:

நலத்தின்கண் நார் இன்மை தோன்றின் அவனைக் குலத்தின்கண் ஐயப்படும்

இந்தக் குறளில் உள்ள கடினமான சொற்களும் அவற்றின் பொருளும்:

நலத்தின்கண் => நல்ல குடும்பத்தில் பிறந்தவனிடம்

நார் => அன்பு

இன்மை => இல்லாத நிலை

தோன்றின் => காணப்பட்டால்

குலத்தின்கண் => குலத்தைப்பற்றி

ஐயப்படும் => ஐயம் உண்டாகும்

எளிய உரை:

நல்ல குடும்பத்தில் பிறந்த ஒருவன் அன்பில்லாதவனாக இருந்தால், இவன் உண்மையில் இந்தக் குடும்பத்தில் பிறந்தவன்தானா என்று உலகம் ஐயப்படும்.

குறள் எண்: 959

குறள்:

நிலத்தில் கிடந்தமை கால் காட்டும். காட்டும்
குலத்தில் பிறந்தார் வாய்ச் சொல்

இந்தக் குறளை எப்படி மாற்றிப் படிக்கவேண்டும்:

நிலத்தில் கிடந்தமை கால் காட்டும். குலத்தில், பிறந்தார் வாய்ச் சொல் காட்டும்

இந்தக் குறளில் உள்ள கடினமான சொற்களும் அவற்றின் பொருளும்:

நிலத்தில் கிடந்தமை => நிலத்துக்குள் மறைந்து கிடந்தது / விதை

கால் => முளை

காட்டும் => வெளிப்படையாகக் காண்பிக்கும்

குலத்தில் => குடும்பத்தில்

பிறந்தார் => பிறந்தவர்கள்

வாய்ச் சொல் => பேசும் சொற்கள்

எளிய உரை:

நிலத்தின் தன்மையை அங்கு விளைகிற பயிர் சொல்லும். அதுபோல, ஒரு குடும்பத்தின் தன்மையை அதில் பிறந்தவர்களுடைய பேச்சு சொல்லும். (நல்ல குடும்பத்தில் பிறந்தவர்கள் பிறரை இழிவுபடுத்தாமல் இனிமையாகப் பேசுவார்கள்.)

குறள் எண்: 960

குறள்:

நலம் வேண்டின் நாண் உடைமை வேண்டும். குலம் வேண்டின் வேண்டுக யார்க்கும் பணிவு

இந்தக் குறளை எப்படி மாற்றிப் படிக்கவேண்டும்:

நலம் வேண்டின் நாண் உடைமை வேண்டும். குலம் வேண்டின் யார்க்கும் பணிவு வேண்டுக

இந்தக் குறளில் உள்ள கடினமான சொற்களும் அவற்றின் பொருளும்:

நலம் => நன்மை

வேண்டின் => விரும்பினால்

நாண் உடைமை => தீயவற்றைச் செய்வதற்கு நாணுதல்

குலம் => நல்ல குடும்பம்

வேண்டுக => விரும்புங்கள்

யார்க்கும் => யார்மீதும்

எளிய உரை:

உங்களுக்கு நன்மை வேண்டுமா? அப்படியானால், தீய செயல்களைச் செய்வதற்கு நாணப்படுங்கள்.

உங்கள் குடும்பத்தைப்பற்றி அனைவரும் உயர்வாகப் பேசவேண்டுமா? அப்படியானால், எல்லாரிடமும் பணிவோடு நடந்துகொள்ளுங்கள்.

அதிகாரம் 97: மானம்

குறள் எண்: 961

குறள்:

இன்றி அமையாச் சிறப்பின ஆயினும்
குன்ற வருப விடல்

இந்தக் குறளை எப்படி மாற்றிப் படிக்கவேண்டும்:

குன்ற வருப இன்றி அமையாச் சிறப்பின ஆயினும், விடல்

இந்தக் குறளில் உள்ள கடினமான சொற்களும் அவற்றின் பொருளும்:

இன்றி அமையா	=>	*மிக முதன்மையான / மிகவும் தேவைப்படுகிற*
சிறப்பின	=>	*சிறப்பைக் கொண்டவை*
ஆயினும்	=>	*ஆனாலும்*
குன்ற	=>	*குறைய / குறையும்படி*
வருப	=>	*வருபவை*
விடல்	=>	*விட்டுவிடவேண்டும்*

எளிய உரை:

நம் பெருமையைக் குறைக்கக்கூடிய செயல்களை எப்போதும் செய்யக்கூடாது, எப்பேர்ப்பட்ட கட்டாயம் வந்தாலும் செய்யக்கூடாது.

குறள் எண்: 962

குறள்:

சீரினும் சீர் அல்ல செய்யாரே, சீரொடு
பேராண்மை வேண்டுபவர்

இந்தக் குறளை எப்படி மாற்றிப் படிக்கவேண்டும்:

சீரொடு பேராண்மை வேண்டுபவர் சீரினும் சீர் அல்ல செய்யாரே

இந்தக் குறளில் உள்ள கடினமான சொற்களும் அவற்றின் பொருளும்:

சீரினும் => சிறப்பிலும் / சிறப்பு வந்தபோதும்

சீர் அல்ல => சிறப்பற்றவை

செய்யார் => செய்யமாட்டார்கள்

சீரொடு => சிறப்புடன்

பேராண்மை => மானம்

வேண்டுபவர் => விரும்புபவர்

எளிய உரை:

சிறப்பையும் மானத்தையும் விரும்புகிறவர்கள் எப்போதும் இழிவான செயல்களைச் செய்யமாட்டார்கள், எத்தனை கோடிப் பணத்தை அள்ளிக் கொடுத்தாலும் செய்யமாட்டார்கள்.

குறள் எண்: 963

குறள்:

பெருக்கத்து வேண்டும் பணிதல். சிறிய
சுருக்கத்து வேண்டும் உயர்வு

இந்தக் குறளை எப்படி மாற்றிப் படிக்கவேண்டும்:

பெருக்கத்துப் பணிதல் வேண்டும். சிறிய சுருக்கத்து உயர்வு வேண்டும்

இந்தக் குறளில் உள்ள கடினமான சொற்களும் அவற்றின் பொருளும்:

பெருக்கத்து => *பெருகும்போது / நிறையச் செல்வம் வரும்போது*

பணிதல் => *பணிவாக இருத்தல்*

சுருக்கத்து => *சுருங்கும்போது / செல்வம் குறையும்போது*

எளிய உரை:

கையில் நிறையச் செல்வம் குவியும்போது, செருக்கு கொள்ளாமல் பணிவுடன் இருங்கள். ஒருவேளை, அந்தச் செல்வம் குறைந்துவிட்டால், வறுமை நிலையிலும் தன்மானத்துடன் இருங்கள்.

குறள் எண்: 964

குறள்:

தலையின் இழிந்த மயிர் அனையர், மாந்தர்
நிலையின் இழிந்தக்கடை

இந்தக் குறளை எப்படி மாற்றிப் படிக்கவேண்டும்:

மாந்தர் நிலையின் இழிந்தக்கடை தலையின் இழிந்த மயிர் அனையர்

இந்தக் குறளில் உள்ள கடினமான சொற்களும் அவற்றின் பொருளும்:

தலையின் => தலையிலிருந்து

இழிந்த => விழுந்த

அனையர் => போன்றவர்கள்

மாந்தர் => மனிதர்கள்

நிலையின் => (உயர்ந்த) நிலையிலிருந்து

இழிந்தக்கடை => விழும்போது

எளிய உரை:

தலையிலிருந்து உதிர்ந்துவிட்ட முடியை யார் மதிப்பார்கள்? அதுபோல, உயர்ந்த நிலையிலிருந்து கீழே விழுந்தவர்களை உலகம் மதிக்காது.

குறள் எண்: 965

குறள்:

குன்றின் அனையாரும் குன்றுவர் குன்றுவ
குன்றி அனைய செயின்

இந்தக் குறளை எப்படி மாற்றிப் படிக்கவேண்டும்:

குன்றின் அனையாரும் குன்றி அனைய குன்றுவ செயின் குன்றுவர்

இந்தக் குறளில் உள்ள கடினமான சொற்களும் அவற்றின் பொருளும்:

குன்றின் அனையாரும் => மலைபோல் உயர்ந்தவர்களும்

குன்றுவர் => தாழ்ந்துபோவார்கள்

குன்றுவ => தாழ்வான செயல்கள்

குன்றி அனைய => குன்றிமணியைப் போன்ற (மிகச் சிறிய)

செயின் => செய்தால்

எளிய உரை:

அவர் மலையைப்போல் உயர்ந்து நிற்கிற பெரிய மனிதர். ஆனால், ஒருநாள், குன்றிமணியைப் போன்ற ஒரு சிறிய பிழையைச் செய்துவிடுகிறார். மறுகணம், அவர் தன்னுடைய உயர்ந்த நிலையிலிருந்து தாழ்ந்துபோகிறார். (உயர்ந்த நிலையில் உள்ளவர்கள் சிறு பிழைகளையும் செய்யக்கூடாது.)

குறள் எண்: 966

குறள்:

புகழ் இன்று ஆல், புத்தேள் நாட்டு உய்யாது ஆல், என் மற்று,
இகழ்வார் பின் சென்று நிலை

இந்தக் குறளை எப்படி மாற்றிப் படிக்கவேண்டும்:

இகழ்வார் பின் சென்று நிலை புகழ் இன்று ஆல், புத்தேள் நாட்டு உய்யாது ஆல். மற்று என்?

இந்தக் குறளில் உள்ள கடினமான சொற்களும் அவற்றின் பொருளும்:

இன்று => இல்லை

ஆல் => அசைச்சொல் (பொருள் உணர்த்தாத சொல்)

புத்தேள் நாட்டு => தேவர்களுடைய வானுலகத்தில்

உய்யாது => செலுத்தாது

என் => ஏன்

மற்று => அசைச்சொல் (பொருள் உணர்த்தாத சொல்)

இகழ்வார் => நம்மை மதிக்காமல் இழிவுபடுத்துகிறவர்கள்

நிலை => நிற்பது

எளிய உரை:

நம்மை மதிக்காத ஒருவருக்குப் பின்னால் சென்று கெஞ்சிக்கொண்டு நிற்பது இழிவான செயல். அதனால் நமக்குப் புகழ் வரப்போவதில்லை, நல்வினைப் பயனும் (புண்ணியமும்) கிடைக்கப்போவதில்லை.

ஆனாலும் சிலர் அப்படித்தான் நடந்துகொள்கிறார்கள். இது ஏனோ!

குறள் எண்: 967

குறள்:

ஒட்டார் பின் சென்று ஒருவன் வாழ்தலின், அந் நிலையே
கெட்டான் எனப்படுதல் நன்று

இந்தக் குறளை எப்படி மாற்றிப் படிக்கவேண்டும்:

ஒருவன் ஒட்டார் பின் சென்று வாழ்தலின், அந் நிலையே கெட்டான் எனப்படுதல் நன்று

இந்தக் குறளில் உள்ள கடினமான சொற்களும் அவற்றின் பொருளும்:

ஒட்டார் பின் => தன்னை மதிக்காதவர்களுக்குப் பின்னால்

வாழ்தலின் => வாழ்வதைவிட

அந் நிலையே => அந்த நிலையிலேயே

கெட்டான் => வீழ்ந்தான்

நன்று => நல்லது

எளிய உரை:

நம்மை மதிக்காத ஒருவருக்குப் பின்னால் சென்று கெஞ்சிக்கொண்டு நிற்பது ஒரு வாழ்க்கையா? அதற்குப் பதிலாக, தோற்றுப்போனவன் என்கிற பெயரைத் தாங்கிக்கொண்டு இருந்துவிடலாம்.

குறள் எண்: 968

குறள்:

மருந்தோ மற்று ஊன் ஓம்பும் வாழ்க்கை பெரும் தகைமை
பீடு அழிய வந்த இடத்து

இந்தக் குறளை எப்படி மாற்றிப் படிக்கவேண்டும்:

பெரும் தகைமை பீடு அழிய வந்த இடத்து ஊன் ஓம்பும் வாழ்க்கை மருந்தோ மற்று?

இந்தக் குறளில் உள்ள கடினமான சொற்களும் அவற்றின் பொருளும்:

மருந்தோ => மருந்து ஆகுமா?

மற்று => அசைச்சொல் (பொருள் உணர்த்தாத சொல்)

ஊன் => உடம்பு

ஓம்பும் => காப்பாற்றுகின்ற

பெரும் தகைமை => உயர்ந்த தகுதி

பீடு => பெருமைக்குரிய மானம்

அழிய => அழியும்படி

இடத்து => நேரத்தில்

எளிய உரை:

சிலர் மானம் போனாலும் பரவாயில்லை என்று தங்களுடைய உடலைமட்டும் காப்பாற்றிக்கொண்டு வாழ்கிறார்கள். அப்படிப்பட்ட வாழ்க்கை அவர்களுடைய துன்பத்தைப் போக்கும் மருந்தாகுமா? (ஆகாது.)

குறள் எண்: 969

குறள்:

மயிர் நீப்பின் வாழாக் கவரி மா அன்னார்
உயிர் நீப்பர் மானம் வரின்

இந்தக் குறளை எப்படி மாற்றிப் படிக்கவேண்டும்:

மயிர் நீப்பின் வாழாக் கவரி மா அன்னார் மானம் வரின் உயிர் நீப்பர்

இந்தக் குறளில் உள்ள கடினமான சொற்களும் அவற்றின் பொருளும்:

நீப்பின் => நீங்கினால்

வாழா => வாழாத

கவரி மா => ஒரு வகை விலங்கு

அன்னார் => அதைப் போன்றவர்கள்

நீப்பர் => நீங்குவார்கள்

மானம் வரின் => மானம் கெடுகின்ற சூழ்நிலை வந்தால்

எளிய உரை:

கவரி மா என்னும் விலங்கு தன்னுடைய உடலில் உள்ள அடர்த்தியான முடியைக் கொண்டு குளிரைத் தாங்கிக்கொள்ளும். ஒருவேளை, அந்த முடி உதிர்ந்துவிட்டால், கவரி மா குளிரைத் தாங்கமுடியாமல் இறந்துவிடும்.

அதுபோல, நல்லவர்கள் தங்களுடைய மானத்தை மிகவும் உயர்வாகக் கருதுவார்கள். அந்த மானத்துக்கு ஓர் இழுக்கு நேர்ந்தால், அவர்கள் உயிரைக்கூட விட்டுவிடுவார்கள்.

குறள் எண்: 970

குறள்:

இளி வரின் வாழாத மானம் உடையார்
ஒளி தொழுது ஏத்தும் உலகு

இந்தக் குறளை எப்படி மாற்றிப் படிக்கவேண்டும்:

இளி வரின் வாழாத மானம் உடையார் ஒளி உலகு தொழுது ஏத்தும்

இந்தக் குறளில் உள்ள கடினமான சொற்களும் அவற்றின் பொருளும்:

இளி => இழிவு

வரின் => வந்தால்

உடையார் => உடையவர்

ஒளி => புகழ்

தொழுது => வணங்கி

ஏத்தும் => போற்றும்

உலகு => உலகம்

எளிய உரை:

நல்லவர்கள் தங்களுடைய மானத்தை உயர்வாகக் கருதுவார்கள். அந்த மானத்துக்கு ஓர் இழுக்கு நேர்ந்தால், அவர்கள் உயிரைக்கூட விட்டுவிடுவார்கள். அப்படிப்பட்டவர்களை இந்த உலகம் புகழ்ந்து, வணங்கிப் போற்றும்.

அதிகாரம் 98: பெருமை

குறள் எண்: 971

குறள்:

ஒளி ஒருவற்கு உள்ள வெறுக்கை. இளி ஒருவற்கு
அஃது இறந்து வாழ்தும் எனல்

இந்தக் குறளை எப்படி மாற்றிப் படிக்கவேண்டும்:

ஒருவற்கு ஒளி, உள்ள வெறுக்கை. ஒருவற்கு இளி, அஃது இறந்து வாழ்தும் எனல்

இந்தக் குறளில் உள்ள கடினமான சொற்களும் அவற்றின் பொருளும்:

ஒளி	=>	புகழ் / பெருமை
ஒருவற்கு	=>	ஒருவனுக்கு
உள்ள வெறுக்கை	=>	மிகுந்த ஊக்கம்
இளி	=>	குற்றம்
அஃது	=>	அது
இறந்து	=>	நீங்கி
வாழ்தும்	=>	வாழ்வோம்
எனல்	=>	என்று நினைத்தல்

எளிய உரை:

மிகுந்த ஊக்கத்துடன் வாழ்ந்தால் புகழ் கிடைக்கும். ஊக்கமின்றிச் சோர்ந்து கிடந்தால் இழிவு வரும்.

குறள் எண்: 972

குறள்:

பிறப்பு ஒக்கும் எல்லா உயிர்க்கும், சிறப்பு ஒவ்வா
செய் தொழில் வேற்றுமையான்

இந்தக் குறளை எப்படி மாற்றிப் படிக்கவேண்டும்:

எல்லா உயிர்க்கும் பிறப்பு ஒக்கும், செய் தொழில் வேற்றுமையான் சிறப்பு ஒவ்வா

இந்தக் குறளில் உள்ள கடினமான சொற்களும் அவற்றின் பொருளும்:

ஒக்கும் => ஒன்றாக / பொதுவாக இருக்கும்

ஒவ்வா => ஒன்றாக / பொதுவாக இருக்காது

செய் தொழில் => செய்கின்ற தொழில் / வேலை

வேற்றுமையான் => வேறுபாட்டால்

எளிய உரை:

எல்லா உயிர்களும் ஒரேமாதிரியாகத்தான் பிறக்கின்றன. அப்படிப் பிறந்தபிறகு அந்த உயிர்கள் என்ன செய்கின்றன என்பதைப் பொறுத்து அவற்றுள் சில உயிர்கள் சிறந்தவையாக ஆகின்றன. (பெருமைக்குரிய செயலைச் செய்தவர்கள் உயர்கிறார்கள், மற்றவர்கள் தாழ்கிறார்கள்.)

குறள் எண்: 973

குறள்:

மேல் இருந்தும் மேல் அல்லார் மேல் அல்லர். கீழ் இருந்தும் கீழ் அல்லார் கீழ் அல்லவர்

இந்தக் குறளை எப்படி மாற்றிப் படிக்கவேண்டும்:

மேல் அல்லர் மேல் இருந்தும் மேல் அல்லார். கீழ் அல்லவர் கீழ் இருந்தும் கீழ் அல்லார்

இந்தக் குறளில் உள்ள கடினமான சொற்களும் அவற்றின் பொருளும்:

மேல்	=> மேலே
மேல் அல்லார்	=> மேலானவர்களாக இருப்பதில்லை
மேல் அல்லர்	=> மேன்மையான செயல்களைச் செய்யாதவர்கள்
கீழ்	=> கீழே
கீழ் அல்லார்	=> கீழானவர்களாக இருப்பதில்லை
கீழ் அல்லவர்	=> தாழ்வான செயல்களைச் செய்யாதவர்கள்

எளிய உரை:

மேலே இருப்பவர்களெல்லாம் உயர்ந்தவர்கள், கீழே இருப்பவர்களெல்லாம் தாழ்ந்தவர்கள் என்று எண்ணிவிடக் கூடாது. மேலான இடத்தில் உள்ளவர்கள் இழிவான செயல்களைச் செய்தால், அவர்கள் இழிந்தவர்கள்தான். கீழான இடத்தில் உள்ளவர்கள் உயர்வான செயல்களைச் செய்தால், அவர்கள் உயர்ந்தவர்கள்தான்.

குறள் எண்: 974

குறள்:

ஒருமை மகளிரே போலப் பெருமையும்
தன்னைத் தான் கொண்டு ஒழுகின் உண்டு

இந்தக் குறளை எப்படி மாற்றிப் படிக்கவேண்டும்:

தன்னைத் தான் கொண்டு ஒழுகின், ஒருமை மகளிரே போலப் பெருமையும் உண்டு

இந்தக் குறளில் உள்ள கடினமான சொற்களும் அவற்றின் பொருளும்:

ஒருமை => உறுதியான மனம் கொண்ட

மகளிர் => பெண்கள்

கொண்டு => காத்து

ஒழுகின் => நடந்தால்

எளிய உரை:

உறுதியான மனம் கொண்ட பெண்களை இந்த உலகம் புகழ்கிறது.

ஒருவர் தன்னைத் தானே ஒழுக்கத்துடன் வழிநடத்திக்கொண்டு சிறப்பாக வாழ்கிறார் என்றால், அவரையும் உலகம் அதேபோல் பெருமைப்படுத்திப் புகழும்.

குறள் எண்: 975

குறள்:

பெருமை உடையவர் ஆற்றுவார் ஆற்றின்
அருமை உடைய செயல்

இந்தக் குறளை எப்படி மாற்றிப் படிக்கவேண்டும்:

பெருமை உடையவர் அருமை உடைய செயல் ஆற்றின் ஆற்றுவார்

இந்தக் குறளில் உள்ள கடினமான சொற்களும் அவற்றின் பொருளும்:

ஆற்றுவார் => செய்வார்

ஆற்றின் => முறைப்படி

அருமை உடைய செயல் => அரிய செயல்

எளிய உரை:

உயர்ந்தவர்கள் அரிய செயல்களை முறைப்படி செய்வார்கள்.

குறள் எண்: 976

குறள்:

சிறியார் உணர்ச்சியுள் இல்லை பெரியாரைப்
பேணிக் கொள்வேம் என்னும் நோக்கு

இந்தக் குறளை எப்படி மாற்றிப் படிக்கவேண்டும்:

சிறியார் உணர்ச்சியுள் பெரியாரைப் பேணிக் கொள்வேம் என்னும் நோக்கு இல்லை

இந்தக் குறளில் உள்ள கடினமான சொற்களும் அவற்றின் பொருளும்:

சிறியார் => சிறியவர்கள் / பெருமையற்றவர்கள்

உணர்ச்சியுள் => அறிவில் / மனத்தில்

பெரியாரை => பெரியவர்களை / பெருமைக்குரியவர்களை

பேணி => போற்றி

கொள்வேம் => ஏற்றுக்கொள்வோம்

நோக்கு => எண்ணம்

எளிய உரை:

உயர்ந்த பெரியவர்களை விரும்பிப் பின்பற்றவேண்டும் என்று சிறியவர்களுக்கு எப்போதும் தோன்றாது.

குறள் எண்: 977

குறள்:

இறப்பே புரிந்த தொழிற்று ஆம், சிறப்பும்தான்
சீர் அல்லவர்கண் படின்

இந்தக் குறளை எப்படி மாற்றிப் படிக்கவேண்டும்:

சிறப்பும்தான் சீர் அல்லவர்கண் படின் இறப்பே புரிந்த தொழிற்று ஆம்

இந்தக் குறளில் உள்ள கடினமான சொற்களும் அவற்றின் பொருளும்:

இறப்பு => மிகை / வரம்பு மீறிய தன்மை / செருக்கு

புரிந்த => செய்த

தொழிற்று => செயல்படுவது

ஆம் => ஆகும்

சீர் => சிறப்பு

அல்லவர்கண் => இல்லாதவர்களிடம்

படின் => இருந்தால்

எளிய உரை:

சிறந்த பொருட்கள்கூடச் சிறப்பில்லாத மனிதர்களிடம் சிக்கிக்கொண்டுவிட்டால், குரங்கு கையில் பூமாலையைப்போல்தான்.

குறள் எண்: 978

குறள்:

பணியுமாம் என்றும் பெருமை. சிறுமை
அணியுமாம் தன்னை வியந்து

இந்தக் குறளை எப்படி மாற்றிப் படிக்கவேண்டும்:

பெருமை என்றும் பணியுமாம். சிறுமை தன்னை வியந்து அணியுமாம்

இந்தக் குறளில் உள்ள கடினமான சொற்களும் அவற்றின் பொருளும்:

பணியுமாம் => பணிவுடன் இருப்பார்கள்

என்றும் => எப்போதும்

பெருமை => பெரியவர்கள்

சிறுமை => சிறியவர்கள்

அணியுமாம் => சிறப்பித்துக்கொள்ளுமாம்

எளிய உரை:

பெரியவர்கள் எப்போதும் பணிவோடு இருப்பார்கள். சிறியவர்கள் எப்போதும் தங்களைத் தாங்களே புகழ்ந்துகொண்டு திரிவார்கள்.

குறள் எண்: 979

குறள்:

பெருமை பெருமிதம் இன்மை. சிறுமை
பெருமிதம் ஊர்ந்துவிடல்

இந்தக் குறளை எப்படி மாற்றிப் படிக்கவேண்டும்:

பெருமிதம் இன்மை பெருமை. பெருமிதம் ஊர்ந்துவிடல் சிறுமை

இந்தக் குறளில் உள்ள கடினமான சொற்களும் அவற்றின் பொருளும்:

பெருமிதம் => செருக்கு

இன்மை => இல்லாமல் இருத்தல்

ஊர்ந்துவிடல் => திரிதல்

எளிய உரை:

செருக்கின்றி நம் பணிகளைச் செய்வதுதான் பெருமை. நான் பெரியவன் என்று செருக்குப் பிடித்துத் திரிவது சிறுமை.

குறள் எண்: 980

குறள்:

அற்றம் மறைக்கும் பெருமை. சிறுமைதான்
குற்றமே கூறிவிடும்

இந்தக் குறளை எப்படி மாற்றிப் படிக்கவேண்டும்:

பெருமை அற்றம் மறைக்கும். சிறுமைதான் குற்றமே கூறிவிடும்

இந்தக் குறளில் உள்ள கடினமான சொற்களும் அவற்றின் பொருளும்:

அற்றம் => குறைகள்

பெருமை => பெரியவர்கள்

சிறுமை => சிறியவர்கள்

எளிய உரை:

பெரியவர்கள் மற்றவர்களிடம் இருக்கும் குறைகளைப் பொருட்படுத்தமாட்டார்கள்.

ஆனால், சிறியவர்கள் எப்போதும் மற்றவர்களிடம் இருக்கும் குறைகளைப்பற்றித்தான் குற்றம் சொல்லிக்கொண்டிருப்பார்கள்.

அதிகாரம் 99: சான்றாண்மை
(உயர்ந்தவர்களின் தன்மை)

குறள் எண்: 981

குறள்:

கடன் என்ப நல்லவை எல்லாம் கடன் அறிந்து
சான்றாண்மை மேற்கொள்பவர்க்கு

இந்தக் குறளை எப்படி மாற்றிப் படிக்கவேண்டும்:

கடன் அறிந்து சான்றாண்மை மேற்கொள்பவர்க்கு நல்லவை எல்லாம் கடன் என்ப

இந்தக் குறளில் உள்ள கடினமான சொற்களும் அவற்றின் பொருளும்:

கடன் => கடமை / இயல்பான பண்பு

என்ப => என்பார்கள்

கடன் அறிந்து => தங்கள் கடமையை அறிந்து

சான்றாண்மை => சால்பு என்னும் உயர்வான பண்பு

மேற்கொள்பவர்க்கு => மேற்கொண்டு நடப்பவர்களுக்கு

எளிய உரை:

தங்கள் கடமையை அறிந்து செயல்படுகின்ற சான்றோர்களிடம் நல்ல பண்புகள் அனைத்தும் இயல்பாக அமைந்திருக்கும்.

குறள் எண்: 982

குறள்:

குண நலம் சான்றோர் நலனே. பிற நலம்
எந் நலத்து உள்ளதூஉம் அன்று

இந்தக் குறளை எப்படி மாற்றிப் படிக்கவேண்டும்:

சான்றோர் நலம் குண நலனே. பிற நலம் எந் நலத்து உள்ளதூஉம் அன்று

இந்தக் குறளில் உள்ள கடினமான சொற்களும் அவற்றின் பொருளும்:

குணம் => பண்பு

நலம் => நன்மை / அழகு

சான்றோர் => சால்பு என்னும் உயர்வான பண்பைக் கொண்ட உயர்ந்தவர்கள்

நலன் => நன்மை

எந் நலத்து => எந்த நன்மையில்

உள்ளதூஉம் அன்று => இருப்பதில்லை

எளிய உரை:

நல்ல பண்புகள்தான் சான்றோருக்கு அழகு. அதற்குமுன்னால் மற்ற அழகுகளெல்லாம் மங்கிப்போய்விடும்.

குறள் எண்: 983

குறள்:

அன்பு, நாண், ஒப்புரவு, கண்ணோட்டம், வாய்மையொடு
ஐந்து சால்பு ஊன்றிய தூண்

இந்தக் குறளை எப்படி மாற்றிப் படிக்கவேண்டும்:

அன்பு, நாண், ஒப்புரவு, கண்ணோட்டம், வாய்மையொடு சால்பு ஊன்றிய தூண் ஐந்து

இந்தக் குறளில் உள்ள கடினமான சொற்களும் அவற்றின் பொருளும்:

நாண் => நாணம் / வெட்கம்

ஒப்புரவு => பலருக்கும் உதவும்படி வாழ்தல்

கண்ணோட்டம் => இரக்கம்

வாய்மையொடு => உண்மையுடன்

ஊன்றிய => தாங்குகின்ற

எளிய உரை:

சால்பு என்னும் உயர்ந்த பண்பைத் தாங்குகின்ற தூண்கள் ஐந்து:

1. பிறர்மீது அன்பு செலுத்துதல்

2. தீயவற்றைச் செய்வதற்கு வெட்கப்படுதல்

3. பலருக்கும் உதவும்படி வாழ்தல்

4. பிறர்மீது இரக்கம் காட்டுதல்

5. உண்மையைமட்டும் பேசுதல்.

குறள் எண்: 984

குறள்:

கொல்லா நலத்தது நோன்மை. பிறர் தீமை
சொல்லா நலத்தது சால்பு

இந்தக் குறளை எப்படி மாற்றிப் படிக்கவேண்டும்:

நோன்மை, கொல்லா நலத்தது. சால்பு, பிறர் தீமை சொல்லா நலத்தது

இந்தக் குறளில் உள்ள கடினமான சொற்களும் அவற்றின் பொருளும்:

கொல்லா => கொல்லாத

நலத்தது => நன்மையைக் கொண்டது

நோன்மை => நோன்பு / தவம்

சொல்லா => சொல்லாத

எளிய உரை:

தவம் செய்கிறவர்கள் பிற உயிர்களைக் கொல்லமாட்டார்கள். சால்பு என்னும் உயர்ந்த பண்பைக் கொண்டவர்கள் பிறருடைய குற்றங்களைச் சுட்டிக்காட்டிப் பேசமாட்டார்கள்.

குறள் எண்: 985

குறள்:

ஆற்றுவார் ஆற்றல், பணிதல். அது, சான்றோர்
மாற்றாரை மாற்றும் படை

இந்தக் குறளை எப்படி மாற்றிப் படிக்கவேண்டும்:

ஆற்றுவார் ஆற்றல், பணிதல். அது, சான்றோர் மாற்றோரை மாற்றும் படை

இந்தக் குறளில் உள்ள கடினமான சொற்களும் அவற்றின் பொருளும்:

ஆற்றுவார் => செயலைச் செய்து முடிப்பவர்கள்

ஆற்றல் => வலிமை

பணிதல் => பணிவாக நடந்துகொள்ளுதல்

சான்றோர் => சால்பு என்னும் உயர்வான பண்பைக் கொண்ட உயர்ந்தவர்கள்

மாற்றாரை => பகைவர்களை

படை => கருவி

எளிய உரை:

எதையும் சிறப்பாகச் செய்து முடிக்கிறவர்கள் எல்லாரிடமும் பணிவாக நடந்துகொள்வார்கள். அது அவர்களுக்கு மிகுந்த ஆற்றலைத் தரும்.

சான்றோர்கள் பணிவு என்கின்ற அந்தப் பண்பைப் பயன்படுத்தித் தங்களுடைய எதிரிகளைக்கூட நண்பர்களாக மாற்றிக்கொண்டுவிடுவார்கள்.

குறள் எண்: 986

குறள்:

சால்பிற்குக் கட்டளை யாது எனின், தோல்வி
துலை அல்லார்கண்ணும் கொளல்

இந்தக் குறளை எப்படி மாற்றிப் படிக்கவேண்டும்:

சால்பிற்குக் கட்டளை யாது எனின், துலை அல்லார்கண்ணும் தோல்வி கொளல்

இந்தக் குறளில் உள்ள கடினமான சொற்களும் அவற்றின் பொருளும்:

சால்பிற்கு => சால்பு என்னும் உயர்ந்த பண்புக்கு

கட்டளை => கட்டளைக் கல் / உரைகல் / மதிப்பிடும் கருவி

யாது => எது

எனின் => என்றால்

துலை => இணை / சமம்

அல்லார்கண்ணும் => இல்லாதவர்களிடமும்

கொளல் => ஏற்றுக்கொள்ளுதல்

எளிய உரை:

ஒருவர் தன்னைவிடத் தாழ்ந்த நிலையில் இருக்கிற இன்னொருவரிடம் தோற்றுவிடுகிறார், ஆனால், அதை எண்ணிச் சினம் கொள்ளாமல், சாக்குப்போக்குகள் சொல்லாமல் தன்னுடைய தோல்வியை ஏற்றுக்கொள்கிறார். அப்படியானால், அவரிடம் சால்பு என்னும் உயர்ந்த பண்பு இருக்கிறது என்று பொருள்.

குறள் எண்: 987

குறள்:

இன்னா செய்தார்க்கும் இனியவே செய்யாக்கால்
என்ன பயத்ததோ சால்பு

இந்தக் குறளை எப்படி மாற்றிப் படிக்கவேண்டும்:

இன்னா செய்தார்க்கும் இனியவே செய்யாக்கால் சால்பு என்ன பயத்ததோ

இந்தக் குறளில் உள்ள கடினமான சொற்களும் அவற்றின் பொருளும்:

இன்னா => துன்பம்

செய்தார்க்கும் => செய்தவர்களுக்கும்

இனியவே => இனியவற்றையே

செய்யாக்கால் => செய்யாவிட்டால்

பயத்ததோ => பயனை உடையதோ

எளிய உரை:

நம்மைத் துன்பப்படுத்தியவர்களுக்கும் நாம் நல்லதைத்தான் செய்யவேண்டும். அதுதான் சால்பு என்னும் உயர்ந்த பண்பின் அடையாளம்.

குறள் எண்: 988

குறள்:

இன்மை ஒருவற்கு இளிவு அன்று சால்பு என்னும்
திண்மை உண்டாகப் பெறின்

இந்தக் குறளை எப்படி மாற்றிப் படிக்கவேண்டும்:

ஒருவற்குச் சால்பு என்னும் திண்மை உண்டாகப் பெறின் இன்மை இளிவு அன்று

இந்தக் குறளில் உள்ள கடினமான சொற்களும் அவற்றின் பொருளும்:

இன்மை => இல்லாமை / வறுமை

ஒருவற்கு => ஒருவருக்கு

இளிவு => இழிவு

அன்று => இல்லை

திண்மை => உறுதியான பண்பு

உண்டாகப் பெறின் => உருவாகப் பெற்றால்

எளிய உரை:

சால்பு என்னும் உயர்ந்த, உறுதியான பண்பை உடையவர்களுக்கு வறுமை நிலைகூட இழிவில்லை.

குறள் எண்: 989

குறள்:

ஊழி பெயரினும் தாம் பெயரார், சான்றாண்மைக்கு
ஆழி எனப்படுவார்

இந்தக் குறளை எப்படி மாற்றிப் படிக்கவேண்டும்:

சான்றாண்மைக்கு ஆழி எனப்படுவார் ஊழி பெயரினும் தாம் பெயரார்

இந்தக் குறளில் உள்ள கடினமான சொற்களும் அவற்றின் பொருளும்:

ஊழி => பெருவெள்ளத்தால் உலகம் அழிகின்ற காலம்

பெயரினும் => மாறினாலும்

தாம் => தாங்கள்

பெயரார் => மாறமாட்டார்கள்

ஆழி => கடல்

எனப்படுவார் => எனப்படுகிறவர்கள்

எளிய உரை:

சால்பு என்னும் உயர்ந்த பண்பால் நிறைந்தவர்கள் எப்போதும் நல்ல வழியை விட்டு மாறி நடக்கமாட்டார்கள். உலகமே தலைகீழாகப் புரண்டாலும் இவர்கள் மாறமாட்டார்கள்.

குறள் எண்: 990

குறள்:

**சான்றவர் சான்றாண்மை குன்றின் இருநிலம்தான்
தாங்காது மன்னோ பொறை**

இந்தக் குறளை எப்படி மாற்றிப் படிக்கவேண்டும்:

சான்றவர் சான்றாண்மை குன்றின் இருநிலம்தான் பொறை தாங்காது மன்னோ

இந்தக் குறளில் உள்ள கடினமான சொற்களும் அவற்றின் பொருளும்:

சான்றவர் => சான்றோர்கள்

குன்றின் => குறைந்தால்

இருநிலம்தான் => இந்தப் பெரிய பூமிதான்

மன்னோ => அசைச்சொல் (பொருள் உணர்த்தாத சொல்)

பொறை => எடை

எளிய உரை:

சான்றோர்களிடம் சால்பு என்னும் உயர்ந்த பண்பு குறைந்துவிட்டால், இந்த உலகம் சுமை தாங்காமல் புரண்டுவிடும்.

அதிகாரம் 100: பண்பு உடைமை

குறள் எண்: 991

குறள்:

எண் பதத்தால் எய்தல் எளிது என்ப யார் மாட்டும்
பண்பு உடைமை என்னும் வழக்கு

இந்தக் குறளை எப்படி மாற்றிப் படிக்கவேண்டும்:

யார் மாட்டும் எண் பதத்தால் பண்பு உடைமை என்னும் வழக்கு எய்தல் எளிது என்ப

இந்தக் குறளில் உள்ள கடினமான சொற்களும் அவற்றின் பொருளும்:

எண் பதத்தால்	=>	*எளிதாகக் கலந்து பழகுவதால்*
எய்தல்	=>	*அடைவது*
என்ப	=>	*என்பார்கள்*
யார் மாட்டும்	=>	*யாரிடத்திலும்*
உடைமை	=>	*கொண்டிருத்தல்*
வழக்கு	=>	*நல்ல நெறி*

எளிய உரை:

பண்பான மனிதர் என்று பெயர் வாங்குவது மிகவும் எளிது. அதற்கு நீங்கள் எல்லாரிடமும் எளிதாகக் கலந்து பழகினால் போதும்.

குறள் எண்: 992

குறள்:

அன்பு உடைமை, ஆன்ற குடிப் பிறத்தல் இவ் இரண்டும்
பண்பு உடைமை என்னும் வழக்கு

இந்தக் குறளை எப்படி மாற்றிப் படிக்கவேண்டும்:

அன்பு உடைமை, ஆன்ற குடிப் பிறத்தல் இவ் இரண்டும் பண்பு உடைமை என்னும் வழக்கு

இந்தக் குறளில் உள்ள கடினமான சொற்களும் அவற்றின் பொருளும்:

உடைமை	=>	*கொண்டிருத்தல்*
ஆன்ற	=>	*நன்கு அமைந்த / நல்ல*
குடி	=>	*குடும்பம்*
இவ் இரண்டும்	=>	*இந்த இரண்டும்*
வழக்கு	=>	*நல்ல நெறி*

எளிய உரை:

அன்பானவர்கள், நல்ல குடும்பத்தில் பிறந்தவர்களை உலகம் பண்பாளர்கள் என்று பாராட்டும்.

குறள் எண்: 993

குறள்:

உறுப்பு ஒத்தல் மக்கள் ஒப்பு அன்றால். வெறுத்தக்க
பண்பு ஒத்தல் ஒப்பதாம் ஒப்பு

இந்தக் குறளை எப்படி மாற்றிப் படிக்கவேண்டும்:

உறுப்பு ஒத்தல் மக்கள் ஒப்பு அன்றால். ஒப்பதாம் ஒப்பு வெறுத்தக்க பண்பு ஒத்தல்

இந்தக் குறளில் உள்ள கடினமான சொற்களும் அவற்றின் பொருளும்:

ஒத்தல் => ஒத்துப்போவது / ஒரேமாதிரி இருப்பது

ஒப்பு => ஒத்துப்போதல்

அன்றால் => இல்லை

வெறுத்தக்க => நிலையான

ஒப்பதாம் => ஒத்துப்போவதுதான்

எளிய உரை:

ஒருவனுடைய கண், காது, மூக்கை வைத்து அவன் மனிதன் என்று சொல்லிவிடமுடியாது, நிலையான நற்பண்புகள் உள்ளவன்தான் மனிதன்.

குறள் எண்: 994

குறள்:

நயனொடு நன்றி புரிந்த பயன் உடையார்
பண்பு பாராட்டும் உலகு

இந்தக் குறளை எப்படி மாற்றிப் படிக்கவேண்டும்:

நயனொடு நன்றி புரிந்த பயனுடையார் பண்பு உலகு பாராட்டும்

இந்தக் குறளில் உள்ள கடினமான சொற்களும் அவற்றின் பொருளும்:

நயனொடு => *விருப்பத்துடன்*

நன்றி => *நன்மை*

புரிந்த => *செய்த*

பயன் உடையார் => *பிறருக்குப் பயன்படும்படி வாழ்கிறவர்கள்*

உலகு => *உலகம் / உலகத்தார்*

எளிய உரை:

எல்லாரும் விரும்பும்படி வாழ்கிறவர்கள், பிறருக்கு நன்மை செய்கிறவர்கள், எல்லாருக்கும் பயன்படும்படி வாழ்கிறவர்களைத்தான் இந்த உலகம் பண்பாளர்கள் என்று பாராட்டும்.

குறள் எண்: 995

குறள்:

நகையுள்ளும் இன்னாது இகழ்ச்சி. பகையுள்ளும்
பண்பு உள பாடு அறிவார் மாட்டு

இந்தக் குறளை எப்படி மாற்றிப் படிக்கவேண்டும்:

இகழ்ச்சி நகையுள்ளும் இன்னாது. பாடு அறிவார் மாட்டுப் பகையுள்ளும் பண்பு உள

இந்தக் குறளில் உள்ள கடினமான சொற்களும் அவற்றின் பொருளும்:

நகையுள்ளும் => விளையாட்டுக்காகவும்

இன்னாது => துன்பத்தைத் தருவது

இகழ்ச்சி => இகழ்ந்து பேசுதல் / அவமதித்தல்

பகையுள்ளும் => பகைமையிலும் / பகைவரிடமும்

உள => உள்ளன

பாடு => பெருமை

அறிவார் மாட்டு => அறிவாரிடம்

எளிய உரை:

யாரையும் விளையாட்டாகக்கூட இகழ்ந்து பேசாதீர்கள். அது துன்பத்தைத்தான் கொண்டுவரும்.

மற்றவர்களுடைய இயல்பை அறிந்து நடக்கிற நல்லவர்கள் தங்களுடைய எதிரிகளிடமும் பண்போடுதான் நடந்துகொள்வார்கள்.

குறள் எண்: 996

குறள்:

பண்பு உடையார்ப் பட்டு உண்டு உலகம். அது இன்றேல்
மண் புக்கு மாய்வது மன்

இந்தக் குறளை எப்படி மாற்றிப் படிக்கவேண்டும்:

பண்பு உடையார்ப் பட்டு உலகம் உண்டு. இன்றேல், அது மண் புக்கு மாய்வது மன்

இந்தக் குறளில் உள்ள கடினமான சொற்களும் அவற்றின் பொருளும்:

உடையார் => உடையவர்

பட்டு => இருந்து வருவதால்

உண்டு => உள்ளது

இன்றேல் => இல்லாவிட்டால்

புக்கு => புகுந்து

மாய்வது => அழிவது

மன் => அசைச்சொல் (பொருள் உணர்த்தாத சொல்)

எளிய உரை:

பண்பாளர்கள் இருப்பதால்தான் இந்த உலகம் இயங்கிக்கொண்டிருக்கிறது. இல்லாவிட்டால் அது என்றைக்கோ அழிந்துபோயிருக்கும்.

குறள் எண்: 997

குறள்:

அரம் போலும் கூர்மையரேனும் மரம் போல்வர்
மக்கள் பண்பு இல்லாதவர்

இந்தக் குறளை எப்படி மாற்றிப் படிக்கவேண்டும்:

மக்கள் பண்பு இல்லாதவர் அரம் போலும் கூர்மையரேனும் மரம் போல்வர்

இந்தக் குறளில் உள்ள கடினமான சொற்களும் அவற்றின் பொருளும்:

அரம்	=> மர வேலைக்கு உதவும் ஒரு கருவி
போலும்	=> போல
கூர்மையரேனும்	=> அறிவுக் கூர்மை கொண்டவர்களாக இருந்தாலும்
போல்வர்	=> போன்றவர்கள்

எளிய உரை:

ஒருவனிடம் அரத்தைப்போல் கூர்மையான அறிவு இருந்து என்ன பயன்? நற்பண்புகள் இல்லாவிட்டால் அவன் வெறும் மரம்தான்.

குறள் எண்: 998

குறள்:

நண்பு ஆற்றார் ஆகி நயம் இல செய்வார்க்கும்
பண்பு ஆற்றார் ஆதல் கடை

இந்தக் குறளை எப்படி மாற்றிப் படிக்கவேண்டும்:

நண்பு ஆற்றார் ஆகி நயம் இல செய்வார்க்கும் பண்பு ஆற்றார் ஆதல் கடை

இந்தக் குறளில் உள்ள கடினமான சொற்களும் அவற்றின் பொருளும்:

நண்பு ஆற்றார் => நட்பைச் செய்யாதவர்கள்

நயம் இல => நன்மையற்ற செயல்கள்

செய்வார்க்கும் => செய்கிறவர்களுக்கும்

ஆற்றார் => நடக்காதவர்

ஆதல் => ஆவது

கடை => இழிவு

எளிய உரை:

ஒருவன் நம்மிடம் நட்பு கொள்ளாவிட்டாலும் பரவாயில்லை. அவன் நமக்குத் தீமையே செய்தாலும் பரவாயில்லை. பதிலுக்கு நாமும் அவனுக்குத் தீமை செய்யக்கூடாது. அது பண்பற்ற செயல்.

குறள் எண்: 999

குறள்:

நகல் வல்லர் அல்லார்க்கு மா இரு ஞாலம்
பகலும் பால் பட்டன்று இருள்

இந்தக் குறளை எப்படி மாற்றிப் படிக்கவேண்டும்:

நகல் வல்லர் அல்லார்க்கு மா இரு ஞாலம் பகலும் இருள் பால் பட்டன்று

இந்தக் குறளில் உள்ள கடினமான சொற்களும் அவற்றின் பொருளும்:

நகல் => சிரித்து மகிழ்தல்

வல்லர் அல்லார்க்கு => செய்ய இயலாதவர்களுக்கு

மா இரு => மிகப் பெரிய

ஞாலம் => உலகம்

பால் பட்டன்று => இடத்தில் கிடக்கும்

எளிய உரை:

இந்த உலகத்தில் எல்லாரோடும் கலந்து பழகிச் சிரித்து மகிழத் தெரியாதவர்களுக்குப் பகலென்ன, இரவென்ன, எல்லாம் ஒரே இருட்டுதான்!

குறள் எண்: 1000

குறள்:

பண்பு இலான் பெற்ற பெரும் செல்வம் நல் பால்
கலம் தீமையால் திரிந்தற்று

இந்தக் குறளை எப்படி மாற்றிப் படிக்கவேண்டும்:

பண்பு இலான் பெற்ற பெரும் செல்வம் நல் பால் கலம் தீமையால் திரிந்தற்று

இந்தக் குறளில் உள்ள கடினமான சொற்களும் அவற்றின் பொருளும்:

இலான் => இல்லாதவன்

நல் பால் => நல்ல, இனிய பால்

கலம் => பாலை வைத்திருக்கும் பாத்திரம்

தீமையால் => குற்றத்தால் / அழுக்கால்

திரிந்தற்று => கெட்டுப்போனதைப்போன்றது

எளிய உரை:

நல்ல பாலை அழுக்கான பாத்திரத்தில் ஊற்றினால், அது கெட்டுப்போகும்.

பண்பில்லாதவனிடம் கிடைத்த பெரிய செல்வமும் அப்படித்தான் ஆகும்!

அதிகாரம் 101: நன்றி இல் செல்வம் (யாருக்கும் பயன்படாத செல்வம்)

குறள் எண்: 1001

குறள்:

வைத்தான் வாய் சான்ற பெரும் பொருள், அஃது உண்ணான்,
செத்தான், செயக் கிடந்தது இல்

இந்தக் குறளை எப்படி மாற்றிப் படிக்கவேண்டும்:

வாய் சான்ற பெரும் பொருள் வைத்தான், அஃது உண்ணான்
செத்தான், செயக் கிடந்தது இல்

இந்தக் குறளில் உள்ள கடினமான சொற்களும் அவற்றின் பொருளும்:

வைத்தான்	=>	சேர்த்துவைத்தவன்
வாய்	=>	இடத்தில்
சான்ற	=>	நிரம்பிய
பொருள்	=>	செல்வம்
அஃது	=>	அது
உண்ணான்	=>	பயன்படுத்தாதவன்
செயக் கிடந்தது	=>	செய்யக்கூடியது
இல்	=>	இல்லை

எளிய உரை:

ஒருவன் நிறையச் செல்வத்தைச் சேர்த்துவைத்திருக்கிறான், ஆனால், அதைச் செலவு செய்யத் தயங்குகிறான்.

அப்படியானால், அந்தப் பெரிய செல்வத்தால் அவனுக்கு எந்தப் பயனும் இல்லை. அவன் இறந்துபோனவனுக்குச் சமம்.

குறள் எண்: 1002

குறள்:

பொருளான் ஆம் எல்லாம் என்று ஈயாது இவறும்
மருளான் ஆம் மாணாப் பிறப்பு

இந்தக் குறளை எப்படி மாற்றிப் படிக்கவேண்டும்:

எல்லாம் பொருளான் ஆம் என்று ஈயாது இவறும் மருளான் மாணாப் பிறப்பு ஆம்

இந்தக் குறளில் உள்ள கடினமான சொற்களும் அவற்றின் பொருளும்:

பொருளான்	=>	செல்வத்தால்
ஆம்	=>	ஆகும்
ஈயாது	=>	யாருக்கும் எதையும் கொடுத்து உதவாமல்
இவறும்	=>	பிடித்துவைத்துக்கொள்கிற
மருளான்	=>	மயக்கத்தால்
மாணா	=>	நிறைவில்லாத

எளிய உரை:

சிலர் பணம்தான் எல்லாம் என்று நினைக்கிறார்கள், அதற்காக மிகவும் முனைந்து செல்வத்தைச் சேர்க்கிறார்கள்.

ஆனால், அந்தப் பணத்தை வைத்து அவர்கள் பிறருக்கு உதவுவதில்லை, தங்களுக்காகவும் எந்தச் செலவும் செய்துகொள்வதில்லை. இப்படி மயங்கி நிற்பதால் அவர்களுடைய வாழ்க்கை சிறப்பற்றுப்போகும்.

குறள் எண்: 1003

குறள்:

ஈட்டம் இவறி இசை வேண்டா ஆடவர்
தோற்றம் நிலக்குப் பொறை

இந்தக் குறளை எப்படி மாற்றிப் படிக்கவேண்டும்:

ஈட்டம் இவறி இசை வேண்டா ஆடவர் தோற்றம் நிலக்குப் பொறை

இந்தக் குறளில் உள்ள கடினமான சொற்களும் அவற்றின் பொருளும்:

ஈட்டம் => பொருள் ஈட்டுதல் / செல்வத்தைச் சேர்த்தல்

இவறி => விரும்பி

இசை => புகழ்

வேண்டா => விரும்பாத

ஆடவர் => மக்கள்

தோற்றம் => பிறப்பு

நிலக்கு => பூமிக்கு

பொறை => சுமை

எளிய உரை:

சிலர் நிறையச் செல்வத்தைச் சேர்க்கவேண்டும் என்று விரும்புகிறார்கள், ஆனால், அந்தச் செல்வத்தைக் கொண்டு சில நல்ல செயல்களைச் செய்யலாம், அதன்மூலம் எல்லாரிடமும் நல்ல பெயர் வாங்கலாம் என்றெல்லாம் நினைப்பதில்லை.

அப்படிப்பட்டவர்கள் பிறந்ததே வீண். அவர்கள் இந்தப் பூமிக்கு வெறும் சுமைதான்.

குறள் எண்: 1004

குறள்:

எச்சம் என்று என் எண்ணும்கொல்லோ, ஒருவரால்
நச்சப்படாஅதவன்

இந்தக் குறளை எப்படி மாற்றிப் படிக்கவேண்டும்:

ஒருவரால் நச்சப்படாஅதவன் எச்சம் என்று என் எண்ணும்கொல்லோ

இந்தக் குறளில் உள்ள கடினமான சொற்களும் அவற்றின் பொருளும்:

எச்சம் => தனக்குப் பின் எஞ்சி நிற்பது

என் => எதை

எண்ணும்கொல்லோ => எண்ணுவானோ

ஒருவரால் => யாராலும்

நச்சப்படாஅதவன் => விரும்பப்படாதவன்

எளிய உரை:

சிலரிடம் பணம் இருக்கிறது. ஆனால், அவர்கள் அதைக் கொண்டு யாருக்கும் உதவுவதில்லை. அதனால், யாரும் அவர்களை விரும்புவதில்லை.

இப்படிப்பட்டவர்கள் எப்போதாவது, தனக்குப்பின் இந்த உலகம் தன்னை எப்படி நினைவு வைத்திருக்கும் என்று எண்ணிப்பார்க்கமாட்டார்களா? (பிறருக்கு உதவுகிறவர்களை மட்டும்தான் உலகம் நினைவில் வைத்திருக்கும்.)

குறள் எண்: 1005

குறள்:

கொடுப்பதூஉம் துய்ப்பதூஉம் இல்லார்க்கு அடுக்கிய
கோடி உண்டாயினும் இல்

இந்தக் குறளை எப்படி மாற்றிப் படிக்கவேண்டும்:

கொடுப்பதூஉம் துய்ப்பதூஉம் இல்லார்க்கு அடுக்கிய கோடி உண்டாயினும் இல்

இந்தக் குறளில் உள்ள கடினமான சொற்களும் அவற்றின் பொருளும்:

கொடுப்பதூஉம் => பிறருக்குக் கொடுத்து உதவுவதும்

துய்ப்பதூஉம் => தானே அனுபவிப்பதும்

இல்லார்க்கு => இல்லாதவர்களுக்கு

அடுக்கிய கோடி => பல கோடி

உண்டாயினும் => இருந்தாலும்

இல் => இல்லை

எளிய உரை:

சிலரிடம் பணம் இருக்கிறது. ஆனால், அவர்கள் அதைக் கொண்டு யாருக்கும் உதவுவதில்லை, தாங்களும் அதைச் செலவு செய்து மகிழ்வதில்லை.

அப்படிப்பட்டவர்களிடம் பல கோடி ரூபாய்ச் செல்வம் இருந்தால்தான் என்ன? அவர்கள் காசில்லாத ஏழைகள்தான். (யாருக்கும் பயன்படாத செல்வம் இருந்தால் என்ன, இல்லாவிட்டால் என்ன?)

குறள் எண்: 1006

குறள்:

ஏதம் பெரும் செல்வம் தான் துவ்வான், தக்கார்க்கு ஒன்று
ஈதல் இயல்பு இலாதான்

இந்தக் குறளை எப்படி மாற்றிப் படிக்கவேண்டும்:

தான் துவ்வான், தக்கார்க்கு ஒன்று ஈதல் இயல்பு இலாதான் பெரும் செல்வம் ஏதம்

இந்தக் குறளில் உள்ள கடினமான சொற்களும் அவற்றின் பொருளும்:

ஏதம் => துன்பம்

துவ்வான் => பயன்படுத்தமாட்டான் / அனுபவிக்கமாட்டான்

தக்கார்க்கு => தகுதி உடையவர்களுக்கு

ஈதல் => கொடுத்து உதவுதல்

இலாதான் => இல்லாதவன்

எளிய உரை:

சிலரிடம் பணம் இருக்கிறது. ஆனால், அவர்கள் அதைச் செலவு செய்து மகிழ்வதில்லை, தகுதி உள்ள மற்றவர்களுக்கு உதவி செய்வதும் இல்லை.

அப்படிப்பட்டவர்களிடம் இருக்கிற செல்வம் துன்பத்தைத்தான் கொண்டுவரும்.

குறள் எண்: 1007

குறள்:

அற்றார்க்கு ஒன்று ஆற்றாதான் செல்வம், மிகு நலம்
பெற்றாள் தமியள் மூத்தற்று

இந்தக் குறளை எப்படி மாற்றிப் படிக்கவேண்டும்:

அற்றார்க்கு ஒன்று ஆற்றாதான் செல்வம், மிகு நலம் பெற்றாள் தமியள் மூத்தற்று

இந்தக் குறளில் உள்ள கடினமான சொற்களும் அவற்றின் பொருளும்:

அற்றார்க்கு => பொருள் இல்லாத ஏழைகளுக்கு

ஒன்று => அவருக்கு வேண்டிய ஒரு பொருளை

ஆற்றாதான் => கொடுத்து உதவாதவன்

மிகு நலம் => மிகுந்த அழகு

தமியள் => தனியாக இருப்பவள்

மூத்தற்று => முதுமை அடைந்தவளைப்போல

எளிய உரை:

அவள் நல்ல அழகி, ஆனால், யாரையும் திருமணம் செய்துகொள்ள மறுக்கிறாள், வாழ்நாள்முழுக்கத் தனித்து வாழப்போகிறேன் என்கிறாள்.

ஏழைகளுக்கு உதவாதவர்களிடம் இருக்கும் செல்வமும் அப்படித்தான்.

குறள் எண்: 1008

குறள்:

நச்சப்படாதவன் செல்வம், நடு ஊருள்
நச்சு மரம் பழுத்தற்று

இந்தக் குறளை எப்படி மாற்றிப் படிக்கவேண்டும்:

நச்சப்படாதவன் செல்வம், நடு ஊருள் நச்சு மரம் பழுத்தற்று

இந்தக் குறளில் உள்ள கடினமான சொற்களும் அவற்றின் பொருளும்:

நச்சப்படாதவன் => பிறருக்கு உதவாதவன், அதனால், யாராலும் விரும்பப்படாதவன்

ஊருள் => ஊரில்

நச்சு => நஞ்சு

பழுத்தற்று => பழுத்ததைப் போன்றது

எளிய உரை:

ஊருக்கு நடுவில் ஒரு மரம். ஆனால், அதில் பழுப்பதெல்லாம் நஞ்சு தோய்ந்த கனிகள். அப்படியானால், அந்த மரத்தால் யாருக்கு என்ன பயன்?

ஏழைகளுக்கு உதவாதவர்களிடம் இருக்கும் செல்வமும் அப்படித்தான்.

குறள் எண்: 1009

குறள்:

அன்பு ஒரீஇ, தன் செற்று, அறம் நோக்காது ஈட்டிய
ஒண் பொருள் கொள்வார் பிறர்

இந்தக் குறளை எப்படி மாற்றிப் படிக்கவேண்டும்:

அன்பு ஒரீஇ, தன் செற்று, அறம் நோக்காது ஈட்டிய ஒண் பொருள் பிறர் கொள்வார்

இந்தக் குறளில் உள்ள கடினமான சொற்களும் அவற்றின் பொருளும்:

ஒரீஇ	=>	*ஒழித்து / அழித்து*
தன் செற்று	=>	*தன்னை வருத்திக்கொண்டு*
நோக்காது	=>	*பார்க்காமல் / நினைக்காமல்*
ஈட்டிய	=>	*சேர்த்த*
ஒண் பொருள்	=>	*ஒளிர்கின்ற / சிறந்த செல்வம்*
கொள்வார்	=>	*எடுத்துக்கொள்வார்கள்*

எளிய உரை:

ஒருவன் யார்மீதும் அன்பு செலுத்தாமல், யாருக்கும் உதவி செய்யாமல், தனக்கும் நல்ல வசதிகளைச் செய்துகொள்ளாமல், அற வழியில் நடக்காமல் நிறையச் செல்வம் சேர்த்து என்ன பயன்? அப்படிப்பட்டவனுடைய செல்வத்தை மற்றவர்கள் பறித்துக்கொண்டு போய்விடுவார்கள்.

குறள் எண்: 1010

குறள்:

சீர் உடைச் செல்வர் சிறு துனி, மாரி
வறம் கூர்ந்து அனையது உடைத்து

இந்தக் குறளை எப்படி மாற்றிப் படிக்கவேண்டும்:

சீர் உடைச் செல்வர் சிறு துனி, மாரி வறம் கூர்ந்து அனையது உடைத்து

இந்தக் குறளில் உள்ள கடினமான சொற்களும் அவற்றின் பொருளும்:

சீர் உடை => சிறப்பை உடைய

செல்வர் => செல்வம் மிக்கவர்

துனி => வறுமை

மாரி => மழை / மேகம்

வறம் கூர்ந்து அனையது => வற்றிப்போனதைப்போன்றது / வறண்டுபோனதைப்போன்றது

உடைத்து => உடையதாகும்

எளிய உரை:

சிறந்த பணக்காரர்களுக்கும் சில நேரங்களில் வறுமை வரலாம். அதனால், அவர்களால் முன்பைப்போல் மற்றவர்களுக்கு உதவ இயலாமல் போகலாம். என்ன செய்ய? மழையை வாரி வழங்கும் மேகங்களும் சில நேரங்களில் நீரின்றி வற்றிப்போகின்றன!

அதிகாரம் 102: நாண் உடைமை
(தீய செயல்களைச் செய்வதற்கு நாணுதல்)

குறள் எண்: 1011

குறள்:

கருமத்தால் நாணுதல் நாணு. திரு நுதல்
நல்லவர் நாணுப் பிற

இந்தக் குறளை எப்படி மாற்றிப் படிக்கவேண்டும்:

நாணு, கருமத்தால் நாணுதல். பிற, திரு நுதல் நல்லவர் நாணு

இந்தக் குறளில் உள்ள கடினமான சொற்களும் அவற்றின் பொருளும்:

கருமத்தால் => (தீய) செயல்களால்

நாணுதல் => நாணப்படுதல்

நாணு => நாணம்

திரு => அழகிய

நுதல் => நெற்றி

எளிய உரை:

தீய செயல்களைச் செய்வதற்குக் கூசுவதுதான் நாணம். அழகிய நெற்றியை உடைய நல்ல பெண்களிடம் இயல்பாக இருக்கிற நாணம் வேறுவிதமானது.

குறள் எண்: 1012

குறள்:

ஊண், உடை, எச்சம் உயிர்க்கு எல்லாம் வேறு அல்ல.
நாண் உடைமை மாந்தர் சிறப்பு

இந்தக் குறளை எப்படி மாற்றிப் படிக்கவேண்டும்:

ஊண், உடை, எச்சம் உயிர்க்கு எல்லாம் வேறு அல்ல. மாந்தர் சிறப்பு, நாண் உடைமை

இந்தக் குறளில் உள்ள கடினமான சொற்களும் அவற்றின் பொருளும்:

ஊண் => உணவு

எச்சம் => மற்றவை

உயிர்க்கு எல்லாம் => எல்லா உயிர்களுக்கும்

வேறு அல்ல => வெவ்வேறு இல்லை (ஒன்றுதான்)

நாண் உடைமை => தீய செயல்களைச் செய்வதற்கு நாணுதல்

மாந்தர் => மனிதர்கள்

எளிய உரை:

இந்த உலகில் எல்லாரும் உண்கிறார்கள், உடுத்துகிறார்கள், மற்ற வேலைகளைச் செய்கிறார்கள். ஆனால், நல்லவர்கள்மட்டும்தான் தீய செயல்களைச் செய்வதற்குக் கூசுகிறார்கள். அந்த நாணம்தான் அவர்களைச் சிறப்பாக்குகிறது.

குறள் எண்: 1013

குறள்:

ஊனைக் குறித்த உயிர் எல்லாம். நாண் என்னும்
நன்மை குறித்தது சால்பு

இந்தக் குறளை எப்படி மாற்றிப் படிக்கவேண்டும்:

உயிர் எல்லாம் ஊனைக் குறித்த. சால்பு, நாண் என்னும் நன்மை குறித்தது

இந்தக் குறளில் உள்ள கடினமான சொற்களும் அவற்றின் பொருளும்:

ஊனை => உடலை

குறித்த => இருப்பிடமாகக் கொண்டுள்ளன

நாண் => தீயவற்றைச் செய்ய நாணுதல்

குறித்தது => இருப்பிடமாகக் கொண்டுள்ளது

சால்பு => சான்றோர்களுடைய பண்பு

எளிய உரை:

மற்ற உயிர்களெல்லாம் உடலில் வாழ்கின்றன. ஆனால், சான்றோர்கள் தீய செயல்களைச் செய்வதற்கு நாணுதல் என்கின்ற நல்ல பண்பில் வாழ்கிறார்கள்.

குறள் எண்: 1014

குறள்:

**அணி அன்றோ நாண் உடைமை சான்றோர்க்கு. அஃது இன்றேல்
பிணி அன்றோ பீடு நடை**

இந்தக் குறளை எப்படி மாற்றிப் படிக்கவேண்டும்:

**நாண் உடைமை சான்றோர்க்கு அணி அன்றோ! அஃது இன்றேல்
பீடு நடை பிணி அன்றோ!**

இந்தக் குறளில் உள்ள கடினமான சொற்களும் அவற்றின் பொருளும்:

அணி	*=> அழகு*
அன்றோ	*=> அல்லவா*
நாண் உடைமை	*=> தீய செயல்களைச் செய்ய நாணுதல்*
அஃது	*=> அது*
இன்றேல்	*=> இல்லாவிட்டால்*
பிணி	*=> நோய்*
பீடு	*=> பெருமிதமான*

எளிய உரை:

சான்றோர்க்கு அழகு, தீய செயல்களைச் செய்வதற்கு நாணப்படுவது!

அந்தப் பண்பு இல்லாதவர்கள் பெருமிதத்துடன் நிமிர்ந்து நடை போட்டு என்ன பயன்? அது நோய் நடைதான்!

குறள் எண்: 1015

குறள்:

பிறர் பழியும் தம் பழியும் நாணுவார் நாணுக்கு
உறை பதி என்னும் உலகு

இந்தக் குறளை எப்படி மாற்றிப் படிக்கவேண்டும்:

உலகு, பிறர் பழியும் தம் பழியும் நாணுவார் நாணுக்கு உறை பதி என்னும்

இந்தக் குறளில் உள்ள கடினமான சொற்களும் அவற்றின் பொருளும்:

தம் => தங்கள்

நாணுவார் => நாணப்படுகிறவர்கள்

நாணுக்கு => நாணத்துக்கு

உறை பதி => இருப்பிடம்

என்னும் => என்று சொல்லும்

உலகு => உலகம்

எளிய உரை:

நம்மால் மற்றவர்களுக்குப் பழி வந்துவிடக்கூடாது என்றும், மற்றவர்கள் நம்மைப் பழிக்கும்படி நடந்துகொள்ளக்கூடாது என்றும் நினைத்து நாணப்படுகிறவர்களை இந்த உலகம் மிகவும் மதிக்கும், இவர்கள்தான் நாணம் என்கிற நல்ல பண்பின் இருப்பிடம் என்று பாராட்டும்.

குறள் எண்: 1016

குறள்:

நாண் வேலி கொள்ளாது, மன்னோ, வியன் ஞாலம்
பேணலர் மேலாயவர்

இந்தக் குறளை எப்படி மாற்றிப் படிக்கவேண்டும்:

மேலாயவர் நாண் வேலி கொள்ளாது வியன் ஞாலம் பேணலர் மன்னோ

இந்தக் குறளில் உள்ள கடினமான சொற்களும் அவற்றின் பொருளும்:

நாண் => நாணம்

கொள்ளாது => கொள்ளாமல் / ஏற்றுக்கொள்ளாமல்

மன்னோ => அசைச்சொல் (பொருள் உணர்த்தாத சொல்)

வியன் => பரந்து விரிந்த

ஞாலம் => உலகம்

பேணலர் => விரும்பமாட்டார்கள்

மேலாயவர் => உயர்ந்தவர்கள்

எளிய உரை:

உயர்ந்த மனிதர்கள் தீய செயல்களைச் செய்வதற்குக் கூச்சப்படுவார்கள். அந்த நாணம்தான் அவர்களைக் காப்பாற்றுகிற வேலி. அதை அவர்கள் உயிரைவிடப் பெரியதாக மதிப்பார்கள்.

குறள் எண்: 1017

குறள்:

நாணால் உயிரைத் துறப்பர், உயிர்ப் பொருட்டால்
நாண் துறவார் நாண் ஆள்பவர்

இந்தக் குறளை எப்படி மாற்றிப் படிக்கவேண்டும்:

நாண் ஆள்பவர் நாணால் உயிரைத் துறப்பர், உயிர்ப் பொருட்டால் நாண் துறவார்

இந்தக் குறளில் உள்ள கடினமான சொற்களும் அவற்றின் பொருளும்:

நாணால் => நாணத்துக்காக

துறப்பர் => விட்டுவிடுவார்கள்

உயிர்ப் பொருட்டால் => உயிருக்காக

நாண் => நாணம்

துறவார் => விடமாட்டார்கள்

நாண் ஆள்பவர் => நாணத்தை விடாமல் பின்பற்றுகிறவர்கள்

எளிய உரை:

உயர்ந்த மனிதர்கள் தீய செயல்களைச் செய்வதற்குக் கூச்சப்படுவார்கள். அந்த நாணத்தைக் காப்பாற்றுவதற்காக அவர்கள் உயிரையும் கொடுப்பார்கள், உயிரைக் காப்பாற்றுவதற்காக நாணத்தை விட்டுக்கொடுக்கமாட்டார்கள்.

குறள் எண்: 1018

குறள்:

பிறர் நாணத் தக்கது தான் நாணான் ஆயின்,
அறம் நாணத் தக்கது உடைத்து

இந்தக் குறளை எப்படி மாற்றிப் படிக்கவேண்டும்:

பிறர் நாணத் தக்கது தான் நாணான் ஆயின், அறம் நாணத் தக்கது உடைத்து

இந்தக் குறளில் உள்ள கடினமான சொற்களும் அவற்றின் பொருளும்:

நாணத் தக்கது => நாணப்படவேண்டிய செயல்

நாணான் => நாணப்படாதவன்

ஆயின் => ஆனால்

உடைத்து => உடையது

எளிய உரை:

ஒருவன் செய்கிற தீய செயல்களைப் பார்த்துச் சுற்றியிருக்கிறவர்களெல்லாம் கூச்சப்படுகிறார்கள். ஆனால், அவன் அதை எண்ணிக் கூச்சப்படவில்லை.

அப்படிப்பட்டவனிடம் அறம் தங்காது, கூச்சப்பட்டு அவனை விட்டு விலகிவிடும்.

குறள் எண்: 1019

குறள்:

குலம் சுடும் கொள்கை பிழைப்பின். நலம் சுடும்
நாண் இன்மை நின்றக்கடை

இந்தக் குறளை எப்படி மாற்றிப் படிக்கவேண்டும்:

கொள்கை பிழைப்பின் குலம் சுடும். நாண் இன்மை நின்றக்கடை நலம் சுடும்

இந்தக் குறளில் உள்ள கடினமான சொற்களும் அவற்றின் பொருளும்:

குலம்	=>	நல்ல குடும்பத்தில் பிறத்தல்
சுடும்	=>	கெடுக்கும்
கொள்கை	=>	ஒழுக்கம்
பிழைப்பின்	=>	பிழையானால்
நலம்	=>	நன்மை
நாண் இன்மை	=>	தீய செயல்களைச் செய்வதற்குக் கூச்சப்படாமல் இருத்தல்
நின்றக்கடை	=>	நிலைத்துவிட்டால்

எளிய உரை:

ஒருவன் ஒழுக்கத்திலிருந்து தவறினால், அவனுடைய குடும்பத்தின் பெயர் கெட்டுப்போகும்.

அவன் தீய செயல்களைச் செய்வதற்குக் கூச்சப்படாவிட்டால், அவனுக்கு எந்த நன்மையும் கிடைக்காது.

குறள் எண்: 1020

குறள்:

நாண் அகத்து இல்லார் இயக்கம் மரப் பாவை
நாணால் உயிர் மருட்டியற்று

இந்தக் குறளை எப்படி மாற்றிப் படிக்கவேண்டும்:

அகத்து நாண் இல்லார் இயக்கம் நாணால் மரப் பாவை உயிர் மருட்டியற்று

இந்தக் குறளில் உள்ள கடினமான சொற்களும் அவற்றின் பொருளும்:

நாண் => நாணம்

அகத்து => உள்ளுக்குள்

இல்லார் => இல்லாதவர்

இயக்கம் => வாழ்க்கை

பாவை => பொம்மை

நாணால் => கயிற்றால்

மருட்டியற்று => மயக்கியதைப்போன்றது

எளிய உரை:

மரப் பொம்மைகளுக்கு உயிர் இல்லை. ஆனால், பொம்மலாட்டக் கலைஞர்கள் அவற்றைக் கயிற்றால் கட்டி மேலும் கீழும் ஆட்டும்போது, அவை உயிருடன் இயங்குவதுபோன்ற மயக்கம் உண்டாகிறது.

தீய செயல்களைச் செய்வதற்குக் கூச்சப்படாதவனுடைய வாழ்க்கையும் அப்படித்தான், உயிரற்றது, பொய்யானது.

அதிகாரம் 103: குடி செயல் வகை
(தன் குடும்பம் புகழ் பெறும்படி சிறப்பாகச் செயல்படுதல்)

குறள் எண்: 1021

குறள்:

கருமம் செய ஒருவன் கை தூவேன் என்னும்
பெருமையின் பீடு உடையது இல்

இந்தக் குறளை எப்படி மாற்றிப் படிக்கவேண்டும்:

ஒருவன் கருமம் செயக் கை தூவேன் என்னும் பெருமையின் பீடு உடையது இல்

இந்தக் குறளில் உள்ள கடினமான சொற்களும் அவற்றின் பொருளும்:

கருமம்	=>	*செயல்கள் / கடமைகள்*
செய	=>	*செய்ய*
கை தூவேன்	=>	*கைவிடமாட்டேன்*
என்னும்	=>	*என்கிற*
பெருமையின்	=>	*பெருமையைவிட*
பீடு உடையது	=>	*பெருமையானது / சிறப்பானது*
இல்	=>	*இல்லை*

எளிய உரை:

நான் எப்போதும் சோர்வில்லாமல் என்னுடைய கடமைகளைச் செய்வேன் என்று சொல்வதுதான் ஒருவனுக்கு மிகப் பெரிய பெருமை.

குறள் எண்: 1022

குறள்:

ஆள் வினையும் ஆன்ற அறிவும் என இரண்டின்
நீள் வினையான் நீளும் குடி

இந்தக் குறளை எப்படி மாற்றிப் படிக்கவேண்டும்:

ஆள் வினையும் ஆன்ற அறிவும் என இரண்டின் நீள் வினையான் குடி நீளும்

இந்தக் குறளில் உள்ள கடினமான சொற்களும் அவற்றின் பொருளும்:

ஆள் வினை => முயற்சி

ஆன்ற => சிறந்த

நீள் வினையான் => நீளுகின்ற / தொடர்கின்ற செயலால்

நீளும் => உயரும்

எளிய உரை:

ஒருவன் முயற்சியோடும் சிறந்த அறிவோடும் தொடர்ந்து உழைத்தால், அவனுடைய குடும்பம் முன்னேறும்.

குறள் எண்: 1023

குறள்:

குடி செய்வல் என்னும் ஒருவற்குத் தெய்வம்
மடி தற்றுத் தான் முந்துறும்

இந்தக் குறளை எப்படி மாற்றிப் படிக்கவேண்டும்:

குடி செய்வல் என்னும் ஒருவற்கு தெய்வம் தான் மடி தற்று முந்துறும்

இந்தக் குறளில் உள்ள கடினமான சொற்களும் அவற்றின் பொருளும்:

குடி செய்வல் => என் குடும்பத்தை உயர்த்துவேன்

என்னும் => என்று சொல்கிற

ஒருவற்கு => ஒருவருக்கு

மடி => ஆடை

தற்று => இறுகக் கட்டிக்கொண்டு

தான் => தானே

முந்துறும் => முன் வந்து நிற்கும்

எளிய உரை:

தன்னுடைய குடும்பத்தை முன்னேற்றுவதற்காக உழைக்கிறவனுக்குத் தெய்வமே நேரில் வந்து உதவும்.

குறள் எண்: 1024

குறள்:

> **சூழாமல் தானே முடிவு எய்தும், தம் குடியைத்**
> **தாழாது உஞற்றுபவர்க்கு**

இந்தக் குறளை எப்படி மாற்றிப் படிக்கவேண்டும்:

> **தம் குடியைத் தாழாது உஞற்றுபவர்க்குச் சூழாமல் தானே முடிவு எய்தும்**

இந்தக் குறளில் உள்ள கடினமான சொற்களும் அவற்றின் பொருளும்:

சூழாமல் => எண்ணாமல் / ஆராயாமல்

தானே => தானாக

முடிவு எய்தும் => நிறைவடையும்

தம் குடியை => தன் குடும்பத்தை

தாழாது => தாழ்ந்துவிடாதபடி

உஞற்றுபவர்க்கு => முயல்பவர்களுக்கு

எளிய உரை:

> *தன் குடும்பத்தை முன்னேற்றுவதற்காக உழைக்கிறவர்களுடைய பணிகள் எல்லாம் தானாக வெற்றியடையும்.*

குறள் எண்: 1025

குறள்:

குற்றம் இலனாய்க் குடி செய்து வாழ்வானைச்
சுற்றமாச் சுற்றும் உலகு

இந்தக் குறளை எப்படி மாற்றிப் படிக்கவேண்டும்:

குற்றம் இலனாய்க் குடி செய்து வாழ்வானை உலகு சுற்றமாச் சுற்றும்

இந்தக் குறளில் உள்ள கடினமான சொற்களும் அவற்றின் பொருளும்:

குற்றம் இலன் => குற்றம் செய்யாதவன்

குடி செய்து => தன் குடும்பத்தை உயர்த்தி

வாழ்வானை => வாழ்பவனை

சுற்றமா => உறவினராக

சுற்றும் => சுற்றி நிற்கும்

உலகு => உலகம்

எளிய உரை:

ஒருவன் எந்தத் தவறும் செய்வதில்லை, தன்னுடைய குடும்பத்தை முன்னேற்றுவதற்காகக் கடினமாக உழைக்கிறான் என்றால், இந்த உலகம் முழுவதும் அவனைத் தன்னுடைய உறவாக நினைத்துச் சூழ்ந்து நிற்கும்.

குறள் எண்: 1026

குறள்:

நல் ஆண்மை என்பது ஒருவற்குத் தான் பிறந்த
இல் ஆண்மை ஆக்கிக் கொளல்

இந்தக் குறளை எப்படி மாற்றிப் படிக்கவேண்டும்:

ஒருவற்கு நல் ஆண்மை என்பது, தான் பிறந்த இல் ஆண்மை ஆக்கிக் கொளல்

இந்தக் குறளில் உள்ள கடினமான சொற்களும் அவற்றின் பொருளும்:

நல் ஆண்மை	=> நல்ல ஆளும் தன்மை
ஒருவற்கு	=> ஒருவருக்கு
இல் ஆண்மை	=> குடும்பத்தை ஆளும் தன்மை
ஆக்கிக் கொளல்	=> ஆக்கிக்கொள்ளுதல்

எளிய உரை:

ஒவ்வொருவரும் தாங்கள் பிறந்த குடும்பத்தை நன்றாக ஆளவேண்டும். அதுதான் அவர்கள் பெறவேண்டிய மிகச் சிறந்த பண்பு.

குறள் எண்: 1027

குறள்:

அமர் அகத்து வன்கண்ணர்போலத் தமர் அகத்தும்
ஆற்றுவார் மேற்றே பொறை

இந்தக் குறளை எப்படி மாற்றிப் படிக்கவேண்டும்:

அமர் அகத்து வன்கண்ணர்போலத் தமர் அகத்தும் ஆற்றுவார் மேற்றே பொறை

இந்தக் குறளில் உள்ள கடினமான சொற்களும் அவற்றின் பொருளும்:

அமர் அகத்து => போர்க்களத்தில்

வன்கண்ணார்போல => வீரம் உள்ளவர்களைப்போல

தமர் அகத்தும் => தன் குடும்பத்தைச் சேர்ந்தவர்களிடத்திலும்

ஆற்றுவார் => செய்யக்கூடியவர்கள்

மேற்றே => மேலானதுதான்

பொறை => சுமை / பொறுப்பு

எளிய உரை:

போருக்குச் செல்லும் படையைச் சிறந்த வீரர் ஒருவர் வழிநடத்துவார். அதுபோல, ஒவ்வொரு குடும்பத்தையும் அங்குள்ளவர்களில் ஆற்றல் மிக்க ஒருவர் வழிநடத்துவார்.

குறள் எண்: 1028

குறள்:

குடி செய்வார்க்கு இல்லை பருவம், மடி செய்து
மானம் கருதக் கெடும்

இந்தக் குறளை எப்படி மாற்றிப் படிக்கவேண்டும்:

குடி செய்வார் மடி செய்து மானம் கருத, (குடி) கெடும். (குடி செய்வார்க்குப்) பருவம் இல்லை

இந்தக் குறளில் உள்ள கடினமான சொற்களும் அவற்றின் பொருளும்:

குடி செய்வார்	=>	தன் குடும்பத்தை உயர்த்துவதற்காகப் பணிபுரிகிறவர்கள்
பருவம்	=>	காலம் / நேரம்
மடி	=>	சோம்பல்
மானம்	=>	(வீணான) பெருமை
கருத	=>	சிந்திக்க
கெடும்	=>	அழியும்

எளிய உரை:

ஒருவன் சோம்பலாக இருந்தால், வீண் பெருமை பேசிக்கொண்டு திரிந்தால், அவனுடைய குடும்பம் கெட்டுப்போகும்.

அதனால், தன் குடும்பத்தை உயர்த்தவேண்டும் என்று நினைக்கிறவர்கள் நேரம், காலம் பார்க்காமல் எப்போதும் உழைக்கவேண்டும்.

குறள் எண்: 1029

குறள்:

இடும்பைக்கே கொள் கலம்கொல்லோ, குடும்பத்தைக்
குற்றம் மறைப்பான் உடம்பு

இந்தக் குறளை எப்படி மாற்றிப் படிக்கவேண்டும்:

குடும்பத்தைக் குற்றம் மறைப்பான் உடம்பு இடும்பைக்கே கொள் கலம்கொல்லோ

இந்தக் குறளில் உள்ள கடினமான சொற்களும் அவற்றின் பொருளும்:

இடும்பைக்கே => துன்பத்துக்கே

கொள் கலம்கொல்லோ => கொண்டிருக்கும் இடமாகுமா

குடும்பத்தை => தன் குடும்பத்தினருக்கு

குற்றம் மறைப்பான் => துன்பம் வராமல் தடுக்க முயல்கிறவன்

எளிய உரை:

ஒருவன் தன் குடும்பத்தைக் காப்பாற்றவேண்டும் என்று மிகவும் முனைப்புடன் உழைக்கிறான் என்றால், அவனுடைய உடலில் எல்லாத் துன்பங்களும் வந்து ஏறிக்கொள்கின்றனவே! (தன் குடும்பத்தைக் காப்பாற்றுகிற ஒருவன் அதற்காகத் தன்னைத் தேய்த்துக்கொள்வதுதான் என்ன வியப்பு!)

குறள் எண்: 1030

குறள்:

இடுக்கண் கால் கொன்றிட வீழும், அடுத்து ஊன்றும்
நல் ஆள் இலாத குடி

இந்தக் குறளை எப்படி மாற்றிப் படிக்கவேண்டும்:

அடுத்து ஊன்றும் நல் ஆள் இலாத குடி, இடுக்கண் கால் கொன்றிட வீழும்

இந்தக் குறளில் உள்ள கடினமான சொற்களும் அவற்றின் பொருளும்:

இடுக்கண்	=> துன்பம்
கால்	=> கீழ்ப்பகுதி / அடித்தளம்
கொன்றிட	=> தாக்கியதும்
வீழும்	=> விழுந்துவிடும்
அடுத்து	=> அருகில் இருந்து
ஊன்றும்	=> தாங்கக்கூடிய
நல் ஆள்	=> நல்ல மனிதன்
இலாத	=> இல்லாத
குடி	=> குடும்பம்

எளிய உரை:

ஒவ்வொரு குடும்பத்தையும் தாங்கிக் காப்பாற்றக்கூடிய ஒருவர் வேண்டும். அப்படி ஒருவர் இல்லாத குடும்பம் துன்பங்களைத் தாங்கமுடியாமல் வீழ்ந்துவிடும்.

அதிகாரம் 104: உழவு

குறள் எண்: 1031

குறள்:

சுழன்றும் ஏர்ப் பின்னது உலகம். அதனால்,
உழந்தும் உழவே தலை

இந்தக் குறளை எப்படி மாற்றிப் படிக்கவேண்டும்:

உலகம் சுழன்றும் ஏர்ப் பின்னது. அதனால், உழந்தும் உழவே தலை

இந்தக் குறளில் உள்ள கடினமான சொற்களும் அவற்றின் பொருளும்:

சுழன்றும் => *பிற தொழில்களைச் செய்து திரிந்தாலும்*

ஏர்ப் பின்னது => *ஏருக்குப் பின்னால் நடப்பது / உழவர்களால் வழிநடத்தப்படுவது*

உழந்தும் => *துன்பத்தை எதிர்கொண்டாலும்*

தலை => *சிறந்தது*

எளிய உரை:

எத்தனையோ தொழில்கள் உண்டு. ஆனால், அவற்றில் முதல் இடம் உழவுத் தொழிலுக்குத்தான். மொத்த உலகமும் உழவர்களைச் சார்ந்துதான் இயங்குகிறது.

அதனால், உழவுத் தொழிலில் எத்தனைத் துன்பங்கள் இருந்தாலும் சரி, அதுதான் உலகின் முதன்மைத் தொழில்.

குறள் எண்: 1032

குறள்:

உழுவார் உலகத்தார்க்கு ஆணி, அஃது ஆற்றாது
எழுவாரை எல்லாம் பொறுத்து

இந்தக் குறளை எப்படி மாற்றிப் படிக்கவேண்டும்:

உழுவார் உலகத்தார்க்கு ஆணி, அஃது ஆற்றாது எழுவாரை எல்லாம் பொறுத்து

இந்தக் குறளில் உள்ள கடினமான சொற்களும் அவற்றின் பொருளும்:

உழுவார் => உழவர்கள்

உலகத்தார்க்கு => உலக மக்களுக்கு

ஆணி => அச்சாணி

அஃது => அது (உழவுத் தொழில்)

ஆற்றாது => செய்யாமல்

எழுவாரை => மற்ற தொழில்களை மேற்கொள்கிறவர்களை

பொறுத்து => தாங்குவதால்

எளிய உரை:

இந்த உலகம் என்கின்ற தேரைத் தாங்கி நடத்தும் அச்சாணி, உழவர்கள்தான்.

ஏனெனில், உழவுத் தொழிலில் ஈடுபடாமல் மற்ற தொழில்களைச் செய்துகொண்டிருக்கிற எல்லாரையும் உழவர்கள்தான் தாங்கி நிற்கிறார்கள்.

குறள் எண்: 1033

குறள்:

உழுது உண்டு வாழ்வாரே வாழ்வார். மற்று எல்லாம்
தொழுது உண்டு பின் செல்பவர்

இந்தக் குறளை எப்படி மாற்றிப் படிக்கவேண்டும்:

உழுது உண்டு வாழ்வாரே வாழ்வார். மற்று எல்லாம் தொழுது உண்டு பின் செல்பவர்

இந்தக் குறளில் உள்ள கடினமான சொற்களும் அவற்றின் பொருளும்:

உழுது => உழவுத் தொழிலைச் செய்து

வாழ்வார் => வாழ்பவர்கள்

மற்று எல்லாம் => மற்ற அனைவரும்

தொழுது => வணங்கி

எளிய உரை:

உழவுத் தொழில் செய்கிறவர்கள்மட்டும்தான் உண்மையில் வாழ்கிறார்கள். மற்ற எல்லாரும் பிறரை நம்பிப் பிழைக்கிறார்கள். (உழவர்கள் தங்களுடைய உணவைத் தாங்களே விளைவித்துக்கொள்கிறார்கள். மற்றவர்கள் தங்கள் உணவுக்குப் பிறரைச் சார்ந்திருக்கிறார்கள்.)

குறள் எண்: 1034

குறள்:

பல குடை நீழலும் தம் குடைக்கீழ்க் காண்பர்,
அலகு உடை நீழலவர்

இந்தக் குறளை எப்படி மாற்றிப் படிக்கவேண்டும்:

அலகு உடை நீழலவர் பல குடை நீழலும் தம் குடைக்கீழ்க் காண்பர்

இந்தக் குறளில் உள்ள கடினமான சொற்களும் அவற்றின் பொருளும்:

பல குடை	=>	*பல வெண்கொற்றக் குடைகள்*
நீழல்	=>	*நிழல்*
தம் குடைக்கீழ்	=>	*தங்கள் குடையின்கீழ்*
காண்பர்	=>	*காண்பார்கள்*
அலகு	=>	*கதிர்*
உடை	=>	*உடைய*
நீழலவர்	=>	*நிழலில் இருக்கிறவர்கள்*

எளிய உரை:

அரசர்களுடைய வெண்கொற்றக் குடையின்கீழ் உலகம் வாழ்கிறது. ஆனால், உழவர்களுடைய நெற்கதிர்தான் அந்த அரசர்களுக்கே நிழல் கொடுக்கிறது. (அரசனே ஆனாலும் உழவர்களைச் சார்ந்துதான் வாழவேண்டும்.)

குறள் எண்: 1035

குறள்:

இரவார், இரப்பார்க்கு ஒன்று ஈவர் கரவாது,
கை செய்து ஊண் மாலையவர்

இந்தக் குறளை எப்படி மாற்றிப் படிக்கவேண்டும்:

கை செய்து ஊண் மாலையவர் இரவார், இரப்பார்க்கு ஒன்று கரவாது ஈவர்

இந்தக் குறளில் உள்ள கடினமான சொற்களும் அவற்றின் பொருளும்:

இரவார் => பிறரிடம் உதவி கேட்கமாட்டார்கள்

இரப்பார்க்கு => தங்களிடம் உதவி கேட்பவர்களுக்கு

ஒன்று => அவர்கள் விரும்புகின்ற ஒன்றை

ஈவர் => கொடுப்பார்கள்

கரவாது => ஒளித்துவைக்காமல்

கை செய்து => கையால் (உழவுத் தொழிலைச்) செய்து

ஊண் => உண்ணுகின்ற

மாலையவர் => இயல்பை உடையவர்கள்

எளிய உரை:

உழவர்கள் தங்களுடைய கையை நம்பிப் பிழைப்பார்கள், தங்களுக்கு வேண்டிய உணவைத் தாங்களே விளைவித்து உண்பார்கள், பிறரிடம் உதவி கேட்கமாட்டார்கள், தங்களிடம் உதவி கேட்டு வருகிறவர்களுக்கு மறுக்காமல் உதவுவார்கள்.

குறள் எண்: 1036

குறள்:

உழவினார் கை மடங்கின் இல்லை விழைவதூஉம்
விட்டேம் என்பார்க்கும் நிலை

இந்தக் குறளை எப்படி மாற்றிப் படிக்கவேண்டும்:

உழவினார் கை மடங்கின், விழைவதூஉம் விட்டேம் என்பார்க்கும் நிலை இல்லை

இந்தக் குறளில் உள்ள கடினமான சொற்களும் அவற்றின் பொருளும்:

உழவினார் => உழவர்கள்

கை மடங்கின் => கையால் உழவைச் செய்யாமல் விட்டுவிட்டால்

விழைவதூஉம் => விரும்புவதையும்

விட்டேம் => துறந்துவிட்டோம்

என்பார்க்கும் => என்று சொல்கிறவர்களுக்கும்

நிலை => தன்னுடைய நிலையில் நிற்றல்

எளிய உரை:

எல்லா ஆசைகளையும் விட்டுவிட்டதாகச் சொல்லும் துறவிகள்கூட உழவர்களை நம்பித்தான் வாழ்கிறார்கள்.

குறள் எண்: 1037

குறள்:

தொடிப் புழுதி கஃசா உணக்கின், பிடித்து எருவும்
வேண்டாது சாலப் படும்

இந்தக் குறளை எப்படி மாற்றிப் படிக்கவேண்டும்:

தொடிப் புழுதி கஃசா உணக்கின், பிடித்து எருவும் வேண்டாது சாலப் படும்

இந்தக் குறளில் உள்ள கடினமான சொற்களும் அவற்றின் பொருளும்:

தொடிப் புழுதி => ஒரு பலம் என்கின்ற அளவிலான மண்

கஃசா => கால் பலமாக

(தொடிப் புழுதியில் நான்கில் ஒரு பங்காக)

உணக்கின் => உழுது காயவிட்டால்

பிடித்து எருவும் => கைப்பிடி எருவும்

வேண்டாது => தேவைப்படாமல்

சால => நன்றாக

படும் => விளையும்

எளிய உரை:

வயலில் உள்ள புழுதி (மண்) நான்கில் ஒரு பங்காகக் காயும்படி உழவேண்டும், அதன்பிறகு பயிர் செய்யவேண்டும். அப்படிச் செய்தால், ஒரு கைப்பிடி எருகூட இல்லாமலேயே பயிர் செழித்து வளரும்.

குறள் எண்: 1038

குறள்:

ஏரினும் நன்றால் எரு இடுதல். கட்டபின்
நீரினும் நன்று அதன் காப்பு

இந்தக் குறளை எப்படி மாற்றிப் படிக்கவேண்டும்:

ஏரினும் எரு விடுதல் நன்றால். கட்டபின் அதன் காப்பு நீரினும் நன்று

இந்தக் குறளில் உள்ள கடினமான சொற்களும் அவற்றின் பொருளும்:

ஏரினும் => உழுவதைவிட

நன்றால் => நல்லது

எரு இடுதல் => எரு போடுதல்

கட்டபின் => களை எடுத்தபின்

நீரினும் => நீர் விடுவதைவிட

நன்று => நல்லது

காப்பு => பாதுகாத்தல்

எளிய உரை:

வயலை உழுவது நல்லது. பயிர் நன்றாக விளையவேண்டும் என்பதற்காக எரு போடுவது அதைவிட நல்லது.

அதன்பிறகு, அங்குள்ள களைகளை நீக்கிவிட்டு நீர் பாய்ச்சுவது நல்லது. அந்தப் பயிரை விலங்குகள் மேய்ந்துவிடாமல், அதற்கு நோய் எதுவும் வந்துவிடாமல் காப்பாற்றுவது அதைவிட நல்லது.

குறள் எண்: 1039

குறள்:

செல்லான் கிழவன் இருப்பின், நிலம் புலந்து
இல்லாளின் ஊடிவிடும்

இந்தக் குறளை எப்படி மாற்றிப் படிக்கவேண்டும்:

கிழவன் செல்லான் இருப்பின், நிலம் இல்லாளின் புலந்து ஊடிவிடும்

இந்தக் குறளில் உள்ள கடினமான சொற்களும் அவற்றின் பொருளும்:

செல்லான் => செல்லாதவன்

கிழவன் => உரிமையுள்ளவன்

இருப்பின் => இருந்தால்

நிலம் => வயல்

புலந்து => வெறுத்து

இல்லாளின் => மனைவியைப்போல்

ஊடிவிடும் => பிணங்கிக்கொள்ளும் / ஊடல் கொள்ளும்

எளிய உரை:

உழவர்கள் நாள்தோறும் வயலுக்குச் சென்று வேலை செய்யவேண்டும். இல்லாவிட்டால், அவர்களுடைய நிலம் வருந்தும், கணவரிடம் ஊடல் கொள்கிற மனைவியைப்போல் வாடும்.

குறள் எண்: 1040

குறள்:

இலம் என்று அசைஇ இருப்பாரைக் காணின்
நிலம் என்னும் நல்லாள் நகும்

இந்தக் குறளை எப்படி மாற்றிப் படிக்கவேண்டும்:

இலம் என்று அசைஇ இருப்பாரைக் காணின் நிலம் என்னும் நல்லாள் நகும்

இந்தக் குறளில் உள்ள கடினமான சொற்களும் அவற்றின் பொருளும்:

இலம் => எங்களிடம் எதுவும் இல்லை

அசைஇ => சோம்பலாக

இருப்பாரை => இருப்பவர்களை

காணின் => பார்த்தால்

நிலம் => நிலமகள் (பூமாதேவி)

என்னும் => என்கின்ற

நல்லாள் => நல்ல பெண்

நகும் => சிரிப்பாள்

எளிய உரை:

நாங்கள் ஏழைகள், எங்களிடம் எதுவும் இல்லை என்று சொல்லிக்கொண்டு சோம்பேறிகளாகத் திரிகிறவர்களைப் பார்த்தால், நிலமகள் என்னும் நல்ல பெண் தனக்குள் சிரிப்பார். (சோம்பலின்றி உழைத்தால் எல்லாரும் நன்கு வாழலாம்.)

அதிகாரம் 105: நல்குரவு (வறுமை)

குறள் எண்: 1041

குறள்:

இன்மையின் இன்னாதது யாது எனின், இன்மையின்
இன்மையே இன்னாதது

இந்தக் குறளை எப்படி மாற்றிப் படிக்கவேண்டும்:

இன்மையின் இன்னாதது யாது எனின், இன்மையின் இன்னாதது இன்மையே

இந்தக் குறளில் உள்ள கடினமான சொற்களும் அவற்றின் பொருளும்:

இன்மையின் => இல்லாமையைவிட / வறுமையைவிட

இன்னாதது => துன்பத்தைத் தருவது

யாது => எது

எனின் => என்றால்

இன்மையே => இல்லாமைதான் / வறுமைதான்

எளிய உரை:

வறுமையைவிடக் கொடுமையானது எது என்று கேட்டால், வறுமைதான். (வறுமையைவிடக் கொடுமையானது ஏதுமில்லை.)

குறள் எண்: 1042

குறள்:

இன்மை என ஒரு பாவி மறுமையும்
இம்மையும் இன்றி வரும்

இந்தக் குறளை எப்படி மாற்றிப் படிக்கவேண்டும்:

இன்மை என ஒரு பாவி மறுமையும் இம்மையும் இன்றி வரும்

இந்தக் குறளில் உள்ள கடினமான சொற்களும் அவற்றின் பொருளும்:

இன்மை => இல்லாமை / வறுமை

பாவி => கொடியவன்

மறுமை => மேலுலக / மறு உலக இன்பம்

இம்மை => இவ்வுலக இன்பம்

இன்றி => இல்லாமல்

எளிய உரை:

ஒருவனுக்கு வறுமை என்னும் கொடிய நிலை வந்துவிட்டால், அவனுக்கு இந்த உலகத்திலும் இன்பமில்லை, மறு உலகத்திலும் இன்பமில்லை.

குறள் எண்: 1043

குறள்:

தொல் வரவும் தோலும் கெடுக்கும் தொகையாக,
நல்குரவு என்னும் நசை

இந்தக் குறளை எப்படி மாற்றிப் படிக்கவேண்டும்:

நல்குரவு என்னும் நசை தொல் வரவும் தோலும் தொகையாகக் கெடுக்கும்

இந்தக் குறளில் உள்ள கடினமான சொற்களும் அவற்றின் பொருளும்:

தொல் வரவு => பழைமையான வரலாறு / சிறப்பு

தோல் => அழகு

தொகையாக => மொத்தமாக

நல்குரவு => வறுமை

நசை => ஆசை

எளிய உரை:

வறுமையில் உள்ள ஒருவன் பிறருடைய பொருட்களின்மீது ஆசைப்பட்டால், அவனுடைய பழைய சிறப்பும் அழகும் மொத்தமாகக் கெட்டுவிடும்.

குறள் எண்: 1044

குறள்:

இல் பிறந்தார்கண்ணேயும் இன்மை இளிவந்த
சொல் பிறக்கும் சோர்வு தரும்

இந்தக் குறளை எப்படி மாற்றிப் படிக்கவேண்டும்:

இல் பிறந்தார்கண்ணேயும் இன்மை இளிவந்த சொல் பிறக்கும் சோர்வு தரும்

இந்தக் குறளில் உள்ள கடினமான சொற்களும் அவற்றின் பொருளும்:

இல் பிறந்தார்கண்ணேயும் => உயர்ந்த குடும்பத்தில் பிறந்தவர்களிடமும்

இன்மை => வறுமை

இளிவந்த => இழிவான

பிறக்கும் => உண்டாக்கும்

எளிய உரை:

நல்ல குடும்பத்தில் பிறந்தவர்கள்கூட, வறுமை வந்துவிட்டால் மனம் தளர்ந்துபோவார்கள், இழிவான சொற்களைப் பேசுவார்கள்.

குறள் எண்: 1045

குறள்:

நல்குரவு என்னும் இடும்பையுள் பல்குரைத்
துன்பங்கள் சென்று படும்

இந்தக் குறளை எப்படி மாற்றிப் படிக்கவேண்டும்:

நல்குரவு என்னும் இடும்பையுள் பல்குரைத் துன்பங்கள் சென்று படும்

இந்தக் குறளில் உள்ள கடினமான சொற்களும் அவற்றின் பொருளும்:

நல்குரவு => வறுமை

இடும்பையுள் => துன்பத்துக்குள்

பல்குரை => பலவிதமான

படும் => விளையும்

எளிய உரை:

வறுமை என்பது ஒரு துன்பம் இல்லை. அதற்குள் பலவிதமான துன்பங்கள் விளைகின்றன.

குறள் எண்: 1046

குறள்:

நல் பொருள் நன்கு உணர்ந்து சொல்லினும் நல்கூர்ந்தார்
சொல் பொருள் சோர்வு படும்

இந்தக் குறளை எப்படி மாற்றிப் படிக்கவேண்டும்:

நல்கூர்ந்தார் நல் பொருள் நன்கு உணர்ந்து சொல்லினும், (நல்கூர்ந்தார்) சொல் பொருள் சோர்வு படும்

இந்தக் குறளில் உள்ள கடினமான சொற்களும் அவற்றின் பொருளும்:

நல் பொருள் => நல்ல பொருளுள்ள சொற்கள்

சொல்லினும் => சொன்னாலும்

நல்கூர்ந்தார் => வறுமையில் உள்ளவர்கள்

சொல் பொருள் => சொல்லின் பொருள் / விளக்கம்

சோர்வு படும் => சோர்ந்துபோகும் / பயனின்றிப் போகும்

எளிய உரை:

ஏழை சொல் அம்பலம் ஏறாது. வறுமையில் உள்ளவர்கள் நல்ல சொற்களை உணர்ந்து பேசினாலும் மற்றவர்கள் அதை மதிக்கமாட்டார்கள்.

குறள் எண்: 1047

குறள்:

அறம் சாரா நல்குரவு ஈன்ற தாயானும்
பிறன்போல நோக்கப்படும்

இந்தக் குறளை எப்படி மாற்றிப் படிக்கவேண்டும்:

அறம் சாரா நல்குரவு ஈன்ற தாயானும் பிறன்போல நோக்கப்படும்

இந்தக் குறளில் உள்ள கடினமான சொற்களும் அவற்றின் பொருளும்:

சாரா => பொருந்தாத

நல்குரவு => வறுமை

ஈன்ற தாயானும் => பெற்ற தாயாலும்

பிறன்போல => யாரோ ஒருவனைப்போல

நோக்கப்படும் => நோக்கப்படுவான்

எளிய உரை:

ஒருவன் தவறு செய்து வறுமையில் விழுந்தால், அவனைப் பெற்ற தாய்கூட அவனைத் திரும்பிப் பார்க்கமாட்டார்.

குறள் எண்: 1048

குறள்:

இன்றும் வருவதுகொல்லோ நெருநலும்
கொன்றது போலும் நிரப்பு

இந்தக் குறளை எப்படி மாற்றிப் படிக்கவேண்டும்:

நெருநலும் கொன்றது போலும் இன்றும் நிரப்பு வருவதுகொல்லோ

இந்தக் குறளில் உள்ள கடினமான சொற்களும் அவற்றின் பொருளும்:

இன்றும்	=> இன்றைக்கும்
வருவதுகொல்லோ	=> வருமோ
நெருநலும்	=> நேற்றும்
கொன்றது போலும்	=> கொல்வதைப் போன்ற துன்பத்தை உண்டாக்கியதுபோல்
நிரப்பு	=> வறுமை

எளிய உரை:

நேற்றைக்கு வறுமை என்னை மிகவும் துன்புறுத்தியது. இன்றைக்கும் அந்த வறுமை என்னை நோக்கி வருமோ!

குறள் எண்: 1049

குறள்:

நெருப்பினுள் துஞ்சலும் ஆகும். நிரப்பினுள்
யாது ஒன்றும் கண்பாடு அரிது

இந்தக் குறளை எப்படி மாற்றிப் படிக்கவேண்டும்:

நெருப்பினுள் துஞ்சலும் ஆகும். நிரப்பினுள் யாது ஒன்றும் கண்பாடு அரிது

இந்தக் குறளில் உள்ள கடினமான சொற்களும் அவற்றின் பொருளும்:

நெருப்பினுள் => நெருப்புக்குள்

துஞ்சலும் => தூங்குவதும்

ஆகும் => இயலும்

நிரப்பினுள் => வறுமை நிலையில்

யாது ஒன்றும் => சிறிதும்

கண்பாடு => தூங்குவது

அரிது => கடினம்

எளிய உரை:

நெருப்பின்மீது படுத்திருக்கிறவன்கூடச் சிறிது தூங்கக்கூடும். ஆனால், வறுமையால் துன்பப்படுகிறவன் எப்போதும் நிம்மதியாகத் தூங்குவதில்லை.

குறள் எண்: 1050

குறள்:

துப்புரவு இல்லார் துவரத் துறவாமை
உப்பிற்கும் காடிக்கும் கூற்று

இந்தக் குறளை எப்படி மாற்றிப் படிக்கவேண்டும்:

துப்புரவு இல்லார் துவரத் துறவாமை உப்பிற்கும் காடிக்கும் கூற்று

இந்தக் குறளில் உள்ள கடினமான சொற்களும் அவற்றின் பொருளும்:

துப்புரவு => நுகரும் பொருட்கள்

இல்லார் => இல்லாதவர்கள்

துவர => முழுமையாக

துறவாமை => துறந்துவிடாமல் இருத்தல்

காடி => புளித்த நீர் உணவு

கூற்று => கூற்றுவன் / எமன் / அழிப்பவன்

எளிய உரை:

வறுமையில் உள்ளவர்கள் தங்களுடைய தேவைகளைக் குறைத்துக்கொள்ளவேண்டும். இல்லாவிட்டால், உப்புக்கும் புளித்த நீர் உணவுக்கும் மற்றவர்களிடம் கையேந்தவேண்டியிருக்கும்.

அதிகாரம் 106: இரவு (பிறரிடம் உதவி கேட்டு வாழுதல்)

குறள் எண்: 1051

குறள்:

இரக்க இரத்தக்கார்க் காணின். கரப்பின்
அவர் பழி, தம் பழி அன்று

இந்தக் குறளை எப்படி மாற்றிப் படிக்கவேண்டும்:

இரத்தக்கார்க் காணின் இரக்க. கரப்பின் அவர் பழி, தம் பழி அன்று

இந்தக் குறளில் உள்ள கடினமான சொற்களும் அவற்றின் பொருளும்:

இரக்க => உதவி கேளுங்கள்

இரத்தக்கார் => உதவி கேட்கக்கூடிய தகுதி உள்ளவர்

காணின் => கண்டால்

கரப்பின் => உதவி செய்யாவிட்டால் / தன்னிடம் உள்ள பொருளை மறைத்துக்கொண்டால்

தம் => நம்முடைய / உதவி கேட்டவருடைய

அன்று => இல்லை

எளிய உரை:

தகுதியுள்ளவர்களிடம்தான் உதவி கேட்கவேண்டும்.

அப்படிக் கேட்டபிறகு அவர்கள் உதவாவிட்டால், அது அவர்களுடைய குற்றம், உதவி கேட்டவர்களுடைய குற்றம் இல்லை.

குறள் எண்: 1052

குறள்:

இன்பம் ஒருவற்கு இரத்தல் இரந்தவை
துன்பம் உறாஅ வரின்

இந்தக் குறளை எப்படி மாற்றிப் படிக்கவேண்டும்:

ஒருவற்கு இரந்தவை துன்பம் உறாஅ வரின், இரத்தல் இன்பம்

இந்தக் குறளில் உள்ள கடினமான சொற்களும் அவற்றின் பொருளும்:

ஒருவற்கு => ஒருவருக்கு

இரத்தல் => உதவி கேட்டல்

இரந்தவை => கேட்ட உதவிகள்

உறாஅ => உண்டாகாமல்

வரின் => வந்தால்

எளிய உரை:

கேட்ட உதவி துன்பமின்றிக் கிடைத்தால், உதவி கேட்பதுகூட இன்பம்தான்.

குறள் எண்: 1053

குறள்:

கரப்பு இலா நெஞ்சின் கடன் அறிவார் முன் நின்று
இரப்பும் ஓர் ஏஎர் உடைத்து

இந்தக் குறளை எப்படி மாற்றிப் படிக்கவேண்டும்:

கரப்பு இலா நெஞ்சின் கடன் அறிவார் முன் நின்று இரப்பும் ஓர் ஏஎர் உடைத்து

இந்தக் குறளில் உள்ள கடினமான சொற்களும் அவற்றின் பொருளும்:

கரப்பு இலா => மறைத்துவைக்காத

நெஞ்சின் => நெஞ்சத்தை உடைய

கடன் => கடமை

அறிவார் => அறிந்தவர்கள்

இரப்பும் => உதவி கேட்பதும்

ஏஎர் => ஏர் / அழகு

உடைத்து => உடையது

எளிய உரை:

தங்களிடம் உள்ள செல்வத்தை மறைத்துவைத்துக்கொள்ளாத அன்பான நெஞ்சை உடையவர்கள், பிறருக்கு உதவுவது தன்னுடைய கடமை என்பதை அறிந்தவர்களிடம் உதவி கேட்பதுகூட ஓர் அழகுதான்.

குறள் எண்: 1054

குறள்:

இரத்தலும் ஈதலே போலும், கரத்தல்
கனவிலும் தேற்றாதார் மாட்டு

இந்தக் குறளை எப்படி மாற்றிப் படிக்கவேண்டும்:

கனவிலும் கரத்தல் தேற்றாதார் மாட்டு இரத்தலும் ஈதலே போலும்

இந்தக் குறளில் உள்ள கடினமான சொற்களும் அவற்றின் பொருளும்:

இரத்தலும் => உதவி கேட்பதும்

ஈதலே போலும் => உதவுவதைப்போன்றதுதான்

கரத்தல் => செல்வத்தை மறைத்துவைத்தல்

தேற்றாதார் மாட்டு => தெளிவாக அறியாதவர்களிடம்

எளிய உரை:

தங்களிடம் உள்ள செல்வத்தை மறைத்துவைக்கவேண்டும் என்று கனவிலும் நினைக்காதவர்களிடம் உதவி கேட்பது இழிவில்லை, அது பிறருக்கு உதவுவதைப்போல் சிறப்பானது.

குறள் எண்: 1055

குறள்:

கரப்பு இலார் வையகத்து உண்மையான், கண் நின்று
இரப்பவர் மேற்கொள்வது

இந்தக் குறளை எப்படி மாற்றிப் படிக்கவேண்டும்:

கண் நின்று இரப்பவர் மேற்கொள்வது, கரப்பு இலார் வையகத்து உண்மையான்

இந்தக் குறளில் உள்ள கடினமான சொற்களும் அவற்றின் பொருளும்:

கரப்பு இலார் => தங்களிடம் உள்ள செல்வத்தை மறைத்துவைக்காமல் பிறருக்கு உதவுபவர்கள்

வையகத்து => உலகத்தில்

உண்மையான் => உள்ளதால்

கண் நின்று => கண்ணெதிரில் நின்று

இரப்பவர் => உதவி கேட்பவர்

மேற்கொள்வது => உதவி கேட்பது

எளிய உரை:

சிலர் பிறரிடம் சென்று உதவி கேட்பது எதனால்?

தங்களிடம் உள்ள செல்வத்தை மறைத்துவைக்காமல் பிறருக்குக் கொடுத்து உதவுகிறவர்கள் இந்த உலகில் உள்ளார்கள் என்ற நம்பிக்கையால்தான்.

குறள் எண்: 1056

குறள்:

கரப்பு இடும்பை இல்லாரைக் காணின் நிரப்பு இடும்பை
எல்லாம் ஒருங்கு கெடும்

இந்தக் குறளை எப்படி மாற்றிப் படிக்கவேண்டும்:

கரப்பு இடும்பை இல்லாரைக் காணின் நிரப்பு இடும்பை எல்லாம் ஒருங்கு கெடும்

இந்தக் குறளில் உள்ள கடினமான சொற்களும் அவற்றின் பொருளும்:

கரப்பு => தன்னிடம் உள்ள செல்வத்தை மறைத்துவைத்தல்

இடும்பை => துன்பம்

இல்லாரை => இல்லாதவரை

காணின் => பார்த்தால்

நிரப்பு => வறுமை

ஒருங்கு => ஒன்றாக

கெடும் => அழியும்

எளிய உரை:

தங்களிடம் உள்ள செல்வத்தை மறைத்துவைக்காமல் பிறருக்குக் கொடுத்து உதவுகிறவர்களைக் கண்டால், ஏழைகளுடைய வறுமைத் துன்பங்களெல்லாம் மொத்தமாக அழிந்துவிடும்.

குறள் எண்: 1057

குறள்:

இகழ்ந்து எள்ளாது ஈவாரைக் காணின் மகிழ்ந்து உள்ளம்
உள்ளுள் உவப்பது உடைத்து

இந்தக் குறளை எப்படி மாற்றிப் படிக்கவேண்டும்:

இகழ்ந்து எள்ளாது ஈவாரைக் காணின் உள்ளம் மகிழ்ந்து உள்ளுள் உவப்பது உடைத்து

இந்தக் குறளில் உள்ள கடினமான சொற்களும் அவற்றின் பொருளும்:

இகழ்ந்து => இழிவாகப் பேசி

எள்ளாது => கேலி செய்யாமல்

ஈவாரை => கொடுத்து உதவுபவரை

காணின் => கண்டால்

உள்ளுள் => உள்ளுக்குள்

உவப்பது உடைத்து => மகிழும்

எளிய உரை:

தங்களிடம் உதவி கேட்டு வருகிறவர்களை இழிவாகப் பேசாமல், கேலி செய்யாமல், அவர்களுக்கு வேண்டியதைக் கொடுத்து உதவுகிறவர்களைப் பார்த்தால், ஏழைகளின் நெஞ்சம் மகிழும், அவர்களுக்குள் மகிழ்ச்சி பொங்கும்.

குறள் எண்: 1058

குறள்:

இரப்பாரை இல்லாயின் ஈர்ங்கண் மா ஞாலம்
மரப்பாவை சென்று வந்தற்று

இந்தக் குறளை எப்படி மாற்றிப் படிக்கவேண்டும்:

இரப்பாரை இல்லாயின் ஈர்ங்கண் மா ஞாலம் மரப்பாவை சென்று வந்தற்று

இந்தக் குறளில் உள்ள கடினமான சொற்களும் அவற்றின் பொருளும்:

இரப்பார் => உதவி கேட்கிற ஏழைகள்

இல்லாயின் => இல்லாவிட்டால்

ஈர்ங்கண் => குளிர்ந்த

மா => பெரிய

ஞாலம் => உலகம்

மரப்பாவை => மரப்பொம்மை

சென்று வந்தற்று => சென்று வருவதைப் போன்றது

எளிய உரை:

உதவி கேட்கிற ஏழைகள் இல்லாவிட்டால் இந்தப் பெரிய, குளிர்ச்சியான உலகம் வெறும் பொம்மலாட்டமாகிவிடும். (பிறர்மீது அன்பு கொண்டு அவர்களுக்கு உதவுகிற உணர்ச்சி இல்லாவிட்டால் மனிதர்கள் வெறும் பொம்மையாகி விடுவார்கள்.)

குறள் எண்: 1059

குறள்:

ஈவார்கண் என் உண்டாம் தோற்றம், இரந்துகோள்
மேவார் இலாஅக்கடை

இந்தக் குறளை எப்படி மாற்றிப் படிக்கவேண்டும்:

இரந்துகோள் மேவார் இலாஅக்கடை ஈவார்கண் என் தோற்றம் உண்டாம்

இந்தக் குறளில் உள்ள கடினமான சொற்களும் அவற்றின் பொருளும்:

ஈவார்கண் => உதவுகிறவர்களிடம்

என் => என்ன

உண்டாம் => உண்டாகும்

தோற்றம் => சிறந்து தோன்றுதல் / புகழ்

இரந்துகோள் => உதவியைப் பெற்றுக்கொள்ள

மேவார் => விரும்புகிறவர்கள்

இலாஅக்கடை => இல்லாவிட்டால்

எளிய உரை:

உதவி கேட்கிறவர்கள் இல்லாவிட்டால், உதவி செய்கிறவர்களுக்கு எப்படிப் பெருமை உண்டாகும்? (உதவி செய்தல் என்ற உயர்ந்த பண்புக்கு, உதவியைப் பெறுகிறவர்கள்தான் அடிப்படை. அவர்கள் இல்லாவிட்டால் உதவி இல்லை, அதனால் வரும் பெருமையும் இல்லை.)

குறள் எண்: 1060

குறள்:

இரப்பான் வெகுளாமை வேண்டும். நிரப்பு இடும்பை
தானேயும் சாலும் கரி

இந்தக் குறளை எப்படி மாற்றிப் படிக்கவேண்டும்:

இரப்பான் வெகுளாமை வேண்டும். நிரப்பு இடும்பை தானேயும் கரி சாலும்

இந்தக் குறளில் உள்ள கடினமான சொற்களும் அவற்றின் பொருளும்:

இரப்பான் => உதவி கேட்கிறவன்

வெகுளாமை => சினம் கொள்ளாமல் இருத்தல்

நிரப்பு => வறுமை

இடும்பை => துன்பம்

தானேயும் => தானாகவே

சாலும் => போதும்

கரி => சான்று

எளிய உரை:

பிறரிடம் உதவி கேட்கிற ஒருவனுக்கு அந்த உதவி கிடைக்காவிட்டால், அவன் சினம் கொள்ளக்கூடாது, வறுமைத் துன்பத்தை எண்ணிப் பொறுமையாக இருக்கவேண்டும்.

அதிகாரம் 107: இரவு அச்சம்
(பிறரிடம் உதவி கேட்க அஞ்சுதல்)

குறள் எண்: 1061

குறள்:

கரவாது உவந்து ஈயும் கண் அன்னார்கண்ணும்
இரவாமை கோடி உறும்

இந்தக் குறளை எப்படி மாற்றிப் படிக்கவேண்டும்:

கரவாது உவந்து ஈயும் கண் அன்னார்கண்ணும் இரவாமை கோடி உறும்

இந்தக் குறளில் உள்ள கடினமான சொற்களும் அவற்றின் பொருளும்:

கரவாது	=> *தன்னிடம் உள்ளதை மறைக்காமல்*
உவந்து	=> *மகிழ்ந்து*
ஈயும்	=> *பிறருக்குக் கொடுத்து உதவும்*
அன்னார்கண்ணும்	=> *போன்றவர்களிடமும்*
இரவாமை	=> *உதவி கேட்காமல் இருத்தல்*
கோடி	=> *கோடி மடங்கு*
உறும்	=> *நல்லது / சிறந்தது*

எளிய உரை:

சிலர் தங்களிடம் உள்ள செல்வத்தை மறைத்துவைக்க மாட்டார்கள், மகிழ்ச்சியோடு எல்லாருக்கும் உதவுவார்கள். அவர்கள் உலகுக்குக் கண்ணைப் போன்றவர்கள்.

ஆனால், அப்படிப்பட்டவர்களிடமும் நாம் உதவி கேட்டுக் கையேந்தக்கூடாது. யாரிடமும் உதவி கேட்காமல் வாழ்வது கோடி மடங்கு நல்லது.

குறள் எண்: 1062

குறள்:

இரந்தும் உயிர் வாழ்தல் வேண்டின், பரந்து
கெடுக உலகு இயற்றியான்

இந்தக் குறளை எப்படி மாற்றிப் படிக்கவேண்டும்:

இரந்தும் உயிர் வாழ்தல் வேண்டின், உலகு இயற்றியான் பரந்து கெடுக

இந்தக் குறளில் உள்ள கடினமான சொற்களும் அவற்றின் பொருளும்:

இரந்தும் => பிறரிடம் உதவி கேட்டும்

வேண்டின் => விரும்பினால்

பரந்து => எல்லா இடங்களிலும் அலைந்து திரிந்து

கெடுக => அழியட்டும்

உலகு => உலகம்

இயற்றியான் => உண்டாக்கியவன்

எளிய உரை:

இவ்வுலகில் வறுமை ஏன் இருக்கிறது? சில மனிதர்கள் பிறரிடம் உதவி கேட்டுக் கையேந்தி உயிர் வாழும் நிலைமை ஏன் உள்ளது? இவ்வுலகைப் படைத்தவன்தான் இந்த வறுமையையும் படைத்தானா? ஆம் எனில், அவனும் இப்படிப் பலரிடம் உதவி கேட்டுத் திரிந்து அழியட்டும்!

குறள் எண்: 1063

குறள்:

இன்மை இடும்பை இரந்து தீர்வாம் என்னும்
வன்மையின் வன்பாட்டது இல்

இந்தக் குறளை எப்படி மாற்றிப் படிக்கவேண்டும்:

இன்மை இடும்பை இரந்து தீர்வாம் என்னும் வன்மையின் வன்பாட்டது இல்

இந்தக் குறளில் உள்ள கடினமான சொற்களும் அவற்றின் பொருளும்:

இன்மை => வறுமை

இடும்பை => துன்பம்

இரந்து => பிறரிடம் உதவி கேட்டு

தீர்வாம் => தீர்ப்போம்

வன்மையின் => முரட்டு எண்ணத்தைவிட

வன்பாட்டது => கொடுமையானது

இல் => இல்லை

எளிய உரை:

வறுமைத் துன்பத்தைத் தீர்ப்பதற்கு இன்னொருவரிடம் சென்று கையேந்தலாம் என்கின்ற நினைப்பு தவறானது. இவ்வுலகில் அதைவிடக் கொடுமையான எண்ணம் ஏதுமில்லை. (வறுமையைத் தீர்க்க வேறு வழிகளைச் சிந்தித்துச் செயல்படவேண்டும்.)

குறள் எண்: 1064

குறள்:

**இடம் எல்லாம் கொள்ளாத் தகைத்தே, இடம் இல்லாக்
காலும் இரவு ஒல்லாச் சால்பு**

இந்தக் குறளை எப்படி மாற்றிப் படிக்கவேண்டும்:

இடம் இல்லாக் காலும் இரவு ஒல்லாச் சால்பு இடம் எல்லாம் கொள்ளாத் தகைத்தே

இந்தக் குறளில் உள்ள கடினமான சொற்களும் அவற்றின் பொருளும்:

இடம் எல்லாம்	=> எல்லா இடங்களும்
கொள்ளா	=> கொள்ளாத
தகைத்தே	=> சிறப்பைக் கொண்டது
இடம்	=> வருவாய்க்கான வழி
இல்லாக் காலும்	=> இல்லாதபோதும்
இரவு	=> பிறரிடம் உதவி கேட்டல்
ஒல்லா	=> மேற்கொள்ளாத
சால்பு	=> நிறைந்த பண்பு

எளிய உரை:

ஒருவன் தன்னுடைய வாழ்க்கையை நடத்துவதற்கு வழியின்றித் தவிக்கிறான். ஆனாலும் அவன் யாரிடமும் சென்று கையேந்தவில்லை, தன்னுடைய உழைப்பை நம்பிப் பிழைக்கிறான். அப்படிப்பட்டவன் மொத்த உலகத்தையும்விடப் பெரியவன்.

குறள் எண்: 1065

குறள்:

> **தெள் நீர் அடு புற்கை ஆயினும் தாள் தந்தது**
> **உண்ணலின் ஊங்கு இனியது இல்**

இந்தக் குறளை எப்படி மாற்றிப் படிக்கவேண்டும்:

> **தாள் தந்தது தெள் நீர் அடு புற்கை ஆயினும், (தாள் தந்தது) உண்ணலின் ஊங்கு இனியது இல்**

இந்தக் குறளில் உள்ள கடினமான சொற்களும் அவற்றின் பொருளும்:

தெள் நீர்	=>	தெளிந்த நீர்
அடு	=>	சமைத்த
புற்கை	=>	கூழ் / கஞ்சி
ஆயினும்	=>	ஆனாலும்
தாள்	=>	முயற்சி
உண்ணலின்	=>	உண்பதைவிட
ஊங்கு	=>	உயர்ந்த
இல்	=>	இல்லை

எளிய உரை:

இந்த உலகத்தில் மிகவும் சுவையான உணவு, நம்முடைய சொந்த உழைப்பில் சம்பாதித்த பணத்தைக் கொண்டு சமைத்த உணவுதான். அது வெறும் நீர்த்துப்போன கஞ்சியாகக்கூட இருக்கலாம். ஆனால், அதைவிட இனிய உணவு ஏதுமில்லை.

குறள் எண்: 1066

குறள்:

ஆவிற்கு நீர் என்று இரப்பினும், நாவிற்கு
இரவின் இளிவந்தது இல்

இந்தக் குறளை எப்படி மாற்றிப் படிக்கவேண்டும்:

ஆவிற்கு நீர் என்று இரப்பினும், இரவின் நாவிற்கு இளிவந்தது இல்

இந்தக் குறளில் உள்ள கடினமான சொற்களும் அவற்றின் பொருளும்:

ஆவிற்கு => பசுவுக்கு

இரப்பினும் => உதவி கேட்டாலும்

நாவிற்கு => நாக்குக்கு

இரவின் => உதவி கேட்பதைவிட

இளிவந்தது => இழிவானது

இல் => இல்லை

எளிய உரை:

என் பசு தாகத்தால் வாடுகிறது, அதற்குச் சிறிது நீர் கொடுங்கள் என்றுகூடப் பிறரிடம் உதவி கேட்டுக் கையேந்தாதீர்கள். அது நம் நாக்குக்கு அசிங்கம்.

குறள் எண்: 1067

குறள்:

> **இரப்பன் இரப்பாரை எல்லாம், இரப்பின்**
> **கரப்பார் இரவன்மின் என்று**

இந்தக் குறளை எப்படி மாற்றிப் படிக்கவேண்டும்:

> **இரப்பின் கரப்பார் இரவன்மின் என்று இரப்பாரை எல்லாம் இரப்பன்**

இந்தக் குறளில் உள்ள கடினமான சொற்களும் அவற்றின் பொருளும்:

இரப்பன் => கெஞ்சிக் கேட்பேன்

இரப்பாரை => பிறரிடம் உதவி கேட்கிறவர்களை

இரப்பின் => பிறரிடம் உதவி கேட்கவேண்டியிருந்தால்

கரப்பார் => தன்னிடம் உள்ள செல்வத்தைப் பிறருக்குக் கொடுத்து உதவாமல் மறைத்துவைக்கிறவர்கள்

இரவன்மின் => உதவி கேட்கவேண்டாம்

எளிய உரை:

பிறரிடம் உதவி கேட்கிற எல்லாரையும் கெஞ்சிக் கேட்டுக்கொள்கிறேன், தன்னிடம் உள்ள செல்வத்தைப் பிறருக்குக் கொடுத்து உதவாமல் மறைத்துவைக்கிறவர்களிடம் சென்று எந்த உதவியையும் கேட்காதீர்கள்.

குறள் எண்: 1068

குறள்:

இரவு என்னும் ஏமாப்பு இல் தோணி, கரவு என்னும்
பார் தாக்கப் பக்குவிடும்

இந்தக் குறளை எப்படி மாற்றிப் படிக்கவேண்டும்:

இரவு என்னும் ஏமாப்பு இல் தோணி, கரவு என்னும் பார் தாக்கப் பக்குவிடும்

இந்தக் குறளில் உள்ள கடினமான சொற்களும் அவற்றின் பொருளும்:

இரவு => பிறரிடம் உதவி கேட்டல்

ஏமாப்பு => பாதுகாப்பு

இல் => இல்லாத

தோணி => மரக்கலம்

கரவு => தன்னிடம் உள்ள செல்வத்தைப் பிறருக்குக் கொடுத்து உதவாமல் மறைத்துவைத்தல்

பார் => வலிமையான நிலம்

தாக்க => மோதினால்

பக்குவிடும் => பிளந்துவிடும்

எளிய உரை:

நம்முடைய துன்பம் தீர்வதற்காகப் பிறரிடம் உதவி கேட்கலாம் என்கிற எண்ணம், கடலில் பாதுகாப்பின்றி அலைந்து திரிகிற ஒரு மரக்கலத்தைப் போன்றது. தன்னிடம் உள்ள செல்வத்தைப் பிறருக்குக் கொடுத்து உதவாமல் மறைத்துவைக்கிறவர்கள் வலிமையான பாறையைப் போன்றவர்கள். இந்தப் பாறைமீது மோதினால் அந்த மரக்கலம் உடைந்து சிதறிவிடும்.

குறள் எண்: 1069

குறள்:

இரவு உள்ள, உள்ளம் உருகும். கரவு உள்ள,
உள்ளதூஉம் இன்றிக் கெடும்

இந்தக் குறளை எப்படி மாற்றிப் படிக்கவேண்டும்:

இரவு உள்ள உள்ளம் உருகும். கரவு உள்ள, உள்ளதூஉம் இன்றிக் கெடும்

இந்தக் குறளில் உள்ள கடினமான சொற்களும் அவற்றின் பொருளும்:

இரவு => பிறரிடம் உதவி கேட்டல்

உள்ள => நினைத்தால்

கரவு => தன்னிடம் உள்ள செல்வத்தைப் பிறருக்குக் கொடுத்து உதவாமல் மறைத்துவைத்தல்

உள்ளதூஉம் => உள்ளதும்

இன்றி => இல்லாமல்

எளிய உரை:

ஏழைகள் பிறரிடம் உதவி கேட்டுக் கையேந்துகிறார்களே என்று நினைத்தால், நம் உள்ளம் உருகுகிறது.

ஆனால், அந்த ஏழைகளுக்கு எந்த உதவியும் செய்யாமல் தங்களிடம் உள்ள செல்வத்தை மறைத்துவைக்கிற மனிதர்கள் இருக்கிறார்களே என்று நினைத்தால், நம் உள்ளம் உடைந்து சிதறுகிறது.

குறள் எண்: 1070

குறள்:

கரப்பார்க்கு யாங்கு ஒளிக்கும்கொல்லோ, இரப்பவர்
சொல்லாடப் போஒம் உயிர்

இந்தக் குறளை எப்படி மாற்றிப் படிக்கவேண்டும்:

இரப்பவர் சொல்லாட உயிர் போஒம். கரப்பார்க்கு (உயிர்) யாங்கு ஒளிக்கும்கொல்லோ

இந்தக் குறளில் உள்ள கடினமான சொற்களும் அவற்றின் பொருளும்:

கரப்பார்க்கு => தன்னிடம் உள்ள செல்வத்தைப் பிறருக்குக் கொடுத்து உதவாமல் மறைத்துவைக்கிறவர்களுக்கு

யாங்கு => எங்கு

ஒளிக்கும்கொல்லோ => ஒளிந்துகொள்ளுமோ

இரப்பவர் => பிறரிடம் உதவி கேட்பவர்

சொல்லாட => பேசியவுடன்

போஒம் => போகின்ற

எளிய உரை:

இன்னொருவரிடம் உதவி கேட்டுக் கையேந்துகிறவன் தன்னுடைய உயிரே போய்விட்டதுபோல் கூச்சமாக உணர்கிறான்.

ஆனால், அப்படிக் கேட்கிறவர்களுக்கு எந்த உதவியும் செய்யாமல் தன்னிடம் உள்ள செல்வத்தை மறைத்துவைக்கிறவர்கள் இருக்கிறார்கள். அந்த நேரத்தில் அவர்களுடைய உயிர் எங்கு சென்று ஒளிந்துகொள்ளுமோ!

அதிகாரம் 108: கயமை (கயவர்களுடைய தன்மை)

குறள் எண்: 1071

குறள்:

மக்களே போல்வர் கயவர். அவர் அன்ன
ஒப்பாரி யாம் கண்டது இல்

இந்தக் குறளை எப்படி மாற்றிப் படிக்கவேண்டும்:

கயவர் மக்களே போல்வர். அவர் அன்ன ஒப்பாரி யாம் கண்டது இல்

இந்தக் குறளில் உள்ள கடினமான சொற்களும் அவற்றின் பொருளும்:

போல்வர் => போன்றவர்கள்

அன்ன => போன்ற

ஒப்பாரி => இணையானவர்களை

யாம் => நாம்

இல் => இல்லை

எளிய உரை:

யார் நல்லவர், யார் கயவர் என்று கண்ணால் பார்த்துக் கண்டுபிடிக்கமுடியாது. கயவர்கள் பார்ப்பதற்கு நல்லவர்களைப் போலவேதான் இருப்பார்கள்.

குறள் எண்: 1072

குறள்:

நன்று அறிவாரின் கயவர் திரு உடையர்,
நெஞ்சத்து அவலம் இலர்

இந்தக் குறளை எப்படி மாற்றிப் படிக்கவேண்டும்:

நன்று அறிவாரின் கயவர் திரு உடையர், நெஞ்சத்து அவலம் இலர்

இந்தக் குறளில் உள்ள கடினமான சொற்களும் அவற்றின் பொருளும்:

நன்று அறிவாரின்	=>	நல்லவற்றை அறிந்தவர்களைவிட
திரு உடையர்	=>	நன்மை உடையவர்கள்
அவலம்	=>	துன்பம் / கவலை
இலர்	=>	இல்லாதவர்கள்

எளிய உரை:

நல்லவர்கள் எந்நேரமும் தங்களுடைய செயல்களைப்பற்றிச் சிந்தித்துக்கொண்டே இருப்பார்கள், ஏதாவது பிழை செய்துவிடுவோமோ என்ற அச்சத்துடன் கவனமாகச் செயல்படுவார்கள்.

அவர்களோடு ஒப்பிடும்போது கயவர்கள் கொடுத்து வைத்தவர்கள். அவர்களுக்கு நல்ல பண்புகளும் தெரியாது, அதனால் வருகிற மனக் குழப்பமும் கிடையாது.

குறள் எண்: 1073

குறள்:

தேவர் அனையர் கயவர், அவரும் தாம்
மேவன செய்து ஒழுகலான்

இந்தக் குறளை எப்படி மாற்றிப் படிக்கவேண்டும்:

கயவர் தேவர் அனையர், அவரும் தாம் மேவன செய்து ஒழுகலான்

இந்தக் குறளில் உள்ள கடினமான சொற்களும் அவற்றின் பொருளும்:

தேவர் => வானுலகத்தைச் சேர்ந்தோர்

அனையர் => போன்றவர்கள்

அவரும் => அவர்களும்

தாம் => தாங்கள்

மேவன => விரும்பியவற்றை

ஒழுகலான் => நடப்பதால்

எளிய உரை:

ஒருவிதத்தில் கயவர்களும் தேவர்களும் ஒன்றுதான். இருவரும் இன்னொருவருக்குக் கட்டுப்படுவதில்லை, தாங்கள் விரும்பியதைச் செய்துகொண்டிருக்கிறார்கள்!

குறள் எண்: 1074

குறள்:

அகப்பட்டி ஆவாரைக் காணின், அவரின்
மிகப்பட்டுச் செம்மாக்கும் கீழ்

இந்தக் குறளை எப்படி மாற்றிப் படிக்கவேண்டும்:

கீழ், அகப்பட்டி ஆவாரைக் காணின், அவரின் மிகப்பட்டுச் செம்மாக்கும்

இந்தக் குறளில் உள்ள கடினமான சொற்களும் அவற்றின் பொருளும்:

அகப்பட்டி ஆவாரை => தாழ்ந்து / கீழ்ப்பட்டு நடப்பவர்கள்

காணின் => கண்டால்

அவரின் => அவரைவிட

மிகப்பட்டு => மேம்பட்டு

செம்மாக்கும் => செருக்கு கொள்வான்

கீழ் => கீழானவன் / கயவன்

எளிய உரை:

ஒரு கயவன் தன்னைவிடச் சிறிய இன்னொரு கயவனைக் கண்டால், நான் உன்னைவிடக் கூடுதலாகத் தீமை செய்கிறவன் என்று பெருமிதப்படுவான்.

குறள் எண்: 1075

குறள்:

அச்சமே கீழ்களது ஆசாரம், எச்சம்
அவா உண்டேல் உண்டாம் சிறிது

இந்தக் குறளை எப்படி மாற்றிப் படிக்கவேண்டும்:

கீழ்களது ஆசாரம் அச்சமே. எச்சம் (ஆசாரம்) அவா உண்டேல் சிறிது உண்டாம்

இந்தக் குறளில் உள்ள கடினமான சொற்களும் அவற்றின் பொருளும்:

கீழ்களது => கீழான மனிதர்களுடைய / கயவர்களுடைய

ஆசாரம் => ஒழுக்கம்

எச்சம் => மீதி

அவா => ஆசை

உண்டேல் => உண்டானால்

உண்டாம் => உண்டாகும்

சிறிது => சிறிதளவு

எளிய உரை:

கயவர்களும் எப்போதாவது ஒழுக்கமாக நடக்கக்கூடும். ஆனால், அதற்கு ஒரே காரணம், தவறு செய்தால் தண்டனை கிடைக்கும் என்கிற அச்சம்தான்.

சில நேரங்களில், தாங்கள் ஆசைப்பட்ட பொருள் கிடைக்கவேண்டும் என்பதற்காகவும் அவர்கள் ஒழுக்கமாக நடந்துகொள்வார்கள். (கயவர்கள் எப்போதும் மனம் திருந்துவதில்லை. அவர்கள் ஒழுக்கமாக நடந்தாலும் அதற்கு வேறு ஒரு நோக்கம் இருக்கும்.)

குறள் எண்: 1076

குறள்:

அறை பறை அன்னர் கயவர், தாம் கேட்ட
மறை பிறர்க்கு உய்த்து உரைக்கலான்

இந்தக் குறளை எப்படி மாற்றிப் படிக்கவேண்டும்:

கயவர் தாம் கேட்ட மறை பிறர்க்கு உய்த்து உரைக்கலான், அறை பறை அன்னர்

இந்தக் குறளில் உள்ள கடினமான சொற்களும் அவற்றின் பொருளும்:

அறை	*=> அடிக்கப்படுகின்ற*
பறை	*=> ஒரு தாளக் கருவி*
அன்னர்	*=> போன்றவர்கள்*
தாம்	*=> தாங்கள்*
மறை	*=> மறைவான செய்திகள் / இரகசியங்கள்*
பிறர்க்கு	*=> பிறருக்கு*
உய்த்து	*=> தாங்கிச்சென்று*
உரைக்கலான்	*=> சொல்லுவதால்*

எளிய உரை:

கயவர்களிடம் எந்த இரகசியத்தையும் சொல்லாதீர்கள். அவர்கள் அதை யாரிடமாவது போட்டு உடைத்துவிடுவார்கள். கயவர்களிடம் இரகசியத்தைச் சொல்வதும், அதைப் பறை அறைந்து ஊருக்கெல்லாம் அறிவிப்பதும் ஒன்றுதான்.

குறள் எண்: 1077

குறள்:

ஈர்ங்கை விதிரார் கயவர் கொடிறு உடைக்கும்
கூன் கையர் அல்லாதவர்க்கு

இந்தக் குறளை எப்படி மாற்றிப் படிக்கவேண்டும்:

கயவர் கொடிறு உடைக்கும் கூன் கையர் அல்லாதவர்க்கு ஈர்ங்கை விதிரார்

இந்தக் குறளில் உள்ள கடினமான சொற்களும் அவற்றின் பொருளும்:

ஈர்ங்கை => உணவு சாப்பிட்ட ஈரக்கை

விதிரார் => தெறிக்கமாட்டார்கள் / உதறமாட்டார்கள்

கொடிறு => கன்னம்

கூன் கையர் => வளைந்து முறுக்கிய கையை உடையவர்கள்

அல்லாதவர்க்கு => அவ்வாறு இல்லாதவர்களுக்கு

எளிய உரை:

கயவர்கள் யாருக்கும் எதையும் கொடுக்கமாட்டார்கள். சாப்பிட்டபின் ஈரக்கையை உதறினால் அங்கிருந்து தெறிக்கும் நீர்த்துளிகள் யாருக்காவது பயன்பட்டுவிடுமோ என்று கவலைப்படுகிறவர்கள் அவர்கள்.

ஆனால், அந்தக் கயவர்கள் வலிமை மிக்க ஆட்களைக் கண்டு அஞ்சுவார்கள். அவர்கள் கையை முறுக்கிக் குத்தினால் தங்களுடைய கன்னம் உடைந்துவிடுமோ என்கிற அச்சத்தில் அவர்களுக்குமட்டும் பணத்தை அள்ளித் தருவார்கள். (கயவர்கள் தேவை உள்ளவர்களுக்கு உதவமாட்டார்கள்.)

குறள் எண்: 1078

குறள்:

சொல்லப் பயன்படுவர் சான்றோர். கரும்புபோல்
கொல்லப் பயன்படும் கீழ்

இந்தக் குறளை எப்படி மாற்றிப் படிக்கவேண்டும்:

சான்றோர் சொல்லப் பயன்படுவர். கீழ், கரும்புபோல், கொல்லப் பயன்படும்

இந்தக் குறளில் உள்ள கடினமான சொற்களும் அவற்றின் பொருளும்:

பயன்படுவர் => பயன்படுவார்கள்

சான்றோர் => சிறந்தவர்கள்

கொல்ல => நசுக்கினால்

பயன்படும் => பயன்படுவார்கள்

கீழ் => கீழோர்கள்

எளிய உரை:

ஏழைகள் பெரியோர்களிடம் சென்று தங்களுடைய குறையைச் சொன்னால் போதும். அவர்கள் உடனே உதவுவார்கள்.

ஆனால், கயவர்களிடம் எதைச் சொன்னாலும் அவர்களுடைய மனம் இரங்காது. அவர்கள் யாருக்கும் உதவமாட்டார்கள். கரும்பைப்போல் அவர்களை நசுக்கிப் பிழிந்தால்தான் உதவி கிடைக்கும்.

குறள் எண்: 1079

குறள்:

உடுப்பதூஉம் உண்பதூஉம் காணின் பிறர் மேல்
வடுக் காண வற்று ஆகும் கீழ்

இந்தக் குறளை எப்படி மாற்றிப் படிக்கவேண்டும்:

பிறர் உடுப்பதூஉம் உண்பதூஉம் கீழ் காணின், (பிறர்) மேல் வடுக் காண வற்று ஆகும்

இந்தக் குறளில் உள்ள கடினமான சொற்களும் அவற்றின் பொருளும்:

உடுப்பதூஉம்	=>	*உடுத்துவதையும்*
உண்பதூஉம்	=>	*உண்பதையும்*
காணின்	=>	*கண்டால்*
வடு	=>	*குற்றம்*
காண	=>	*கண்டுபிடிக்க*
வற்று ஆகும்	=>	*வல்லவர்கள் ஆவார்கள்*
கீழ்	=>	*கீழோர்கள் / கயவர்கள்*

எளிய உரை:

யாராவது அழகாக உடுத்திக்கொண்டால், நன்றாகச் சாப்பிட்டால் கயவர்களுக்குப் பிடிக்காது, வேண்டுமென்றே அவர்கள்மீது ஏதாவது குறை சொல்வார்கள்.

குறள் எண்: 1080

குறள்:

எற்றிற்கு உரியர் கயவர்? ஒன்று உற்றக்கால்
விற்றற்கு உரியர் விரைந்து

இந்தக் குறளை எப்படி மாற்றிப் படிக்கவேண்டும்:

கயவர் எற்றிற்கு உரியர்? ஒன்று உற்றக்கால் விரைந்து விற்றற்கு உரியர்

இந்தக் குறளில் உள்ள கடினமான சொற்களும் அவற்றின் பொருளும்:

எற்றிற்கு	=>	எதற்கு
உரியர்	=>	உரியவர்கள்
ஒன்று உற்றக்கால்	=>	ஒரு துன்பம் வந்துவிட்டால்
விற்றற்கு	=>	விற்பதற்கு

எளிய உரை:

கயவர்களிடம் எந்த ஒழுக்கமோ, உறுதியோ இருக்காது. ஏதாவது ஒரு துன்பம் வந்தால் நடுங்குவார்கள், சட்டென்று அடுத்தவர்கள் காலில் விழுந்து அவர்களுக்கு அடிமையாகிவிடுவார்கள்.

தெளிவான எழுத்தும் ஆழமான ஆய்வும் நிறைந்த நூல்களுக்காகத் தமிழ் வாசகர்களிடையில் நன்கு அறியப்பட்டுள்ள என். சொக்கன் - புனைவு, வாழ்க்கை வரலாறு, நிறுவன வரலாறு, தன்னம்பிக்கை, சிறுவர் இலக்கியம் உள்ளிட்ட துறைகளில் இதுவரை எழுபதுக்கும் மேற்பட்ட நூல்கள், நூற்றுக்கணக்கான கதைகள், கட்டுரைகளை எழுதியுள்ளார். விரிவான ஆய்வுகள், சான்றுகளின் அடிப்படையிலான ஆழமான வரலாற்று நூல்களைத் தமிழில் எழுத இயலும், அவற்றைப் பெரும்பான்மை வாசகர்களுக்குக் கொண்டுசேர்க்கவும் இயலும் என்பதைப் பலமுறை நிரூபித்த எழுத்து வகை இவருடையது.

தமிழ், ஆங்கிலம் ஆகிய இரு மொழிகளிலும் எழுதும் சொக்கனுடைய நூல்கள் ஹிந்தி, கன்னடம், மலையாளம் உள்ளிட்ட பல மொழிகளில் மொழிபெயர்ப்பாகியுள்ளன.

www.ingramcontent.com/pod-product-compliance
Ingram Content Group UK Ltd.
Pitfield, Milton Keynes, MK11 3LW, UK
UKHW042140021026
15589UKWH00003B/943

9 789348 439529